ਚੱਕਰਵਿਊ

ਜਸਕਿਰਤ, ਹਰਕਿਰਤ
ਤੇ ਰਾਜਪ੍ਰੀਤ
ਦੇ ਨਾਂ

ਤਤਕਰਾ

ਪੰਜਾਬੀ ਕਹਾਣੀ ਵਿੱਚ ਇੱਕ ਇਤਿਹਾਸਕ ਮੋੜ ਹੈ "ਚੱਕਰਵਿਊ"

ਆਪਣੇ ਪਹਿਲੇ ਕਹਾਣੀ ਸੰਗ੍ਰਹਿ 'ਕਸ਼ਮਕਸ਼' ਨਾਲ਼ ਬਲਦੇਵ ਸਿੰਘ ਢੀਂਡਸਾ ਨੇ ਪੰਜਾਬੀ ਕਹਾਣੀ ਦੇ ਪਿੜ ਅੰਦਰ ਆਪਣੀ ਕਹਾਣੀ ਕਲਾ ਦੀ ਇੱਕ ਵਿਲੱਖਣ ਪਛਾਣ ਸਥਾਪਿਤ ਕਰਨ ਵਿੱਚ ਸ਼ਾਨਦਾਰ ਸਫ਼ਲਤਾ ਪ੍ਰਾਪਤ ਕਰ ਲਈ ਸੀ। ਪਰ ਏਸ ਚਰਚਿਤ ਕਹਾਣੀ ਸੰਗ੍ਰਹਿ ਤੋਂ ਬਾਅਦ ਭਾਵੇਂ ਬਲਦੇਵ ਢੀਂਡਸਾ ਨੇ ਨਵੀਆਂ ਕਹਾਣੀਆਂ ਸਿਰਜਣ ਲਈ ਆਪਣੇ ਯਤਨਾਂ ਵਿੱਚ ਖੜੋਤ ਨਹੀਂ ਆਉਣ ਦਿੱਤੀ ਪਰ ਪਾਠਕਾਂ ਦੀ ਭਾਰੀ ਮੰਗ ਦੇ ਬਾਵਜੂਦ ਉਨ੍ਹਾਂ ਨੇ ਆਪਣਾ ਦੂਜਾ ਕਹਾਣੀ ਸੰਗ੍ਰਹਿ ਦੇਣ ਵਾਸਤੇ ਬਹੁਤੀ ਕਾਹਲ਼ ਨਹੀਂ ਕੀਤੀ।

ਆਪਣੇ ਪਹਿਲੇ ਕਹਾਣੀ ਸੰਗ੍ਰਹਿ 'ਕਸ਼ਮਕਸ਼' ਦੀਆਂ ਕਹਾਣੀਆਂ ਨਾਲ਼ ਬਲਦੇਵ ਢੀਂਡਸਾ ਨੇ ਕੇਵਲ ਪੰਜਾਬੀ ਕਹਾਣੀ ਦੇ ਪਾਠਕਾਂ ਦੀ ਹੀ ਨਹੀਂ ਸਗੋਂ ਪੰਜਾਬੀ ਕਹਾਣੀ ਦੇ ਵੱਡੇ-ਵੱਡੇ ਮਹਾਂਰਥੀਆਂ, ਆਲੋਚਕਾਂ, ਵਿਦਵਾਨਾਂ ਤੇ ਚਿੰਤਕਾਂ ਦੀ ਦ੍ਰਿਸ਼ਟੀ ਨੂੰ ਵੀ ਆਪਣੀਆਂ ਕਹਾਣੀਆਂ ਵਲ ਆਕ੍ਰਿਸ਼ਿਤ ਕੀਤਾ ਹੈ ਤੇ ਸਥਾਪਿਤ ਪੰਜਾਬੀ ਕਹਾਣੀਕਾਰਾਂ ਦੀਆਂ ਸਫ਼ਾਂ ਵਿੱਚ ਉਨ੍ਹਾਂ ਦੇ ਪੂਰੀ ਸਜਧਜ ਵਾਲ਼ੇ ਪ੍ਰਵੇਸ਼ ਦੀ ਪੁਸ਼ਟੀ ਪਾਠਕਾਂ ਦੀ ਮੰਗ ਉੱਤੇ ਏਸ ਹਥਲੇ ਕਹਾਣੀ ਸੰਗ੍ਰਹਿ ਦੇ ਨਾਲ਼ ਹੀ ਉਨ੍ਹਾਂ ਦੇ ਪਹਿਲੇ ਕਹਾਣੀ ਸੰਗ੍ਰਹਿ 'ਕਸ਼ਮਕਸ਼' ਦਾ ਦੂਜਾ ਐਡੀਸ਼ਨ ਛਾਪਣ ਨਾਲ਼ ਹੁੰਦੀ ਹੈ।

ਬਲਦੇਵ ਢੀਂਡਸਾ ਦਾ ਆਪਣੀ ਕਹਾਣੀ ਨੂੰ ਜੋੜਨ ਤੇ ਅੱਗੇ ਤੋਰਨ ਦਾ ਆਪਣਾ ਇੱਕ ਵਿਲੱਖਣ ਅੰਦਾਜ਼ ਹੈ, ਇਸੇ ਕਰਕੇ ਪੰਜਾਬੀ ਕਹਾਣੀ ਦੇ ਖੇਤਰ 'ਚ ਉਸਦੀਆਂ ਕਹਾਣੀਆਂ ਦਾ ਆਪਣਾ ਹੀ ਇੱਕ ਰੂਪ ਤੇ ਵਿਲੱਖਣ ਪਛਾਣ ਹੈ, ਆਪਣੇ ਅਜੋਕੇ ਦੇਸ਼, ਸਮਾਜ ਤੇ ਜੀਵਨ ਦੇ ਸੱਚ ਤੇ ਯਥਾਰਥ ਨੂੰ ਕਲਾ ਦੇ ਅਨੂਪਮ ਮਾਧਿਅਮ ਦੁਆਰਾ ਪੇਸ਼ ਕਰਨ ਵਿੱਚ ਬਲਦੇਵ ਸਿੰਘ ਢੀਂਡਸਾ ਨੇ ਭਰਪੂਰ ਤੇ ਸ਼ਾਨਦਾਰ ਸਫ਼ਲਤਾ ਪ੍ਰਾਪਤ ਕੀਤੀ ਹੈ।

ਜ਼ਿੰਦਗੀ ਦੀਆਂ ਰੁਖਾਈਆਂ ਦਾ ਵਰਨਣ ਕਰਦਾ ਵੀ ਉਹ ਕਹਾਣੀ ਨੂੰ ਰੁੱਖੀ ਨਹੀਂ ਹੋਣ ਦਿੰਦਾ। ਬਲਦੇਵ ਦੀਆਂ ਕਹਾਣੀਆਂ ਕਥਾਰਸ ਨਾਲ਼ ਲਬਰੇਜ਼ ਹਨ।

ਹਥਲੇ ਕਹਾਣੀ ਸੰਗ੍ਰਹਿ ਦੀ ਸਭ ਤੋਂ ਸਫ਼ਲ ਅਤੇ ਅਜੋਕੇ ਸਮਾਜ ਦੇ ਸੱਚ ਨਾਲ਼ ਜੁੜੀ ਕਹਾਣੀ ਹੈ 'ਚੱਕਰਵਿਊ'। ਪੰਜਾਬ ਦੀ ਅਜੋਕੀ ਖੇਤੀ 'ਚ ਹੱਦ ਸਿਰੇ ਦੇ ਨਿਘਾਰ, ਕਿਸਾਨਾਂ 'ਚ ਨਿਰਾਸ਼ਤਾ ਦੀ ਅਵਸਥਾ ਤੇ ਖ਼ੁਦਕੁਸ਼ੀਆਂ ਦੇ ਰੁਝਾਨ ਬਾਰੇ ਵੱਖ-ਵੱਖ ਸੰਗਠਨਾਂ ਤੇ ਸਰਕਾਰਾਂ ਵਲੋਂ ਸਥਾਪਿਤ ਕੀਤੇ ਕਮਿਸ਼ਨਾਂ ਤੇ ਕਮੇਟੀਆਂ ਦੀ ਕਿਸੇ ਵੀ ਰਿਪੋਰਟ ਵਿੱਚ ਪੰਜਾਬ ਦੀ ਅਜੋਕੀ ਖੇਤੀ ਤੇ ਕਿਸਾਨੀ ਸੰਕਟ ਦਾ ਸਹੀ

ਤੇ ਸਾਰਥਕ ਮੁਲੰਕਣ ਉਪਲਭਦ ਨਹੀਂ ਜਿਸ ਤਰ੍ਹਾਂ ਦਾ ਵਾਸਤਵਿਕ ਮੁਲੰਕਣ ਢੀਂਡਸਾ ਨੇ ਆਪਣੀ ਏਸ ਕਹਾਣੀ ਰਾਹੀਂ ਪੇਸ਼ ਕੀਤਾ ਹੈ।

ਸੰਨ 1990 ਦੇ ਦਹਾਕੇ ਤੋਂ ਪੰਜਾਬ ਦੀ ਖੇਤੀ ਵਿੱਚ ਬਹੁਤ ਤੇਜ਼ੀ ਨਾਲ਼ ਨਿਘਾਰ ਤੇ ਖੜੋਤ ਆਉਣੀ ਸ਼ੁਰੂ ਹੋਈ, ਜਿਸ ਕਰਕੇ ਕਿਸਾਨਾਂ ਅੰਦਰ ਖ਼ੁਦਕੁਸ਼ੀਆਂ ਦਾ ਰੁਝਾਨ ਵਧਿਆ ਤਾਂ ਦੂਰ ਦੂਰ ਤੱਕ ਹਾਹਾਕਾਰ ਮੱਚ ਗਈ, ਏਸ ਨਿਘਾਰ ਤੋਂ ਮੁਕਤੀ ਲਈ ਸਰਕਾਰਾਂ ਨੇ ਕਈ ਤਰਾਂ ਦੇ ਸਰਵੇਖਣ ਕਰਵਾਏ ਤੇ ਕਈ ਤਰ੍ਹਾਂ ਦੀਆਂ ਸਕੀਮਾਂ ਦੇ ਐਲਾਨ ਕੀਤੇ। ਵੱਡੀਆਂ ਵੱਡੀਆਂ ਸਮਾਜ ਸੇਵੀ ਸੰਸਥਾਵਾਂ ਤੇ ਸੰਗਠਨਾਂ ਨੇ ਕਿਸਾਨਾਂ ਦੀ ਨਿੱਘਰ ਰਹੀ ਅਵਸਥਾ ਬਾਰੇ ਆਪੋ ਆਪਣੀ ਦ੍ਰਿਸ਼ਟੀ ਨਾਲ਼ ਮਰਜ਼ ਲੱਭਣ ਦੇ ਯਤਨ ਕੀਤੇ, ਵੱਡੇ ਵੱਡੇ ਅਰਥ-ਸ਼ਾਸਤਰੀਆਂ ਨੇ ਖੇਤੀ ਦੇ ਗ੍ਰਹਿਣ ਲੱਗੇ ਵਰਤਮਾਨ ਤੇ ਭਵਿੱਖ ਬਾਰੇ ਅਨੇਕਾਂ ਖੋਜ ਪੱਤਰ ਲਿਖੇ ਤੇ ਕਿਸਾਨਾਂ ਦੀ ਅਧੋਗਤੀ ਵਾਲ਼ੀ ਅਵਸਥਾ ਦੇ ਆਪੋ ਆਪਣੀ ਦ੍ਰਿਸ਼ਟੀ ਦੁਆਰਾ ਮੁਲੰਕਣ ਕੀਤੇ ਤੇ ਰਾਜਨੀਤਕ ਵਿਚਾਰਵਾਨਾਂ ਨੇ ਪੰਜਾਬ ਦੀ ਖੇਤੀ ਲਈ ਸਰਕਾਰਾਂ, ਵਪਾਰੀਆਂ ਤੇ ਕਿਸਾਨਾਂ ਵਲੋਂ ਆਪੇ ਸਹੇੜੀ ਤਰਾਸਦੀ ਦੇ ਆਪਣੀ ਰਾਜਨੀਤੀ ਲਈ ਰਾਸ ਬਹਿੰਦੇ ਵਿਸ਼ਲੇਸ਼ਨ ਕਰਕੇ ਆਪਣੀਆਂ ਵੋਟਾਂ ਹਰੀਆਂ ਕਰਨ ਦਾ ਇੱਕ ਵੀ ਮੌਕਾ ਖੁੰਝਣ ਨਹੀਂ ਦਿੱਤਾ ਪਰ ਪੰਜਾਬ ਦੇ ਜੱਟ ਵਲੋਂ ਖ਼ੁਦਕੁਸ਼ੀਆਂ ਦੇ ਨਿਰੰਤਰ ਤੇ ਤੇਜ਼ੀ ਨਾਲ਼ ਵਧ ਰਹੇ ਰੁਝਾਨ ਹੇਠਾਂ ਦੱਬੇ ਸੱਚ ਤੇ ਯਥਾਰਥ ਨੂੰ ਸੰਤੁਲਤ ਰੂਪ ਵਿੱਚ ਸਾਹਮਣੇ ਲਿਆਉਣ ਵਿੱਚ ਉਹ ਸਫ਼ਲ ਨਹੀਂ ਹੋ ਸਕੇ।

ਅੱਜ ਕਿਸਾਨੀ ਦੇ ਪਤਨ ਵਿੱਚ ਕਿੰਨਾ ਹਿੱਸਾ ਸਰਕਾਰਾਂ ਦਾ? ਕਿੰਨਾ ਮੌਕਾ ਪ੍ਰਸਤ ਵਪਾਰੀਆਂ ਦਾ? ਕਿੰਨਾ ਕੁਦਰਤ ਦੀ ਕਰੋਪੀ ਦਾ ਤੇ ਆਪਣੀ ਐਸ਼ ਇਸ਼ਰਤ, ਲਾਪ੍ਰਵਾਹੀਆਂ ਦਾ, ਚੂੜ੍ਹ ਸ਼ੁਕੀਨੀ ਤੇ ਖੇਤੀ 'ਚ ਵਿਓਤਬੰਦੀ ਦੀ ਘਾਟ ਕਰਕੇ ਕਿੰਨਾ ਹਿੱਸਾ, ਖ਼ੁਦ ਕਿਸਾਨ ਦਾ ਹੈ? ਏਸ ਬਾਰੇ ਬਿਲਕੁਲ ਸੰਤੁਲਤਨ ਤੇ ਸਰਾਥਕ ਵੇਰਵਾ ਢੀਂਡਸਾ ਦੀ ਕਹਾਣੀ 'ਚੱਕਰਵਿਊ' ਵਿੱਚੋਂ ਹੀ ਪ੍ਰਾਪਤ ਹੋ ਸਕਦਾ ਹੈ।

ਪੰਜਾਬ ਦੀ ਖੇਤੀ ਦੇ ਅਜੋਕੇ ਦੁਖਾਂਤ ਦੀਆਂ ਜੜ੍ਹਾਂ ਤਲਾਸ਼ ਕਰਨ ਵਾਲ਼ੇ ਖੋਜਾਰਥੀਆਂ, ਅਰਥ ਸ਼ਾਸਤਰੀਆਂ, ਸਰਕਾਰੀ ਤੇ ਗ਼ੈਰਸਰਕਾਰੀ ਸੰਗਠਨਾਂ ਤੇ ਕਮਿਸ਼ਨਾਂ ਤੇ ਕਮੇਟੀਆਂ ਦੇ ਮੁਖੀਆਂ ਨੂੰ ਮੈਂ ਸਲਾਹ ਦੇਵਾਂਗਾ ਕਿ ਉਹ ਸਹੀ ਤੱਥਾਂ ਤੱਕ ਪਹੁੰਚਣ ਲਈ ਤੇ ਇੱਕ ਸੰਪੰਨ ਰਿਪੋਰਟ ਤਿਆਰ ਕਰਨ ਵਾਸਤੇ ਢੀਂਡਸਾ ਦੀ ਏਸ ਕਹਾਣੀ ਨੂੰ ਪ੍ਰਸੰਗ ਵਿੱਚ ਰੱਖਣ।

ਸਾਡੇ ਸਮਾਜ ਅੰਦਰ ਪ੍ਰਚੱਲਤ ਨਿਰਾਰਥਕ ਧਾਰਨਾਵਾਂ ਤੇ ਲੋਕਾਂ ਦੇ ਮਨਾਂ ਨੂੰ ਆਪਣੇ ਗੋਡੇ ਹੇਠ ਦੱਬੀ ਬੈਠੀ ਅੰਨ੍ਹੀਂ ਸ਼ਰਧਾ ਤੇ ਘੋਰ ਅੰਧਵਿਸ਼ਵਾਸ ਤੇ ਤਕੜੀ ਸੱਟ ਮਾਰਦੀ ਹੈ ਬਲਦੇਵ ਦੀ ਕਹਾਣੀ 'ਫ਼ਤਵਾ'। ਅਗਿਆਨਤਾ ਦੇ ਵਿਕਰਾਲ ਹਨ੍ਹੇਰੇ ਵਿੱਚ ਭਟਕਦੇ ਤੇ ਠੋਕਰਾਂ ਖਾਂਦੇ ਸਾਡੇ ਸਮਾਜ ਦੇ ਇੱਕ ਵੱਡੇ ਵਰਗ ਨੂੰ ਕਲਿਆਣਕਾਰੀ ਪ੍ਰਕਾਸ਼ ਦੇ ਰੂਪ 'ਚ ਇਹ ਕਹਾਣੀ ਸਹੀ ਮਾਰਗ ਵਿਖਾਉਣ ਦਾ ਕੰਮ ਕਰਦੀ ਹੈ।

ਸਾਡੇ ਸਮਾਜ ਦੀ ਇੱਕ ਵੱਡੀ ਵਿਡੰਬਨਾ ਇਹ ਹੈ ਕਿ ਮਾਨਸਿਕ ਰੋਗਾਂ ਦਾ ਸ਼ਿਕਾਰ ਹੋਏ ਉਨ੍ਹਾਂ ਲੋਕਾਂ, ਜਿੰਨ੍ਹਾਂ ਦਾ ਵਾਲੀ ਵਾਰਸ ਕੋਈ ਨਹੀਂ ਤੇ ਉਹ ਮਾਨਸਿਕ

ਰੋਗਾਂ ਦਾ ਸ਼ਿਕਾਰ ਹੋ ਕੇ ਅਲਫ਼ ਨੰਗੇ ਹੋ ਜਾਂਦੇ ਹਨ ਤੇ ਸ਼ਰਧਾਲੂਆਂ ਦੀ ਭੀੜ ਨੂੰ ਗਾਲ੍ਹਾਂ ਕੱਢਦੇ ਤੇ ਇੱਟਾਂ ਰੋੜੇ ਮਾਰਦੇ ਹਨ, ਉਨ੍ਹਾਂ 'ਤੇ ਤਰਸ ਕਰਕੇ ਕਿਸੇ ਸਹੀ ਹਸਪਤਾਲ ਵਿੱਚ ਇਲਾਜ ਕਰਵਾ ਕੇ ਉਨ੍ਹਾਂ ਨੂੰ ਸੁਖਾਵੇਂ ਜੀਵਨ ਨਾਲ਼ ਜੋੜਨ ਦੀ ਥਾਂ ਸਾਡੇ ਲੋਕ ਅੱਗੇ ਵਧ ਵਧ ਕੇ ਉਨ੍ਹਾਂ ਦੇ ਪੈਰ ਫੜਨ ਲੱਗ ਪੈਂਦੇ ਹਨ, ਉਨ੍ਹਾਂ ਦੀ ਪੂਜਾ ਕਰਦੇ ਹਨ ਤੇ ਉਨ੍ਹਾਂ ਦੇ ਨਾਮ 'ਤੇ ਸੜਕਾਂ ਗੇਟਾਂ ਤੇ ਦੁਕਾਨਾਂ ਦੇ ਨਾਮ ਰੱਖਣ 'ਚ ਮਾਣ ਮਹਿਸੂਸ ਕਰਦੇ ਹਨ ਅਤੇ ਉਨ੍ਹਾਂ ਦੇ ਨਾਵਾਂ ਤੇ ਵੱਡੇ ਵੱਡੇ ਧਾਰਮਿਕ ਅਸਥਾਨ ਉਸਾਰਨ ਲਈ ਮਾਇਆ ਨੂੰ ਤੰਗਲ਼ੀਆਂ ਨਾਲ਼ ਖਿਚ ਖਿਚ ਕੇ ਢੇਰ ਲਾ ਦਿੰਦੇ ਹਨ ਤੇ ਫੇਰ ਇਨ੍ਹਾਂ ਧਾਰਮਿਕ ਸਥਾਨਾਂ ਦੇ ਗੁੰਬਦਾਂ ਤੇ ਸੋਨੇ ਦੇ ਕਲਸ ਚਾੜ੍ਹ ਕੇ ਖੂਬ ਹੁੱਬਦੇ ਹਨ। ਅਜਿਹਾ ਸਭ ਕੁਝ ਕਰਨ ਵਾਲ਼ੇ ਲੋਕਾਂ ਵਿੱਚ ਖੋਚਰੀ ਤੇ ਸ਼ੈਤਾਨ ਲੋਕ ਕਿਵੇਂ ਅੰਧ ਵਿਸ਼ਵਾਸ ਦੇ ਹਨੇਰੇ ਵਿੱਚ ਵਿਚਰਦੇ ਲੋਕਾਂ ਤੋਂ ਧਨ ਧਾਰਮਿਕ ਸੇਵਾ ਦੇ ਨਾਮ ਤੇ ਝਾੜੂ ਨਾਲ਼ ਇਕੱਠਾ ਕਰਦੇ ਹਨ ਤੇ ਕਿਵੇਂ ਇਨ੍ਹਾਂ ਧਾਰਮਿਕ ਸਥਾਨਾਂ ਅੰਦਰ ਵਿਭਚਾਰ ਦੇ ਗਲੀਜ਼ ਅੱਡੇ ਚਲਾਉਂਦੇ ਹਨ ਇਹ ਪਤਾ ਲੱਗਦਾ ਹੈ ਬਲਦੇਵ ਢੀਂਡਸਾ ਦੀ ਕਹਾਣੀ 'ਫ਼ਤਵਾ' ਨੂੰ ਪੜ੍ਹ ਕੇ।

ਸੱਚ ਦਾ ਪ੍ਰਕਾਸ਼ ਕਰਨ ਵਾਲ਼ੀ ਤੇ ਕਲਿਆਣਕਾਰੀ ਕਲਾ ਉਹ ਹੈ, ਜਿਹੜੀ ਜ਼ਿੰਦਗੀ ਦੇ ਸੱਚ ਤੇ ਯਥਾਰਥ ਨੂੰ ਵਾਸਤਵਿਕ ਰੂਪ ਵਿੱਚ ਪੇਸ਼ ਵੀ ਕਰੇ ਤੇ ਸਮਾਜਕ, ਧਾਰਮਿਕ ਤੇ ਰਾਜਨੀਤਕ, ਪਾਖੰਡ ਤੇ ਅਨਾਰਕੀ ਦੇ ਵਿਰੁਧ ਖੜ੍ਹਾ ਹੋਣ ਲਈ ਪਾਠਕ ਨੂੰ ਪ੍ਰੇਰਨਾ ਵੀ ਦੇਵੇ।

ਏਸ ਸੰਗ੍ਰਹਿ ਦੀ ਕਹਾਣੀ 'ਮਿਰਗ ਤ੍ਰਿਸ਼ਨਾ' ਦਾ ਨਾਇਕ ਜੁਆਲਾ ਸਿੰਘ ਮਿਹਨਤ ਤੇ ਆਪਣੇ ਖ਼ਾਨਦਾਨੀ ਵਸੀਲਿਆਂ ਨਾਲ਼ ਇੱਕ ਢੁਕਵਾਂ ਕਾਰੋਬਾਰ ਸਥਾਪਿਤ ਕਰਨ ਵਿੱਚ ਸਫ਼ਲ ਤਾਂ ਹੋ ਜਾਂਦਾ ਹੈ ਪਰ ਪੁਰਾਣੀਆਂ ਮਿਥਾਂ ਤੇ ਧਾਰਨਾਵਾਂ ਮਗਰ ਭਟਕਦਾ ਤੇ ਨਵੇਂ ਹਾਲਤ ਦੀ ਪ੍ਰਤੀਗਾਮੀ ਸ਼ਕਤੀ ਦਾ ਸ਼ਿਕਾਰ ਬਣਿਆ ਆਪਣੀ ਹੀ ਆਂਤ੍ਰਿਕ ਮਾਨਸਿਕਤਾ ਦੇ ਖਿਲਾਫ਼ ਲੜਦਾ ਤੇ ਜੂਝਦਾ ਥੱਕ ਹੰਭ ਕੇ ਅੰਦਰੋਂ ਖੱਖੜੀਆਂ ਹੋ ਜਾਂਦਾ ਹੈ।

ਭਾਵੇਂ ਕਿ ਸਾਡੇ ਸਮਾਜ ਦੀ ਏਸ ਧਾਰਨਾਂ ਨੂੰ 'ਮਿਰਗ ਤ੍ਰਿਸ਼ਨਾ' ਕਹਾਣੀ 'ਚ ਕਿਸੇ ਹੱਦ ਤੱਕ ਬੱਲ ਪ੍ਰਾਪਤ ਹੁੰਦਾ ਹੈ ਕਿ ਆਪਣੇ ਖ਼ੂਨ ਵਾਲ਼ੇ ਇਨਸਾਨ ਦਾ ਜੀਵਨ ਆਪਣੀਆਂ ਖ਼ੂਬਸੂਰਤ ਖ਼ਾਨਦਾਨੀ ਰਵਾਇਤਾ ਦੀ ਸੇਧ ਵਿੱਚ ਵਿਕਸਤ ਹੋਵੇਗਾ ਪਰ ਨਵੀਆਂ ਪ੍ਰਤੀਗਾਮੀ ਕਦਰਾਂ-ਕੀਮਤਾਂ ਦੀ ਪੁੱਠੀ ਤੇ ਤੇਜ਼ ਹਨ੍ਹੇਰੀ ਵਿੱਚ ਪੁਰਾਣੀਆਂ ਧਾਰਨਾਵਾਂ ਦਾ ਨਾਮੋ-ਨਿਸ਼ਾਨ ਤੱਕ ਮਿਟ ਜਾਂਦਾ ਹੈ ਤੇ ਕੇਵਲ ਪੁੱਤਰ ਦੇ ਰੂਪ ਵਿੱਚ ਆਪਣੇ ਖਾਨਦਾਨ ਦੀ ਜੜ੍ਹ ਕਾਇਮ ਰੱਖਣ ਤੇ ਏਸ ਨੂੰ ਅੱਗੇ ਵਧਾਉਣ ਦਾ ਉਸਦਾ ਸੁਫ਼ਨਾ ਭੋਰਾ ਭੋਰਾ ਹੋ ਕੇ ਬੁਰੀ ਤਰ੍ਹਾਂ ਖਿੰਡ ਖਿਲਰ ਜਾਂਦਾ ਹੈ।

ਕਈ ਥਾਂ ਤਾਂ ਬਲਦੇਵ ਢੀਂਡਸਾ ਆਪਣੀ ਕਹਾਣੀ ਅੰਦਰ ਦ੍ਰਿਸ਼ ਚਿਤਰਨ ਵਿੱਚ ਵਾਰਸ ਸ਼ਾਹ ਤੇ ਲਾਲਾ ਕਿਰਪਾ ਸਾਗਰ ਨਾਲ਼ੋਂ ਵੀ ਅੱਗੇ ਲੰਘ ਜਾਂਦਾ ਹੈ ਤੇ ਆਪਣੀ ਕਹਾਣੀ ਦੇ ਕਿਸੇ ਪਾਤਰ ਅੰਦਰ ਛੁਪੀ ਉਸਦੀ ਅਸੀਮ ਸਮਰੱਥਾ ਨੂੰ ਅਨੂਠੀ ਕਲਾ ਦੇ ਅਨੂਪਮ ਮਾਧਿਅਮ ਦੁਆਰਾ ਉਜਾਗਰ ਕਰਨ ਵਾਲ਼ਾ ਵਿਲੱਖਣ ਕਲਾਕਾਰ

ਬਣ ਜਾਂਦਾ ਹੈ। ਏਸ ਪੱਖੋਂ ਸ਼ਾਇਦ ਹੀ ਕੋਈ ਪੰਜਾਬੀ ਕਹਾਣੀਕਾਰ ਆਪਣੀ ਕਹਾਣੀ ਕਲਾ ਰਾਹੀਂ ਬਲਦੇਵ ਢੀਂਡਸਾ ਦੀ ਕਹਾਣੀ ਵਾਲ਼ੀ ਉਚਾਈ ਨੂੰ ਛੋਹ ਸਕੇ। ਇਸ ਦਲੀਲ ਦੀ ਪੁਸ਼ਟੀ ਹੁੰਦੀ ਹੈ ਉਸਦੀ ਕਹਾਣੀ 'ਸਵਾਲੀਆ ਚਿੰਨ੍ਹ' ਅੰਦਰ ਕਹਾਣੀ ਦੀ ਇੱਕ ਪਾਤਰ ਦੇ ਪ੍ਰਭਾਵਸ਼ਾਲੀ ਤੇ ਵਾਸਤਵਿਕ ਚਿਤਰਨ ਤੇ ਨਜ਼ਰ ਮਾਰਨ ਨਾਲ। ਜਿਵੇਂ-

> *"ਅਚਾਨਕ ਹੀ ਇੱਕ ਵਿਰਲ ਥਾਣੀਂ ਮੇਰੀ ਨਜ਼ਰ ਪੈ ਗਈ ਰੋਲੂ ਦੇ ਵਿਹੜੇ, ਰੋਲੂ ਦੀ ਘਰਵਾਲ਼ੀ ਰਤਨੀ ਉੱਤੇ, ਮੁਦਗਰ ਵਰਗਾ ਗਠੀਲਾ ਸਰੀਰ, ਪੱਕਾ ਰੰਗ, ਚੌੜਾ ਪਰ ਚਿਹਰੇ ਤੇ ਫੱਬਦਾ ਨੱਕ, ਵਿੱਚ ਚਾਂਦੀ ਦਾ ਚਮਕਦਾ ਕੋਕਾ, ਦੂਧੀਆ ਦੰਦ, ਬੱਝਵਾਂ ਬੀੜ, ਖੁੱਤੀ ਕੁ ਜਿੰਨੇ ਵਿਹੜੇ ਵਿੱਚ ਫਿਰਦੀ ਇੰਝ ਲੱਗੇ ਜਿਵੇਂ ਕੂਹਣੀਆਂ ਨਾਲ਼ ਧੱਕ ਕੇ ਵਿਹੜੇ ਨੂੰ ਚੌੜਾ ਕਰ ਦੇਣਾ ਚਾਹੁੰਦੀ ਹੋਵੇ।"*

ਬਲਦੇਵ ਦੀਆਂ ਹੋਰ ਕਈ ਕਹਾਣੀਆਂ ਵਾਂਗ ਇਹ ਕਹਾਣੀ ਵੀ ਲੇਖਕ ਦੀ ਆਪਣੀ ਦ੍ਰਿਸ਼ਟੀ ਵੰਨ ਸੁਵੰਨੀਆਂ ਸਿਮ੍ਰਿਤੀਆਂ ਵੱਲ ਮੋੜਦੀ ਤੇ ਕੁਦਰਤੀ ਰੂਪ ਵਿੱਚ ਘਟਨਾਵਾਂ ਨੂੰ ਜਨਮ ਦਿੰਦੀ ਤੇ ਜੋੜਦੀ ਪਾਠਕ ਦੀ ਉਤਸੁਕਤਾ ਨੂੰ ਆਪਣੇ ਮਗਰ ਤੋਰਦੀ ਰਹਿੰਦੀ ਹੈ।

ਲੇਖਕ ਦੀਰਘ ਅਨੁਭਵ ਨਾਲ਼ ਜੁੜਿਆ ਹੋਇਆ ਹੈ ਤੇ ਉਸ ਨੂੰ ਪਤਾ ਹੈ ਕਿ ਅਜੋਕੇ ਪਾਠਕਾਂ ਦੇ ਮਨਾਂ ਵਿੱਚ ਨਵੇਂ ਤੇ ਪੁਰਾਣੇ ਜ਼ਮਾਨੇ ਦੀ ਸਿਆਸਤ, ਸੰਸਕ੍ਰਿਤੀ ਤੇ ਸਮਾਜ ਬਾਰੇ ਅਨੇਕਾਂ ਪ੍ਰਸ਼ਨ ਹੋ ਸਕਦੇ ਹਨ ਤੇ ਇੰਨ੍ਹਾਂ ਪ੍ਰਸ਼ਨਾਂ ਨੂੰ ਪਹਿਲਾਂ ਹੀ ਜਿਵੇਂ ਪਾਠਕਾਂ ਦੇ ਮਨਾਂ 'ਚੋਂ ਟੋਹ ਕੇ ਸਾਡਾ ਇਹ ਕਹਾਣੀਕਾਰ ਹਰ ਪ੍ਰਸ਼ਨ ਨੂੰ ਢੁੱਕਵੇਂ ਸਵਾਲ ਨਾਲ਼ ਜੋੜਨ ਵਾਲ਼ਾ ਕੁਸ਼ਲ ਮਿਸਤਰੀ ਸਾਬਤ ਹੁੰਦਾ ਹੈ। ਅਜਿਹੇ ਅਛੂਤਾ ਪ੍ਰਯਾਸ ਉਸਦੀ ਕਹਾਣੀ 'ਸਵਾਲੀਆ ਚਿੰਨ੍ਹ' ਰਾਹੀਂ ਸਾਹਮਣੇ ਆਉਂਦੇ ਹਨ।

ਸਾਡੇ ਸਮਾਜ ਦੇ ਸਮਰੱਥ ਵਰਗ ਦੀ ਅਯਾਸ਼ੀ ਤੇ ਧੱਕਾ, ਜਵਾਨੀ ਦਾ ਅੱਥਰਾ ਹੜ੍ਹ, ਅੱਲੜ੍ਹਪੁਣੇ ਦਾ ਘੁੱਪ ਹਨੇਰਾ, ਗਰੀਬੀ ਦੀ ਮਾਰ, ਬੱਚਿਆਂ ਦੇ ਸੁਹਿਰਦ ਤੇ ਕੋਰੇ ਮਨ ਤੇ ਇਨ੍ਹਾਂ ਮਨਾਂ 'ਤੇ ਅਜੋਕੀ ਘਿਨਾਉਣੀ ਰਾਜਨੀਤੀ ਵਲੋਂ ਜਾਤਾਂ ਦੇ ਆਧਾਰ ਤੇ ਗਲੀਜ਼ ਧੱਬੇ ਚਿਤਰਨ ਦੀ ਕਲਾ ਤੇ ਇੱਜ਼ਤ ਆਬਰੂ ਦੇ ਘਟੀਆ ਵਪਾਰ ਦੀ ਸਫ਼ਲ ਪੇਸ਼ਕਾਰੀ ਹੈ ਕਹਾਣੀ 'ਸਵਾਲੀਆ ਚਿੰਨ੍ਹ'।

ਅੱਜ ਸਮਾਜ ਬੜੀ ਖ਼ਤਰਨਾਕ ਦਿਸ਼ਾ ਵੱਲ ਵੱਧ ਰਿਹਾ ਹੈ। ਸਿਆਸਤ ਵਿੱਚ ਜਕੜ ਬਣਾਈ ਬੈਠੇ ਤੇ ਜਕੜ ਬਣਾਉਣ ਲਈ ਤੜਪ ਰਹੇ ਲੋਕ ਬੇਰੁਜ਼ਗਾਰ ਦਲਿਤ ਨੌਜੁਆਨ ਵਰਗ ਦੇ ਜ਼ਿਹਨ 'ਚ ਇਹ ਗੱਲ ਜ਼ੋਰ ਸ਼ੋਰ ਨਾਲ਼ ਬਿਠਾਉਣ ਲੱਗੇ ਹੋਏ ਹਨ ਕਿ ਤੁਹਾਡੇ ਸਭ ਦੁੱਖ ਸਵਰਨ ਜਾਤੀਆਂ (ਅਖੌਤੀ ਵੀ) ਦੇ ਦਿੱਤੇ ਹੋਏ ਹਨ। ਉਨ੍ਹਾਂ ਦੇ ਅੰਦਰੀਂ ਰਾਤ ਦਿਨ ਨਫ਼ਰਤ ਦੇ ਬੀਜ ਬੋਅ ਰਹੇ ਹਨ ਮਾਸਟਰ ਬਿੱਕਰ ਵਰਗੇ। ਜਦਕਿ ਸ਼ੋਸ਼ਣ ਸਾਧਨ ਸੰਪਨ ਲੋਕ ਹੀ ਕਰਦੇ ਆਏ ਹਨ ਤੇ ਕਰ ਰਹੇ ਹਨ।

ਤਹਿਸੀਲਦਾਰਾਂ ਦਾ ਸੋਹਣ ਦਲਿਤ ਪਰਿਵਾਰ ਵਿੱਚ ਪੈਦਾ ਹੋ ਕੇ ਵੀ ਦਲਿਤਾਂ ਦਾ ਸ਼ੋਸ਼ਣ ਕਰ ਰਿਹਾ ਹੈ ਤੇ ਸਰਦਾਰਾਂ ਦਾ ਮੁੰਡਾ ਆਪਣੇ ਨੌਕਰ ਭੀਰੇ ਦੀ ਭਜਨੋ ਨੂੰ ਆਪਣੀ ਹਵਸ ਪੂਰਤੀ ਰਾਹੀ ਮਰਨ ਲਈ ਮਜ਼ਬੂਰ ਕਰ ਦਿੰਦਾ ਹੈ, ਭਾਵੇਂ ਕਿ ਦੋਵੇਂ ਪਰਿਵਾਰ ਉੱਚੀ ਜਾਤ ਨਾਲ਼ ਸੰਬੰਧਤ ਹਨ। 'ਸਵਾਲੀਆ ਚਿੰਨ੍ਹ' ਕਹਾਣੀ ਰਾਹੀਂ ਬਲਦੇਵ ਸਫ਼ਲਤਾ ਸਹਿਤ ਸਿੱਧ ਕਰਦਾ ਹੈ ਸ਼ੋਸ਼ਣ ਦੇ ਅਰਥ ਨਿਰੋਲ ਜਾਤ ਅਧਾਰਾਂ ਵਿੱਚੋਂ ਲੱਭਣੇ ਅੱਜ ਸੌ ਫ਼ੀਸਦੀ ਪ੍ਰਸੰਗਿਕ ਨਹੀਂ। ਇਹੋ ਜਿਹਾ ਇਸ਼ਾਰਾ ਬਲਦੇਵ ਵੇਦਨਾ ਕਹਾਣੀ ਦੇ ਨਾਇਕ ਬਾਰੂ ਮੂੰਹੋਂ ਵੀ ਕਰਾਉਂਦਾ ਹੈ:

> *"...ਛੂਆ ਛਾਤ ਜਾਂ ਸੁੱਚ-ਭਿੱਟ ਵਿਹਾਰ 'ਚ ਤਾਂ ਨੀ ਰਹੀ ਬੋਤ੍ਹੀ। ...ਸਾਡੇ ਪਿੰਡੀਂ ਤਾਂ ਹੈ ਨੀਂ.... ਪਰ ਜਾਤ ਦਾ ਵਿਖੇੜਾ ਤਾਂ ਵਧਦਾ ਹੀ ਜਾ ਰਿਹਾ ਹੈ.... ਉਮੀਦ ਨਹੀਂ ਮੁੱਕੂ... ਵਧ ਭਾਵੇਂ ਜੂ.... ਏਹ ਲੋੜ ਵੀ ਬਣਦੀ ਜਾ ਰਹੀ ਆ।"*

'ਵੇਦਨਾ' ਕਹਾਣੀ ਵਿੱਚ ਇੱਕ ਪੁਰਾਣੇ ਖੇਤ ਮਜ਼ਦੂਰ ਬਾਰੂ ਦੇ ਜੀਵਨ ਦੀ ਕਠਿਨ ਸੰਘਰਸ਼ ਨਾਲ਼ ਜੁੜੀ ਯਾਤਰਾ ਰਾਹੀਂ ਸਮਾਜਕ ਨਾ ਬਰਬਾਰੀ ਤੇ ਛੂਤ-ਛਾਤ ਵਾਲ਼ੀ ਸਾਡੇ ਸਮਾਜ ਦੀ ਪੁਰਾਣੀ ਮਾਨਸਿਕਤਾ ਨੂੰ ਕਲਾ ਦੇ ਵੱਡੇ ਸਲੀਕੇ ਦੁਆਰਾ ਏਸ ਸੰਗ੍ਰਹਿ ਦੇ ਕਹਾਣੀਕਾਰ ਨੇ ਪਾਠਕਾਂ ਦੇ ਦ੍ਰਿਸ਼ਟੀ ਗੋਚਰੇ ਲਿਆਉਣ ਦਾ ਸਫ਼ਲ ਯਤਨ ਕੀਤਾ ਹੈ।

ਸਾਡੇ ਸਮਾਜ ਅੰਦਰ ਅਤੀਤ 'ਚ ਦੂਰ ਪਿੱਛੇ ਅਣਗਿਣਤ ਦਹਾਕਿਆਂ ਤੋਂ ਮਹਿਲ ਉਸਾਰਨ ਵਾਲ਼ੇ ਮਿਹਨਤੀ ਲੋਕ ਕੁੱਲੀਆਂ ਦੇ ਵਾਸੀ ਬਣੇ ਰਹੇ ਤੇ ਕਪਾਹਾਂ ਪੈਦਾ ਕਰਨ ਵਾਲ਼ੇ ਲੋਕ ਤੇ ਉਨ੍ਹਾਂ ਦੇ ਪਰਿਵਾਰ ਸਰਦੀਆਂ 'ਚ ਕੱਪੜੇ ਬਾਝੋਂ ਠੁਰ ਠੁਰ ਕਰਦੇ ਰਹੇ ਤੇ ਖੂਹ ਲਾ ਕੇ ਦੇਣ ਵਾਲ਼ੇ ਲੋਕ ਚੰਦਰੀ ਪਿਆਸ ਦਾ ਬੋਝ ਆਪਣੇ ਲਬਾਂ ਤੇ ਚੁੱਕੀ ਫਿਰਦੇ ਰਹੇ ਹਨ।

ਬਾਰੂ ਨੇ ਜਵਾਨੀ ਵਿੱਚ ਜੂਝ ਮਾਰ ਕੇ ਲੰਬੜਾਂ ਦਾ ਜਿਹੜਾ ਖੂਹ, ਖੂਹ ਵਿੱਚੋਂ ਮਿੱਟੀ ਦੇ ਭਾਰੇ ਟੋਕਰੇ ਸਿਰ 'ਤੇ ਚੁੱਕ ਕੇ ਤੇ ਬਾਹਰ ਕੱਢ ਕੇ, ਹੱਥੀਂ ਲਾਇਆ ਸੀ, ਸਾਡੀਆਂ ਨਿਰਾਰਥਕ ਤੇ ਪ੍ਰਤੀਗਾਮੀ ਪੰਰਪਰਾਵਾਂ ਦੇ ਮਗਰ ਤੁਰਨ ਵਾਲ਼ੇ ਲੋਕਾਂ ਨੇ ਉਸਨੂੰ ਖੂਹ 'ਚੋ ਪਾਣੀ ਦੀ ਇੱਕ ਬੂੰਦ ਤੱਕ ਆਪਣੇ ਹੱਥੀਂ ਕੱਢ ਕੇ ਪੀਣ ਦੇ ਹੱਕ ਤੋਂ ਵਾਂਝੇ ਕਰਕੇ ਰੱਖ ਦਿੱਤਾ।

ਪਰ ਖ਼ੁਸ਼ੀ ਤੇ ਤ੍ਰਿਪਤੀ ਵੱਲ ਜਾਂਦਾ ਇੱਕ ਸ਼ਾਨਦਾਰ ਮਾਰਗ ਲੰਬੜਦਾਰਾਂ ਦੀ ਕੁੜੀ ਗਿਆਨੋ ਨੇ ਜਵਾਨੀ ਦੇ ਅੱਥਰੇ ਹੜ੍ਹ ਰਾਹੀਂ ਬਾਰੂ ਲਈ ਪੱਧਰਾ ਕਰ ਦਿੱਤਾ।

ਕਈ ਵਾਰ ਪ੍ਰਾਪਤੀਆਂ ਵੱਲ ਵੱਧਦਾ ਇਨਸਾਨ ਆਪਣੀ ਛੋਟੀ ਜਿਹੀ ਲਾਲਸਾ ਪਿੱਛੇ ਭਟਕਦਾ ਮੂਧੇ ਮੂੰਹ ਡਿੱਗ ਪੈਂਦਾ ਹੈ ਤੇ ਆਪਣੇ ਸਾਰੇ ਸੁਫ਼ਨੇ ਜੀਵਨ ਦੇ ਮਾਰਗ ਤੇ ਮਿੱਟੀ ਵਿੱਚ ਖਿਲਾਰ ਲੈਂਦਾ ਹੈ, ਇਹੀ ਵੀ ਸੱਚ ਹੈ ਕਿ ਰਿਸ਼ਤਿਆਂ ਦੇ ਵਪਾਰ ਵਿੱਚ ਪ੍ਰਾਪਤੀਆਂ ਦਾ ਕੋਈ ਮੁੱਲ ਨਹੀਂ ਹੁੰਦਾ।

"ਕੁੜੀਆਂ ਦੇ ਵਿਆਹ ਜਾਇਦਾਦਾਂ ਨਾਲ਼ ਕਿਉਂ ਹੁੰਦੇ ਹਨ? ਵਿਗਿਆਨੀ ਮੱਝਾਂ ਗਾਵਾਂ ਦੀ ਨਸਲ ਸੁਧਾਰਨ 'ਤੇ ਜ਼ੋਰ ਲਾਈ ਜਾਂਦੇ ਹਨ, ਪਰ ਮਨੁੱਖੀ ਔਲਾਦ ਕਿਉਂ ਬਿਨਾਂ ਸੋਚੇ ਸਮਝੇ ਪੈਦਾ ਕੀਤੀ ਜਾ ਰਹੀ ਹੈ? ਵਿਆਹ ਰਾਹੀਂ ਸੈਕਸਪੂਰਤੀ ਤੇ ਔਲਾਦ ਪੈਦਾ ਕਰਨ ਨੂੰ ਵੱਖ ਵੱਖ ਕਰਕੇ ਕਿਉਂ ਨਹੀਂ ਵੇਖਿਆ ਜਾਂਦਾ?"

ਇਹ ਵਿਚਾਰ 'ਬੋਨਸ' ਕਹਾਣੀ ਦੀ ਨਾਇਕਾ ਉਸ ਕੁੜੀ ਦੇ ਹਨ, ਜਿਸ ਨੇ ਮਨ 'ਤੇ ਪੱਥਰ ਰੱਖ ਕੇ ਪੈਸੇ ਤੇ ਓਪਰੀ ਚਮਕ ਦਮਕ ਤੱਕ ਪਹੁੰਚਣ ਲਈ ਰਿਸ਼ਤਿਆਂ ਦੇ ਹੋਛੇ ਵਪਾਰ ਵਿੱਚ ਆਪਣੀਆਂ ਖ਼ੂਬਸੂਰਤ ਸੰਭਾਵਨਾਂ ਦੇ ਖੰਭ ਆਪਣੇ ਹੀ ਹੱਥਾਂ ਨਾਲ਼ ਕੱਟ ਲਏ।

ਰਿਸ਼ਤਿਆਂ ਦੇ ਵਪਾਰ ਵਿੱਚ ਆਪਣੀ ਗੇਮ ਲਈ ਨਾ ਚਾਹੁੰਦਿਆਂ ਵੀ ਮਜ਼ਬੂਰੀ ਵੱਸ ਕੀ ਕੁਝ ਕਰਨਾ ਪੈਂਦਾ ਹੈ? ਇਸ ਬਾਰੇ ਸਚਾਈ ਕਬੱਡੀ ਦੀ ਨਾਮਵਰ ਪਲੇਅਰ ਤੇ 'ਬੋਨਸ' ਕਹਾਣੀ ਦੀ ਨਾਇਕਾ ਵੱਲੋਂ ਆਪਣੇ ਵੱਲੋਂ ਆਪ ਹੀ ਕੀਤੇ ਮਨੋਵਿਸ਼ਲੇਸ਼ਣ ਤੋਂ ਪਾਠਕ ਜਾਣ ਸਕਣਗੇ-

"ਉਹ ਲਮਕਦੇ ਢਿੱਡ ਵਾਲ਼ਾ ਵੀ ਮੈਨੂੰ ਰਿਜੈੱਕਟ ਕਰ ਗਿਆ! ਸਾਲ਼ਾ ਟਮਕ ਜਿਹਾ! ਦਿਲ ਕਰੇ ਕਬੱਡੀ ਦੇ ਮੈਦਾਨ ਵਿੱਚ ਹੋਵਾਂ ਤਾਂ ਭੂਆ ਕੇ ਥੱਲੇ ਸੁੱਟ ਲਵਾਂ!"

ਪਰ ਏਸ ਕੁੜੀ ਲਈ ਇਹ ਮੈਦਾਨ ਕਬੱਡੀ ਦਾ ਨਹੀਂ ਸੀ, ਇਹ ਮੈਦਾਨ ਸੀ ਆਪਣੀ ਹੋਛੀ ਲਾਲਸਾ ਦੇ ਹੁਕਮ 'ਤੇ ਆਪਣੀਆਂ ਹੀ ਖ਼ੂਬਸੂਰਤ ਸੰਭਾਵਨਾਵਾਂ ਨਾਲ਼ ਖੇਡਣ ਦਾ ਤੇ ਅਜਿਹੇ ਨਿਕੰਮੇ ਮੁਕਾਬਲੇ ਵਿੱਚ ਉਹ ਆਪਣੇ ਜੀਵਨ ਦੇ ਸ਼ਾਨਦਾਰ ਭਵਿੱਖ ਨੂੰ ਗੁਆ ਬੈਠੀ।

ਵਿਦੇਸ਼ਾਂ ਵਿੱਚ ਆਪਣੇ ਰਾਹੀਂ ਆਪਣੇ ਪਰਿਵਾਰਾਂ ਨੂੰ ਸੈਟ ਕਰਨ ਲਈ ਕਿਹੋ ਜਿਹੇ ਘਟੀਆ ਨਾਟਕ ਕਰਨੇ ਪੈਂਦੇ ਹਨ ਤੇ ਅਜਿਹੇ ਨਾਟਕਾਂ ਨੂੰ ਸਾਹਮਣੇ ਰੱਖ ਕੇ ਕਿਹੋ ਜਿਹੇ ਘਟੀਆ ਵਸੀਲੇ ਪਹੁੰਚ ਵਿੱਚ ਕਰਨੇ ਪੈਂਦੇ ਹਨ, ਏਸ ਬਾਰੇ ਅਨੁਭਵ ਪ੍ਰਾਪਤ ਹੁੰਦਾ ਹੈ 'ਬੋਨਸ' ਕਹਾਣੀ ਪੜ੍ਹ ਕੇ। ਵਿਦੇਸ਼ਾਂ ਵਿੱਚ ਨਿਵਾਸ ਦੀ ਇੱਛਾ ਖ਼ਾਤਰ ਰਿਸ਼ਤਿਆਂ ਦੇ ਵਪਾਰ ਲਈ ਪੈਸਾ ਤਾਂ ਚੱਲਦਾ ਹੀ ਹੈ, ਕਈ ਵਾਰ ਇਸਦੇ ਨਾਲ਼ ਹੀ ਬੋਨਸ ਦੇ ਰੂਪ ਵਿੱਚ ਇੱਜ਼ਤ ਆਬਰੂ ਵੀ ਤਿਆਗਣੀ ਪੈਂਦੀ ਹੈ ਅਤੇ ਏਸ ਕਹਾਣੀ ਦਾ ਖ਼ਲਨਾਇਕ ਕਬੱਡੀ ਦੇ ਖੇਤਰ 'ਚ ਆਪਣਾ ਨਾਮ ਰੌਸ਼ਨ ਕਰਨ ਵਾਲ਼ੀ ਪੜ੍ਹੀ ਲਿਖੀ ਖ਼ੂਬਸੂਰਤ ਕੁੜੀ ਨੂੰ ਮੁਖਾਤਬ ਹੁੰਦਾ ਹੈ ਤਾਂ ਅਜਿਹੇ ਰਿਸ਼ਤਿਆਂ ਦੇ ਘਟੀਆ ਵਪਾਰ ਬਾਰੇ ਉਸਨੂੰ ਅਹਿਸਾਸ ਹੁੰਦਾ ਹੈ ਤੇ ਆਪਣੇ ਪੈਰਾਂ ਹੇਠ ਜ਼ਮੀਨ ਨਜ਼ਰ ਆਉਣ ਲਗਦੀ ਹੈ, ਅਖ਼ੀਰ ਉਹ ਸਭ ਕੁਝ ਪ੍ਰਵਾਨ ਕਰ ਲੈਂਦੀ ਹੈ ਇਹ ਸ਼ਬਦ ਸੁਣ ਕੇ-

"ਬਾਲ੍ਹੀ ਗੱਲ ਹੈ ਤਾਂ ਸਵੇਰੇ ਹੀ ਕੈਂਸਲ ਕਰ ਦਿੰਦੇ ਹਾਂ ਸਾਰਾ ਐਗਰੀਮੈਂਟ! ਵੈਸੇ ਤੁਸੀਂ ਘਾਟੇ 'ਚ ਨਹੀਂ ਜਾਣਾ, ਕੱਲ੍ਹ ਨੂੰ ਮੰਮੀ ਡੈਡੀ ਨੂੰ ਵੀ ਮੰਗਾਏਂਗੀ, ਛੋਟੇ ਦੋਵੇਂ ਨਾਲ਼ ਲੰਘ ਜਾਣੇ ਨੇ, ਫੇਰ ਇੱਕ ਇੱਕ, ਦੋ ਦੋ ਫਰਜ਼ੀ ਵਿਆਹ ਕਰ ਲਿਓ ਉਨ੍ਹਾਂ ਦੇ, ਜਦ ਨੂੰ ਰੇਟ ਵੀ ਵੀਹ ਲੱਖ ਨੂੰ ਟੱਪ ਜੂ, ਫੇਰ ਆਪਣੇ ਵੱਡੇ ਭਰਾ ਇੰਦਰ ਨੂੰ ਲੰਘਾ ਸਕਦੀ ਏਂ, ਓਦਾਂ ਤਾਂ ਉਸ ਸ਼ਰਾਬੀ ਨੂੰ ਕਿਸੇ ਨੇ ਛੋਲਿਆ ਦੇ ਵੱਟੇ ਵੀ ਨੀਂ ਪੁੱਛਣਾ।"

ਅਜਿਹੇ ਦੁਖਦਾਈ ਸੱਚ ਦੇ ਰੂਬਰੂ ਹੋਕੇ 'ਬੋਨਸ' ਕਹਾਣੀ ਦੀ ਨਾਇਕਾ ਜਿਵੇਂ ਜ਼ਿੰਦਗੀ ਦੀ ਰਣਭੂੰਮੀ ਵਿੱਚ ਹਾਰ ਜਾਂਦੀ ਹੈ ਤੇ ਆਪਣਾ ਸਭ ਕੁਝ ਹਾਲਾਤ ਅੱਗੇ ਪੇਸ਼ ਕਰ ਦਿੰਦੀ ਹੈ।

'ਬੋਨਸ' ਕਹਾਣੀ ਦੀ ਰਤਿੰਦਰ ਰੱਤੀ ਦੇ ਮੁਕਾਬਲੇ 'ਇੰਦਾਂ ਵੀ...' ਦੀ ਨਾਇਕਾ ਵਰਿੰਦਰ ਵਧੇਰੇ ਸੂਝ ਸਮਝ, ਜੁਰੱਅਤ ਨਾਲ਼ ਜੀਵਨ ਵਿੱਚ ਆਪਣਾ ਮਾਰਗ ਨਿਸ਼ਚਿਤ ਕਰਦੀ ਹੈ, ਜ਼ਿੰਦਗੀ ਵਿੱਚ ਐਸ਼ ਪ੍ਰਸਤੀ ਤੇ ਓਪਰੀ ਚਮਕ-ਦਮਕ ਤੋਂ ਉੱਪਰ ਉੱਠ ਕੇ ਉਹ ਵਿਪ੍ਰੀਤ ਹਾਲਤਾਂ ਨਾਲ਼ ਟੱਕਰ ਲੈਣ ਲਈ ਦ੍ਰਿੜ ਸੰਕਲਪ ਹੈ, ਉਸਦੀਆਂ ਰਗਾਂ ਵਿੱਚ ਉਸਦੇ ਬਾਪ ਕਾਮਰੇਡ ਕੇਸਰ ਸਿੰਘ ਵਲੋਂ ਵਿਰਸੇ 'ਚ ਮਿਲ਼ਿਆ ਖ਼ੂਨ ਵਿਚਰਦਾ ਸਾਫ਼ ਨਜ਼ਰ ਆਉਂਦਾ ਹੈ, ਇੱਕ ਆਦਰਸ਼ਕ ਸਖ਼ਸ਼ੀਅਤ ਵਾਲ਼ਾ ਉਸਦਾ ਬਾਪ ਹਾਲਤਾ ਦੇ ਕੁਰੱਖਤ ਝਟਕਿਆਂ ਨਾਲ਼ ਹੰਭ ਹਾਰ ਗਿਆ ਸੀ, ਉਸਦੀ ਹਿੰਮਤ ਜਿਵੇਂ ਕੀਚਰਾਂ-ਕੀਚਰਾਂ ਹੋ ਕੇ ਟੁੱਟ ਗਈ ਸੀ, ਜੀਵਨ 'ਚ ਉਹ ਜੋ ਕੁਝ ਨਹੀਂ ਸੀ ਕਰਨਾ ਚਾਹੁੰਦਾ ਤੇ ਜੋ ਕੁਝ ਨਹੀਂ ਸੀ ਵੇਖਣਾ ਚਾਹੁੰਦਾ ਉਹ ਕੁਝ ਉਸ੍ਨੂੰ ਕਰਨਾ ਤੇ ਵੇਖਣਾ ਪਿਆ। ਸਵਾਰਥੀ ਤੇ ਕਰੀਬੀ ਰਿਸ਼ਤੇਦਾਰਾਂ ਦੀਆਂ ਪ੍ਰਤੀਗਾਮੀ ਪਰ ਜ਼ਬਰਦਸਤ ਦਲੀਲਾਂ ਨੂੰ ਉਸ ਨੇ ਨਿਧੜਕ ਹੋ ਕੇ ਆਪਣੇ ਤਰਕ ਸੰਗਤ, ਵਿਚਾਰਾਂ ਨਾਲ਼ ਕੱਟ ਕੇ ਰੱਖ ਦਿੱਤਾ, ਉਸਨੇ ਆਪਣੀ ਜ਼ਿੰਦਗੀ ਬਾਰੇ ਸਾਰੇ ਫ਼ੈਸਲੇ ਖ਼ੁਦਦਾਰੀ ਦੇ ਦੁਆਲੇ ਕੇਂਦਰਿਤ ਕੀਤੇ ਤੇ ਆਪਣੇ ਭਵਿੱਖ ਲਈ ਸੁਰੱਖਿਆ ਦੀ ਲੋੜ ਨੂੰ ਸਭ ਤੋਂ ਉੱਪਰ ਰੱਖਿਆ। ਵਰਿੰਦਰ ਔਰਤਾਂ ਦੇ ਜਾਗਰੂਕ ਵਰਗ ਦੀ ਪ੍ਰਤੀਨਿਧਤਾ ਕਰਦੀ ਹੈ ਤੇ ਕਿਤੇ ਵੀ ਆਪਣੇ ਆਦਰਸ਼ ਨੂੰ ਤਿਆਗ ਕੇ ਮਨ ਨੂੰ ਵਿਚਲਿਤ ਨਹੀਂ ਹੋਣ ਦਿੰਦੀ।

'ਇੰਦਾਂ ਵੀ...' ਕਹਾਣੀ ਵਿੱਚ ਪਾਤਰਾਂ ਦੀ ਵਾਰਤਾਲਾਪ 'ਚੋਂ ਜਿੱਥੇ ਪ੍ਰਗਤੀਸ਼ੀਲ ਤੇ ਰੂੜੀਵਾਦੀ ਸੋਚਾਂ ਦੇ ਦਵੰਧ ਨੂੰ ਲੇਖਕ ਨੇ ਖ਼ੂਬਸੂਰਤ ਕਲਾ ਵਿਧੀ ਰਾਹੀਂ ਪ੍ਰਸਤੁਤ ਕੀਤਾ ਹੈ, ਉਤੇ ਸਾਡੇ ਅਜੋਕੇ ਸਮਾਜ ਅੰਦਰ ਨੈਤਿਕ ਕਦਰਾਂ ਕੀਮਤਾਂ ਵਿੱਚ ਗਿਰਾਵਟ ਤੇ ਸਮਾਜਕ ਅਧੋਗਤੀ ਵਲ ਵੀ ਪ੍ਰਭਾਵਸ਼ਾਲੀ ਸੰਕੇਤ ਕੀਤੇ ਹਨ।

ਪੰਜਾਬ ਦੇ ਨੌਜਵਾਨ ਨਸ਼ਿਆਂ ਵਿੱਚ ਗਰਕ ਜਾਣ ਕਰਕੇ ਚੰਗੇ ਭਲੇ ਪਰਿਵਾਰਾਂ ਵਿੱਚ ਕਿੰਨੇ ਦੁਖਾਂਤ, ਕਿੰਨੀਆਂ ਸਮੱਸਿਆਵਾਂ ਤੇ ਕਿੰਨੀਆਂ ਪ੍ਰੇਸ਼ਾਨੀਆਂ ਉਤਪੰਨ ਹੋ ਰਹੀਆਂ ਹਨ?

ਅਜੇ ਤੱਕ ਇਨਾਂ ਦਾ ਪ੍ਰਭਾਵਸ਼ਾਲੀ ਉਲੇਖ ਸਾਡੇ ਸਮਾਜ ਸੁਧਾਰਕਾਂ ਅਤੇ ਧਾਰਮਿਕ ਤੇ ਰਾਜਨੀਤਕ ਨੇਤਾਵਾਂ ਦੇ ਭਾਸ਼ਨਾਂ ਰਾਹੀਂ ਨਹੀਂ ਹੋ ਸਕਿਆ, ਜਿਨ੍ਹਾਂ ਪ੍ਰਭਾਵਸ਼ਾਲੀ ਵਰਨਣ ਬਲਦੇਵ ਦੀ ਕਹਾਣੀ 'ਇਦਾਂ ਵੀ...' ਵਿੱਚੋਂ ਵੇਖਣ ਨੂੰ ਮਿਲਦਾ ਹੈ। 'ਇਦਾਂ ਵੀ...' ਕਹਾਣੀ ਦੇ ਪਾਤਰਾਂ ਦੇ ਵਾਰਤਾਲਾਪ ਵਿੱਚੋਂ ਹੀ ਪ੍ਰਗਟ ਹੁੰਦੀਆਂ ਹਨ ਅਜੋਕੇ ਸਮਾਜ ਦੇ ਅਤੀ ਘ੍ਰਿਣਿਤ ਕਿਰਦਾਰ ਦੀਆਂ ਸੱਚਾਈਆਂ। ਮਾਇਆ ਤੇ ਵੱਡੀਆਂ ਪੁਜ਼ੀਸ਼ਨਾਂ ਤੱਕ ਪਹੁੰਚਣਾ ਅੱਜ ਸਾਡੇ ਸਮਾਜ ਦੇ ਇੱਕ ਵੱਡੇ ਵਰਗ ਦਾ ਲਕਸ਼ ਰਹਿ ਗਿਆ ਹੈ, ਪੈਸਿਆਂ ਤੇ ਰੁਤਬਿਆਂ ਲਈ ਦੂਰ-ਦੁਰਾਡੇ ਭਟਕਦੇ ਸਾਡੇ ਬਹੁਤੇ ਲੋਕਾਂ ਨੇ ਆਪਣੇ ਬਿਰਧ ਮਾਪਿਆਂ ਨੂੰ ਲਾਲਚੀ ਤੇ ਬੇਕਦਰਾਂ ਦੇ ਵੱਸ ਪਾ ਕੇ ਨਰਕ ਦੇ ਵਾਸੀ ਬਣਾ ਰੱਖਿਆ ਹੈ ਤੇ ਪਿਛੋਂ ਉਨ੍ਹਾਂ ਦੀ ਜੀਵਨ ਯਾਤਰਾ ਸੰਪੰਨ ਹੋਣ ਉਪਰੰਤ ਉਨ੍ਹਾਂ ਨਮਿਤ ਪਾਠ ਰੱਖੇ ਤੇ ਉਨ੍ਹਾਂ ਦੀ ਆਤਮਿਕ ਸ਼ਾਂਤੀ ਲਈ ਅਰਦਾਸਾਂ ਕਰਾਈਆਂ ਜਾਂਦੀਆਂ ਹਨ। ਉਨ੍ਹਾਂ ਦੀਆਂ ਸਿਮਰਤੀਆਂ ਵਿੱਚ ਵੱਡੇ ਵੱਡੇ ਇਕੱਠ ਕਰਕੇ ਧਾਰਮਿਕ ਸਥਾਨਾਂ ਨੂੰ ਮਾਇਆ ਦੇ ਵੱਡੇ ਦਾਨ ਦਿੱਤੇ ਜਾਂਦੇ ਹਨ ਤੇ ਵੱਡੇ ਰੁਤਬਿਆਂ ਵਾਲ਼ੇ ਲੋਕ ਇਨਾਂ ਇਕੱਠਾ 'ਚ ਬਜ਼ੁਰਗਾਂ ਦੇ ਸਫ਼ਲ ਸੁਖੀ ਤੇ ਸੁਖਾਵੇ ਜੀਵਨ ਬਾਰੇ ਉਨ੍ਹਾਂ ਦੀ ਵਾਰਸਾਂ ਵੱਲੋਂ ਕੀਤੀ ਉਨ੍ਹਾਂ ਦੀ ਸੇਵਾ ਬਾਰੇ ਧੂੰਆਂ ਧਾਰ ਭਾਸ਼ਨ ਕਰਦੇ ਹਨ। ਅਜਿਹੇ ਨਾਟਕ ਅੱਜ ਕੱਲ੍ਹ ਸਾਡੇ ਬਹੁਤੇ ਪਰਿਵਾਰਾਂ ਵਿੱਚ ਅਕਸਰ ਵੇਖਣ ਨੂੰ ਮਿਲਦੇ ਹਨ।

ਏਸ ਸੰਗ੍ਰਹਿ ਦੀ ਕਹਾਣੀ 'ਤੰਦਾਂ' ਬਲਦੇਵ ਦੀਆਂ ਬਾਕੀ ਕਹਾਣੀਆਂ ਤੇ ਮੁਕਾਬਲੇ ਅਸਲੋਂ ਹੀ ਇੱਕ ਵਿਲੱਖਣ ਤੇ ਅਛੂਤੇ ਵਿਸ਼ੇ ਦੁਆਲੇ ਜੋੜੀ ਤੇ ਕੇਂਦਰਿਤ ਕੀਤੀ ਗਈ ਹੈ। ਬਾਕੀ ਕਹਾਣੀਆਂ ਵਿੱਚ ਜਿੱਥੇ ਬਲਦੇਵ ਨੇ ਧਾਰਮਿਕ, ਸਮਾਜਕ ਤੇ ਰਾਜਨੀਤਕ ਖੇਤਰ 'ਚ ਆਈਆਂ ਅਨੈਤਿਕ ਪ੍ਰਵਿਰਤੀਆਂ, ਜੀਵਨ ਤੇ ਸਮਾਜ ਦੀਆਂ ਸਮੱਸਿਆ, ਗੁੰਝਲਾਂ, ਤੰਗੀਆਂ ਤਰੁੱਛੀਆਂ, ਲਾਲਚ ਵਿਖਾਵੇ ਤੇ ਸਵਾਰਥਾਂ ਲਈ ਰਿਸ਼ਤਿਆਂ ਦੀ ਟੁੱਟ ਭੱਜ ਨੂੰ ਕਲਾ ਦੇ ਖ਼ੂਬਸੂਰਤ ਮਾਧਿਅਮ ਦੁਆਰਾ ਵਾਸਤਵਿਕ ਰੂਪ 'ਚ ਪੇਸ਼ ਕਰਨ 'ਚ ਸਫ਼ਲਤਾ ਪ੍ਰਾਪਤ ਕੀਤੀ ਹੈ, ਉੱਥੇ ਕਹਾਣੀ 'ਤੰਦਾਂ' ਸਹਿਜ ਰੂਪ 'ਚ ਪਾਠਕਾਂ ਦੇ ਦ੍ਰਿਸ਼ਟੀ ਗੋਚਰੇ ਹੁੰਦੀ ਹੋਈ ਪਿਆਰ ਦੇ ਇੱਕ ਵਿਲੱਖਣ ਰੂਪ ਨੂੰ ਪਾਠਕਾਂ ਦੇ ਅੱਗੇ ਪੇਸ਼ ਕਰਦੀ ਹੈ। ਅਜੇ ਤੱਕ ਸਾਡੇ ਸਮਾਜ ਦੀ ਦ੍ਰਿਸ਼ਟੀ ਪਿਆਰ ਦੇ ਨੈਗੇਟਿਵ ਪੱਖ ਨੂੰ ਹੀ ਨਿਹਾਰਦੀ ਹੈ ਪਰ ਇਹ ਕਹਾਣੀ ਪੜ੍ਹ ਕੇ ਪਤਾ ਲੱਗਦਾ ਹੈ ਕਿ ਪਿਆਰ ਦੇ ਕਿੰਨੇ ਰੰਗ ਹਨ ਤੇ ਕਿੰਨੇ ਰੂਪ ਹਨ।

ਭਾਵੇਂ ਏਸ ਕਹਾਣੀ ਦੇ ਚਾਰ ਪਾਤਰਾਂ ਦੇ ਆਪੋ ਆਪਣੇ ਲਕਛ ਹਨ, ਕਹਾਣੀ ਦੀ ਨਾਇਕਾ ਸੁਮਨ ਦਾ ਤੇ ਮਾਸਟਰ ਅਜੀਤ ਪਾਲ ਦਾ ਲਕਛ ਰਿਸ਼ਤਿਆਂ ਨੂੰ ਸਰਗਰਮ ਤੇ ਖ਼ੂਬਸੂਰਤ ਬਣਾਉਣਾ, ਨਾਇਕਾ ਦੇ ਪਤੀ ਤੇ ਵਕੀਲ ਆਨੰਦ ਦਾ ਲਕਛ ਹੈ ਖ਼ੂਬਸੂਰਤ ਰਿਸ਼ਤਿਆਂ ਲਈ ਪ੍ਰਾਪਤ ਸਮੇਂ ਨੂੰ ਪੈਸਾ ਕਮਾਉਣ ਦੇ ਕੰਮ ਲਈ ਵਰਤਣਾ ਤੇ ਆਨੰਦ ਦੇ ਪਿਤਾ ਦਾ ਆਮ ਜੱਟਾਂ ਵਾਂਗ ਮਿੱਟੀ ਦੀ ਮੁੱਠ ਨਾਲ਼ ਭਾਵੁਕ ਮੋਹ ਹੈ ਤੇ ਦੂਜਾ ਉਹ ਗਵਾਂਢੀਆਂ ਦੀ ਜ਼ਮੀਨ ਖਰੀਦ ਕੇ ਉਨ੍ਹਾਂ ਨਾਲ਼ ਪੁਰਾਣੀ ਕਿੜ

ਕੱਢਣ ਦੀ ਲਾਲਸਾ 'ਚ ਫਸਿਆ ਹੋਇਆ ਹੈ। ਇਉਂ ਪੈਸੇ ਦੀ ਤਾਕਤ ਨਾਲ਼ ਗਵਾਂਢੀਆਂ ਦੀ ਜਮੀਨ 'ਤੇ ਕਾਬਜ਼ ਹੋਣਾ ਉਸਦਾ ਲਕਛ ਹੈ।

ਆਨੰਦ ਨੂੰ ਪੈਸੇ ਬਣਾਉਣ ਦੇ ਕੰਮ ਤੋਂ ਵਿਹਲ ਨਹੀਂ ਮਿਲਦੀ, ਸੁਮਨ ਨੂੰ ਮਾਸਟਰ ਅਜੀਤ ਪਾਲ ਅੰਦਰੋਂ ਪ੍ਰਾਪਤ ਹੁੰਦਾ ਹੈ ਜ਼ਿੰਦਗੀ 'ਚ ਪਿਆਰ ਤੇ ਖ਼ੁਸ਼ੀਆਂ ਖਿਲਾਰਨ ਵਾਲ਼ਾ ਇੱਕ ਵਿਲੱਖਣ ਮਰਦ ਸੁਮਨ ਤੇ ਅਜੀਤਪਾਲ ਇੱਕ ਦੂਜੇ ਦੇ ਪਿਆਰ 'ਚ ਸਰਸ਼ਾਰ ਹੋ ਜਾਂਦੇ ਹਨ। ਆਪਸੀ ਰਿਸ਼ਤੇ 'ਚ ਉਤਪੰਨ ਕਈ ਭਰਮ ਭੁਲੇਖਿਆ 'ਚੋ ਲੰਘ ਕੇ ਉਹ ਇੱਕ ਜੋਤ ਦੋਇ ਮੂਰਤੀ ਸਮਾਨ ਹੋ ਜਾਂਦੇ ਹਨ, ਪਰ ਰਿਸ਼ਤੇ ਦੀ ਏਸ ਦਲਦਲ 'ਚ ਉਹ ਆਪਣੇ ਆਪ ਨੂੰ ਚਿੱਕੜ 'ਚ ਕੰਵਲ ਦੇ ਸਮਾਨ ਉੱਚਿਆ ਰੱਖ ਕੇ ਰਿਸ਼ਤਿਆਂ ਨੂੰ ਪਵਿੱਤਰ ਰੂਪ ਵੀ ਪ੍ਰਦਾਨ ਕਰ ਦਿੰਦੇ ਹਨ।

ਅਜੀਤਪਾਲ ਤੇ ਸੁਮਨ ਵਿਚਾਲੇ ਰਚਾਏ ਸਮੁੱਚੇ ਸੰਵਾਦ 'ਚੋਂ ਬੌਧਿਕ ਤੇ ਭਾਵੁਕ ਦੋਹਾਂ ਪੱਧਰਾਂ 'ਤੇ ਪਿਆਰ ਦੇ ਫ਼ਲਸਫ਼ੇ ਦੀ ਬਹੁਤ ਹੀ ਮਾਰਮਿਕ ਤੇ ਵਿਲੱਖਣ ਵਿਆਖਿਆ ਵਿਅਕਤ ਹੁੰਦੀ ਹੈ।

ਬਲਦੇਵ ਸਿੰਘ ਢੀਂਡਸਾ ਵਲੋਂ ਰਚੀਆਂ ਤੇ ਏਸ ਕਹਾਣੀ ਸੰਗ੍ਰਹਿ ਵਿੱਚ ਸੰਕਲਿਤ ਉਪ੍ਰੋਕਤ ਕਹਾਣੀਆਂ ਬਾਰੇ ਕੀਤੀ ਗਈ ਸਮੁੱਚੀ ਚਰਚਾ ਤੇ ਮੁਲੰਕਣ ਨੂੰ ਪ੍ਰਸੰਗ ਵਿੱਚ ਰੱਖਦਿਆਂ ਸੰਖੇਪ ਵਿੱਚ ਕਿਹਾ ਜਾ ਸਕਦਾ ਹੈ ਕਿ ਬਲਦੇਵ ਨੇ ਆਪਣੀਆਂ ਕਹਾਣੀਆਂ ਰਾਹੀਂ ਖੇਤੀ, ਦਿਹਾਤੀ ਸਭਿਆਚਾਰ, ਪੇਂਡੂ ਜੀਵਨ ਤੇ ਸਮਾਜ 'ਚ ਰਿਸ਼ਤਿਆਂ ਦੀ ਟੁੱਟ ਭੱਜ ਅਤੇ ਆਪਣੇ ਸਮਾਜ ਤੇ ਜੀਵਨ ਦੀ ਤਰਾਸਦੀ ਤੇ ਨਾਲ਼ ਹੀ ਸੰਭਵਨਾਵਾਂ ਨੂੰ ਬਹੁਤ ਕਲਾ ਯੁਕਤ ਤੇ ਵਾਸਤਵਿਕ ਰੂਪ ਵਿੱਚ ਪੇਸ਼ ਕੀਤਾ ਹੈ, ਅਜਿਹਾ ਸ਼ਾਇਦ ਏਸ ਕਰਕੇ ਹੋ ਸਕਿਆ ਹੈ ਕਿਉਂਕਿ ਉਹ ਖ਼ੁਦ ਖੇਤਾਂ ਦੇ ਸੰਸਾਰ ਤੇ ਵਿੱਦਿਆ ਦੇ ਖੇਤਰ ਨਾਲ਼ ਦਹਾਕਿਆਂ ਤੋਂ ਨਿਰੰਤਰ ਜੁੜਿਆ ਰਿਹਾ ਹੈ। ਆਪਣੇ ਇਲਾਕੇ 'ਚ ਸਮਾਜਕ ਨਾ ਬਰਬਾਰੀ, ਮਨੁੱਖ ਦੇ ਹੱਥੋਂ ਮਨੁੱਖ ਦੀ ਲੁੱਟ, ਜ਼ੁਲਮ ਜਬਰ ਤੇ ਧੱਕੇ ਦੇ ਖਿਲਾਫ਼ ਵੀ ਉਹ ਹਮੇਸ਼ਾ ਨਿਧੜਕ ਹੋ ਕੇ ਖੜਾ ਹੁੰਦਾ ਰਿਹਾ ਹੈ, ਪੇਂਡੂ ਸਮਾਜ ਦੇ ਸਿਰੇ ਤੱਕ ਉਲਝੇ ਤਾਣੇ ਨੂੰ ਸੁਲਝਾਉਣ ਵਿੱਚ ਵੀ ਉਹ ਨਿਰੰਤਰ ਕਾਰਜਸ਼ੀਲ ਰਿਹਾ ਹੈ, ਸੋ ਅਜਿਹੀਆਂ ਸਰਗਰਗਮੀਆਂ ਦੇ ਅਨੁਭਵ ਉਸ ਵਲੋਂ ਰਚੀਆਂ ਸ਼ਾਨਦਾਰ ਤੇ ਖ਼ੂਬਸੂਰਤ ਕਹਾਣੀਆਂ ਦੀ ਬੁਨਿਆਦ ਬਣੇ ਹਨ।

ਬਲਦੇਵ ਢੀਂਡਸਾ ਦੇ ਪਹਿਲੇ ਕਹਾਣੀ ਸੰਗ੍ਰਹਿ 'ਕਸਮਕਸ਼' ਦੇ ਮੁੱਖਬੰਦ ਵਿੱਚ ਉਸਦੀ ਜਾਣ ਪਛਾਣ ਕਰਾਉਣ ਤੋਂ ਬਾਅਦ ਮੈਨੂੰ ਏਸ ਕਰਕੇ ਬਹੁਤ ਗੌਰਵ ਮਹਿਸੂਸ ਹੋਇਆ, ਕਿਉਂਕਿ ਪੰਜਾਬੀ ਪਾਠਕਾਂ ਨੇ ਉਸ ਕਹਾਣੀ ਸੰਗ੍ਰਹਿ ਦਾ ਜ਼ੋਰਦਾਰ ਸਵਾਗਤ ਕੀਤਾ ਤੇ ਮੇਰੇ ਅਨੁਮਾਨ ਤੋਂ ਕਿਤੇ ਉੱਤੇ ਉਸਦਾ ਮੁੱਲ ਪਾਇਆ।

ਅੱਜ ਏਸ ਕਹਾਣੀ ਸੰਗ੍ਰਹਿ ਦਾ ਮੁੱਖ ਬੰਦ ਲਿਖ ਕੇ ਮੈਨੂੰ ਪਹਿਲਾਂ ਨਾਲ਼ੋਂ ਵੀ ਵੱਧ ਖ਼ੁਸ਼ੀ ਤੇ ਤਸੱਲੀ ਮਿਲ਼ਦੀ ਹੈ, ਕਿਉਂਕਿ ਬਲਦੇਵ ਢੀਂਡਸਾ ਨੇ ਆਪਣੇ ਪਹਿਲੇ ਕਹਾਣੀ ਸੰਗ੍ਰਹਿ ਨਾਲ਼ੋਂ ਵੀ ਕਿਤੇ ਵੱਧ ਖ਼ੂਬਸੂਰਤ ਤੇ ਅਰਥ ਭਰਪੂਰ ਕਹਾਣੀਆਂ ਏਸ ਕਹਾਣੀ ਸੰਗ੍ਰਹਿ ਵਾਸਤੇ ਰਚੀਆਂ ਹਨ, ਆਪਣੀ ਕਹਾਣੀ ਕਲਾ 'ਚ ਸਮਰਿੱਧੀ ਵੱਲ ਉਹ ਏਸ ਕਹਾਣੀ ਸੰਗ੍ਰਹਿ ਰਾਹੀਂ ਵਧੇਰੇ ਤੇਜ਼ੀ ਨਾਲ਼ ਅੱਗੇ ਵਧਿਆ ਹੈ।

ਅਨੇਕਾਂ ਪਾਠਕ ਜਿਨ੍ਹਾਂ ਨੇ ਬਲਦੇਵ ਢੀਂਡਸਾ ਦੇ ਪਹਿਲੇ ਕਹਾਣੀ-ਸੰਗ੍ਰਹਿ 'ਕਸ਼ਮਕਸ਼' ਦੀਆਂ ਕਹਾਣੀਆਂ ਪੜ੍ਹੀਆਂ ਹਨ, ਉਹ ਬਲਦੇਵ ਦੇ ਏਸ ਦੂਜੇ ਕਹਾਣੀ-ਸੰਗ੍ਰਹਿ ਦੀ ਬੇਸਬਰੀ ਨਾਲ਼ ਉਡੀਕ ਕਰ ਰਹੇ ਹਨ, ਪਰ ਜਿਨ੍ਹਾਂ ਪਾਠਕਾਂ ਨੇ ਅਜੇ ਤੱਕ ਬਲਦੇਵ ਦੀ ਕੋਈ ਕਹਾਣੀ ਨਹੀਂ ਪੜ੍ਹੀ ਉਨ੍ਹਾਂ ਨੂੰ ਮੈਂ ਇੱਕ ਵਾਰ ਏਸ ਹਥਲੇ ਕਹਾਣੀ ਸੰਗ੍ਰਹਿ ਦੀਆਂ ਕਹਾਣੀਆਂ ਪੜ੍ਹਨ ਲਈ ਜ਼ੋਰਦਾਰ ਸਿਫ਼ਾਰਸ਼ ਕਰਦਾ ਹਾਂ ਕਿਉਂਕਿ ਇਕ ਵਾਰ ਇਹ ਕਹਾਣੀਆਂ ਪੜ੍ਹਨ ਤੋਂ ਬਾਅਦ ਫੇਰ ਆਪ ਹੀ ਕਈ ਕਈ ਵਾਰ ਇਹ ਕਹਾਣੀਆਂ ਪੜ੍ਹਨਗੇ। ਅਜਿਹਾ ਮੇਰਾ ਵਿਸਵਾਸ਼ ਹੈ।

-ਮਹਿੰਦਰ ਸਿੰਘ ਦੋਸਾਂਝ

28/06/2010 ਜਗਤਪੁਰ (ਨਵਾਂਸ਼ਹਿਰ)

ਦੋ ਸ਼ਬਦ

ਇਹ ਕਥਾ ਸੰਗ੍ਰਹਿ ਅੱਜ ਤੋਂ ਲਗਭਗ ਦੋ ਸਾਲ ਪਹਿਲਾਂ ਛਪ ਜਾਣਾ ਸੀ ਪਰ ਕੁਛ ਮਜ਼ਬੂਰੀਆਂ ਕਾਰਨ ਇਹ ਲੇਟ ਹੀ ਹੁੰਦਾ ਗਿਆ। ਇਸ ਸੰਗ੍ਰਹਿ ਵਿਚਲੀਆਂ ਕੁੱਝ ਕਹਾਣੀਆਂ ਪੰਜਾਬੀ ਦੇ ਚਰਚਿਤ ਪਰਚਿਆਂ ਵਿੱਚ ਪਹਿਲਾਂ ਹੀ ਛਪ ਚੁੱਕੀਆਂ ਹਨ। ਉਨ੍ਹਾਂ ਕਹਾਣੀਆਂ ਨੂੰ ਇਸ ਸੰਗ੍ਰਹਿ ਵਿਚ ਸ਼ਾਮਿਲ ਕਰਦਿਆਂ ਕੁੱਝ ਸੁਭਾਵਿਕ ਸੋਧਾਂ ਕਰ ਦਿੱਤੀਆਂ ਗਈਆਂ ਹਨ। ਪਰ ਕਿਸੇ ਵੀ ਕਹਾਣੀ ਦੀ ਰੂਹ ਨੂੰ ਛੇੜਿਆਂ ਨਹੀਂ ਗਿਆ। ਇਹ ਇੱਕ ਕੁਦਰਤੀ ਵਰਤਾਰਾ ਹੈ। ਹਰ ਲੇਖਕ ਜਦੋਂ ਵੀ ਕੁਝ ਸਮੇਂ ਬਾਅਦ ਆਪਣੀ ਰਚਨਾ ਪੜ੍ਹਦਾ ਹੈ ਤਾਂ ਕੁੱਝ ਨਾ ਕੁੱਝ ਬਦਲਾਅ ਕਰਨ ਲਈ ਉਸਦਾ ਮਨ ਸਹਿਮਤ ਹੋ ਹੀ ਜਾਂਦਾ ਹੈ। ਇਸ ਸੰਗ੍ਰਹਿ ਦੀਆਂ ਕਹਾਣੀਆਂ ਦਾ ਪਾਠ ਕਰਦੇ ਪਾਠਕਾਂ ਨੂੰ ਬੇਨਤੀ ਹੈ ਕਿ ਉਹ ਖ਼ਾਮੀਆਂ ਪ੍ਰਤੀ ਧਿਆਨ ਜ਼ਰੂਰ ਦਿਵਾਉਣ। ਸੁਝਾਵਾਂ ਨੂੰ ਵੀ ਜੀ ਆਇਆ। ਧੰਨਵਾਦ।

-ਬਲਦੇਵ ਸਿੰਘ ਢੀਂਡਸਾ

ਫ਼ਤਵਾ

ਮੈਂ ਆਪਣੇ ਚਿੱਤੋਂ ਮੂੰਹ 'ਚ ਕਿਹਾ ਸੀ ਪਰ ਲਗਦਾ 'ਹਰਨਾਕਸ਼' ਸ਼ਬਦ ਜ਼ਰਾ ਉੱਚੀ ਬੋਲ ਹੋ ਗਿਆ ਹੈ। ਸੱਤੀ ਨੇ ਮੇਰੇ ਵੱਲ ਕੌੜ ਕੇ ਜੂ ਦੇਖਿਆ ਹੈ। ਮੈਂ ਡਰ ਗਿਆ ਹਾਂ। ਉਂਝ ਸੱਤੀ ਜਾਣੀ ਸਤਵੀਰ ਮੇਰੇ ਲਈ ਓਪਰਾ ਨਹੀਂ। ਇਹ ਇਸੇ ਡੇਰੇ ਦੇ ਮਾਲਕ ਸੰਤ ਨਿਰਮਲ ਸਿੰਘ 'ਨਿਰਮਲ' ਜੀ ਦਾ ਵੱਡਾ ਮੁੰਡਾ ਹੈ। ਛੋਟਾ ਹਰਵੀਰ ਹੈ। ਉਹ ਕੁਝ ਸਾਲ ਪਹਿਲਾ ਸੰਤ ਜੀ ਦੇ ਕੀਰਤਨੀ ਜਥੇ 'ਚ ਸ਼ਾਮਲ ਹੋ ਕੇ ਕੈਨੇਡਾ ਗਿਆ ਸੀ ਤੇ ਉੱਥੇ ਹੀ ਚੁੱਭੀ ਮਾਰ ਗਿਆ। ਅੱਜਕਲ ਕਹਿੰਦੇ ਉਸ ਨੇ ਕਕਾਰ ਰਹਿਤ ਹੋ ਕੇ ਗੁਰੂ ਦਾ ਲੜ ਛੱਡ ਦਿੱਤਾ ਹੈ ਤੇ ਪੱਕੇ ਹੋਣ ਲਈ ਉੱਥੋਂ ਦੀ ਵਸਨੀਕ ਕਿਸੇ ਔਰਤ ਨਾਲ਼ ਵਿਆਹ ਕਰਵਾ ਲਿਆ ਹੈ।

ਕਾਨੂੰਨੀ ਤੌਰ 'ਤੇ ਸੱਤੀ ਇਸ ਡੇਰੇ ਦਾ ਅੱਧ ਦਾ ਵਾਰਿਸ ਹੈ। ਡੇਰਾ ਜੋ ਕਦੇ ਸਾਢੇ ਕੁ ਚਾਰ ਖੇਤ ਵਿੱਚ ਹੁੰਦਾ ਸੀ, ਅੱਜ ਨੌਂ ਦਸ ਏਕੜ ਦਾ ਮਾਲਕ ਹੈ।

ਪਿੰਡ ਦੇ ਪੱਛੋਂ ਵਾਲ਼ੇ ਪਾਸੇ ਡੂਢ ਕੁ ਕਿਲੋਮੀਟਰ ਦੀ ਵਿੱਥ ਤੇ ਸਥਿੱਤ ਇਸ ਡੇਰੇ ਦੇ ਮੁੱਖ ਗੇਟ ਤੇ ਲਿਖਿਆ ਹੋਇਆ ਹੈ :

'ਗੁਰਦੁਆਰਾ ਸ਼ਹੀਦ ਬਾਬਾ ਸਾਧਾ ਸਿੰਘ ਜੀ।'

ਮੁੱਖ ਗੇਟ ਦੇ ਬਿਲਕੁਲ ਸਾਹਮਣੇ ਅੰਦਰਵਾਰ ਪੰਜਾਹ ਕੁ ਗਜ਼ ਦੀ ਦੂਰੀ 'ਤੇ ਸ਼ਹੀਦ ਬਾਬਾ ਸਾਧਾ ਸਿੰਘ ਜੀ ਦੀ ਸਮਾਧ ਹੈ। ਉੱਪਰ ਗੁੰਬਜ਼ਾਂ ਵਾਲ਼ੀ ਤਿੰਨ ਮੰਜ਼ਲੀ ਇਮਾਰਤ। ਸੱਜੇ ਹੱਥ ਹੈ ਲੰਗਰਖਾਨਾ। ਖੱਬੇ ਪਾਸੇ ਸੰਤ ਜੀ ਦੀਆਂ ਗੱਡੀਆਂ ਦਾ ਗਰਾਜ਼ ਤੇ ਨਾਲ਼ ਹੀ ਸੰਤ ਜੀ ਦਾ ਨਿੰਜੀ ਨਿਵਾਸ ਸਥਾਨ 'ਨਿਰਮਲ ਕੁਟੀਆਂ'। ਲੰਗਰਖਾਨੇ ਦੇ ਪਿੱਛਵਾੜੇ ਹੈ ਡੇਰੇ ਦਾ ਪਸ਼ੂਘਰ।

'ਪਸ਼ੂਘਰ' ਦੇ ਇੰਚਾਰਜ ਹਨ ਅਮਲੀ ਬੰਤ ਸਿੰਘ। ਬੰਤ ਸਿੰਘ ਅਮਲ ਤਾਂ ਜ਼ਰੂਰ ਕਰਦਾ ਹੈ ਪਰ ਸਿਹਤ ਤੇ ਬੋਲਚਾਲ ਪੱਖੋਂ ਉਸਨੂੰ ਅਮਲੀ ਕੋਈ ਨਹੀਂ ਕਹਿ ਸਕਦਾ। ਤਿੰਨ ਬਿਹਾਰੀ ਤੇ ਇੱਕ ਦੇਸੀ ਬੰਦਾ 'ਫੁੰਮਣ' ਉਸ ਦੀ ਨਿਗਰਾਨੀ ਹੇਠ ਪਸ਼ੂਘਰ ਤੇ ਖੇਤਾਂ ਦਾ ਕੰਮ ਸੰਭਾਲ਼ਦੇ ਹਨ। ਬਿਹਾਰੀ ਤਨਖ਼ਾਹਦਾਰ ਹਨ ਜਦ ਕਿ ਫੁੰਮਣ ਫਰੀ ਸੇਵਾ ਕਰ ਰਿਹਾ ਹੈ। ਸਿਰਫ਼ ਨਸ਼ੇ ਪੱਤੇ 'ਤੇ। ਨਸ਼ਾ ਪੱਤਾ ਬੰਤ ਸਿੰਘ ਕਦੇ ਮੁੱਕਣ ਨਹੀਂ ਦਿੰਦਾ।

ਪਸ਼ੂਘਰ ਦੇ ਸੱਜੇ ਹੱਥ ਹੈ ਅੱਜ ਦਾ ਪੰਡਾਲ਼। ਖੇਤ ਭਰ ਚ ਫੈਲਿਆ ਹੋਇਆ। ਸਲਾਨਾ ਸਮਾਗਮ ਦੀ ਲੋੜ ਨੂੰ ਮੁੱਖ ਰੱਖ ਕੇ ਨਿੱਸਰ ਰਹੀ ਕਣਕ ਨੂੰ ਵੱਢ ਕੇ ਬਣਾਇਆ ਗਿਆ ਹੈ। ਇੱਕ ਖੇਤ ਟਰੈਕਟਰ-ਟਰਾਲੀਆਂ, ਫੋਰਵੀਲਰਾਂ ਅਤੇ ਹੋਰ

ਗੱਡੀਆਂ ਨੇ ਮੱਲ ਛੱਡਿਆ ਹੈ। ਸੰਗਤ ਅਜੇ ਵੀ ਆ ਰਹੀ ਹੈ ਭਾਵੇਂ ਇੱਕ ਵੱਜਣ ਵਾਲ਼ਾ ਹੈ।

ਜਦੋਂ ਵੀ ਕੋਈ ਟਰਾਲੀ ਰੁਕਦੀ ਹੈ ਤਾਂ ਚਾਲਕ ਟਰੈਕਟਰ ਬੰਦ ਕਰਨ ਲੱਗਾ ਫੁੱਲ ਰੇਸ ਦੇ ਕੇ ਦੋ ਕੁ ਵਾਰ ਘਰਰ-ਫਰਰ ਜ਼ਰੂਰ ਕਰਵਾਉਂਦਾ ਹੈ। ਇਸ ਘਰਰ - ਫਰਰ ਦਾ ਸ਼ੋਰ ਤਾਂ ਪੰਡਾਲ ਵਿੱਚ ਪਹੁੰਚ ਜਾਂਦਾ ਹੈ ਪਰ ਉੱਦਾ ਪੰਡਾਲ ਵਿੱਚ ਕੋਈ ਸ਼ੋਰ ਨਹੀਂ। ਪੂਰਨ ਸ਼ਾਂਤੀ। ਪੂਰਨ ਸ਼ਾਂਤੀ ਦਾ ਹੀ ਪ੍ਰਤੀਕ ਚਿੱਟਾ ਰੰਗ ਚਾਰੇ ਪਾਸੇ ਦਰੀਆਂ ਉੱਤੇ ਚਿੱਟੀਆਂ ਚਾਦਰਾਂ। ਆਸੇ-ਪਾਸੇ ਚਿੱਟੇ ਪਰਦੇ। ਉੱਪਰ ਚਿੱਟੇ ਪੱਲੇ। ਚਾਰ ਕੁ ਫੁੱਟ ਉੱਚੀ ਸਟੇਜ ਵੀ ਚਿੱਟੇ ਕੱਪੜਿਆਂ 'ਚ ਲਿਪਟੀ ਹੋਈ। ਸਟੇਜ ਉੱਪਰ ਸੁਸ਼ੋਭਿਤ ਗੁਰੂ ਗ੍ਰੰਥ ਸਾਹਿਬ ਜੀ ਦੇ ਵਸਤਰ ਵੀ ਚਿੱਟੇ ਦੁੱਧ। ਤਾਬਿਆ 'ਚ ਬੈਠਾ ਸਿੰਘ ਵੀ ਚਿੱਟੇ ਬਾਣੇ 'ਚ। ਚਿੱਟਾ ਪ੍ਰਕਾਸ਼ ਕੀਤਾ ਦਾੜ੍ਹਾ। ਹੱਥ ਚਿੱਟਾ ਚੌਰ। ਗ੍ਰੰਥ ਸਾਹਿਬ ਜੀ ਦੇ ਖੱਬੇ ਹੱਥ ਬੈਠੇ ਹਨ ਸੰਤ ਨਿਰਮਲ ਸਿੰਘ ਜੀ। ਅਹਿੱਲ। ਅੱਖਾਂ ਬੰਦ। ਸਰੀਰ ਸਿੱਧਾ। ਬਾਹਵਾਂ ਸਿੱਧੀਆਂ। ਗੋਡਿਆਂ ਤੇ ਟਿਕੀਆਂ ਹੋਈਆਂ। ਮੁੱਠੀਆਂ ਬੰਦ। ਪੁਸ਼ਾਕਾ ਬਿਲਕੁਲ ਸਫੈਦ। ਬੱਸ ਦਾੜ੍ਹੀ ਅਜੇ ਪੂਰੀ ਸਫੈਦ ਨਹੀਂ ਹੋਈ। ਗ੍ਰੰਥ ਸਾਹਿਬ ਜੀ ਦੇ ਸੱਜੇ ਹੱਥ ਬੈਠੇ ਇੱਕ ਹੋਰ ਮਹਾਂਪੁਰਸ਼ ਕਥਾ ਕਰ ਰਹੇ ਹਨ। ਬਾਬਾ ਜੀਵਨ ਜੋਤ ਸਿੰਘ ਜੀ ਰਾਜਸਥਾਨ ਵਾਲ਼ੇ। ਇਹਨਾਂ ਤੋਂ ਮਗਰੋਂ ਵਾਰੀ ਹੈ ਸੰਤ ਨਿਰਮਲ ਸਿੰਘ ਜੀ ਦੀ। ਸਟੇਜ ਦੀ ਸੇਵਾ ਕਰ ਰਹੇ ਇੱਕ ਸਿੰਘ ਨੇ ਅੱਧਾ ਕੁ ਘੰਟਾ ਪਹਿਲਾਂ ਬੋਲਿਆ ਸੀ:

"ਵਾਹਿਗੁਰੂ ਜੀ ਕਾ ਖਾਲਸਾ-ਵਾਹਿਗੁਰੂ ਜੀ ਕੀ ਫਤਿਹ; ਗੁਰੂ ਰੂਪੀ ਸਾਧ ਸੰਗਤ ਜੀਓ, ਹੁਣ ਤੁਹਾਡੀ ਸੇਵਾ 'ਚ ਆ ਰਹੇ ਹਨ ਬਾਬਾ ਜੀਵਨ ਜੋਤ ਸਿੰਘ ਜੀ ਰਾਜਸਥਾਨ ਵਾਲ਼ੇ। ਇਹਨਾਂ ਤੋਂ ਮਗਰੋਂ ਆਪ ਜੀ ਦੀ ਸੇਵਾ 'ਚ ਹਾਜ਼ਰ ਹੋਣਗੇ, ਪੂਰਨ ਬ੍ਰਹਮਗਿਆਨੀ, ਸੇਵਾ ਦੇ ਪੁੰਜ, ਸ਼ਹੀਦ ਬਾਬਾ ਸਾਧਾ ਸਿੰਘ ਜੀ ਦੇ ਦਰ ਦੇ ਕੂਕਰ, ਲੱਖਾਂ ਪ੍ਰਾਣੀਆਂ ਨੂੰ ਅੰਮ੍ਰਿਤ ਛਕਾ ਕੇ ਗੁਰੂ ਦੇ ਲੜ ਲਾਉਣ ਵਾਲ਼ੇ, ਗੁਰੂ ਨਾਨਕ ਦੇ ਸੱਚੇ ਪੈਰੋਕਾਰ, ਭਾਈ ਸਾਬ੍ਹ ਭਾਈ ਨਿਰਮਲ ਸਿੰਘ ਜੀ ਜੋ ਪਿਛਲੇ ਮਹੀਨੇ ਹੀ ਯੂ.ਐਸ.ਏ. ਦੀਆਂ ਸਿੱਖ ਸੰਗਤਾਂ ਦੀ ਸੇਵਾ ਕਰਕੇ ਆਏ ਹਨ। ਇਹੋ ਜਿਹੇ ਮਹਾਨ.......।"

ਹੋਰ ਬੜਾ ਕੁਝ ਕਿਹਾ ਗਿਆ ਸੀ ਸੰਤ ਨਿਰਮਲ ਸਿੰਘ ਜੀ ਦੀ ਮਹਿਮਾ ਵਿੱਚ। ਸ਼ਾਇਦ ਇਹੀ ਸਭ ਕੁਝ ਸੁਣਕੇ ਸੱਤੀ ਨੇ ਫੁੰਕਾਰਾ ਜਿਹਾ ਮਾਰਿਆ ਸੀ। ਮੁਸ਼ਕ ਆਉਣ ਨਾਲ਼ ਮੈਨੂੰ ਇਹਦੀ ਸ਼ਰਾਬ ਪੀਤੀ ਹੋਈ ਦਾ ਪਤਾ ਲੱਗਾ ਸੀ ਤੇ ਮੇਰੇ ਮੂੰਹੋਂ 'ਹਰਨਾਕਸ਼' ਵਾਲ਼ੀ ਗੱਲ ਨਿਕਲ਼ ਗਈ ਸੀ।

ਉਂਝ ਮੇਰੀ ਸੱਤੀ ਨਾਲ਼ ਬਣਦੀ ਹੈ। ਇਸ ਦੀ ਆਪਣੇ ਪਿਓ ਨਾਲ਼ ਨਹੀਂ ਬਣਦੀ।

ਇਹ ਤਰਕਵਾਦੀ ਏ।

ਮੰਜੇ 'ਤੇ ਪਈ ਬਿਮਾਰ ਮਾਂ ਨੂੰ ਦੇਖਣ ਤੋਂ ਬਿਨਾਂ ਇਹ ਡੇਰੇ ਵੜਦਾ ਨਹੀਂ। ਕਦੇ ਸਮਾਧ 'ਤੇ ਮੱਥਾ ਟੇਕਦਾ ਨਹੀਂ ਦੇਖਿਆ। ਪਰ ਪਤਨੀ 'ਹਰਪ੍ਰੀਤ' ਡੇਰੇ ਦੇ ਰੰਗ 'ਚ ਪੂਰੀ ਰੰਗੀ ਹੋਈ ਹੈ। ਉੱਦਾਂ ਪੱਠੇ ਇਹ ਡੇਰੇ ਦੇ ਖੇਤਾਂ 'ਚੋਂ ਹੀ ਲਿਜਾਂਦਾ ਹੈ। ਸ਼ਾਇਦ

ਹੱਕ ਸਮਝ ਕੇ। ਪਿੰਡ ਰਹਿੰਦਾ ਏ। ਪੰਜ ਚਾਰ ਲਵੇਰੀਆਂ ਰੱਖਦਾ ਹੈ। ਵਧੀਆ ਨਸਲ ਦੀਆਂ। ਦੁੱਧ ਪਾਉਂਦਾ ਹੈ। ਬੀ.ਏ. ਕੀਤੀ ਹੋਈ ਹੈ। ਚੰਗਾ ਮੁੰਡਾ ਹੈ।

ਪਰ ਕਥਾ-ਕੀਰਤਨ ਦੇ ਇਸ ਮਹਾਂਕੁੰਭ 'ਚ ਇਸਦਾ ਸ਼ਰਾਬ ਪੀ ਕੇ ਆਉਣਾ ਮੈਨੂੰ ਚੰਗਾ ਨਹੀਂ ਲੱਗਾ।

ਉੱਦਾਂ ਸ਼ਰਾਬ ਤਾਂ ਮੈਂ ਵੀ ਬਥੇਰੀ ਪੀਤੀ ਹੈ। ਪੂਰੇ ਚਾਲ਼ੀ ਬਤਾਲ਼ੀ ਸਾਲ। ਜੇ.ਬੀ.ਟੀ. ਕਰਦੇ ਹੀ ਸ਼ੁਰੂ ਹੋ ਗਏ ਸੀ। ਕਿਤੇ ਬਿਮਾਰ ਠਿਮਾਰ ਹੋਏ ਤੇ ਹੀ ਨਾਗਾ ਪਿਆ ਹੋਊ। ਆਹ ਪਿਛਲੀ ਵਿਸਾਖੀ ਨੂੰ ਹੀ ਖਹਿੜਾ ਛੁੱਟਾ ਇਸ ਪਾਪਣ ਤੋਂ।

ਉਹ ਦਿਨ ਵੀ ਭੁੱਲਦਾ ਨਹੀਂ। ਭੁੱਲੇ ਕਿਆਂ ਦੀ ਰਜਿਸਟਰੀ ਕਰਾਈ ਸੀ ਉਸ ਦਿਨ। ਦਰਅਸਲ ਕਿਸੇ ਬੋਲਚਾਲ ਵਾਲ਼ੇ ਦੀ ਰਜਿਸਟਰੀ ਹੁੰਦੀ ਜਾਂ ਇੰਤਕਾਲ ਜਾਂ ਫਿਰ ਥਾਣੇ ਕਚਹਿਰੀ ਕੋਈ ਹੋਰ ਕੰਮ ਹੁੰਦਾ ਤਾਂ ਅਗਲਾ ਮਾਸਟਰ ਸੁਰੈਣ ਸਿੰਘ ਨੂੰ ਨਾਲ਼ ਲਿਜਾਣਾ ਨਾ ਭੁੱਲਦਾ। ਸੇਵਾ ਮੁਕਤੀ ਤੋਂ ਬਾਅਦ ਤਾਂ ਜਿਵੇਂ ਨਿੱਤਨੇਮ ਹੀ ਬਣ ਗਿਆ ਸੀ। ਜਿਸ ਦਿਨ ਕਿਸੇ ਦਾ ਕੰਮ ਨਾ ਹੁੰਦਾ ਤਾਂ ਆਨੀ ਬਹਾਨੀ ਆਪ ਘਰੋਂ ਨਿਕਲ਼ ਜਾਣਾ। ਰਾਤ ਨੂੰ ਧੁੱਤ ਹੋ ਕੇ ਵੀ 'ਆਪਣੇ ਪੈਰੀਂ' ਘਰ ਆ ਜਾਣਾ। ਪਰ ਭੁੱਲੇ ਕਿਆ ਦੀ ਰਜਿਸਟਰੀ ਵਾਲ਼ੇ ਦਿਨ ਇਹ ਪਹਿਲੀ ਵਾਰੀ ਸੀ ਕਿ ਕੋਈ ਦੂਜਾ ਘਰ ਛੱਡ ਕੇ ਗਿਆ ਹੋਵੇ। ਇਸ ਗੱਲ ਦਾ ਅਹਿਸਾਸ ਵੀ ਮੈਨੂੰ ਉਦੋਂ ਹੋਇਆ ਸੀ ਜਦੋਂ ਘਰਵਾਲ਼ੀ ਨੇ ਮੂੰਹ ਨੇਰ੍ਹੇ ਹੀ ਪਾਠ ਸ਼ੁਰੂ ਕਰ ਦਿੱਤਾ ਸੀ:

"ਖ਼ਬਰਦਾਰ ਅੱਗੇ ਤੋਂ ਅੱਧੀ ਰਾਤੀਂ ਤੈਨੂੰ ਕੋਈ ਘਰ ਛੱਡਣ ਆਇਆ। ਇਹ ਨੂੰਹਾਂ ਧੀਆਂ ਵਾਲ਼ਾ ਘਰ ਹੈ। ਕੋਈ ਕੰਜਰਖਾਨਾ ਨਹੀਂ। ਅੱਧੀ-ਅੱਧੀ ਰਾਤੀਂ ਤੈਨੂੰ ਮੁਸ਼ਟੰਡੇ ਘਰ ਛੱਡਣ ਆਉਣ ਤੇ ਊਲ-ਜਲੂਲ ਬੋਲਣ- ਤੈਨੂੰ ਸ਼ਰਮ ਨੀ ਔਂਦੀ? ਉਹ ਸਾਰਾ ਦਿਨ ਤੈਨੂੰ ਨਾਲ਼ ਲਈ ਫਿਰਦੇ ਰਹੇ। ਚਾਰ ਘੰਟੇ ਹੋਰ ਨੀ ਸੀ ਰੱਖ ਸਕਦੇ? ਅੱਜ ਕੁੰਡਾ ਖੋਲ੍ਹਤਾ, ਅੱਗੋਂ ਆਸ ਨਾ ਰੱਖੀਂ।"

ਪਤਾ ਨੀ ਘਰ ਵਾਲ਼ੀ ਕੀ-ਕੀ ਬੋਲਦੀ ਰਹੀ। ਅਜੇ ਉਸ ਨੂੰ ਗਿੱਲੀ ਹੋਈ ਤਲ਼ਾਈ ਦਾ ਪਤਾ ਨੀ ਸੀ ਲੱਗਾ। ਮੈਨੂੰ ਧਰਤੀ ਵਿਹਲ ਨੀ ਸੀ ਦੇ ਰਹੀ।

ਨਸ਼ੇ ਨਾਲ਼ ਸਰੀਰ ਟੁੱਟਾ ਪਿਆ ਸੀ। ਦਿਲ ਘਟ ਰਿਹਾ ਸੀ। ਸਿਰ ਡਾਂ-ਡਾਂ ਕਰ ਰਿਹਾ ਸੀ। ਗਿੱਲੀ ਤਲ਼ਾਈ ਨੂੰ ਵਾਰ ਵਾਰ ਹੱਥ ਲੱਗੀ ਜਾ ਰਿਹਾ ਸੀ। ਯਕੀਨ ਨਹੀਂ ਸੀ ਆ ਰਿਹਾ। ਨਾ ਚੇਤੇ ਆਵੇ ਕਿ ਰਾਤੀਂ ਮੈਨੂੰ ਘਰ ਛੱਡ ਕੇ ਕੌਣ ਗਿਆ।

ਦਸਵੀਂ ਦੇ ਪੇਪਰ ਦੇ ਚੁੱਕੀ ਪੋਤੀ ਰਜਵੰਤ ਜਾਗ ਚੁੱਕੀ ਸੀ। ਉਸ ਤੋਂ ਪਾਣੀ ਦਾ ਗਲਾਸ ਮੰਗਿਆ। ਕੰਬਦੇ ਹੱਥਾਂ ਨਾਲ਼ ਫੜਿਆ ਗਲਾਸ ਬਿਸਤਰੇ 'ਤੇ ਡਿੱਗ ਪਿਆ। ਅਸਲ ਗੱਲ ਸਿੱਟ ਦਿੱਤਾ।

ਘਰ ਵਾਲ਼ੀ ਦੀ ਸੁਰ ਹੋਰ ਤਿੱਖੀ ਹੋ ਗਈ।

ਆਪਾਂ ਸੁੰਦਰ ਅਮਲੀ ਦਾ ਜਾ ਕੁੰਡਾ ਖੜਕਾਇਆ। ਇੰਨੇ ਟੁੱਟੇ ਭੱਜੇ ਸਰੀਰ ਦਾ ਇਲਾਜ ਓਦ੍ਹੇ ਕੋਲ਼ੇ ਹੀ ਹੁੰਦਾ ਸੀ। ਉਹ ਅਜੇ ਰਜਾਈ 'ਚ ਹੀ ਗੁੱਛਾ ਮੁੱਛਾ ਹੋਈ ਪਿਆ ਸੀ। ਇਸ ਸਮੇਂ ਉਸ ਦੇ ਘਰ ਜਾਣ ਦਾ ਕਾਰਨ ਤਾਂ ਉਹ ਸਮਝ ਚੁੱਕਾ ਸੀ। ਮੇਰਾ ਹਾਲ ਜਾਣ ਕੇ ਉਹ ਅੰਦਰ ਚਲੇ ਗਿਆ ਸੀ।

"ਦੇਖੋ ਮਾਂਸ਼ਟਰ ਜੀ-ਨਾਂਗਣੀ ਤਾਂ ਮੁੱਕੀ ਹੋਈ ਏ ਕਈਂ ਰੋਜ ਦੀ... ਅੱਜ ਆਂ ਭਾਵੇਂ-ਜਾਂਵੇਂ.... ਤੁਸੀਂ ਏਸ ਪੰਜੀਰੀਂ ਨਾਲ਼ ਬੁੱਤਾ ਰੇੜ੍ਹੋਂ। ਵੈਸੇ ਮਾਂਲ ਇਕ ਦੰਮ ਸੋਨਾਂ ਏਂ।" ਵਾਪਸੀ 'ਤੇ ਭੁੱਕੀ ਦਾ ਕੱਪ, ਪਾਣੀ ਦਾ ਗਲਾਸ ਅਤੇ ਇੱਕ ਚਮਚ ਰੱਖਦਾ ਹੋਇਆ ਸੁੰਦਰ ਇੱਕੋ ਸਾਹੇ ਆਖ ਗਿਆ ਸੀ।

ਮੈਂ ਹਾਬੜਿਆਂ ਵਾਂਗ ਚਾਰ-ਪੰਜ ਚਮਚ ਨਿਗਲ਼ ਲਏ ਸਨ।

ਘੰਟਾ ਕੁ ਸੁੰਦਰ ਕੋਲ਼ ਹੀ ਪਿਆ ਰਿਹਾ। ਸਰੀਰ ਨੇ ਥੋੜ੍ਹੀ ਅਕੜਾਂਦ ਫੜੀ ਤਾਂ ਉੱਠ ਕੇ ਘਰ ਆ ਗਿਆ ਸੀ। ਆਣ ਕੇ ਪਤੀਲੇ 'ਚੋਂ ਚਾਹ ਦਾ ਗਲਾਸ ਭਰ ਕੇ ਪੀ ਲਿਆ।

ਸਰੀਰ ਨੇ ਥੋੜ੍ਹਾ ਹੋਰ ਕਰੰਟ ਫੜਿਆ, ਜਦੋਂ ਪਿੰਡ ਦੇ ਗੁਰਦੁਆਰੇ ਤੋਂ ਅਨਾਉਂਸਮੈਂਟ ਹੋਈ ਸੀ:

"ਵਾਹਿਗੁਰੂ ਜੀ ਕਾ ਖ਼ਾਲਸਾ ਵਾਹਿਗੁਰੂ ਜੀ ਕੀ ਫਤਿਹ- ਸਮੂਹ ਨੱਗਰ ਨਿਵਾਸੀਆਂ ਦੇ ਚਰਨਾਂ ਵਿੱਚ ਬੇਨਤੀ ਹੈ ਕਿ ਅੱਜ ਵਿਸਾਖੀ ਦੇ ਸ਼ੁੱਭ ਦਿਹਾੜੇ 'ਤੇ ਪਿੰਡ ਨੰਦਗੜ੍ਹ ਦੇ ਗੁਰਦੁਆਰਾ ਸ਼ਹੀਦ ਬਾਬਾ ਸਾਧਾ ਸਿੰਘ ਜੀ ਵਿਖੇ ਮਹਾਨ ਅੰਮ੍ਰਿਤ ਸੰਚਾਰ ਹੋਵੇਗਾ। ਸ਼ਰੋਮਣੀ ਕਮੇਟੀ ਦੇ ਪਰਧਾਨ ਜੀ ਅੰਮ੍ਰਿਤ ਛਕਾਉਣ ਵਾਲ਼ੇ ਪੰਜ ਪਿਆਰਿਆਂ 'ਚ ਖੁਦ ਸ਼ਮੂਲੀਅਤ ਕਰਨਗੇ। ਅੱਜ ਇਤਿਹਾਸਕ ਦਿਹਾੜਾ ਏ। ਸੋ ਮੌਕੇ ਦਾ ਲਾਭ ਉਠਾਓ-ਅੰਮ੍ਰਿਤ ਛਕੋ-ਗੁਰੂ ਵਾਲ਼ੇ ਬਣੋ, ਜੀਵਨ ਸਫਲਾ ਕਰੋ। ਟਰਾਲੀਆਂ ਗੁਰਦੁਆਰਾ ਸਾਹਿਬ ਤੋਂ ਠੀਕ ਅੱਠ ਵਜੇ ਚੱਲਣਗੀਆਂ।"

ਮਨ 'ਚ ਲਹਿਰ ਜਿਹੀ ਦੌੜ ਗਈ ਸੀ। ਹੁਲਾਰਾ ਜਿਹਾ ਆ ਗਿਆ ਸੀ। ਸਾਰੇ ਧੋਣੇ ਧੋਣ ਦਾ ਮੌਕਾ ਜਿਹਾ ਪ੍ਰਤੀਤ ਹੋਇਆ। ਸਮੇਂ ਸਿਰ ਟਰਾਲੀ 'ਚ ਜਾ ਬੈਠਾ ਪਰ ਸਾਰੀ ਵਾਟ ਮਨ 'ਚ ਇੱਕ ਧੁੜਕੂ ਜਿਹਾ ਲੱਗਾ ਰਿਹਾ:

-ਜੇ ਕਿਸੇ ਆਖ ਦਿੱਤਾ ਕਿ ਮਾਸਟਰ ਸੁਰੈਣ ਸੂਹ ਸ਼ਰਾਬ ਨੀ ਛੱਡ ਸਕਦਾ ਤਾਂ ਕਿਤੇ ਲਾਈਨ 'ਚ ਲੱਗੇ ਨੂੰ ਹੀ ਬਾਹਰ ਨਾ ਕੱਢ ਦੇਣ।

ਪਰ ਜਦੋਂ ਅੰਮ੍ਰਿਤਪਾਨ ਕਰਨ ਵਾਲ਼ਿਆਂ ਦੀ ਲੰਬੀ ਕਤਾਰ 'ਚ ਪਿੰਡ ਵਾਲ਼ਾ ਵੈਲੀ ਜੱਗਾ ਤੇ ਗੁਆਂਢੀ ਪਿੰਡ ਰਾਮਪੁਰ ਵਾਲ਼ੀ ਦੁਰਗੀ ਦਾਈ ਬੈਠੇ ਦੇਖੇ ਤਾਂ ਕੁਝ ਹੌਸਲਾ ਹੋ ਗਿਆ ਸੀ।

ਦੁਰਗੀ ਵੱਲ ਦੇਖ ਕੇ ਪਿਛਲੇ ਸਾਲ ਸੱਥ 'ਚ ਬੈਠੇ ਕਾਮਰੇਡ ਝਲਮਣ ਦੀ ਕੀਤੀ ਗੱਲ ਯਾਦ ਆ ਗਈ। ਅਖ਼ਬਾਰ ਵਿੱਚ ਇਕ ਅਧਿਆਪਕਾ ਦੀ ਤਸਵੀਰ ਛਪੀ ਸੀ। ਉਹ ਸਾਇੰਸ ਦੀ ਅਧਿਆਪਕਾ ਦਸ ਕੁ ਸਾਲ ਪਹਿਲਾਂ ਸਾਡੇ ਮਿਡਲ ਸਕੂਲੇ ਸਾਲ ਕੁ ਭਰ ਲਈ ਪੜ੍ਹਾ ਗਈ ਸੀ। ਉਹ ਸੋਹਣੀ ਸੁਨੱਖੀ ਰੱਜ ਕੇ ਸੀ। ਪਰ ਪੜ੍ਹਾਉਣ ਪੱਖੋਂ ਜ਼ੀਰੋ। ਸਕੂਲ ਟਾਈਮ 'ਚ ਵੀ ਮੋਬਾਇਲ ਉਹਦੇ ਕੰਨ ਨੂੰ ਲੱਗਾ ਰਹਿੰਦਾ। ਨਿੱਤ ਨਵੀਆਂ ਗੱਲਾਂ ਤੁਰਦੀਆਂ ਸਨ ਉਹਦੇ ਬਾਰੇ। ਹੁਣ ਉਹ ਬਠਿੰਡੇ ਜ਼ਿਲ੍ਹੇ ਵਿੱਚ ਸੀ ਤੇ ਅਧਿਆਪਕ ਦਿਵਸ 'ਤੇ ਉਸਨੂੰ ਰਾਸ਼ਟਰੀ ਪੁਰਸਕਾਰ ਮਿਲ ਰਿਹਾ ਸੀ। ਖ਼ਬਰ ਪੜ੍ਹਦੇ ਸਾਰ ਕਾਮਰੇਡ ਝਲਮਣ ਬੋਲਿਆ ਸੀ:

"ਉਸ ਤਰ੍ਹਾਂ ਰਾਮਪੁਰ ਵਾਲ਼ੀ ਦੁਰਗੀ ਦਾਈ ਦੀ ਰਾਸ਼ਟਰੀ ਅਵਾਰਡ ਲਈ

ਸਿਫਾਰਸ਼ ਇਲਾਕੇ ਦੀਆਂ ਪੰਜ ਸੱਤ ਪੰਚਾਇਤਾਂ ਨੂੰ ਕਰਨੀ ਬਣਦੀ ਹੈ। ਉਹ ਪਿਛਲੇ ਤੀਹ ਸਾਲਾਂ ਤੋਂ ਸੈਕਸ ਐਜੂਕੇਸ਼ਨ ਦੇ ਰਹੀ ਹੈ। ਪੰਜਾਹ ਪਚਵੰਜਾ ਦੀ ਹੋ ਕੇ ਵੀ ਡਟੀ ਪਈ ਹੈ। ਹਰ ਅੜੇ-ਥੁੜੇ ਦਾ ਬੇੜਾ ਬੰਨੇ ਲਾ ਦਿੰਦੀ ਹੈ।"

ਖੈਰ ਬੇੜਾ ਮੇਰਾ ਵੀ ਬੰਨੇ ਲੱਗ ਗਿਆ ਸੀ। ਅੰਮ੍ਰਿਤ ਦੀ ਦਾਤ ਮਿਲ਼ ਗਈ ਸੀ।

ਸ਼ਾਮ ਨੂੰ ਪੂਰੇ ਕਕਾਰ ਸਜਾਈ ਅਤੇ ਨਵੇਂ ਵਸਤਰ ਪਾਈ ਪੂਰੇ ਉਤਸ਼ਾਹ ਨਾਲ਼ ਘਰ ਪਹੁੰਚਾ ਸੀ ਤਾਂ ਘਰਵਾਲ਼ੀ ਟੇਡਾ ਹੀ ਝਾਕੀ ਸੀ। ਰੋਟੀ ਖਾਂਦੇ ਨੂੰ ਉਸ ਆਖ ਹੀ ਦਿੱਤਾ ਸੀ:

"ਹੁਣ ਏਦ੍ਹੀ ਲਾਜ ਵੀ ਰੱਖ ਲੀਂ... ਇਹ ਸ਼ਹੀਦ ਸਿੰਘਾਂ ਦਾ ਅਮਰਤ ਹੈ ਵੀ ਕਰੜਾ। ਸ਼ਹੀਦਾਂ ਦਾ ਦੋਸ਼ੀ ਨਾ ਬਣ ਜਾਈਂ ਏਦ੍ਹੇ 'ਚ ਭੰਗਣਾ ਪਾ ਕੇ।"

ਪਰ ਸਾਰੀ ਰਾਤ ਮੇਰੀ ਨੀਂਦ 'ਚ ਭੰਗਣਾ ਪੈਂਦੀ ਰਹੀ। ਰਾਤ ਭਰ ਟੁੱਟਦੀਆਂ ਰਹੀਆਂ। ਉਸੱਲ਼ ਵੱਟੇ ਲੈਂਦਿਆਂ ਰਾਤ ਲੰਘ ਗਈ। ਉੱਠਿਆ ਤਾਂ ਸਰੀਰ ਕੰਬੇ। ਹਿੰਮਤ ਕੀਤੀ। ਇਸ਼ਨਾਨ ਕੀਤਾ। ਗੁੱਟਕਾ ਲੈ ਕੇ ਪਾਠ ਕਰਨ ਬੈਠ ਗਿਆ। ਪਰ ਮਨ ਤਾਂ ਹੋਰ ਹੋਰ ਥਾਂਵੇਂ ਘੁੰਮੀ ਜਾਵੇ।

ਚਾਹ ਪੀਤੀ। ਦਾਤੀ ਲੈ ਕੇ ਬਰਸੀਮ ਵੱਢਣ ਤੁਰ ਪਿਆ। ਦੋ ਢੇਰੀਆਂ ਵੱਢ ਕੇ ਸਾਹ ਫੁੱਲਣ ਲੱਗ ਪਿਆ। ਤਿੱਖੇ ਚੜ੍ਹੇ ਸੂਰਜ ਨੇ ਹੋਰ ਵੀ ਔਚਵੀਂ ਲਾ ਦਿੱਤੀ। ਡਿੱਗਦੇ ਢਹਿੰਦੇ ਨੇ ਦੋ ਪੰਡਾਂ ਬਰਸੀਮ ਵੱਢ ਕੇ 'ਕੱਠਾ ਕਰ ਦਿੱਤਾ। ਪਰ ਤਨ-ਮਨ 'ਕੱਠੇ ਨੀ ਸੀ ਹੋ ਰਹੇ। ਕੱਚੀਆਂ ਤਰੇਲ਼ੀਆਂ ਆਈ ਜਾਣ। ਪੁੱਠੇ ਪੁੱਠੇ ਖਿਆਲ ਪੈਦਾ ਹੋਈ ਜਾਣ। ਫਿਰ ਪਤਾ ਹੀ ਨਾ ਲੱਗਾ ਕਿ ਕਦੋਂ ਸੁੰਦਰ ਅਮਲੀ ਦੇ ਘਰ ਪਹੁੰਚ ਗਿਆ। ਅੱਗੋਂ ਸੁੰਦਰ ਨੇ ਪੂਰਾ ਸਵਾਗਤ ਕੀਤਾ ਸੀ:

"ਆਂਜੋ-ਆਂਜੋ ਭਾਂਈ ਸਾਂਬ ਭਾਂਈ ਸੁਰੈਂਣ ਸਿੰਘ ਜੀ... ਮੈਨੂੰ ਤਾਂ ਰਾਂਤੀ ਜੱਗਾਂ ਵੈਂਲੀ ਦੱਸ ਗਿਆ ਸੀ। ਮੈਂ ਸੋਚਾਂ ਮਾਂਟ੍ਹਰ ਨੇ ਕੀ ਪੰਗਾਂ ਲੈ ਲਿਆ ਏ। ਨਸ਼ੇ ਛੱਡਣੇਂ ਖਾਲਾਂ ਜੀ ਦਾ ਵਾੜਾਂ ਐ? ਆਂਹ ਫੜੋ ਪੰਜੀਰੀ... ਲਾਂਓ ਭੋਗ... ਸਰੀਰ ਹੋਵੇ ਕੈਂਮ... ਬਾਂਕੀ ਗੱਲਾਂ ਫ਼ੇ।" ਭੁੱਕੀ ਦਾ ਕੱਪ ਮੇਰੇ ਅੱਗੇ ਰੱਖਦਾ ਬੋਲਿਆ ਸੀ।

ਮੈਨੂੰ ਨਿਹੱਥੇ ਨੂੰ ਜਿਵੇਂ ਹਥਿਆਰ ਲੱਭ ਗਿਆ ਹੋਵੇ। ਚਾਰ ਪੰਜ ਚਮਚੇ ਮੈਂ ਉੱਪਰੋਂ ਥਲ਼ੀ ਅੰਦਰ ਸੁੱਟ ਲਏ। ਕਾਹਲ਼ੀ ਨਾਲ਼ ਸੁੰਦਰ ਦੇ ਘਰੋਂ ਬਾਹਰ ਆ ਗਿਆ।

ਸਿਧਾ ਘਰ ਪਹੁੰਚਾ ਤੇ ਪਸ਼ੂਆਂ ਵਾਲ਼ੇ ਪਾਸੇ ਚਲੇ ਗਿਆ। ਡੰਗਰਾਂ ਤੇ ਵਾਰੋ-ਵਾਰੀ ਹੱਥ ਫੇਰਿਆ। ਖੁਰਲੀਆਂ 'ਚ ਮਾੜਾ ਮੋਟਾ ਹੱਥ ਮਾਰਿਆ ਤੇ ਮੰਜੀ ਖਿੱਚ ਕੇ ਕੰਧ ਦੇ ਪਰਛਾਵੇਂ ਪੈ ਗਿਆ।

ਰਜਵੰਤ ਨੂੰ ਹਾਕ ਮਾਰ ਕੇ ਤਿੱਖੀ ਜਿਹੀ ਚਾਹ ਬਣਾਉਣ ਲਈ ਕਿਹਾ।

ਚਾਹ ਪੀ ਕੇ ਸਰੀਰ ਥੋੜ੍ਹਾ ਹੋਰ ਕਾਇਮ ਹੋ ਗਿਆ। ਖਾਲੀ ਪੇਟ ਕਰਕੇ ਭੁੱਕੀ ਨੇ ਵੀ ਅਸਰ ਦਿਖਾਉਣਾ ਸ਼ੁਰੂ ਕਰ ਦਿੱਤਾ। ਅਨੀਂਦਰੇ ਦੀ ਲਾਲੀ ਹੋਰ ਵੱਧਣ ਲੱਗ ਪਈ ਹੋਣੀ ਆਂ। ਤਾਹੀਂ ਤਾਂ ਕੋਲ਼ ਦੀ ਲੰਘਣ ਲੱਗੀ ਘਰਵਾਲ਼ੀ ਨੇ ਸ਼ੱਕੀ ਨਜ਼ਰਾਂ ਨਾਲ਼ ਝਾਕਿਆ ਸੀ ਤੇ ਮੇਤੋਂ ਆਪ ਮੁਹਾਰੇ ਬੋਲਿਆ ਗਿਆ ਸੀ :

"ਮਾਸਾ ਨੀਂਦ ਨੀ ਪਈ ਸਾਰੀ ਰਾਤ, ਪਤਾ ਨੀ ਹੋਰ ਕੈ ਰਾਤਾਂ ਨੀ ਔਣੀ?"

ਪਰ ਉਹ ਟੋਣਾ ਲਾ ਗਈ ਸੀ:

"ਤੂੰ ਨੀ ਬੰਦਾ ਬਣ ਸਕਦਾ।"

ਸੱਚੀਂ ਉਹਨਾਂ ਦਾ ਚਿਤਵਿਆ 'ਬੰਦਾ' ਬਣਨਾ ਮੈਨੂੰ ਔਖਾ ਲੱਗਾ। ਹੱਡ ਹਰਾਮੀ ਹੋ ਚੁੱਕੇ ਸਨ। ਮੈਂ ਹੱਥ ਪੈਰ ਧੋਤੇ ਤੇ ਕੱਲ ਵਾਲ਼ੇ ਵਸਤਰ ਸਜਾਏ। ਸਾਈਕਲ ਚੁੱਕਿਆ ਤੇ ਪਹੁੰਚ ਗਿਆ ਸ਼ਹੀਦ ਸਾਧਾ ਸਿੰਘ ਜੀ ਦੇ ਦਰ 'ਤੇ। ਨੰਦਗੜ੍ਹ।

ਬੱਸ ਉਹ ਦਿਨ ਗਿਆ ਤੇ ਆਹ ਦਿਨ ਆਇਆ। ਹੋ ਗਈ ਸ਼ਹੀਦ ਸਿੰਘਾਂ ਦੀ ਕਿਰਪਾ। ਠੇਕੇ ਗਏ ਨਹੀਂ ਤੇ ਘਰ ਟਿਕੇ ਨਹੀਂ। ਜ਼ਿਆਦਾ ਸਮਾਂ ਇੱਥੇ ਬਾਬਾ ਸਾਧਾ ਸਿੰਘ ਜੀ ਦੇ ਚਰਨਾਂ 'ਚ ਹੀ। ਇੱਥੇ ਹੀ ਆੜੀ ਪੈ ਗਈ ਅਮਲੀ ਬੰਤ ਸਿੰਘ ਨਾਲ਼। ਬੰਤ ਸਿੰਘ ਨੇ 'ਪੰਜੀਰੀ' ਕਦੇ ਮੁੱਕਣ ਨਹੀਂ ਦਿੱਤੀ। ਉੱਦਾਂ ਗੱਲਾਂ ਵੀ ਕਦੇ ਮੁੱਕਣ ਨਹੀਂ ਦਿੰਦਾ। ਨਿੱਤ ਨਵੇਂ ਥਾਂ ਸੂਈ ਰੱਖਦਾ। ਪਿੱਛੇ ਜਿਹੇ ਤਾਂ ਇੱਕ ਦਿਨ ਸੰਤ ਨਿਰਮਲ ਸਿੰਘ ਜੀ ਤੇ ਹੀ ਤਵਾ ਲਾ ਦਿੱਤਾ ਸੀ:

"ਮਾਸਟਰ ਜੀ ਇੱਥੇ ਸਭ ਅੜਦੇ-ਪੜਦੇ ਈ ਆ... ਸਾਧ ਗਿਰੀ ਸਾਲ਼ੀ ਬਾਰ੍ਹੋ-ਬਾਰ੍ਹੋ ਈ ਏ... ਪਹਿਲਾ ਕੂੰਜ ਵਰਗੀ ਸਾਲ਼ੀ ਸਾਂਭ ਲਈ....ਤੇ ਹੁਣ ....ਨੂੰਹ 'ਤੇ ਕਾਠੀ....।"

ਮੈਂ ਤਾਂ ਹਿੱਲ ਗਿਆ ਸੀ ਅੰਦਰੋਂ।

ਸੰਤਾ ਬਾਰੇ ਇਸ ਤਰ੍ਹਾਂ ਬੋਲਣਾ ਮੈਨੂੰ ਚੰਗਾ ਨਹੀਂ ਸੀ ਲੱਗਾ। ਸਟੇਜ ਸਕੱਤਰ ਫਿਰ ਬੋਲਿਆ ਹੈ :

"....................ਅਸੀਂ ਬਹੁਤ ਹੀ ਧੰਨਵਾਦੀ ਹਾਂ ਸੰਤ ਬਾਬਾ ਜੀਵਨ ਜੋਤ ਸਿੰਘ ਜੀ ਹੁਰਾਂ ਦੇ ਜਿਨ੍ਹੀਂ ਆਪਣੇ ਅਨਮੋਲ ਬਚਨਾਂ ਰਾਹੀਂ ਸੰਗਤ ਨੂੰ ਬਾਣੀ ਤੇ ਬਾਣੇ ਨਾਲ਼ ਜੋੜਨ ਦਾ ਉਪਰਾਲਾ ਕੀਤਾ।

"ਸਾਧ ਸੰਗਤ ਜੀ, ਮੈਂ ਆਪ ਜੀ ਨੂੰ ਦੱਸਣਾ ਚਾਵ੍ਹਾਂਗਾ ਕਿ ਪਿਛਲੇ ਸਾਲ ਦੀ ਤਰ੍ਹਾਂ ਮੁੱਖ ਮੰਤਰੀ ਜੀ ਨੇ ਬਾਬਾ ਸਾਧਾ ਸਿੰਘ ਜੀ ਦੇ ਦਰ 'ਤੇ ਨਤਮਸਤਕ ਹੋਣ ਆਉਣਾ ਸੀ ਪਰ ਉਹਨਾਂ ਨੂੰ ਅਚਾਨਕ ਦਿੱਲੀ ਜਾਣਾ ਪੈ ਗਿਆ। ਉਹਨਾਂ ਕੱਲ੍ਹ ਹੀ ਸੰਤ ਨਿਰਮਲ ਸਿੰਘ ਜੀ ਪਾਸੋ ਫੋਨ ਤੇ ਖਿਮਾ ਜਾਚਨਾ ਕਰ ਲਈ ਸੀ। ਛੇਤੀ ਹੀ ਦਰਸ਼ਨ ਕਰਨ ਲਈ ਵਾਅਦਾ ਕੀਤਾ ਹੈ।

"ਹਾਂ ਹੁਣ ਤੁਹਾਡੀ ਸੇਵਾ ਵਿੱਚ ਪੰਥ ਦੇ ਅਨਮੋਲ ਰਤਨ, ਗਿਆਨ ਦੇ ਸਾਗਰ, ਸੇਵਾ ਦੇ ਪੁੰਜ, ਨਿਮਰਤਾ ਦੀ ਮੂਰਤ-ਭਾਈ ਸਾਬ੍ਹ ਭਾਈ ਨਿਰਮਲ ਸਿੰਘ ਜੀ 'ਨਿਰਮਲ' ਆਪਣੇ ਕੀਰਤਨੀ ਜਥੇ ਨਾਲ਼...............।"

"ਬਕਵਾਸ........ਚੱਲ ਮਾਸਟਰ ਅੰਕਲ 'ਪਸ਼ੂ ਘਰ' ਚਲਦੇ ਹਾਂ।" ਸੱਤੀ ਤੜਪਿਆ ਹੈ।

ਇਹ ਪੰਡਾਲ 'ਚੋਂ ਬਾਹਰ ਤੁਰ ਪਿਆ ਹੈ। ਮੇਤੋਂ ਏਦ੍ਹਾ ਕਹਿਣਾ ਨੀ ਮੋੜਿਆ ਗਿਆ। ਮੈਂ ਵੀ ਮਗਰ ਹੋ ਲਿਆ ਹਾਂ। ਪਰ ਮੇਰੇ ਅੰਦਰ ਇੱਕ ਡਰ ਜਿਹਾ ਵੀ ਹੈ ਕਿ ਕਿਤੇ 'ਹਰਨਾਕਸ਼' ਵਾਲ਼ੀ ਗੱਲ ਤੋਂ ਲਾਹ-ਪਾ ਨਾ ਕਰ ਦੇਵੇ।

ਇਹ ਪੂਰਾ ਤਪਿਆ ਪਿਆ ਏ।

ਤਪਿਆ ਤਾਂ ਰਾਤੀਂ ਮੈਂ ਵੀ ਸੀ। ਭਾਈ ਜੋਗਾ ਸਿੰਘ ਦੀਆਂ ਗੱਲਾਂ ਤੋਂ।

ਸ਼ਹੀਦ ਭਾਈ ਸਾਧਾ ਸਿੰਘ ਜੀ ਦੇ ਜਨਮ ਦਿਨ ਨੂੰ ਸਮਰਪਿਤ ਇੱਕ ਸੌ ਇੱਕ ਅਖੰਡ-ਪਾਠਾਂ ਦੀ ਲੜੀ ਦੇ ਅਖੀਰਲੇ ਗਿਆਰਾਂ ਪਾਠਾਂ 'ਚ ਪਾਠ ਨੰ.9 ਦੇ ਇੰਚਾਰਜ ਸਨ ਭਾਈ ਜੋਗਾ ਸਿੰਘ।

ਪਾਠੀਆਂ ਨੂੰ ਰਾਤ ਨੂੰ ਰੌਲ਼ ਲਈ ਉਠਾਲਣ ਵਾਲ਼ਾ ਸਿੰਘ ਢਿੱਲਾ ਹੋਣ ਕਾਰਨ ਪਿਛਲੀ ਰਾਤੇ ਇਹ ਕੰਮ ਮੈਨੂੰ ਕਰਨਾ ਪਿਆ।

ਦਸ ਵਜੇ ਵਾਲ਼ੀ ਰੌਲ਼ ਲਾ ਕੇ ਭਾਈ ਜੋਗਾ ਸਿੰਘ ਆਪਣੇ ਵਿਸ਼ਰਾਮ ਕਰਨ ਵਾਲ਼ੇ ਕਮਰੇ ਵਿੱਚ ਆ ਗਿਆ। ਉੱਥੇ ਹੀ ਪਿਆ ਸੀ ਸਤਨਾਮ। ਸਤਨਾਮ ਵੀ ਪਾਠ ਨੰ: ਨੌਂ ਦਾ ਪਾਠੀ ਸੀ। ਤੀਸਰਾ ਸਿੰਘ ਰੌਲ਼ ਤੇ ਜਾ ਚੁੱਕਾ ਸੀ। ਕਮਰੇ 'ਚ ਜਗ੍ਹਾ ਵਿਹਲੀ ਦੇਖ ਕੇ ਮੈਂ ਵੀ ਉੱਥੇ ਹੀ ਟੇਡਾ ਹੋ ਗਿਆ।

ਉਹ ਗੱਲਾਂ ਕਰ ਰਹੇ ਸਨ।

ਮੈਨੂੰ ਝਪਕੀ ਆ ਗਈ।

ਜਦੋਂ ਦੁਬਾਰਾ ਮੇਰੀ ਅੱਖ ਖੁੱਲ੍ਹੀ ਤਾਂ ਸਤਨਾਮ ਜੋਗੇ ਨੂੰ ਆਖ ਰਿਹਾ ਸੀ।

"ਚੱਲ ਭਾਜੀ ਹੁਣ ਕੋਈ ਚੰਗੀ ਜਿਹੀ ਗੱਲ ਸੁਣਾ।"

"ਸਤਨਾਮ ਸਿਹਾਂ....ਆਪਾਂ ਲਈ ਇਸ ਤੋਂ ਚੰਗੀ ਗੱਲ ਹੋਰ ਕੀ ਹੋ ਸਕਦੀ ਹੈ ਕਿ ਆਪਾਂ ਪਾਠੀ ਬਣ ਗਏ ਹਾਂ। ਲੋਕੀਂ ਇੱਜ਼ਤ ਕਰਦੇ ਨੇ। ਦਾਲ਼ ਫੁਲਕਾ ਤੁਰ ਪਿਆ। ਨਹੀਂ ਆਪਾਂ ਨੂੰ ਤਾਂ ਅੱਠਵੀਂ ਤੱਕ ਏ.ਬੀ.ਸੀ. ਨੀ ਸੀ ਆਈ। ਆ ਪੰਜਾਬੀ ਮਾੜੀ ਮੋਟੀ ਜੋੜ-ਜੋੜ ਪੜ੍ਹ ਲਈਦੀ ਸੀ। ਲਿਖਣੀ ਤਾਂ ਉਹ ਵੀ ਨੀ ਸੀ ਆਉਂਦੀ। ਆ ਸੁਰਗਾਂ 'ਚ ਵਾਸਾ ਹੋਵੇ ਬਾਪੂ ਨਰੈਣ ਸਿੰਘ ਦਾ ਜੀਨੇ ਆਪਾਂ ਨੂੰ ਪਾਠੀ ਬਣਾ। ਉੱਦਾਂ ਸਤਨਾਮ ਪੜ੍ਹਨ ਦਾ ਜਿਵੇਂ ਹੁਣ ਮੇਰਾ ਝਾਕਾ ਜਿਹਾ ਖੁੱਲ੍ਹ ਗਿਆ ਹੋਵੇ। ਆ ਜ਼ਿੰਦਗੀ ਬਿਲਾਸ, ਪੂਰਨ ਭਗਤ, ਵਾਰਸ ਦੀ ਹੀਰ, ਕੰਵਲ ਤੇ ਨਾਨਕ ਸਿੰਘ ਦੇ ਕਈ ਨਾਵਲ ਮੈਂ ਪੜ੍ਹ ਸੁੱਟੇ ਨੇ। ਬੜਾ ਸੁਆਦ ਆਉਂਦਾ ਨਾਵਲ ਪੜ੍ਹਨ 'ਚ।"

"ਓ ਭਾਜੀ ਕੋਈ ਹੋਰ ਗੱਲ ਸੁਣਾ ਚੰਗੀ ਜਿਹੀ।" ਸਤਨਾਮ ਸ਼ਾਇਦ ਔਰਤ-ਮਰਦ ਦੇ ਸੰਬੰਧਾਂ ਦੀਆਂ ਗੱਲਾਂ ਸੁਣਨ ਤੇ ਉਤਾਰੂ ਸੀ।

"ਦੇ ਤਾਂ ਚੱਕਿਆ ਸੁਆਦਾਂ ਦਾ-ਕੋਲ਼ ਮਾਸਟਰ ਜੀ ਪਏ ਆ।" ਜੋਗਾ ਸਿੰਘ ਟਾਲ਼ਾ ਵੱਟੀ ਜਾ ਰਿਹਾ ਸੀ।

"ਸੁਣਾ ਦੇ ਭਾਜੀ ਬਣਿਆ। ਮਾਸਟਰ ਜੀ ਤਾਂ ਘੂਕ ਸੁੱਤੇ ਪਏ ਆ।"

-ਲੈ ਸੁਣ ਲੈ-ਭਰ ਲੈ ਸੁਆਦਾਂ ਨਾਲ਼ ਢਿੱਡ... ਹੱਡ ਬੀਤੀ ਹੀ ਸੁਣਾ ਦਿਨਾਂ ...ਕਿਸੇ ਦੀ ਕੀ ਕਰਨੀ :

ਤੈਥੋਂ ਉਮਰ ਹੋਊ ਮੇਰੀ ਉਦੋਂ ਦੋ ਕੁ ਵਰ੍ਹੇ ਵੱਧ। ਵਿਆਹ ਹੋਏ ਨੂੰ ਵੀ ਦੋ ਕੁ ਸਾਲ ਹੀ ਹੋਏ ਸੀ। ਪਾਠੀ ਆਪਾਂ ਪੂਰੇ ਬਣ ਚੁੱਕੇ ਸੀ। ਬਾਪੂ ਨਰੈਣ ਸਿੰਘ ਨਾਲ਼ ਹੀ ਆਪਾਂ ਹੁੰਦੇ ਸੀ। ਪਿੰਡ ਸੀ ਉਹ........। ਚੱਲ ਪਿੰਡ ਦਾ ਨਾਂ ਕਾਹਨੂੰ ਲੈਣਾ। ਗਬਲਾ ਦਿਨ ਸੀ ਅਖੰਡ ਪਾਠ ਦਾ। ਰਾਤ ਨੂੰ ਬਾਰਾਂ ਵਜੇ ਮੈਂ ਰੌਲ਼ ਲਾ ਕੇ ਹਟਿਆ

ਸੀ। ਲੋਹੜੀ ਦਾ ਮਹੀਨਾ। ਕੜਾਕੇ ਦੀ ਠੰਡ। ਵਰਾਂਡਾ-ਕੰਮ-ਰਸੋਈ 'ਚ ਅੱਗ ਬਲ਼ ਰਹੀ ਸੀ। ਇੱਥੋਂ ਹੀ ਰੌਲ਼ 'ਤੇ ਬੈਠਣ ਵਾਲ਼ੇ ਪਾਠੀ ਨੂੰ ਚਾਹ ਦਾ ਤੇ ਉੱਠਣ ਵਾਲ਼ੇ ਨੂੰ ਦੁੱਧ ਦਾ ਗੱਫਾ ਮਿਲਦਾ ਸੀ। ਧੂਪ ਵਾਲ਼ੇ ਕੌਲੇ ਲਈ ਮੱਘਦੇ ਕੋਲੇ ਵੀ ਇੱਥੋਂ ਜਾਂਦੇ ਸਨ। ਇੱਕ ਸੈਂਤੀ-ਠੱਤੀ ਸਾਲ ਦੀ ਬੀਬੀ ਇਹ ਸੇਵਾ ਨਿਭਾ ਰਹੀ ਸੀ। ਇਹ ਘਰ ਵਾਲ਼ਿਆਂ ਦੀ ਰਿਸ਼ਤੇਦਾਰੀ 'ਚੋਂ ਸੀ। ਪਹਿਲੇ ਦਿਨ ਨੀ ਸੀ ਦਿਸੀ। ਉਹਦਾ ਰੰਗ ਕਣਕ ਵੰਨਾ, ਭਰਵੀਂ ਛਾਤੀ ਤੇ ਸਰੀਰ ਸਿੱਧਾ ਸੀ। ਹਲਕੀ ਜਿਹੀ ਗੋਗੜ ਤੇ ਪੱਟ ਮੋਟੇ ਸਨ। ਨੱਕ ਮਿੱਡਾ ਸੀ। ਪਰ ਸੱਜਦੀ ਬਹੁਤ ਸੀ। ਉਹ ਮੇਰੀ ਰੌਲ਼ ਵਿਚਕਾਰ ਵੀ ਦੋ ਕੁ ਵਾਰ ਬੁਝਦੇ ਕੋਲਿਆਂ 'ਚ ਮੱਘਦੇ ਕੋਲੇ ਪਾ ਕੇ ਗਈ ਸੀ। ਮੇਰਾ ਅੰਦਰ ਵੀ ਮੱਘ ਉੱਠਦਾ ਸੀ, ਜਦੋਂ ਉਹ ਮੇਰੇ ਵੱਲ ਤਿਰਛਾ ਜਿਹਾ ਝਾਕਦੀ ਸੀ। ਦਿਨੇ ਵੀ ਇੱਕ ਦੋ ਵਾਰ ਸਾਡੀ ਅੱਖ ਰਲ਼ੀ ਸੀ। ਮੇਰਾ ਧਿਆਨ ਉੱਖੜ-ਉੱਖੜ ਜਾਂਦਾ ਸੀ। ਮੈਂ ਜ਼ਬਰੀ ਧਿਆਨ ਪਾਠ 'ਚ ਲਾ ਰਿਹਾ ਸੀ।

-ਰੌਲ਼ ਤੋਂ ਉੱਠ ਕੇ ਮੈਂ ਰਸੋਈ 'ਚ ਜਾ ਕੇ ਬਲ਼ਦੀ ਅੱਗ ਮੂਹਰੇ ਬੈਠ ਗਿਆ। ਉਸ ਨੇ ਲੱਕੜਾਂ ਹਿਲਾ ਕੇ ਅੱਗ ਹੋਰ ਤੇਜ਼ ਕਰ 'ਤੀ।

"ਠੰਡ ਬਾਲ਼ੀ ਹੋ ਗਈ।" ਮੈਂ ਚੁੱਪੀ ਤੋੜੀ ਸੀ।

"ਤੁਹਾਡੀ ਉਮਰੇ ਠੰਡ ਕਿੱਥੇ? ਇਹ ਤਾਂ ਸਾਡੇ ਵਰਗੇ ਬੁੱਢਿਆਂ ਲਈ ਹੈ।" ਮੇਰੇ ਜੁਆਨ ਤੇ ਚੌੜੇ ਚਿੱਗੇ ਸਰੀਰ ਨੂੰ ਨਿਹਾਰਦੀ ਹੋਈ ਉਹ ਮੇਰਾ ਨਾਂ ਵੀ ਪੁੱਛ ਗਈ ਸੀ।

"ਲੈ ਤੁਸੀਂ ਬੁੱਢੇ? ਅਜੇ ਤਾਂ ਜੁਆਨਾਂ ਨੂੰ ਮਾਤ ਪਾਉਂਦੇ ਹੋ। ਪੂਰੀ ਖਿੱਚ ਹੈ ਤੁਹਾਡੇ ਵਿੱਚ। ਸੱਚ ਮੁੱਚ ਬਹੁਤ ਸੋਹਣੇ ਹੋ ਤੁਸੀਂ। ਤੁਹਾਡੀ ਤੱਕਣੀ ਅਗਲੇ ਦਾ ਸਾਹ ਸੂਤ ਲੈਂਦੀ ਹੈ।" ਪਤਾ ਨੀ ਇਨਾਂ ਹੌਸਲਾ ਮੈਂ ਕਿੱਦਾਂ ਕਰ ਗਿਆ ਸੀ।

"ਅੱਛਾ ਜੋਗਾ ਸਿੰਘ ਜੀ, ਜੇ ਬਹੁਤੀ ਠੰਡ ਲੱਗਦੀ ਹੈ ਤਾਂ ਉਹ ਸਿਰੇ ਵਾਲ਼ੇ ਕਮਰੇ 'ਚ ਹੈ ਮੇਰਾ ਬਿਸਤਰ। ਉੱਥੇ ਚਲੋ-ਨਾਲ਼ੇ ਮੇਰੀ ਰਜਾਈ ਨਿੱਘੀ ਹੋ ਜੂ ਤੇ ਨਾਲ਼ੇ ਤੁਸੀਂ। ਮੈਂ ਦੁੱਧ ਤੁਹਾਨੂੰ ਉੱਥੇ ਹੀ ਫੜ੍ਹਾ ਦਿੰਦੀ ਹਾਂ। ਜ਼ਰਾ ਗਰਮ ਕਰ ਲਵਾਂ। ਨਾਲ਼ੇ ਧੂਪ ਵਾਲ਼ੇ ਕੌਲੇ ਦੇ ਕੋਲੇ ਮਘਾ ਆਮਾਂ।" ਦੋ ਕਨਾਲ਼ 'ਚ ਫਿਰਨੀ ਤੇ ਬਣੇ ਇਸ ਘਰ ਦੇ ਦੂਜੇ ਸਿਰੇ 'ਤੇ ਬਣੇ ਕਮਰੇ ਵੱਲ ਇਸ਼ਾਰਾ ਕਰਕੇ ਉਹ ਬੋਲੀ ਸੀ। ਬੜੇ ਠਰੰਮੇ ਨਾਲ਼।

-ਕੋਲੇ ਮੇਰੇ 'ਚ ਪੈ ਗਏ ਸਨ। ਅੰਦਰ ਮੇਰਾ 'ਮਘ' ਉੱਠਿਆ ਸੀ। ਬਿਨਾਂ ਦੇਰੀ ਕੀਤੇ ਮੈਂ ਕਮਰੇ ਵੱਲ ਤੁਰ ਪਿਆ ਸੀ।

-ਕਮਰੇ 'ਚ ਵੜਦੇ ਹੀ ਮੈਂ ਸਰਸਰੀ ਮੁਆਇਨਾ ਜਿਹਾ ਕੀਤਾ ਸੀ ਤੇ ਸਰੀਰ ਦੇ ਕੱਪੜੇ ਹਲਕੇ ਕਰਕੇ ਮੈਂ ਰਜ਼ਾਈ 'ਚ ਜਾ ਵੜਿਆ ਸੀ। ਅਜੀਬ ਜਿਹੀ ਮਹਿਕ ਤੇ ਸੁਆਦ ਜਿਹਾ ਆ ਰਿਹਾ ਸੀ। ਮਨ ਕਾਹਲ਼ਾ ਪੈ ਰਿਹਾ ਸੀ। ਉਤੇਜਨਾ ਵੱਧ ਰਹੀ ਸੀ।

-ਜੇ ਉਹ ਨਾ ਆਈ? ਲੈ ਆਊ ਕਿੱਦਾਂ ਨਾ? ਜੇ ਦੁੱਧ ਰੱਖਕੇ ਮੁੜਗੀ? ਲੱਗਦਾ ਤਾਂ ਨੀ ਮੁੜੂ-ਆਪ ਹਿੰਮਤ ਕਰਾਂ? ਜੇ ਉਸ ਰੌਲ਼ਾ ਪਾ ਦਿੱਤਾ? ਹੈ ਕਮਲ਼ਾ-

ਰੌਲ਼ਾ ਕਿੱਦਾਂ ਪਾਊ? ਦੁੱਧ ਰਸੋਈ 'ਚ ਵੀ ਤਾਂ ਪਿਲ਼ਾ ਸਕਦੀ ਸੀ। ਰਜ਼ਾਈ ਨਿੱਘੀ ਕਰਨ ਲਈ ਉਸ ਆਪ ਕਿਹਾ। ਉਹ ਆਊ-ਆਊ। ਲੱਗਦਾ ਰੱਬ ਛੱਪਰ ਪਾੜ ਕੇ ਦੇਊ-ਦੇਊ। ਉਹ ਹੁਣ ਆਉਂਦੀ ਕਾਹਤੋਂ ਨੀਂ? ਮੇਰਾ ਮਨ ਬੋਲੀ ਜਾ ਰਿਹਾ ਸੀ।

–ਪੋਲੇ ਜਿਹੇ ਦਰਵਾਜ਼ਾ ਖੁੱਲਾ... ਦਿਲ ਨੇ ਧੱਕ-ਧੱਕ ਕੀਤਾ... ਕਾਮੁਕ ਲਹਿਰ ਸਰੀਰ 'ਚ ਲਰਜ਼ਾ ਗਈ। ਉਹ ਦੱਬੇ ਪੈਰੀਂ ਅੰਦਰ ਲੰਘ ਆਈ। ਉਸ ਦਰਵਾਜ਼ਾ ਵੀ ਬੰਦ ਨਾ ਕੀਤਾ। ਕੌਲੀ ਨਾਲ਼ ਢੱਕਿਆ ਹੋਇਆ ਇਕ ਗਲਾਸ ਉਸ ਸੈਲਫ਼ 'ਤੇ ਰੱਖ ਦਿੱਤਾ। ਉਹ ਮੁੜ ਦਰਵਾਜ਼ੇ ਵੱਲ ਵਧੀ। ਮੇਰਾ ਦਿਲ ਬੈਠਣ ਲੱਗਾ। ਉਹ ਬੋਲੀ ਵੀ ਨਾ। ਉਹ ਬਾਹਰ ਨਿਕਲ਼ ਗਈ। ਮੇਰੇ ਅੰਦਰ ਕੁਝ ਧੜੱਮ ਕਰਕੇ ਡਿੱਗ ਪਿਆ। ਸਰੀਰ ਦਾ ਕਸਾਅ ਢਿੱਲਾ ਪੈ ਗਿਆ। ਮੈਂ ਰੋਣ ਹਾਕਾ ਹੋ ਗਿਆ।

–ਉਹ ਜਿਨ੍ਹੀਂ ਪੈਰੀਂ ਗਈ ਸੀ, ਉਨ੍ਹੀਂ ਹੀ ਵਾਪਸ ਆ ਗਈ। ਜਿਵੇਂ ਵਿਹੜੇ ਦਾ ਮੁਆਇਨਾ ਕਰਕੇ ਆਈ ਹੋਵੇ। ਸਰੀਰ 'ਚ ਝਰਨਾਟ ਜਿਹੀ ਫਿਰੀ। ਪਾਰਾ ਫਿਰ ਉਤਾਂਹ ਵੱਲ ਜਾਣਾ ਸ਼ੁਰੂ ਹੋ ਗਿਆ।

–ਉਸ ਅੰਦਰ ਵੜਦੀ ਨੇ ਚਿਟਕਣੀ ਲਾ ਲਈ। ਸ਼ਾਲ ਲਾਹ ਕੇ ਉਸ ਕੋਲ਼ ਪਈ ਕੁਰਸੀ 'ਤੇ ਵਗਾਹ ਮਾਰਿਆ-ਫੇ ਕੋਟੀ-ਫ਼ੇ....।

–ਉਹ ਮੇਰੇ ਤੇ ਢਹਿ ਪਈ। ਕਾਹਲ਼ੀ ਕਾਹਲ਼ੀ ਚੱਟਣ ਚੁੰਮਣ ਲੱਗੀ। ਮੈਂ ਉਸ ਤੋਂ ਵੀ ਤੇਜ਼। ਮੈਂ ਛੇਤੀ ਹੀ ਡਿੱਗ ਪਿਆ। ਮਨ ਕੱਚਾ ਜਿਹਾ ਹੋ ਗਿਆ। ਕਚਿਆਣ ਸ਼ਾਇਦ ਉਹਨੂੰ ਵੀ ਆਈ ਸੀ। ਫਿਰ ਉਹ ਮੁਸਕਰਾਈ ਸੀ। ਪਤਾ ਨੀ ਆਪੇ ਤੇ ਜਾਂ ਫਿਰ ਮੇਰੇ 'ਤੇ। ਕੱਪੜੇ ਠੀਕ ਕਰਦੀ ਉਹ ਬੋਲੀ ਸੀ :

"ਜੋਗਾ ਸਿੰਘ ਜੀ-ਤੁਸੀ ਘੰਟਾ ਭਰ ਰਜਾਈ ਦਾ ਹੋਰ ਨਿੱਘ ਮਾਣ ਲਵੋ। ਬੇਫਿਕਰ ਹੋ ਕੇ। ਮੈਂ ਡੇਢ ਵਜੇ ਦੇ ਕਰੀਬ ਆਵਾਂਗੀ। ਮਾਸੜ ਜੀ ਖੂਹ 'ਤੇ ਜਾ ਚੁੱਕੇ ਹਨ। ਉਹ ਚਾਰ ਵਜੇ ਆਉਣਗੇ। ਦੋ ਵਜੇ ਵਾਲ਼ੀ ਰੌਲ਼ ਕਿਰਪੇ ਭਾਈ ਦੀ ਹੈ। ਉਹ ਘਰ ਜਾ ਚੁੱਕਾ ਹੈ। ਪਿੰਡ ਦਾ ਕਰਕੇ। ਉਸ ਆਪੇ ਆ ਜਾਣਾ ਹੈ। ਤੁਸੀਂ ਦੁੱਧ ਛਕੋ। ਕੌਲੀ ਵਿੱਚ ਘੇ ਹੈ।"

–ਉਹ ਅਗਲਾ ਪ੍ਰੋਗਰਾਮ ਦੱਸਦੀ ਹੋਈ ਮੈਨੂੰ ਬੇਫਿਕਰ ਕਰ ਗਈ ਸੀ।

–ਪਰ ਮੈਨੂੰ ਫਿਕਰ ਲੱਗ ਗਿਆ ਸੀ। ਬਾਪੂ ਨਰੈਣ ਸਿੰਘ ਦਾ ਚੇਤਾ ਆਉਣ ਨਾਲ਼... ਜੇ ਬਾਪੂ ਨੂੰ ਮੇਰੀ ਕਰਤੂਤ ਦਾ ਪਤਾ ਲੱਗ ਗਿਆ? ਉਹ ਖੂੰਡਾ ਫੇਰੂ ਹੀ ਫੇਰੂ। ਲੱਤ ਤੋੜ ਕੇ ਜ਼ਰੂਰ ਘਰ ਬਠਾਲੂ। ਉਸ ਨੇ ਸੁਣਨਾ ਥੋੜ੍ਹਾ।

–ਮੈਨੂੰ ਬਾਪੂ ਦੇ ਬੋਲ ਸੁਣਨ ਲੱਗ ਪਏ ਸਨ। ਸਾਨੂੰ ਪਾਠ ਸਿੱਖਦੇ ਚਾਰ ਮੁੰਡਿਆਂ ਨੂੰ ਉਸ ਇਕ ਦਿਨ ਕਿਹਾ ਸੀ :

"ਤੁਸੀਂ ਹੋਵੋਗੇ ਰੱਬ ਦੇ ਵਜ਼ੀਰ-ਲੋਕਾਂ ਲਈ। ਲੋਕ ਹੋਣਗੇ ਤੁਹਾਡੇ ਅੰਨਦਾਤਾ। ਤੁਹਾਡੀਆਂ ਥਾਲ਼ੀਆਂ ਹੋਣਗੀਆਂ ਲੋਕਾਂ ਦੇ ਘਰ। ਅਗਰ ਛੇਕ ਕਰੋਗੇ ਤਾਂ ਲੋਕੋ ਪਰਲੋਕੋ ਧੱਕੇ ਜਾਓਗੇ। ਰੱਬ ਦੀ ਲਾਠੀ ਚੱਲੂ-ਚੱਲੂ। ਹਾਂ ਰੱਬ ਵੱਲੋਂ ਭਾਵੇਂ ਦੇਰ ਹੋ ਜਾਵੇ ਪਰ ਮੇਰਾ ਖੂੰਡਾ ਦੇਰ ਨੀ ਕਰੂ। ਇਕ ਲੱਤ ਜ਼ਰੂਰ ਤੋੜੂੰ... ਤਾਂਕਿ ਛੇ ਮਹੀਨੇ ਮੰਜੇ 'ਤੇ ਪੈ ਕੇ ਪਛਤਾ ਸਕੋ। ਕਈ ਵਾਰ ਵਾਹਿਗੁਰੂ ਆਪ ਪਰੀਖਿਆ ਲਊ... ਡੋਲਣਾ ਨਹੀਂ।"

ਪਰ ਮੈਂ ਤਾਂ ਡੋਲ ਗਿਆ ਸੀ। ਪਹਿਲਾਂ ਨਾਰੀ ਦੇਹ ਲਈ ਤੇ ਫਿਰ ਬਾਪੂ ਦੇ ਡਰ ਨਾਲ਼।

ਬਾਪੂ ਦਾ ਡਰ ਸੀ ਵੀ ਸੱਚਾ।

ਬਾਪੂ ਦੇ ਸੱਚੇ ਸੁੱਚੇ ਜੀਵਨ ਦੀ ਧਾਂਕ ਸੀ ਚੁਫੇਰੇ। ਪੱਕਾ ਨਿਤਨੇਮੀ। ਕਹਿਣੀ ਕਰਨੀ ਦਾ ਪੂਰਾ। ਹੱਕ ਸੱਚ ਲਈ ਮਰ ਮਿਟਣ ਵਾਲ਼ਾ। ਗਊ ਗ਼ਰੀਬ ਦਾ ਰਾਖਾ।

ਇੱਕ ਵਾਰੀ ਗ਼ਰੀਬ ਨਾਈਆਂ ਦੀ ਕੁੜੀ ਛੇੜ 'ਤੀ ਬਾਪੂ ਦੇ ਮੁੰਡੇ ਜਸਵੰਤ ਨੇ। ਕੁੜੀ ਨੇ ਚੰਗੀ ਲਾਹ-ਪਾਹ ਕਰ 'ਤੀ। ਪਿੰਡ 'ਚ ਰੌਲ਼ਾ ਪੈ ਗਿਆ। ਨਾਈ ਵਿਚਾਰੇ ਡਰਦੇ-ਡਰਦੇ ਬਾਪੂ ਕੋਲ਼ ਗਏ। ਬਾਪੂ ਨੇ ਉਹਨਾਂ ਨੂੰ ਪੰਚਾਇਤ ਜੋੜਨ ਲਈ ਕਿਹਾ। ਨਾਈ ਕਹਿਣ ਸਾਡੀ ਇੱਜ਼ਤ ਖ਼ਰਾਬ ਹੁੰਦੀ ਹੈ। ਬਾਪੂ ਕਹੇ ਤੁਹਾਡੀ ਇੱਜ਼ਤ ਮੈਂ ਬਣਾਊਂ।

ਮਿੱਥੇ ਸਮੇਂ 'ਤੇ ਦਰਵਾਜ਼ੇ 'ਕੱਠ ਹੋ ਗਿਆ ਸੀ।

ਬਾਪੂ ਸਰਪੰਚ ਨੂੰ ਕਹੇ ਮੁੰਡੇ ਨੂੰ ਡੰਨ ਲਾਵੋ। ਪੰਚਾਇਤ ਕਹੇ ਕਿ ਕੁੜੀ ਨੇ ਮੌਕੇ 'ਤੇ ਹੀ ਕੁੱਤੇਖਾਣੀ ਬਥੇਰੀ ਕਰ 'ਤੀ ਸੀ... ਹੁਣ ਗ਼ਲਤੀ ਫੇਰ ਮਨਵਾ ਦਿੰਦੇ ਹਾਂ।

ਬਾਪੂ ਕਹੇ ਕਿ ਇਹ ਤੁਹਾਡਾ ਅਦਲ ਨਹੀਂ। ਕੁੜੀ ਹਿੰਮਤ ਵਾਲ਼ੀ ਸੀ ਉਸ ਇਹਦੀ ਖਿੜ-ਖੱਪ ਕਰ 'ਤੀ। ਤੁਸੀਂ ਵੀ ਹਿੰਮਤ ਦਿਖਾਓ।

ਪੰਚਾਇਤ ਕਹਿੰਦੀ ਬਾਪੂ ਜੀ ਜੋ ਕਰਨਾ ਤੁਸੀਂ ਆਪ ਕਰੋ।

ਬਾਪੂ ਖੂੰਡਾ ਖੜਕਾ ਕੇ ਕਹਿੰਦਾ ਕਿ ਮੈਂ ਤਾਂ ਇਹਦੀ ਇੱਕ ਲੱਤ ਤੋੜੂ। ਦੋ ਸਿਆਣੇ ਬਾਪੂ ਮੂਹਰੇ ਹੱਥ ਬੰਨ ਕੇ ਖੜ੍ਹ ਗਏ ਸਨ। ਉਹਨਾਂ ਨੂੰ ਬਾਪੂ ਦੀ ਕਥਨੀ ਕਰਨੀ ਦਾ ਪਤਾ ਸੀ। ਬਾਪੂ ਕੁੱਝ ਢੈਲ਼ਾ ਪਿਆ ਸੀ। ਫਿਰ ਉਸ ਇੱਕ ਬੱਚਾ ਗੁਆਂਢੀਆਂ ਦੇ ਘਰ ਨੂੰ ਦੌੜਾਇਆ ਸੀ। ਗੁਆਂਢੀਆਂ ਦੇ ਘਰੋਂ ਬਾਪੂ ਦੀ ਘਰਵਾਲ਼ੀ ਨਾਈਆਂ ਦੀ ਕੁੜੀ ਨੂੰ ਲੈ ਕੇ ਸੱਥ ਵਿੱਚ ਪਹੁੰਚ ਗਈ। ਸਾਰੇ ਹੱਕੇ ਬੱਕੇ ਰਹਿ ਗਏ ਸਨ।

ਖੀਸੇ 'ਚੋਂ ਮੌਲ਼ੀ ਦੀ ਇੱਕ ਤੰਦ ਕੱਢ ਕੇ ਬਾਪੂ ਨੇ ਆਪਣੇ ਮੁੰਡੇ ਨੂੰ ਕਿਹਾ ਸੀ : "ਉੱਠ ਦੁਸ਼ਟਾ-ਆਹ ਫੜ ਮੌਲ਼ੀ-ਕਹਿ ਕੁੜੀ ਨੂੰ...ਭੈਣ ਮੇਰੇ ਰੱਖੜੀ ਬੰਨ।"

ਦੱਸਦੇ ਨੇ ਮੁੰਡੇ ਨੇ ਥੋੜ੍ਹੀ ਝਿਜਕ ਦਿਖਾਈ ਸੀ ਪਰ ਬਾਪੂ ਵਲੋਂ ਧਰਤੀ 'ਤੇ ਖੂੰਡਾ ਖੜਕਾਉਣ ਨਾਲ਼ ਮੁੰਡੇ ਨੇ ਸਾਰਾ ਕੰਮ ਫੁਰਤੀ ਨਾਲ਼ ਨਿਬੇੜ 'ਤਾ ਸੀ। ਤੇ ਬਾਪੂ ਨੇ ਭਰੀ ਸਭਾ 'ਚ ਐਲਾਨ ਕੀਤਾ ਸੀ:

"ਅੱਜ ਤੋਂ ਅਰਜਨ ਨਾਈ ਦੀ ਧੀ ਮਿੰਦੋ, ਮੇਰੀ ਧੀ ਏ। ਮਿੰਦੋ ਤੋਂ ਹਰ ਸਾਲ ਜਸਵੰਤ ਰੱਖੜੀ ਬੰਨਾਇਆ ਕਰੇਗਾ। ਮਿੰਦੋਂ ਦਾ ਵਿਆਹ ਮੈਂ ਖੁਦ ਕਰੂੰਗਾ।"

ਆਂਹਦੇ ਕੁੜੀ ਭੱਜ ਕੇ ਬਾਪੂ ਦੇ ਗਲ਼ ਲੱਗ ਗਈ ਸੀ। ਉਹ ਧਾਹੀਂ ਰੋ ਰਹੀ ਸੀ। ਬਾਪੂ ਨੇ ਖੂੰਡਾ ਸੁੱਟ ਕੁੜੀ ਨੂੰ ਕਲ਼ਾਵੇ 'ਚ ਲੈ ਲਿਆ ਸੀ। ਉਹ ਉਸ ਦਾ ਸਿਰ ਪਲ਼ੋਸਦਾ ਤੇ ਹੌਂਸਲਾ ਦਿੰਦਾ ਖੁਦ ਭਾਵੁਕ ਹੋ ਰਿਹਾ ਸੀ। ਤੇ ਰੋਂਦੀ ਹੋਈ ਕੁੜੀ ਨੇ ਕਿਹਾ ਸੀ :

"ਬਾਪੂ ਜੀ ਮੈਨੂੰ ਵੀ ਅੰਮ੍ਰਿਤ ਛਕਾ ਦਿਓ।"

ਇਸ ਦ੍ਰਿਸ਼ ਨੂੰ ਦੇਖ ਕੇ ਸੱਥ ਵਿੱਚ ਖੜੇ ਕਈਆਂ ਦੀਆਂ ਅੱਖਾਂ ਭਰ ਆਈਆਂ ਸਨ। ਬਾਪੂ ਖੁਦ ਰੋਣ ਲੱਗ ਪਿਆ ਸੀ।

ਪਰ ਮੈਨੂੰ ਬਾਪੂ ਖੂੰਡਾ ਉਲਾਰੀ ਆਪਣੇ ਵੱਲ ਆਉਂਦਾ ਦਿੱਸਣ ਲੱਗ ਪਿਆ ਸੀ। ਉਸ ਦੇ ਡਰ ਨਾਲ਼ ਮੇਰੀ ਚੁੱਪ ਬੋਲਣ ਲੱਗ ਪਈ ਸੀ:

-ਜੇ ਬਾਪੂ ਸੱਚੀਂ ਏਥੇ ਆ ਜਾਵੇ? ਲੈ ਉਹ ਕਿੱਥੋਂ ਆ ਜੂ? ਉਹ ਤਾਂ ਪਿੰਡ ਗਿਆ ਹੋਇਆ ਏ। ਫਿਰ ਵੀ ਕੀ ਪਤਾ ਉਸ ਫਰਿਸ਼ਤੇ ਦਾ?

-ਮੇਰੇ ਸਰੀਰ ਵਿੱਚ ਡਰ ਨਾਲ਼ ਕੰਬਣੀ ਜਿਹੀ ਲਰਜ਼ਾ ਰਹੀ ਸੀ। ਫਿਰ ਅਚਾਨਕ ਹੀ ਘੰਟਾ ਕੁ ਪਹਿਲਾ ਮਾਣੇ ਅਨੰਦ ਦੀ ਯਾਦ ਨੇ ਕੰਬਣੀ ਨੂੰ ਕਰੜਾਈ ਵਿੱਚ ਬਦਲਣਾ ਸ਼ੁਰੂ ਕਰ ਦਿੱਤਾ।

"ਕਰਨ ਕਰਾਵੇ ਆਪੇ ਆਪ.....।" ਦੇ ਖਿਆਲ ਨੇ ਬਾਪੂ ਲੁਕੋ ਲਿਆ। ਮਨ ਕਾਹਲ਼ਾ ਪੈਣ ਲੱਗਾ। ਖੂਨ ਦਾ ਚੱਕਰ ਤੇਜ਼ ਹੋ ਗਿਆ। ਨਜ਼ਰ ਵਾਰ-ਵਾਰ ਕਦੀ ਘੜੀ ਵੱਲ ਜਾਵੇ ਤੇ ਕਦੀ ਦਰਵਾਜ਼ੇ ਵੱਲ।

ਅਚਾਨਕ ਦਰਵਾਜ਼ਾ ਖੁੱਲ੍ਹਾ। ਉਹ ਅੰਦਰ ਆ ਗਈ। ਉਸ ਕੁੰਡੀ ਲਾ ਦਿੱਤੀ। ਉਹ ਮੇਰੇ ਨਾਲ਼ ਪੈ ਗਈ। ਉਸ ਵਿੱਚ ਕੋਈ ਕਾਹਲ਼ੀ ਨਹੀਂ ਸੀ। ਜਦੇ ਬਾਹਰ ਕੋਈ ਖੜ੍ਹਾਕ ਹੋਇਆ। ਅਸੀਂ ਤ੍ਰਬਕ ਕੇ ਉੱਠ ਬੈਠੇ। ਉਹ ਕਾਹਲ਼ੀ ਨਾਲ਼ ਕੱਪੜੇ ਸਮੇਟਦੀ ਹੋਈ ਰੁੱਖਾ ਜਿਹਾ ਬੋਲੀ ਸੀ:

"ਹੁਣ ਤੁਸੀਂ ਜਾਓ। ਹਾਂ ਫਿਰ ਕਦੇ ਕੋਸ਼ਿਸ਼ ਨਾ ਕਰਨਾ।"

ਪਰ ਮੇਰੇ ਕੋਲ਼ੋਂ ਕੋਸ਼ਿਸ਼ ਹੋ ਗਈ ਸੀ। ਦੋ ਕੁ ਮਹੀਨਿਆਂ ਬਾਅਦ ਹੀ। ਇਸੇ ਡੇਰੇ ਵਿੱਚ। ਇੱਕ ਐਤਵਾਰ ਸੀ। ਮੈਂ ਇੱਕ ਅਖੰਡ ਪਾਠ ਤੇ ਆਇਆ ਹੋਇਆ ਸੀ। ਐਂਵੇਂ ਹੀ ਸਵੇਰੇ 'ਪਸ਼ੂਘਰ' ਵੱਲ ਨਿਕਲ਼ ਆਇਆ। ਉਹ ਝੋਲ਼ਾ ਫੜੀ 'ਪਸ਼ੂਘਰ' ਦਾਖ਼ਲ ਹੁੰਦੀ ਮੇਰੀ ਨਜ਼ਰ ਪੈ ਗਈ। ਮੇਰੇ ਕਦਮ ਤੇਜ਼ ਹੋ ਗਏ। ਮੈਂ ਦੇਖਿਆ ਕਿ ਉਹ ਗਾਵਾਂ ਨੂੰ ਆਟੇ ਦੀਆਂ ਪੇੜੀਆਂ ਦੇ ਰਹੀ ਸੀ। ਇੱਕ ਇੱਕ ਪੇੜੀ ਉਹ ਸੱਭ ਨੂੰ ਦਿੰਦੀ ਗਈ ਤੇ ਅਖੀਰ 'ਚ 'ਵਲੈਤੀ ਢੱਠੇ' ਅੱਗੇ ਝੋਲ਼ਾ ਝਾੜ ਦਿੱਤਾ। ਉਹ ਵਾਪਸ ਤੁਰ ਪਈ। ਕੋਲ਼ੋਂ ਲੰਘਣ ਲੱਗੀ ਤੇ ਮੈਂ ਹੌਂਸਲੇ ਨਾਲ਼ ਪੁੱਛ ਹੀ ਲਿਆ :

"ਕਿੱਦਾ- ਬਣੂ ਕੋਈ ਜੁਗਾੜ?"

ਉਹ ਗੁਸੈਲ਼ਾ ਜਿਹਾ ਬੋਲੀ ਸੀ:

"ਕੰਮ ਕਰ ਆਪਣਾ, ਮੈਂ ਕੋਈ ਮੱਝ ਗਾਂ ਹਾਂ ਜੋ ਕਿੱਲੇ ਤੇ ਬੱਝੀ ਰਹਾਂ?"

-ਉਹ ਤੁਰਦੀ ਬਣੀ ਸੀ। ਮੈਂ ਖੜ੍ਹਾ ਹੀ ਰਹਿ ਗਿਆ ਸੀ। ਇਕੱਲਾ। ਪਸ਼ੂਘਰ 'ਚ।

ਪਸ਼ੂ ਘਰ 'ਚ ਮੈਂ ਤੇ ਸੱਤੀ ਹੁਣ ਵੀ ਪਹੁੰਚ ਚੁੱਕੇ ਹਾਂ। ਬੰਤ ਸਿੰਘ ਦੀ ਬੈਠਕ ਮੂਹਰੇ ਪਏ ਤਖਤਪੋਸ਼ 'ਤੇ ਬੈਠ ਗਏ ਹਾਂ। ਬੰਤ ਸਿੰਘ ਨਜ਼ਰੀ ਨੀ ਆ ਰਿਹਾ। ਸ਼ਾਇਦ ਲੰਗਰਖਾਨੇ ਗਿਆ ਹੋਵੇ। ਜਾਂ ਫਿਰ ਮੇਲੇ 'ਚ ਗੇੜੀ ਲਾਉਣ ਚਲੇ ਗਿਆ ਹੋਊ। ਮੈਨੂੰ ਧੜਕੂ ਜਿਹਾ ਫਿਰ ਲੱਗ ਗਿਆ ਹੈ ਕਿ ਕਿਤੇ ਸੱਤੀ ਪੁੱਛਣ ਹੀ ਨਾ ਲੱਗ ਜਾਵੇ ਕਿ ਅੰਕਲ 'ਹਰਨਾਕਸ਼' ਕਿਸਨੂੰ ਕਿਹਾ ਸੀ? ਇਹ ਉੱਠ ਕੇ ਟਾਇਲਟ ਵੱਲ ਚਲੇ ਗਿਆ

ਹੈ। ਮੈਨੂੰ ਸੁਖ ਦਾ ਸਾਹ ਆਇਆ ਹੈ।

ਮੱਝਾਂ-ਗਾਵਾਂ 'ਚੋਂ ਕੋਈ ਖੁਰਲੀ 'ਚ ਮੂੰਹ ਮਾਰ ਰਹੀ ਹੈ। ਕੋਈ ਅਰਾਮ ਨਾਲ਼ ਖੜੀ ਉਗਾਲ਼ੀ ਕਰ ਰਹੀ ਹੈ ਤੇ ਕੋਈ ਬੈਠੀ। ਪਰ ਪਰਸੋਂ ਲਿਆਂਦਾ ਵਲੈਤੀ ਨਸਲ ਦਾ 'ਢੱਟਾ' ਬੜਾ ਬੇਆਰਾਮ ਹੈ। ਇਹ ਕਦੇ ਮਿਟੀ 'ਚ ਸਿਰ ਦੇ ਰਿਹਾ ਹੈ। ਕਦੇ ਕਿੱਲੇ ਨਾਲ਼ ਟੱਕਰਾਂ ਮਾਰ ਰਿਹਾ ਹੈ। ਸ਼ਾਇਦ ਏਨੂੰ ਵੀ ਕਿੱਲੇ ਨਾਲ਼ ਬੱਝੇ ਰਹਿਣਾ ਮਨਜ਼ੂਰ ਨਹੀਂ।

ਮੈਨੂੰ ਜੋਗਾ ਸਿੰਘ ਫਿਰ ਯਾਦ ਆ ਗਿਆ ਹੈ।

ਸਤਨਾਮ ਉਸ ਨੂੰ ਅੱਗੇ ਪੁੱਛ ਰਿਹਾ ਸੀ :

"ਭਾਜੀ ਦਾਰੂ ਸ਼ਾਰੂ ਬਾਰੇ ਕੀ ਵਿਚਾਰ ਹੈ?"

-ਸਤਨਾਮ ਸਿੰਹਾਂ ਸਾਰੇ ਪਾਸੀਂ ਪੜਦੇ-ਛੜਦੇ ਹੀ ਨੇ। ਲੈ ਜਿਸ ਪਿੰਡ 'ਚ ਮੈਂ ਰਹਿੰਦਾ ਹਾਂ -ਪਿੰਡ ਵਾਲ਼ਿਆਂ ਮੈਨੂੰ ਰਿਹਾਇਸ਼ ਵੀ ਗੁਰਦੁਆਰੇ 'ਚ ਹੀ ਦਿੱਤੀ ਹੋਈ ਹੈ। ਸੋ ਗੁਰੂ ਘਰ ਕਰਕੇ ਬਾਲ਼ਾ ਹੀ ਪੜਦਾ ਰੱਖਣਾ ਪੈਂਦਾ। ਪਰ ਚੱਲੀ ਜਾਂਦਾ ਸਭ ਕੁਝ। ਲੈ ਹੋਰ ਸੁਣ-ਉਸ ਪਿੰਡ ਦਾ ਇੱਕ ਬੰਦਾ ਏ ਮੇਜਰ ਸਿੰਘ। ਉਹ ਹਰ ਸਾਲ ਆਉਂਦਾ ਕਨੇਡਾ ਤੋਂ... ਤੇ ਹਰ ਸਾਲ ਹੀ ਇੱਕ ਬਾਹਰਲੀ ਬੋਤਲ ਪੜਦੇ ਨਾਲ਼ ਦਿੰਦਾ ਹੁੰਦਾ। ਐਤਕੀਂ ਉਹ ਆਪਣੀ ਕੁੜੀ 'ਸਵੀਟੀ' ਦਾ ਵਿਆਹ ਕਰਨ ਆਇਆ ਸੀ। ਉਸ ਦਾ ਟੱਬਰ ਨਾਲ਼ ਸੀ। ਜਕ ਜਿਹੀ 'ਚ ਹੀ ਮੈਂ ਮਿਲਣ ਜਾਣ 'ਚ ਹੋ ਗਿਆ ਲੇਟ। ਇੱਕ ਦਿਨ ਉਸ ਦਾ ਸੁਨੇਹਾ ਹੀ ਆ ਗਿਆ। ਮਿਲ਼ ਕੇ ਜਦੋਂ ਮੈਂ ਵਾਪਸ ਆਉਣ ਲੱਗਾ ਤਾਂ ਮੇਜਰ ਮੈਨੂੰ ਪਿਛਲੇ ਅੰਦਰ ਲੈ ਗਿਆ ਤੇ ਬੋਲਿਆ:

"ਭਾਈ ਜੀ ਐਤਕੀਂ ਬਾਹਰਲੀ ਬਚਾ ਨੀ ਸਕਿਆ ਤੁਹਾਡੇ ਲਈ। ਲੈ ਤਾਂ ਇਸ ਵਾਰ ਮੈਂ ਚਾਰ ਆਇਆ ਸੀ-ਜਾਨੀਵਾਕਰ ਬਲੈਕ ਲੈਵਲ ਦੀਆਂ। ਕੱਲ ਐਮ.ਐਲ.ਏ. ਆ ਗਿਆ। ਪੀਂਦੇ ਪੀਂਦੇ ਦੱਸ ਹੋ ਗਿਆ ਕਿ ਐਤਕੀਂ ਚਾਰ ਲੈ ਕੇ ਆਇਆ ਹਾਂ। ਦੋ ਤਾਂ ਅਸੀਂ ਨੇੜੇ ਹੀ ਕਰਤੀਆਂ। ਦੋ ਮੰਗ ਕੇ ਲੈ ਗਿਆ। ਸਾਲ਼ਾ ਖਹਿੜੇ ਹੀ ਪੈ ਗਿਆ। ਭੁੱਖ ਕਿਤੋਂ ਦੀ।

"ਖੈਰ ਸ਼ਰਾਬ ਤਾਂ ਸ਼ਰਾਬ ਹੁੰਦੀ ਐ... ਐਵੇਂ ਬਾਹਰਲੀ ਦੀ ਖਿਚ ਹੀ ਹੈ। ਅਸੀਂ ਤਾਂ ਅੱਕੇ ਪਏ ਹਾਂ ਬਾਹਰਲੀ ਤੋਂ। ਆ ਮੈਂ ਅੱਜ ਹੀ ਲੈ ਕੇ ਆਇਆ ਹਾਂ ਪੀਟਰ ਸਕਾਚ ਦੀ ਪੇਟੀ- ਖੋਲ੍ਹੋ ਏਸ ਨੂੰ। ਕਰੋ ਮਹੂਰਤ। ਲਾਓ ਭੋਗ। ਇੱਕ ਬੋਤਲ ਦਿਓ ਡੱਬ 'ਚ। ਤੇ ਆਹ ਚੁੱਕੋ ਮੀਟ ਦਾ ਭਰਿਆ ਡੋਲੂ ਜਾ ਕੇ ਕਰੋ ਇਨਜੁਆਏ।"

-ਆਪਾਂ ਬੋਤਲ ਦਿੱਤੀ ਡੱਬ 'ਚ-ਉੱਤੋਂ ਕੱਸਿਆ ਕਮਰ-ਕਸਾ -ਸਤਿਨਾਮ ਕਹਿ ਕੇ ਚੁੱਕਿਆ ਡੋਲੂ ਤੇ ਘਰ ਪਹੁੰਚ ਗਏ। ਘਰ ਵਾਲ਼ੀ ਅਤੇ ਇੱਕ ਸਿਖਾਂਦਰੂ ਕੁੜੀ ਨੇ ਨਿੱਤਨੇਮ ਕਰ ਛੱਡਿਆ ਸੀ। ਆਪਾਂ ਸਿੱਧੇ ਪਿਛਲੇ ਅੰਦਰ। ਜਾਣੀ ਜਾਣ ਘਰ ਵਾਲ਼ੀ ਸਭ ਸਮਝ ਗਈ। ਉਸ ਦੀ ਤਾਂ ਤੋਰ ਹੀ ਬਦਲ ਗਈ। ਜਿੰਦਾਂ ਉਹਨੂੰ ਮੇਤੋਂ ਵੀ ਪਹਿਲਾਂ ਨਸ਼ਾ ਹੋ ਗਿਆ ਹੋਵੇ। ਉਸ ਪਾਣੀ ਵਗੈਰਾ ਲਿਆ ਦਿੱਤਾ। ਇੱਕ ਕੌਲੀ ਮੀਟ ਦੀ ਭਰ ਕੇ ਲੈ ਗਈ ਆਪ। ਆਪਾਂ ਲਿਆ ਸਤਿਗੁਰੂ ਦਾ ਨਾਂ ਗਲਾਸੀ ਕੀਤੀ ਪੌਣੀ... ਧਰਤ ਮਾਂ ਨੂੰ ਦਿੱਤਾ ਛਿੱਟਾ ਤੇ ਗਲ਼ ਦੇਣੀ ਅੰਦਰ।

-ਸਤਨਾਮ ਜਦੋਂ ਮੈਨੂੰ ਨਸ਼ਾ ਹੋ ਗਿਆ ਤਾਂ ਸਾਹਮਣੇ ਪਈ ਬੋਤਲ 'ਚ ਮੈਨੂੰ ਮੇਜਰ ਦੀ 'ਸਵੀਟੀ' ਨੱਚਦੀ ਦਿਸੇ। ਮੇਰੇ ਅੰਦਰ ਇੱਕ ਸਵਾਲ ਉੱਠ ਪਿਆ ਬਈ ਇਹ ਲੋਕ ਨਵੀਂ ਕਣਕ ਆਈ ਤੇ ਪਹਿਲਾਂ ਰੋਟੀ ਸਾਨੂੰ ਖਵਾਉਂਦੇ ਨੇ। ਮੱਕੀ ਵੇਲੇ ਵੀ ਇੱਦਾਂ ਹੀ ਕਰਦੇ ਨੇ। ਮੱਝ ਗਾਂ ਸੂਈ ਤੇ ਵੀ ਪਹਿਲਾਂ ਦੁੱਧ ਸਾਨੂੰ। ਫਿਰ ਜਦੋਂ ਇਨ੍ਹਾਂ ਦੇ ਕੁੜੀ ਜਵਾਨ ਹੁੰਦੀ ਹੈ ਤਾਂ ਪਹਿਲਾਂ ਭੋਗ ਸਾਤੋਂ ਕਿਉਂ ਨਹੀਂ ਲਗਵਾਉਂਦੇ?

"ਓ ਹਰਾਮ ਦਿਓ! ਤੁਹਾਡੀ ਭੈਣ ਨੂੰ....।" ਮੇਰੇ ਮੂੰਹੋਂ ਨਿਕਲ਼ਦਾ ਨਿਕਲ਼ਦਾ ਰਹਿ ਗਿਆ। ਵਾਖਰੂ-ਵਾਖਰੂ ਕਰਦਾ ਕਰਦਾ ਮੈਂ ਉੱਠ ਬੈਠਾ।

-ਜੋਗਾ ਤੇ ਸਤਨਾਮ ਠਠੰਬਰ ਗਏ।

-ਚਿੱਤ ਕਰੇ ਸ੍ਰੀ ਸਾਹਿਬ ਜੋਗੇ ਦੇ ਢਿੱਡ 'ਚ ਖੋਭ ਦਿਆਂ।

ਮੈਂ ਹੋਰ ਚਿਰ ਅੰਦਰ ਬੈਠ ਨਹੀਂ ਸੀ ਸਕਿਆ। ਬਾਕੀ ਰਾਤ ਏਧਰ ਉੱਧਰ ਫਿਰ ਕੇ ਹੀ ਕੱਟੀ। ਨਾ ਸਮਝ ਆਉਣ ਵਾਲ਼ੀ ਬੇਚੈਨੀ 'ਚ। ਤੇ ਇਹੀ ਬੇਚੈਨੀ ਮੈਨੂੰ ਸਵੇਰੇ-ਸਵੇਰੇ ਘਰ ਲੈ ਗਈ।

-ਘਰ ਪਹੁੰਚਾ ਤੇ ਪਲੱਸ-ਵੰਨ 'ਚ ਪੜ੍ਹਦੀ ਪੋਤੀ ਰਜਵੰਤ ਸਾਈਕਲ ਲੈ ਕੇ ਦਰੋਂ ਬਾਹਰ ਨਿਕਲ਼ਦੀ ਮਿਲ਼ ਗਈ। ਪਤਾ ਨੀ ਕਿਉਂ ਉਹਦੀ 'ਸਾਸਰੀਕਾਲ' ਦਾ ਜੁਆਬ ਚੱਜ ਨਾਲ਼ ਨਹੀਂ ਸੀ ਦੇ ਹੋਇਆ। ਸਿਰ ਤੇ ਪਿਆਰ ਦੇ ਕੇ ਨੀਵੀਂ ਜਿਹੀ ਪਾਈ ਅੰਦਰ ਲੰਘ ਗਿਆ ਸੀ। ਵਿਹੜੇ 'ਚ ਹੋਰ ਕੋਈ ਨਹੀਂ ਸੀ ਦਿਖਾਈ ਦਿੱਤਾ। ਪਸ਼ੂਆਂ ਵਾਲ਼ੇ ਪਾਸੇ ਚਲੇ ਗਿਆ ਸੀ। ਮਾਂ ਪੁੱਤ ਸੱਜਰ ਸੂਈ ਪਲੂਣ ਵੈੜ੍ਹ ਦੀ ਬੌਲ਼ੀ ਕੱਢਣ 'ਚ ਮਗਨ ਸਨ। ਵੈੜ੍ਹ ਔਲ਼ ਮੰਨ ਰਹੀ ਸੀ। ਉਹ ਪਿਆਰ ਤੇ ਸਖ਼ਤੀ ਦੋਹਾਂ ਤੋਂ ਕੰਮ ਲੈ ਰਹੇ ਸਨ। ਫਿਰ ਘਰ ਵਾਲ਼ੀ ਬੋਲੀ ਸੀ :

"ਲੈ ਪੁੱਤ ਆਹ ਦੋ ਕੁ ਛੰਨੇ ਨਿਕਲ਼ ਆਏ ਨੇ। ਤੂੰ ਵੱਛੀ ਨੂੰ ਛੱਡ ਦੇ-ਮੈਂ ਚੁੰਘਾਉਂਦੀ ਹਾਂ ਏਨੂੰ। ਤੂੰ ਇਹ ਬੌਲ਼ੀ ਭੱਜ ਕੇ ਗੁਰਦੁਆਰੇ ਭਾਈ ਜੀ ਨੂੰ ਫੜਾ ਆ। ਪਹਿਲੇ ਸੂ ਦੀ ਪਹਿਲੀ ਬੌਲ਼ੀ ਹੈ। ਐਵੇਂ ਘਰ ਜੂਠੇ ਮੂਠੇ ਹੱਥ ਲੱਗ ਜਾਣਗੇ।"

ਮੇਰੇ ਅੱਗ ਲੱਗ ਗਈ ਸੀ। ਦਿਲ ਕੀਤਾ ਸੀ, ਖੋਹ ਕੇ ਡੋਲ੍ਹ ਦੇਵਾਂ। ਪਰ ਨਹੀਂ ਕਰ ਸਕਿਆ ਸੀ ਕੁੱਝ ਵੀ। ਮਨ ਵਿੱਚ ਭਾਈ ਜੋਗੇ ਲਈ ਗਾਲ੍ਹਾਂ ਦੀ ਨੇਰ੍ਹੀ ਚਲ ਪਈ ਸੀ। ਛੋਟਾ ਦਰਵਾਜ਼ਾ ਖੋਲ੍ਹ ਖੇਤਾਂ ਵੱਲ ਨਿਕਲ਼ ਗਿਆ ਸੀ। ਕਣਕ ਨਿੱਸਰ ਰਹੀ ਸੀ। ਮੈਂ ਇੱਥੇ ਵੀ ਬਹੁਤਾ ਚਿਰ ਨਹੀਂ ਸੀ ਖੜ ਸਕਿਆ। ਅੱਚੋ ਆਈ 'ਚ ਵਾਪਸ ਤੁਰ ਪਿਆ ਸੀ। ਘਰਵਾਲ਼ੀ ਨੇ ਚਾਹ ਵੀ ਨਹੀਂ ਸੀ ਪੁੱਛੀ।

"ਲੈ ਮਾਸਟਰ ਚਾਹ ਪੀ।" ਬੰਤ ਸਿੰਘ ਤਖਤ ਪੋਸ਼ ਤੇ ਕੇਤਲੀ ਟਿਕਾਉਂਦਾ ਬੋਲਿਆ ਏ। ਸੱਤੀ ਵੀ ਆ ਚੁੱਕਾ ਹੈ। ਮੈਨੂੰ ਇਹਨਾਂ ਦੀ ਆਮਦ ਦਾ ਪਤਾ ਨਹੀਂ ਸੀ ਲੱਗਾ।

ਬੰਤ ਸਿੰਘ ਨੇ ਬੈਠਕ ਦੇ ਦਰ ਖੋਲ੍ਹ ਦਿੱਤੇ ਹਨ। ਕਲੋਜ਼ ਸਰਕਟ ਟੀ.ਵੀ.ਚੱਲ ਰਿਹਾ ਏ। ਸਟੇਜ ਦਾ ਪ੍ਰੋਗਰਾਮ ਨਾਲ਼ੋਂ ਨਾਲ਼ ਦਿਸ ਰਿਹਾ ਏ। ਬੰਤ ਸਿੰਘ ਨੇ ਆਵਾਜ਼ ਥੋੜ੍ਹੀ ਜਿਹੀ ਉੱਚੀ ਕਰ ਦਿੱਤੀ ਹੈ।

"ਚਾਹ ਦਾ ਕੀ ਪੀਣਾ-ਰੋਟੀ ਲਿਆ ਬੰਤ ਸਿਹਾਂ ਭੁੱਖ ਲੱਗੀ ਆ।" ਮੇਰੇ ਆਖਣ 'ਤੇ ਉਹ ਲੰਗਰ ਵੱਲ ਤੁਰ ਪਿਆ ਹੈ।

ਟੀ.ਵੀ. ਤੇ ਸੰਤ ਨਿਰਮਲ ਸਿੰਘ ਦੀ ਆਵਾਜ਼ ਗੂੰਜੀ ਹੈ :

"ਜੇ ਤੂੰ ਨਾ ਔਂਦਾ ਰਾਮਾ, ਪਰਲ੍ਹਾਦ ਡੋਲ ਜਾਂਦਾ.....।"

ਮੈਨੂੰ ਪਰਲਾਹਦ ਦਾ ਨਾਂ ਸੁਣ ਕੇ ਸੱਤੀ ਕੋਲ਼ੋਂ ਫਿਰ ਡਰ ਲੱਗਾ ਹੈ। ਸੱਤੀ ਦੇ ਹਾਵ-ਭਾਵ ਬਦਲੇ ਹਨ। ਇਸ ਨੂੰ ਲੂਹਣ ਜਿਹੀ ਲੱਗੀ ਹੈ। ਇਸ ਨੇ ਉੱਠ ਕੇ ਟੀ.ਵੀ. ਬੰਦ ਕਰ ਦਿੱਤਾ ਹੈ।

"ਸਾਲ਼ੇ ਬਗਲੇ ਭਗਤ" ਬੈਠਦਾ ਬੁੜਬੁੜਾਇਆ ਹੈ।

"ਨਾ ਸੱਤੀ ਏਦਾਂ ਨੀ ਸੋਚੀਦਾ। ਤੁਹਾਡੇ ਪਿਤਾ ਜੀ ਮਹਾਨ ਹਨ। ਬਾਬੇ ਨਾਨਕ ਦੇ ਪੈਰੋਕਾਰ। ਬਾਬੇ ਵੀ ਲੋਕਾਂ ਨੂੰ ਤਾਰਨ ਖਾਤਰ ਚਾਰ ਉਦਾਸੀਆਂ ਕੀਤੀਆਂ। ਤੁਹਾਡੇ ਪਿਤਾ ਜੀ ਵੀ ਹਰ ਸਾਲ ਗਿਆਨ ਵੰਡਣ ਖਾਤਰ ਦੇਸ਼-ਵਿਦੇਸ਼ ਦਾ ਭਰਮਣ ਕਰਦੇ ਹਨ।" ਕਾਹਲ਼ੀ ਕਾਹਲ਼ੀ ਮੇਰੇ ਮੂੰਹੋਂ ਨਿਕਲ਼ ਗਿਆ ਹੈ।

"ਮਾਸਟਰ ਅੰਕਲ, ਬੀ.ਏ.ਤੱਕ ਤਾਂ ਮੈਂ ਵੀ ਪੜ੍ਹਿਆ ਹਾਂ। ਤੀਹ ਬੱਤੀ ਸਾਲ ਮਾਸਟਰੀ ਤੁਸੀਂ ਵੀ ਕੀਤੀ ਹੈ। ਕਿਤੇ ਜਾਣਕਾਰੀ 'ਚ ਆਇਆ ਬਈ ਪਹਿਲੀ ਉਦਾਸੀ ਤੋਂ ਆ ਕੇ ਬਾਬੇ ਨੇ ਜ਼ਮੀਨ ਖਰੀਦੀ ਜਾਂ ਫਿਰ ਦੂਜੀ ਤੋਂ ਆ ਕੇ ਹਾਥੀ ਘੋੜੇ ਜਾਂ ਤੀਜੀ ਤੋਂ ਆ ਕੇ ਮਹਿਲ ਉਸਾਰ ਲਏ। ਸਭ ਸਾਲ਼ੇ ਠਿਕ-ਠਿਕੇ ਨੇ।"

-ਇਹ ਪਿਓ ਵਾਲ਼ੇ ਮਾਮਲੇ 'ਚ ਪੂਰਾ ਤਿੜਿਆ ਪਿਆ ਏ। ਕਿਤੇ ਇਸ ਤਿੜ ਦਾ ਕਾਰਨ ਬੰਤ ਸਿੰਘ ਵਾਲ਼ੀ ਗੱਲ ਤਾਂ ਨਾ ਹੋਊ? 'ਪਹਿਲੇ ਸਾਲ਼ੀ ਹੁਣ ਨੂੰਹ ਵਾਲ਼ੀ।' ਕੀ ਇਹ ਸੱਚੀ ਹੋਊ? ਨਹੀਂ ਏਦਾਂ ਨਹੀਂ ਹੋ ਸਕਦਾ। ਚਲੋ ਸਾਲ਼ੀ ਵਾਲ਼ੀ ਗੱਲ ਤਾਂ ਸਬੱਬ ਬਣ ਗਿਆ।

ਵੀਹ ਵਰ੍ਹੇ ਪਹਿਲਾਂ ਸੰਤ ਜੀ ਦੇ ਘਰ ਵਾਲ਼ੀ ਸਵਰਨ ਕੌਰ ਹੋ ਗਈ ਬਿਮਾਰ। ਪਹਿਲਾਂ ਅਧਰੰਗ ਫਿਰ ਗਠੀਆ। ਵੀਹ ਕੁ ਸਾਲ ਦੀ ਸਿਮਰਨ ਆ ਗਈ ਭੈਣ ਦੀ ਸੇਵਾ ਕਰਨ। ਸੰਤ ਜੀ ਦਾ ਸਹੁਰਾ ਕੁੱਝ ਸਾਲ ਪਹਿਲਾਂ ਸੁਰਗਵਾਸ ਹੋ ਗਿਆ ਸੀ। ਸਾਲ਼ਾ ਕੋਈ ਹੈ ਨਹੀਂ ਸੀ। ਥੋੜ੍ਹੇ ਚਿਰ੍ਹੀਂ ਸਿਮਰਨ ਦੀ ਮਾਂ ਵੀ ਡੇਰੇ ਆ ਗਈ, ਬੱਸ ਫਿਰ ਡੇਰੇ ਦੀਆਂ ਹੋ ਕੇ ਰਹਿ ਗਈਆਂ। ਕਹਿੰਦੇ ਮਾਂ ਮਰਦੇ ਦਮ ਤੱਕ ਸਿਮਰਨ ਨੂੰ ਵਿਆਹ ਕਰਵਾਉਣ ਲਈ ਕਹਿੰਦੀ ਰਹੀ। ਪਰ ਸਿਮਰਨ ਨੇ ਭੈਣ ਦੀ ਸੇਵਾ ਜਾਂ ਫਿਰ ਸ਼ਹੀਦ ਸਿੰਘਾਂ ਦੀ ਸੇਵਾ ਨੂੰ ਤਰਜੀਹ ਦਿੱਤੀ। ਅੱਜ ਸਿਮਰਨ ਦੀ ਮਰਜ਼ੀ ਤੋਂ ਬਿਨਾਂ ਡੇਰੇ ਪੱਤਾ ਨਹੀਂ ਹਿੱਲਦਾ।

ਸਿਮਰਨ ਦੀ ਸੱਤੀ ਦੇ ਘਰਵਾਲ਼ੀ ਹਰਪ੍ਰੀਤ ਨਾਲ਼ ਬਹੁਤ ਸਾਂਝ ਹੈ। ਹਰਪ੍ਰੀਤ ਅੱਜਕੱਲ ਡੇਰੇ ਆਉਂਦੀ ਵੀ ਜ਼ਿਆਦਾ ਹੈ। ਦੱਸਦੇ ਨੇ ਸੱਤੀ ਸਮਝਾ-ਸਮਝਾ ਕੇ ਥੱਕ ਗਿਆ ਹੈ ਪਰ ਉਹ ਪ੍ਰਵਾਹ ਨਹੀਂ ਕਰਦੀ। ਉਸ ਨੇ ਨਿਆਣੇ ਵੀ ਆਪਣੇ ਪੱਖ 'ਚ ਕੀਤੇ ਹੋਏ ਹਨ। ਪਰ ਲੋਕਾਂ ਵਲੋਂ ਹਰਪ੍ਰੀਤ ਦਾ ਨਾਂ ਸੰਤਾਂ ਨਾਲ਼ ਜੋੜਨਾ ਮੈਨੂੰ ਠੀਕ ਨਹੀਂ ਲੱਗਦਾ। ਪਚਵੰਜਾ-ਛਪੰਜਾ ਸਾਲ ਦਾ ਸੰਤ ਇਹੋ ਜਿਹੀ ਹਰਕਤ ਕਿਉਂ ਕਰੂ? ਉੱਤੋਂ ਸਿਮਰਨ ਕਿਵੇਂ ਬਰਦਾਸ਼ਤ ਕਰੂ? ਨੂੰਹ ਧੀ ਵਿੱਚ ਫਰਕ ਵੀ ਕੀ ਹੁੰਦਾ ਹੈ? ਨਹੀਂ

ਨਹੀਂ ਮੇਰਾ ਮਨ ਨਹੀਂ ਮੰਨਦਾ। ਸੰਤ ਇਹੋ ਜਿਹੇ ਨਹੀਂ ਹੋ ਸਕਦੇ। ਚਲੋਂ ਸਾਲ਼ੀ ਵਾਲ਼ੀ ਗੱਲ ਤਾਂ ਹੋਰ ਸੀ। ਲੋਕ ਤਾਂ ਐਵੇ ਰੌਲ਼ਾ ਪਾ ਦਿੰਦੇ ਹਨ।

ਰੌਲ਼ਾ ਲੰਗਰ ਵਾਲ਼ੇ ਪਾਸੇ ਪੈ ਗਿਆ ਹੈ। ਅਮਲੀ ਬੰਤ ਸਿੰਘ ਹੀ ਰੌਲ਼ਾ ਪਾਉਂਦਾ ਆ ਰਿਹਾ ਹੈ। ਉਹ ਸੱਤੀ ਦਾ ਨਾਂ ਲੈ ਕੇ ਕਹਿ ਰਿਹਾ ਹੈ:

"ਓ ਸੱਤੀ ਤੇਰਾ ਗੋਲੂ ਦਾਲ਼ ਵਾਲ਼ੇ ਪਤੀਲੇ 'ਚ ਡਿੱਗ ਪਿਆ ਓਏ!"

ਗੋਲੂ ਸੱਤੀ ਦਾ ਵੱਡਾ ਮੁੰਡਾ ਹੈ। ਤੇਰਾ ਕੁ ਸਾਲ ਦਾ। ਸਰੀਰੋਂ ਜਰਾ ਮਾੜਹਾਰਾ। ਅੱਠਵੀਂ 'ਚ ਪੜ੍ਹਦਾ ਹੈ।

ਮੈਂ ਵੀ ਸੱਤੀ ਦੇ ਮਗਰ ਭੱਜ ਲਿਆ ਹਾਂ।

ਜਾ ਕੇ ਪਤਾ ਲੱਗਦਾ ਹੈ ਕਿ ਗੋਲੂ ਹੁਰੀ ਰੋਜ਼ ਦੀ ਤਰ੍ਹਾਂ ਲੰਗਰ 'ਚ ਸੇਵਾ ਕਰ ਰਹੇ ਸਨ। ਉਸ ਦਾ ਜਮਾਤੀ ਭਈਆਂ ਦਾ ਮੁੰਡਾ ਬਨਵਾਰੀ ਵੀ ਸੇਵਾ ਕਰ ਰਿਹਾ ਸੀ। ਉਹ ਦੋਵੇਂ ਕਿਸੇ ਗੱਲੋਂ ਲੜ ਪਏ। ਬਨਵਾਰੀ ਨੇ ਮਾਰਿਆ ਧੱਕਾ। ਗੋਲੂ ਕੋਲ਼ ਪਏ ਦਾਲ਼ ਦੇ ਪਤੀਲੇ 'ਚ ਡਿੱਗ ਪਿਆ। ਦਾਲ਼ ਸੀ ਬਹੁਤ ਗਰਮ। ਹੱਥ ਪਤੀਲੇ 'ਚ ਲੱਗਣ ਕਾਰਨ ਗੋਲੂ ਦਾ ਮੂੰਹ ਦਾਲ਼ 'ਚ ਡੁੱਬਣੋਂ ਬਚ ਗਿਆ। ਪਰ ਗਰਮ ਦਾਲ਼ ਦੇ ਛਿੱਟੇ ਕਾਫ਼ੀ ਪੈ ਗਏ। ਖਾਸ ਕਰਕੇ ਸੱਜੀ ਅੱਖ 'ਚ।

ਮੁੰਡਾ ਬੁਰੀ ਤਰ੍ਹਾਂ ਕਰਾਹ ਰਿਹਾ ਹੈ। ਕੋਈ ਜਾਣੂ ਗੱਡੀ ਲੈ ਆਇਆ ਹੈ। ਮੈਨੂੰ ਵੀ ਸੱਤੀ ਨੇ ਨਾਲ਼ ਬਿਠਾ ਲਿਆ ਹੈ।

ਹਸਪਤਾਲ਼ ਪਹੁੰਚ ਗਏ ਹਾਂ। ਡਾਕਟਰਾਂ ਨੇ ਨੱਠ ਭੱਜ ਕੀਤੀ ਹੈ। ਕਈ ਇੰਜੈਕਸ਼ਨ ਲਾ ਦਿੱਤੇ ਹਨ। ਗੋਲੂ ਦੀ ਕੁਰਲਾਹਟ ਘੱਟ ਗਈ ਹੈ। ਇਹ ਹੌਲ਼ੀ ਹੌਲ਼ੀ ਚੁੱਪ ਹੋ ਗਿਆ ਹੈ।

ਅੱਖ ਨੂੰ ਸਾਫ਼ ਕਰਕੇ ਕੋਈ ਦਵਾਈ ਪਾ ਦਿੱਤੀ ਗਈ ਹੈ। ਪੱਟੀ ਬੰਨ੍ਹ ਦਿੱਤੀ ਹੈ। ਅੱਖਾਂ ਦੇ ਮਾਹਰ ਡਾਕਟਰ ਨੇ ਦੱਸਿਆ ਹੈ ਕਿ ਨਜ਼ਰ ਬਿੱਲਕੁਲ ਠੀਕ ਹੈ। ਲੂਣ ਮਿਰਚ ਵਾਲ਼ੇ ਪਾਣੀ ਨੇ ਹੀ ਜਲਣ ਲਾਈ ਸੀ। ਪੱਟੀ ਤਾਂ ਇਤਹਾਦ ਵਜੋਂ ਹੀ ਬੰਨ੍ਹੀ ਹੈ। ਅੱਖ ਦੀ ਚਿੰਤਾ ਕਰਨ ਦੀ ਲੋੜ ਨਹੀਂ।

ਸੱਤੀ ਦੀ ਚਿੰਤਾ ਕੁੱਝ ਘਟ ਗਈ ਹੈ। ਇਸ ਨੇ ਲੰਮਾ ਸਾਹ ਲਿਆ ਹੈ।

ਛਾਲੇ-ਛਾਲੇ ਹੋਈਆਂ ਬਾਹਵਾਂ ਵੀ ਸਾਫ਼ ਕਰਕੇ ਕੋਈ ਪਾਊਡਰ ਵਗੈਰਾ ਪਾ ਦਿੱਤਾ ਹੈ।

ਗੋਲੂ ਸੌਂ ਗਿਆ ਹੈ।

ਸੱਤੀ ਦੇ ਘਰੋਂ ਵੀ ਆ ਗਈ ਹੈ।

ਇਹ ਆਉਂਦੀ ਹੀ ਡੁਸਕਣ ਲੱਗ ਪਈ ਹੈ।

ਮੈਂ ਹੌਸਲਾ ਦਿੰਦਾ ਹਾਂ।

ਇਸ ਦੇ ਹੱਥ ਜੁੜ ਗਏ ਨੇ। ਅੱਖਾਂ ਮੁੰਦੀਆਂ ਗਈਆਂ ਹਨ। ਬੁੱਲ੍ਹ ਫਰਕੇ ਹਨ :

"ਹੇ ਸ਼ਹੀਦ ਸਿੰਘੋਂ। ਆਪਣੇ ਬੱਚੇ ਦੀ ਰੱਖਿਆ ਕਰੋ। ਆਪਣੇ ਭਗਤ ਦੀ ਪੈਜ ਰੱਖੋ। ਮਿਹਰ............।"

ਸੱਤੀ ਨੇ ਖਾ ਜਾਣ ਵਾਲ਼ੀ ਨਜ਼ਰ ਨਾਲ਼ ਦੇਖਿਆ ਹੈ। ਇਹ ਉੱਠ ਕੇ ਖੜ੍ਹਾ ਹੋ ਗਿਆ ਹੈ।

ਮੈਂ ਡਰ ਗਿਆ ਹਾਂ ਕਿਤੇ ਹਰਪ੍ਰੀਤ ਦੇ ਜੜ ਹੀ ਨਾ ਦੇਵੇ। ਮੈਂ ਗੱਲ ਆਪਣੇ ਹੱਥ ਲੈਂਦਾ ਹਾਂ:

"ਹਰਪ੍ਰੀਤ ਜਿਗਰਾ ਰੱਖ। ਗੋਲੂ ਠੀਕ ਹੈ। ਬਚਾਅ ਹੋ ਗਿਆ। ਪਰਮਾਤਮਾ ਰੱਖ ਗਿਆ ਹੱਥ ਦੇ ਕੇ। ਹਾਂ, ਪਰਸੋਂ ਤੋਂ ਸ਼ੁਰੂ ਹੋ ਰਹੇ ਪੇਪਰ ਨਹੀਂ ਦੇ ਸਕੂਗਾ। ਸਾਲ ਮਾਰਿਆ ਗਿਆ ਵਿਚਾਰੇ ਦਾ।

"ਕਜੀਆ ਬੋਰਡ ਦੀ ਕਲਾਸ ਦਾ ਹੈ। ਜੇ ਛੇਵੀਂ ਸੱਤਵੀਂ ਹੁੰਦੀ ਤਾਂ ਕਹਿ ਸੁਣ ਕੇ ਪਾਸ ਕਰਵਾ ਦਿੰਦੇ।"

ਹਰਪ੍ਰੀਤ ਰੋਈ ਜਾ ਰਹੀ ਹੈ।

ਸੱਤੀ ਰੁੱਖਾ ਜਿਹਾ ਬੋਲਿਆ ਹੈ :

"ਮੈਂ ਪਿੰਡ ਜਾ ਆਵਾਂ। ਲਵੇਰੇ ਚੋ ਕੇ ਸਕੂਟਰ ਲੈ ਕੇ ਮੁੜ ਆਊਗਾ। ਤੂੰ ਏਥੇ ਠਹਿਰੇਗੀ?"

ਇਸ ਨੇ ਰੋਂਦੀ ਹੋਈ ਨੇ ਹਾਂ ਵਿੱਚ ਸਿਰ ਹਿਲਾ ਦਿੱਤਾ ਹੈ।

"ਆ ਮਾਸਟਰ ਅੰਕਲ ਚੱਲੀਏ।" ਆਖ ਤੁਰ ਪਿਆ ਹੈ।

ਮੈਂ ਵੀ ਮਗਰ ਤੁਰ ਪਿਆ ਹਾਂ।

ਬੱਸ 'ਚ ਬੈਠ ਗਏ ਹਾਂ।

ਦੁਪਾਸੀ ਚੁੱਪ ਛਾਈ ਹੋਈ ਹੈ।

'ਹਰਨਾਕਸ਼' ਵਾਲ਼ੀ ਗੱਲ ਦੇ ਪੁੱਛ ਪੁਛੱਈਏ ਤੋਂ ਵੀ ਮੈਂ ਡਰ ਰਿਹਾ ਹਾਂ।

ਗੱਲ ਹੋਰ ਪਾਸੇ ਪਾਉਣ ਦੀ ਨੀਤ ਨਾਲ਼ ਮੈਂ ਆਖਿਆ ਹੈ :

"ਸੱਤੀ ਸੰਤ ਜੀ ਆਉਣਗੇ? ਗੋਲੂ ਨੂੰ ਦੇਖਣ।"

"ਦਿਲ ਕਰਦਾ ਗੋਲ਼ੀ ਮਾਰ ਦਿਆਂ ਤੁਹਾਡੇ ਸੰਤ ਦੇ।" ਇਹ ਉਬਲ਼ ਪਿਆ ਹੈ।

"ਕਿਉਂ ਰੱਬ-ਰੱਬ ਬੋਲ।" ਮੈਂ ਕਾਹਲ਼ੀ ਨਾਲ਼ ਬੋਲ ਗਿਆ ਹਾਂ।

ਇਹ ਸ਼ੁਰੂ ਹੋ ਗਿਆ ਹੈ:

–ਦੇਖ ਮਾਸਟਰ ਅੰਕਲ, ਏਸ ਬੁੱਢੇ ਦੇ ਕਾਰੇ ਮੈਨੂੰ ਚੰਗੇ ਨਹੀਂ ਲੱਗਦੇ। ਅੱਜ ਸਵੇਰੇ ਜਦੋਂ ਮੈਂ ਸ਼ਹਿਰੋ ਦੁੱਧ ਪਾ ਕੇ ਆਇਆ ਤਾਂ ਦੋਵੇਂ ਨਿਆਣੇ ਨਹਾ ਰਹੇ ਸਨ ਤਾਂ ਕਿ ਤਿਆਰ ਹੋ ਕੇ ਡੇਰੇ ਆ ਸਕਣ। ਪਿਛਲੇ ਪੰਜ ਛੇ ਦਿਨਾਂ ਤੋਂ ਇਹੀ ਕੰਮ ਹੋ ਰਿਹਾ ਹੈ ਸਾਡੇ ਘਰ। ਇਹ ਤਿੰਨੇ ਸਵੇਰੇ ਹੀ ਤਿਆਰ ਹੋ ਕੇ ਡੇਰੇ ਚਲੇ ਜਾਂਦੇ ਹਨ ਤੇ ਰਾਤੀਂ ਨੇਰ੍ਹੇ ਪਏ ਤੇ ਮੁੜਦੇ ਹਨ। ਘਰ ਵਾਲ਼ੀ ਜੁਆਕਾਂ ਨੂੰ ਛੇਤੀ ਕਰਨ ਲਈ ਕਹਿ ਰਹੀ ਸੀ। ਮੈਂ ਅੰਦਰੋਂ ਅੰਦਰੀਂ ਰਿੱਝ ਰਿਹਾ ਸੀ। ਜਦੇ ਨਿੱਕਾ ਮੁੰਡਾ ਬਾਥਰੂਮ 'ਚੋਂ ਨੰਗਾ ਹੀ ਬਾਹਰ ਨੱਠ ਆਇਆ।

–ਉਸ ਦੇ ਭੋਲ਼ੇਪਨ ਨੇ ਮੇਰੇ ਮਨ ਦਾ ਕਸਾਅ ਕੁਝ ਢਿੱਲਾ ਕਰ ਦਿੱਤਾ। ਮੇਰੇ ਮੂੰਹੋ ਸੁਭਾਵਿਕ ਹੀ ਨਿੱਕਲ਼ ਗਿਆ :

"ਓ ਮੁੰਡਾ ਨੰਗਾ-ਓ ਮੁੰਡਾ ਗੰਦਾ।"

ਉਹ ਮੇਰੇ ਕੋਲ਼ ਆ ਕੇ ਪਤਾ ਕੀ ਕਹਿਣ ਲੱਗਾ?

"ਡੈਡੀ! ਡੈਡੀ ਮੈਂ ਥੋੜ੍ਹੀ ਗੰਦਾ। ਗੰਦੀਆਂ ਤੇ ਮੰਮੀ 'ਤੇ ਮਾਸੀ ਆ। ਉਹ ਕੱਲ ਬਾਬੇ ਦੇ ਕਮਰੇ 'ਚ ਗੰਦੀ ਫਿਲਮ ਦੇਖਦੀਆਂ ਸੀ। ਨਾਲ਼ੇ ਇੱਕ ਦੂਜੇ ਦੇ ਮੂੰਹ 'ਚ ਮੂੰਹ ਪਾਉਂਦੀਆਂ ਸਨ। ਮੈਨੂੰ ਕਮਰੇ 'ਚੋਂ ਬਾਹਰ ਕੱਢੀ ਜਾਣ।"

-ਮੇਰੇ ਅੰਦਰ ਅੱਗ ਲੱਗ ਗਈ ਸੀ। ਮੈਂ ਤੜਪ ਕੇ ਰਹਿ ਗਿਆ ਸੀ।

ਕੰਮਕਾਰ ਨਿਬੇੜ ਕੇ ਮੈਂ ਸਵੇਰੇ ਸਾਢੇ ਗਿਆਰਾਂ ਕੁ ਵਜੇ ਡੇਰੇ ਆ ਗਿਆ ਸੀ। ਭੋਗ ਪੈਣ ਤੋਂ ਬਾਅਦ ਪੰਡਾਲ ਬਾਹਰ ਲੱਗ ਚੁੱਕਾ ਸੀ। ਮੈਂ ਮਾਂ ਕੋਲ਼ ਜਾ ਬੈਠਾ। ਉਸ ਦੀ ਖ਼ਬਰ ਸਾਰ ਪੁੱਛੀ ਤੇ ਉੱਠ ਕੇ ਸੰਤ ਜੀ ਦੇ ਨਿੱਜੀ ਕਮਰੇ ਵੱਲ ਚਲੇ ਗਿਆ:

-ਦਰਵਾਜ਼ੇ ਤੇ ਨੰਬਰੀ ਤਾਲ਼ਾ ਲਟਕ ਰਿਹਾ ਸੀ। ਨਵਾਂ ਨਿਕੋਰ। ਦਿਲ ਕਰੇ ਹਥੌੜਾ ਮਿਲ਼ੇ ਤਾਂ ਭੰਨ ਸੁੱਟਾਂ। ਮੈਤੋਂ ਇੱਧਰ-ਉੱਧਰ ਵੇਖਿਆ ਵੀ ਗਿਆ ਸੀ। ਪਰ ਕੋਈ ਭਾਰੀ ਚੀਜ਼ ਨਾ ਦਿਸੀ। ਅਚਾਨਕ ਮੇਰੇ ਅੰਦਰ ਸੈਵਨ ਟੂ ਨਾਈਨ ਦੀ ਅਵਾਜ਼ ਘੁੰਮੀ।

-ਹਾਂ ਥੋੜ੍ਹੇ ਦਿਨ ਪਹਿਲਾਂ ਦੀ ਹੀ ਤਾਂ ਗੱਲ ਹੈ। ਮੈਂ ਪੱਠੇ ਲੈਣ ਆਇਆ ਮਾਂ ਕੋਲ਼ ਆ ਗਿਆ ਸੀ। ਅੰਦਰ ਬੈਠਾ ਉਸ ਨਾਲ਼ ਗੱਲਾਂ ਕਰ ਰਿਹਾ ਸੀ। ਭਾਪਾ ਤੇ ਮਾਸੀ ਗੱਲਾਂ ਕਰਦੇ ਹੋਏ ਵਰਾਂਡੇ 'ਚੀਂ ਲੰਘ ਰਹੇ ਸਨ। ਕਿਸੇ ਗੱਲ ਦੇ ਜੁਆਬ 'ਚ ਭਾਪੇ ਨੇ ਆਖਿਆ ਸੀ "ਹਾਂ ਨਵਾਂ ਹੈ---- ਨਵੀਂ ਤਕਨੀਕ ਦਾ ---- ਐਲ ਸੈਵਨ ਟੂ ਨਾਈਨ।"

-ਮੈਂ ਜਿੰਦਾ ਜਾ ਫੜਿਆ। ਪਹਿਲਾ ਐਲ ਅੱਖਰ ਰੇਂਜ 'ਚ ਕੀਤਾ। ਫਿਰ ਸੈਵਨ ਤੇ ਫਿਰ ਟੂ..........ਧੜਕਦੇ ਦਿਲ ਨਾਲ਼ ਨਾਈਨ ਵੀ ਰੇਂਜ ਤੇ ਲੈ ਆਂਦਾ। ਜੰਦਰਾ ਤੜੱਕ ਕਰਕੇ ਖੁੱਲ ਗਿਆ। ਮੈਂ ਅੰਦਰ ਚਲੇ ਗਿਆ। ਜਾਂਦੇ ਨੇ ਡੀ.ਵੀ.ਡੀ. ਚਲਾ ਦਿੱਤਾ।

ਗੋਰਿਆਂ ਦੀ ਅਸ਼ਲੀਲ ਫਿਲਮ ਚੱਲ ਪਈ ਸੀ।

ਮੇਰੀਆਂ ਮੁੱਠੀਆਂ ਘੁੱਟੀਆਂ ਗਈਆਂ।

ਦਿਲ ਕਰੇ ਇਸੇ ਤਰ੍ਹਾਂ ਚਲਦੀ ਫ਼ਿਲਮ ਸਟੇਜ 'ਤੇ ਜਾ ਰੱਖਾਂ। ਫਿਰ ਮੈਂ ਅਲਮਾਰੀ ਖੋਲ੍ਹੀ। ਇਸ ਵਿੱਚ ਕਈ ਤਰ੍ਹਾਂ ਦੀ ਵਿਦੇਸ਼ੀ ਸ਼ਰਾਬ ਪਈ ਸੀ। ਇੱਕ ਖੁੱਲ੍ਹੀ ਬੋਤਲ ਚੁੱਕ ਮੈਂ ਮੂੰਹ ਨੂੰ ਲਾ ਲਈ। ਪੰਜ-ਸੱਤ ਮੋਟੇ ਘੁੱਟ ਅੰਦਰ ਲੰਘਾ ਲਏ। ਗੁੱਸੇ ਨਾਲ਼ ਭਰਿਆ ਮੈਂ ਪੰਡਾਲ 'ਚ ਪਹੁੰਚ ਗਿਆ।

ਸੱਤੀ ਦੀ ਗੱਲ ਸੁਣ ਕੇ ਮੈਂ ਤਾਂ ਸੁੰਨ ਹੀ ਹੋ ਗਿਆ ਹਾਂ।

ਇਸ ਦਾ ਚਿਹਰਾ ਪੀੜਤ ਹੈ। ਮੈਂ ਆਪਣੇ ਡਰ ਮਾਰਾ ਕੋਈ ਹੋਰ ਗੱਲ ਸ਼ੁਰੂ ਕਰਨੀ ਚਾਹੁੰਦਾ ਹਾਂ। ਪਰ ਕੋਈ ਗੱਲ ਔੜ ਨਹੀਂ ਰਹੀ।

ਇਹ ਮੇਰੇ ਵੱਲ ਝਾਕਿਆ ਹੈ। ਇਸ ਦੇ ਬੁੱਲ ਹਿੱਲੇ ਨੇ:

"ਹਾਂ ਮਾਸਟਰ ਅੰਕਲ, ਹੁਣ ਕਰੋ 'ਹਰਨਾਕਸ਼' ਵਾਲ਼ੀ ਗੱਲ। ਡਰੋ ਨਾ। ਮੈਂ ਤੁਹਾਡੀ ਗੱਲ ਦਾ ਗੁੱਸਾ ਨੀ ਕੀਤਾ। ਕਿਉਂਕਿ ਇਹ ਸ਼ਬਦ ਤੁਹਾਡੇ ਆਪਣੇ ਨਹੀਂ

ਹਨ। ਇਹ ਮੇਰੇ ਪੇ ਦੇ ਨੇ। ਉਹਨੀਂ ਹੀ ਵਰਤੇ ਸਨ ਮੇਰੇ ਲਈ। ਸੱਭ ਤੋਂ ਪਹਿਲਾਂ।"

"ਕਦੋਂ?" ਸੱਤੀ ਦੇ ਗੁੱਸੇ ਦਾ ਡਰ ਮੇਰੇ ਮਨੋਂ ਲਹਿ ਗਿਆ ਹੈ।

"ਬੱਸ ਉੱਦਣ-ਜਿੱਦਣ ਮੈਂ ਕਹਿ ਬੈਠਾ ਸੀ ਕਿ ਭਾਪਾ ਜੀ ਤਾਏ ਨਾਲ਼ ਕੀਤੀ ਵਧੀਕੀ ਦੀ ਭੁੱਲ ਤੁਸੀਂ ਉਹਦੀ ਔਲਾਦ ਤੋਂ ਬਖਸ਼ਾ ਲਵੋ।"

"ਮੈਂ ਸਮਝਿਆ ਨੀ ਸੱਤੀ।" ਮੇਰੇ ਆਖਣ ਤੇ ਇਸ ਨੇ ਆਖਣਾ ਸ਼ੁਰੂ ਕਰ ਦਿੱਤਾ ਹੈ :

-ਬਾਬੇ ਮੇਰੇ ਦੀ ਤਾਏ ਨਾਲ਼ ਬਹੁਤੀ ਬਣਦੀ ਨਹੀਂ ਸੀ। ਭਾਪੇ ਤੇ ਬਾਬੇ ਦੀ ਸੁਰ ਵਾਹਵਾ ਰਲ਼ਦੀ ਸੀ। ਬਾਬਾ ਮੇਰਾ ਅੰਮ੍ਰਿਤਧਾਰੀ ਸੀ। ਭਾਪੇ ਨੇ ਵੀ ਛੋਟੀ ਉਮਰ 'ਚ ਛਕ ਲਿਆ ਸੀ। ਤਾਇਆ ਕੱਢਦਾ ਵੀ ਸੀ ਤੇ ਪੀਂਦਾ ਵੀ ਸੀ। ਪਰ ਕਾਮਾ ਬੜਾ ਸੂਰਮਾ ਸੀ। ਭਾਪੇ ਬਾਬੇ ਦੋਹਾਂ ਨਾਲ਼ੋਂ ਤਕੜਾ। ਆ ਜਿੱਥੇ ਹੁਣ ਗੁਰਦੁਆਰਾ ਬਣਿਆ ਹੋਇਆ, ਇੱਥੇ ਪਹਿਲਾਂ ਇੱਕ ਛੋਟੀ ਜਿਹੀ ਮਟੀ ਹੁੰਦੀ ਸੀ। ਬਾਬੇ ਨੇ ਉੱਪਰ ਛੋਟਾ ਜਿਹਾ ਕੋਠਾ ਪਾ ਦਿੱਤਾ। ਭਾਪੇ ਨੇ ਛੋਟੀ ਉਮਰੇ ਹੀ ਦੀਵਾ ਵੱਟੀ ਕਰਨ ਦੀ ਜ਼ਿੰਮੇਵਾਰੀ ਸੰਭਾਲ਼ ਲਈ ਸੀ। ਐਤਵਾਰ ਦਾ ਦਿਨ ਸੀ। ਤਾਇਆ ਸਾਰਾ ਕੰਮ ਨਿਬੇੜ ਕੇ ਸ਼ਾਮ ਨੂੰ ਮਟੀ ਵਾਲ਼ੇ ਕੋਠੇ ਦੇ ਪਰਛਾਵੇਂ ਬੈਠਾ ਸੀ। ਇੱਕ ਪਿੰਡ ਦਾ ਬੰਦਾ ਉਹਨੂੰ ਮਿਲਣ ਆਇਆ ਹੋਇਆ ਸੀ। ਉਹ ਦੋਵੇਂ ਬੈਠੇ ਪੀ ਰਹੇ ਸਨ। ਭਾਪਾ ਪਿੰਡੋਂ ਦੀਵਾ ਕਰਨ ਆਇਆ ਸੀ। ਇਹ ਉਹਨਾਂ ਨੂੰ ਦੇਖ ਕੇ ਬੁੜ-ਬੁੜ ਕਰਨ ਲੱਗ ਪਿਆ। ਤਾਏ ਨੇ ਉਦੋਂ ਤਾਂ ਕੁਝ ਨਾ ਕਿਹਾ। ਪਰ ਬੰਦੇ ਦੇ ਜਾਣ ਮਗਰੋਂ ਤਾਏ ਨੇ ਬਾਬੇ ਨੂੰ ਕਿਹਾ ਕਿ ਇਸ ਨੂੰ ਸਮਝਾ ਕਿ ਬੈਠਾ ਉੱਠਾ ਬੰਦਾ ਤਾਂ ਦੇਖ ਲਿਆ ਕਰੇ। ਅੱਗੋਂ ਬਾਬਾ ਵੀ ਚਾਰੇ ਖੁਰ ਚੁੱਕ ਕੇ ਪੈ ਗਿਆ। ਭਾਪਾ ਵੀ ਬੋਲਣ ਲੱਗ ਪਿਆ। ਤਾਏ ਨੂੰ ਆਇਆ ਗੁੱਸਾ। ਉਸ ਨੇ ਦੋਏ ਠੀਪਰ ਦਿੱਤੇ।

-ਬਾਬੇ ਨੇ ਹਫ਼ਤੇ ਵਿੱਚ ਹੀ ਨਹਿਰ ਵਾਲ਼ੇ ਦੋ ਕਿੱਲੇ ਤਾਏ ਨੂੰ ਦੇ ਕੇ ਜੁਦਾ ਕਰ ਦਿੱਤਾ। ਆ ਜਗ੍ਹਾਂ ਵਾਲ਼ੇ ਸਾਢੇ ਚਾਰ ਕਿੱਲਿਆਂ ਵਿੱਚੋਂ ਅੱਧਾ ਕਿੱਲਾ ਮਟੀ ਦੇ ਹਿੱਸੇ ਦਾ ਰੱਖ ਲਿਆ। ਦੋ-ਦੋ ਆਪ ਤੇ ਭਾਪੇ ਦਾ ਹਿੱਸਾ ਰੱਖ ਲਏ।

ਭਾਪੇ ਨੇ ਮਟੀ ਦਾ ਹੋਰ ਵਿਕਾਸ ਕਰ ਲਿਆ। ਸੰਗਰਾਦਾਂ, ਮੱਸਿਆ, ਪੁੰਨਿਆ ਤੇ ਹੋਰ ਪੁਰਬ ਮਨਾਉਣੇ ਸ਼ੁਰੂ ਕਰ ਲਏ।

ਫਿਰ ਬਾਬੇ ਨੇ ਭਾਪੇ ਦੇ ਨਾਂ ਢਾਈ ਕਿੱਲਿਆਂ ਦੀ ਰਜਿਸਟਰੀ ਕਰਵਾ ਦਿੱਤੀ। ਭੂਆ ਦੇ ਵਿਆਹ ਵੇਲੇ ਦਾ ਕੋਈ ਪੁਰਾਣਾ ਕਰਜ਼ਾ ਦੱਸ ਕੇ ਇਸ ਤਰ੍ਹਾਂ ਤਾਏ ਦੇ ਹਿੱਸੇ ਦਾ ਸਵਾ ਕਿੱਲਾ ਪੇ-ਪੁੱਤ ਹਜ਼ਮ ਕਰ ਗਏ।

-ਕਹਿੰਦੇ ਤਾਇਆ ਕਈ ਦਿਨ ਹੱਥਾਂ 'ਚ ਥੁੱਕੀ ਫਿਰਦਾ ਰਿਹਾ। ਪਰ ਉਸ ਦਾ ਸੂਤ ਨਾ ਲੱਗਾ। ਬਾਬੇ ਤੇ ਭਾਪੇ ਨੇ ਪੁਲਿਸ ਕੋਲ਼ ਦਰਖਾਸਤ ਦੇ ਦਿੱਤੀ ਤੇ ਨਾਲ਼ੇ ਖਰਚ ਦਿੱਤੇ ਪੈਸੇ। ਪੁਲਸ ਨੇ ਪਿੰਡ ਦੇ ਦਰਵਾਜੇ ਹੀ ਤਾਏ ਦੀ ਛਿੱਤਰ ਪਰੇਡ ਕਰ ਦਿੱਤੀ। ਤਾਇਆ ਨਮੋਸ਼ੀ ਮੰਨ ਗਿਆ। ਦਾਰੂ ਹੀ ਸਾਥਣ ਬਣਾ ਲਈ। ਮਰ ਕੇ ਹੀ ਅੰਦਰੋਂ ਨਿਕਲ਼ਿਆ। ਤਾਏ ਦਾ ਮੁੰਡਾ ਤਾਰੀ ਅੱਜ ਕੱਲ ਗਰੀਬੀ 'ਚ ਦਿਨ ਕੱਟ ਰਿਹਾ ਹੈ।

-ਅੰਕਲ ਇੱਕ ਤਾਂ ਮੈਨੂੰ ਤਾਰੀ ਦਾ ਦਰਦ ਸੀ। ਦੂਜਾ ਇੱਕ ਦਿਨ ਸ਼ਾਮ ਵੇਲੇ ਰਹਿਰਾਸ ਤੋਂ ਪਹਿਲੇ ਡੇਰੇ ਇੱਕ ਟੇਪ ਵੱਜ ਰਹੀ ਸੀ। ਉਸ ਵਿੱਚ 'ਹੱਕ ਪਰਾਇਆ ਨਾਨਕਾ ਉਸ ਸੂਅਰ ਉਸ ਗਾਇ' ਵਾਲ਼ੇ ਪ੍ਰਸੰਗ ਦੀ ਵਿਆਖਿਆ ਹੋ ਰਹੀ ਸੀ। ਪੱਠਿਆ ਦਾ ਰੇਹੜਾ ਲੱਦਦੇ ਦਾ ਮੇਰਾ ਧਿਆਨ ਓਧਰ ਜੁੜ ਗਿਆ। ਇਹ ਭਾਪਾ ਜੀ ਦੀ ਅਵਾਜ਼ ਸੀ। ਤੇ ਵਿਦੇਸ਼ ਵਿੱਚ ਕਿਸੇ ਦੀਵਾਨ ਵਿੱਚ ਕੀਤੇ ਹੋਏ ਪ੍ਰਵਚਨ ਸਨ।

ਬੱਸ ਮੇਰੇ ਮਨ 'ਚ ਪਰਾਏ ਹੱਕ ਵਾਲ਼ਾ ਕੁੱਤਾ ਅੜ ਗਿਆ ਤੇ ਅੜਿਆ ਹੀ ਰਿਹਾ। ਅਖੀਰ ਇੱਕ ਦਿਨ ਹੌਂਸਲਾ ਕਰਕੇ ਮੈਂ ਭਾਪਾ ਜੀ ਕੋਲ਼ ਜਾ ਹੀ ਵੱਜਾ।

"ਭਾਪਾ ਜੀ, ਮੈਂ ਇੱਕ ਗੱਲ ਕਰਨੀ ਆ।"

"ਹਾਂ ਦੱਸ।" ਭਾਪਾ ਜੀ ਦੀ ਅਵਾਜ਼ ਰੁੱਖੀ ਸੀ। ਜਿਵੇਂ ਉਹਨਾਂ ਨੂੰ ਮੇਰੇ ਕੋਲ਼ੋਂ ਚੰਗੀ ਗੱਲ ਦੀ ਆਸ ਪਹਿਲਾਂ ਹੀ ਨਾ ਹੋਵੇ।

"ਚਰਚ ਨੇ ਇਸਾਈ ਕੌਮ ਦੇ ਵਡੇਰਿਆਂ ਵਲੋਂ ਦੂਜੀਆਂ ਕੌਮਾਂ ਤੇ ਕੀਤੀਆਂ ਵਧੀਕੀਆਂ ਲਈ ਸਮੇਂ ਸਮੇਂ ਮੁਆਫ਼ੀਆਂ ਮੰਗੀਆਂ ਹਨ।"

"ਫੇਰ ?"

"ਆ ਕਾਂਗਰਸੀ ਪ੍ਰਧਾਨ ਮੰਤਰੀ ਮਨਮੋਹਨ ਸਿੰਘ ਨੇ ਬਲਿਊ ਸਟਾਰ ਲਈ ਦੁੱਖ ਪ੍ਰਗਟ ਕੀਤਾ ਹੈ।"

"ਫੇਰ ਮੈਂ ਕੀ ਕਰਾਂ ?"

"ਤੁਹਾਡੇ ਕਰਨ ਵਾਲ਼ਾ ਬਹੁਤ ਕੁੱਝ ਹੈ ਭਾਪਾ ਜੀ। ਤੁਸੀਂ ਤਾਏ ਨਾਲ਼ ਕੀਤੀ ਵਧੀਕੀ ਦੀ ਉਸ ਦੇ ਲੜਕੇ ਤੋਂ ਮੰਗੋ ਮੁਆਫ਼ੀ। ਤੇ ਸਵਾ ਕਿੱਲੇ ਦੇ ਦਿਓ ਪੈਸੇ ਸਮੇਤ ਵਿਆਜ।"

"ਭੌਂਕ ਨਾ.... ਪੈਂਤੀ ਚਾਲ਼ੀ ਸਾਲ ਪਹਿਲਾਂ ਦੱਬੇ ਮੁਰਦੇ ਨਾ ਪੱਟ। ਜਿੱਦਾਂ ਉਸ ਨੇ ਮੈਨੂੰ ਢਾਅ ਕੇ ਕੁੱਟਿਆ ਸੀ ਜੇ ਮੇਰੀ ਪੇਸ਼ ਜਾਂਦੀ ਤਾਂ ਨਹਿਰ ਵਾਲ਼ੀ ਵੀ ਨਾ ਦਿੰਦਾ। ਐਮੇਂ ਤੇਰੇ ਬਾਬੇ ਨੂੰ ਲੋਕ ਲਾਜ ਮਾਰ ਗਈ। ਨਾਲ਼ੇ ਸੁਣ ਲੈ ਮੇਰੀ ਗੱਲ... ਮੈਂ ਤੁਹਾਡੇ ਲਈ ਹੀ ਜਫ਼ਰ ਜਾਲ਼ਦਾ ਪਿਆ। ਧੌਣ 'ਚੋਂ ਕਾਮਰੇਡੀ ਦਾ ਕਿੱਲਾ ਕੱਢ ਸੁੱਟ... ਵਾਲ਼ ਰੱਖ ਲੈ। ਅੰਮ੍ਰਿਤ ਛਕ ਲੈ, ਸੱਤ ਪੀੜ੍ਹੀਆਂ ਤਾਰ ਦੂੰ ਤੇਰੀਆਂ।"

"ਭਾਪਾ ਤੂੰ ਮੇਰੀਆਂ ਸੱਤ ਨਾ ਤਾਰੀ, ਤਾਏ ਦੀ ਇੱਕ ਹੀ ਤਾਰ ਦੇ। ਕੁਝ ਨੀ ਫਰਕ ਪੈਣਾ। ਡੇਰੇ ਦਾ ਕੰਮ ਬਥੇਰਾ ਵੱਧ ਗਿਆ। ਲੱਖਾਂ ਦਾ ਚੜ੍ਹਾਵਾ।"

"ਚੁੱਪ ਕਰ ਦੁਸ਼ਟਾ, ਡੇਰਾ ਦੱਸਦਾ, ਇਹ ਗੁਰਦੁਆਰਾ ਹੈ, ਧੰਨ ਧੰਨ ਸ਼ਹੀਦ ਬਾਬਾ ਸਾਧਾ ਸਿੰਘ ਜੀ ਦਾ। ਤੇਰੇ ਟੱਬਰ ਤੇ ਤਰਸ ਆਉਂਦਾ ਨਹੀਂ ਤਾਂ.....।"

"ਭਾਪਾ ਜੀ ਫਿਰ ਸ਼ਹੀਦੀ ਦਿਵਸ ਮਨਾਇਆ ਕਰੋ। ਨਾਲ਼ੇ ਲੋਕਾਂ ਨੂੰ ਸ਼ਹੀਦੀ ਬਾਰੇ ਦੱਸਿਆ ਕਰੋ। ਬਈ ਫਲਾਣੀ ਜੰਗ 'ਚ ਫਲਾਣੇ ਦਿਨ....।"

"ਹੈ ਤੇਰੀ ਨਾਸਤਕ ਦੀ, ਮਹਾਂਪੁਰਸ਼ਾਂ 'ਤੇ ਉਂਗਲ਼ ?"

"ਭਾਪਾ ਜੀ ਮੇਰੀ ਜਾਣਕਾਰੀ ਮੁਤਾਬਿਕ ਸਾਧਾ ਸਿੰਘ ਤੁਹਾਡੇ ਪੜਦਾਦੇ ਦਾ ਭਰਾ ਸੀ। ਜਨਮ ਤੋਂ ਹੀ ਸਿਧਰਾ। ਬਾਰਾਂ ਤੇਰਾਂ ਸਾਲ ਦੀ ਉਮਰ ਤੱਕ ਵੀ ਸਾਫ਼

ਬੋਲ ਨੀ ਸੀ ਸਕਿਆ। ਹਰ ਵਕਤ ਲ਼ਾਲਾਂ ਚੋਂਦੀਆਂ ਰਹਿੰਦੀਆਂ ਸਨ। ਸਾਰੇ ਸਾਧਾ ਸਾਧਾ ਹੀ ਸੱਦਦੇ। ਇੱਕ ਵਾਰੀ ਜੇਠ ਮਹੀਨੇ ਪਸ਼ੂ ਚਾਰਨ ਵਾਲ਼ੇ ਮੁੰਡਿਆਂ ਨਾਲ਼ ਆਮ ਵਾਂਗ ਇੱਧਰ ਆ ਗਿਆ। ਮੁੰਡਿਆਂ ਚੁੱਕ ਕੇ ਇੱਕ ਮੱਝ 'ਤੇ ਬਿਠਾ ਦਿੱਤਾ। ਸਾਧਾ ਜੀ ਖੁਸ਼ੀ 'ਚ ਮਾਰਨ ਕਿਲਕਾਰੀਆਂ। ਇੱਥੇ ਹੀ ਕਿਤੇ ਇੱਕ ਛੱਪੜੀ ਹੁੰਦੀ ਸੀ। ਮੱਝ ਚੁਗਦੀ-ਚੁਗਦੀ ਜਾ ਵੜੀ ਛਪੜੀ 'ਚ। ਸਾਧਾ ਜੀ ਉੱਤੇ ਬੈਠੇ ਤਾੜੀ ਬਜਾਉਣ। ਬਾਕੀ ਮੁੰਡੇ ਬਾਹਰ ਖੜ੍ਹੇ ਤਾੜੀ ਮਾਰੀ ਜਾਣ। ਪਾਣੀ ਪੀਂਦੀ-ਪੀਂਦੀ ਮੱਝ ਗਈ ਬੈਠ। ਬੈਠ ਰਹੀ ਮੱਝ ਤੋਂ ਸਾਧਾ ਸਿੰਘ ਜੀ ਗਏ ਡਿੱਗ। ਡਿੱਗੇ ਵੀ ਮੂਧੇ ਮੂੰਹ। ਮੱਝ ਦੇ ਪਲਸੇਟਾ ਮਾਰਨ ਨਾਲ਼ ਆ ਗਏ ਥੱਲੇ। ਗਾਰੇ 'ਚ ਗਏ ਖੁੱਭ। ਨਾਲ਼ ਦੇ ਮੁੰਡੇ ਡਰਦੇ ਮਾਰੇ ਘਰਾਂ ਨੂੰ ਨੱਠ ਗਏ ਤੇ ਤੁਹਾੜਾ ਸਿੰਘ ਪਾ ਗਿਆ ਸ਼ਹੀਦੀ।"

"ਬਕਵਾਸ ਬੰਦ ਕਰ, ਇਹ ਤਾਂ ਉਹਨਾਂ ਦੀ ਲੀਲਾ ਸੀ। ਮੌਜ ਸੀ। ਇਹ ਸਾਲ਼ਾਂ ਬਦਮਾਸ਼ ਕਿੱਥੋਂ ਜੰਮ ਪਿਆ ਮੇਰੇ? ਪੂਰਾ ਉਲਟਾ ਗੇੜ, ਪਰਲਾਹਦ ਘਰ ਹਰਨਾਕਸ਼।" ਭਾਪਾ ਬੁੜ-ਬੁੜ ਕਰਦਾ ਅੰਦਰ ਨੂੰ ਤੁਰ ਪਿਆ ਸੀ। ਸ਼ਾਇਦ ਡੇਰੇ ਦੀ ਸਫ਼ਾਈ-ਸੇਵਕਾ ਪਿੱਛੇ ਖੜੀ ਦੇਖਕੇ।

—0—

ਜਨਵਰੀ 2009

ਇੱਦਾਂ ਵੀ...

ਭੂਆ ਜੀ ਨੂੰ ਮੈਂ ਕਈ ਵਾਰੀ ਦੱਸ ਚੁੱਕੀ ਹਾਂ ਕਿ ਮੈਂ ਵਿਆਹ ਨੀ ਕਰਵਾਉਣਾ ਪਰ ਭੂਆ ਜੀ ਵਾਰ-ਵਾਰ ਇਸੇ ਗੱਲ 'ਤੇ ਜ਼ੋਰ ਕਿਉਂ ਦੇ ਰਹੇ ਹਨ, ਇਹ ਗੱਲ ਮੇਰੀ ਸਮਝ 'ਚ ਨਹੀਂ ਆਉਂਦੀ।

ਭੂਆ ਦੀ ਜ਼ਿੱਦ ਮੇਰੇ ਮਨ 'ਚ ਉਨ੍ਹਾਂ ਦੇ ਬਣੇ ਸਤਿਕਾਰ ਨੂੰ ਖੋਰਾ ਲਾ ਰਹੀ ਹੈ। ਖੋਰਾ ਹੀ ਨਹੀਂ, ਕਈ ਵਾਰ ਤਾਂ ਕਈ ਸ਼ੰਕਾਵਾਂ ਵੀ ਸਿਰ ਚੁੱਕਣ ਲੱਗ ਪੈਂਦੀਆਂ ਹਨ। ਇਹ ਤਾਂ ਭੂਆ ਜੀ ਦੇ ਸਾਡੇ ਪਰਿਵਾਰ ਤੇ ਅਹਿਸਾਨ ਹੀ ਇੰਨੇ ਹਨ ਕਿ ਸ਼ੰਕਾਵਾਂ ਜੰਮਣ ਸਾਰ ਹੀ ਮਰ ਜਾਂਦੀਆਂ ਹਨ।

ਉਸ ਤਰ੍ਹਾਂ ਭੂਆ ਜੀ ਬਹੁਤ ਹੀ ਨੇਕ ਇਨਸਾਨ ਹਨ। ਅਤਿ ਚੰਗੇ। ਪੜ੍ਹੇ ਸੁਣੇ ਦੇਵੀ ਦੇਵਤੇ ਵੀ ਭੂਆ ਜੀ ਤੋਂ ਉਰਾਂ ਦੀ ਚੀਜ਼ ਲੱਗਦੇ ਹਨ। ਕੈਨੇਡਾ ਦੇ ਲੈਂਡਡ ਇਮੀਗ੍ਰਾਂਟ ਹਨ। ਪਰ ਪਿਛਲੇ ਅੱਠ ਨੌਂ ਮਹੀਨਿਆਂ ਤੋਂ ਸਾਡੇ ਨਾਲ਼ ਇਸ ਨਰਕ 'ਚ ਰਹਿ ਰਹੇ ਹਨ। ਹਾਂ ਜੀ, ਨਰਕ ਹੀ ਤਾਂ ਹੈ ਸਾਡਾ ਪਿੰਡ। ਜਦੋਂ ਵੀ ਪੱਛੋਂ ਦਾ ਬੁੱਲਾ ਆਉਂਦਾ ਹੈ ਤਾਂ ਪਿੰਡ ਦੀ ਵੱਖੀ 'ਚ ਵੜੇ ਗੰਦੇ ਪਾਣੀ ਦੇ ਛੱਪੜ 'ਚੋਂ ਉਠੀ 'ਮਹਿਕ' ਪਿੰਡ ਦੀ ਬਹਾਰ ਦਾ ਅਹਿਸਾਸ ਕਰਵਾ ਜਾਂਦੀ ਹੈ। ਪਹਿਲੇ-ਪਹਿਲੇ ਕਈ ਦਿਨ ਭੂਆ ਜੀ ਦੀ ਚੁੰਨੀ ਮੱਲੋ ਮੱਲੀ ਨੱਕ 'ਤੇ ਚਲੇ ਜਾਂਦੀ ਸੀ। ਪਰ ਕੁੱਝ ਦਿਨ ਬਾਅਦ ਭੂਆ ਦੇ ਨੱਕ ਨੇ ਵੀ ਸਾਡੇ ਨੱਕਾਂ ਵਾਂਗ ਹਾਲਾਤ ਨਾਲ਼ ਸਮਝੌਤਾ ਕਰ ਲਿਆ ਸੀ। ਪਿੰਡ ਦੇ ਤਿੰਨ ਧਾਰਮਿਕ ਸਥਾਨਾਂ 'ਤੇ ਸਵੇਰੇ ਸ਼ਾਮ ਗੂੰਜਦੇ ਸਪੀਕਰ ਸਹਿਜੇ ਹੀ ਅਹਿਸਾਸ ਕਰਵਾ ਦਿੰਦੇ ਹਨ ਕਿ 'ਸਾਡੇ ਪਿੰਡ 'ਚ ਰੱਬ ਵੱਸਦੈ।' ਭੂਆ ਝੇਲ ਰਹੀ ਹੈ ਸਭ ਕੁੱਝ, ਭਾਵੇਂ ਦੁੱਖੀ ਹਿਰਦੇ ਨਾਲ਼ ਹੀ ਸਹੀ।

ਡੈਡੀ ਦੇ ਕਰੰਟ ਲੱਗਣਾ, ਖੂਹੀ 'ਚ ਡਿੱਗਣਾ ਤੇ ਸਿਰ 'ਚ ਗਹਿਰੀ ਸੱਟ ਕਾਰਨ ਕੌਮਾ 'ਚ ਚਲੇ ਜਾਣਾ ਸੁਣ ਕੇ ਭੂਆ ਨੇ ਪੈਰੀਂ ਜੁੱਤੀ ਨੀ ਸੀ ਪਾਈ। ਇੱਥੇ ਆ ਕੇ ਡੈਡੀ ਨੂੰ ਵੱਡੇ ਵੱਡੇ ਹਸਪਤਾਲੀਂ ਲਈ ਫਿਰਦੀ ਰਹੀ। ਖਰਚ ਵੀ ਪੱਲਿਓ ਕੀਤਾ। ਹੁਣ ਤਾਂ ਡੈਡੀ ਮੁੱਕੇ ਨੂੰ ਵੀ ਦੋ ਮਹੀਨੇ ਹੋ ਚੱਲੇ ਨੇ ਪਰ ਭੂਆ ਜੀ ਨੇ ਜਾਣ ਦੀ ਤਿਆਰੀ ਨਹੀਂ ਕੀਤੀ, ਸਗੋਂ ਮੈਨੂੰ, ਚਲੋ ਮਾਂ ਨੂੰ ਵੀ ਸਹੀ, ਭਾਣਾ ਮੰਨਣ ਦੀ ਪ੍ਰੇਰਣਾ ਦੇ ਰਹੇ ਹਨ। ਸਾਡਾ 'ਧੀਰ' ਬਨ੍ਹਾਉਣ ਲਈ ਯਤਨਸ਼ੀਲ ਹਨ।

ਪਰ ਪਰਸੋਂ ਤੋਂ ਜਦੋਂ ਤੋਂ ਯਾਤਰਾ ਤੋਂ ਵਾਪਸ ਆਏ ਹਨ, ਭੂਆ ਜੀ ਦਾ ਆਪਣਾ 'ਧੀਰ' ਡੋਲ ਗਿਆ ਏ। ਇਹ ਕੈਨੇਡਾ ਤੋਂ ਆਏ ਫੂਨ ਬਾਰੇ ਪਤਾ ਲੱਗਣ ਤੇ ਹੋਇਆ ਹੈ। ਫੂਨ ਭੂਆ ਜੀ ਦੀ ਵੱਡੀ ਨੂੰਹ ਗੁਰਮੀਤ ਦਾ ਸੀ।

ਦਰਅਸਲ ਸਾਡੇ ਪਿੰਡੋਂ ਇੱਕ ਪਰਿਵਾਰ ਤਿੰਨ ਕੁ ਦਿਨ ਲਈ ਇੱਕ ਧਾਰਮਿਕ

ਟੂਰ 'ਤੇ ਗਿਆ ਸੀ। ਸਾਡੀ ਉਹਨਾਂ ਨਾਲ਼ ਚੰਗੀ ਬਣਦੀ ਹੈ। ਉਹਨਾਂ ਦੀ ਕੁੜੀ ਕੈਨੇਡਾ ਤੋਂ ਆਈ ਹੋਈ ਹੈ। ਉਹ ਕੈਨੇਡਾ ਵਿੱਚ ਭੂਆ ਜੀ ਦੇ ਨੇੜੇ ਹੀ ਰਹਿੰਦੀ ਹੈ। ਉਹ ਭੂਆ ਜੀ ਨੂੰ ਵੀ ਨਾਲ਼ ਲੈ ਗਏ। ਭੂਆ ਜੀ ਤਾਂ ਨਾਂਹ-ਨੁੱਕਰ ਹੀ ਕਰਦੇ ਸਨ ਪਰ ਮੇਰੇ ਕਹਿਣੇ ਤੇ ਚਲੇ ਗਏ ਸਨ। ਦੋਚਿੱਤੀ 'ਚ ਤੁਰਨ ਲੱਗੇ ਆਪਣਾ ਸੈੱਲ ਫ਼ੂਨ ਵੀ ਘਰ ਹੀ ਭੁੱਲ ਗਏ। ਇਸੇ ਕਰਕੇ ਗੁਰਮੀਤ ਭਾਬੀ ਦਾ ਫ਼ੂਨ ਮੈਂ ਹੀ ਸੁਣਿਆ ਸੀ। ਭਾਬੀ ਜੀ ਕਾਫੀ ਘਬਰਾਏ ਹੋਏ ਸਨ। ਜਦੋਂ ਪਤਾ ਲੱਗਾ ਕਿ ਭੂਆ ਜੀ ਕੱਲ ਦੇ ਤਿੰਨ ਦਿਨ ਲਈ ਘਰੋਂ ਬਾਹਰ ਗਏ ਹੋਏ ਹਨ ਤਾਂ ਭਾਬੀ ਹੋਰ ਵੀ ਘਬਰਾ ਗਈ ਸੀ। ਥੋੜ੍ਹੀ ਜਿਹੀ ਸ਼ਸ਼ੋਪੰਜ ਮਗਰੋਂ ਭਾਬੀ ਨੇ ਮੇਰੇ ਨਾਲ਼ ਹੀ ਗੱਲ ਕਰ ਲਈ ਸੀ :

"ਦੇਖ ਵਰਿੰਦਰ ਤੂੰ ਕਿਹੜੀ ਓਪਰੀ ਏ। ਜਦੋਂ ਵੀ ਬੀਜੀ ਆਉਣ ਤਾਂ ਕਹਿਣਾ ਕਿ ਜਿੰਨੀ ਜਲਦੀ ਹੋ ਸਕੇ ਉਹ ਕੈਨੇਡਾ ਚਲੇ ਆਉਣ। ਇੱਥੇ ਘਰ ਉਜੜਨ 'ਤੇ ਆ ਗਿਆ ਹੈ। ਵੱਡੀ ਹਰਮਨ ਕੱਲ ਆਪਣੇ ਦੋਸਤ ਰਘੁਵੀਰ ਯਾਦਵ ਨੂੰ ਘਰ ਲੈ ਆਈ। ਇਹ ਯਾਦਵ ਤੇ ਹਰਮਨ ਇੱਕ ਹੀ ਕੰਪਨੀ 'ਚ ਜਾਬ ਕਰਦੇ ਹਨ। ਯਾਦਵ ਦਾ ਪਿਛੋਕੜ ਭਾਰਤੀ ਹੀ ਹੈ। ਜੰਮਪਲ ਉਹ ਕੈਨੇਡਾ ਦਾ ਹੈ। ਉਸ ਦੇ ਵਡਿੱਕੇ ਕਦੇ ਬਿਹਾਰ ਤੋਂ ਉਠ ਕੇ ਏਥੇ ਆਣ ਵਸੇ ਸਨ।

"ਕੁਦਰਤੀ ਤੇਰੇ ਭਾਜੀ ਘਰੇ ਹੀ ਸਨ। ਇਹਨਾਂ ਦਾ ਪਾਰਾ ਤਾਂ ਚੜ੍ਹ ਗਿਆ ਅਸਮਾਨੀ। ਬੁੜ-ਬੁੜ ਕਰਦੇ ਘਰੋਂ ਬਾਹਰ ਨਿਕਲ਼ ਗਏ। ਲੱਗਦੈ ਇਹਨਾਂ ਨੂੰ ਯਾਦਵ ਤੇ ਹਰਮਨ ਬਾਰੇ ਥੋੜ੍ਹਾ ਬਹੁਤਾ ਪਹਿਲਾਂ ਪਤਾ ਹੋਊ। ਡੂੰਘੇ ਨੇਰ੍ਹੇ ਘਰ ਪਰਤੇ। ਸ਼ਰਾਬ ਨਾਲ਼ ਟੁੰਨ। ਲੱਗੇ ਅਵਾ-ਤਵਾ ਬੋਲਣ, 'ਸਾਲ਼ੇ ਭਈਏ.....ਅਸੀਂ ਪੰਜਾਬ ਦੇ ਸ਼ੇਰ ਜੱਟ। ਅੱਗ ਲਾ ਕੇ ਫੂਕ ਦੂੰ ਸਭ ਨੂੰ' ਕੁੜੀ ਨੂੰ ਵੀ ਥਰੈੱਟ ਕਰੀ ਜਾਣ। ਅਖੀਰ ਨੂੰ ਕੁੜੀ ਵੀ ਭੜਕ ਉੱਠੀ : 'ਡੈਡੀ ਆਈ ਕਾਂਟ ਟਾਲਰੇਟ ਮੋਰ, ਆਈ ਵਿੱਲ ਡਾਇਲ ਨਾਈਨ ਵਨ ਵਨ।' ਕੁੜੀ ਫ਼ੂਨ ਵੱਲ ਲਪਕੀ। ਮੈਂ ਕੁੜੀ ਮੂਹਰੇ ਹੱਥ ਜੋੜੇ। ਉੱਧਰ ਸਰਦਾਰ ਹੁਰੀਂ ਡਿੱਗ ਪਏ ਬੇਹੋਸ਼ ਹੋ ਕੇ। ਬਚਾਅ ਤਾਂ ਹੋ ਗਿਆ ਪਰ ਹਨ ਅਜੇ ਹੌਸਪੀਟਲ ਹੀ। ਹਰਮਨ ਫਿਰ ਚੰਗੀ ਏ। ਡਿੱਗੇ ਪਿਆ ਨੂੰ ਉਸੇ ਨੇ ਹੀ ਸੰਭਾਲ਼ਿਆ। ਐਂਬੂਲੈਂਸ ਵੀ ਉਸ ਨੇ ਹੀ ਬੁਲਾਈ। ਹੌਸਪੀਟਲ ਵੀ ਨਾਲ਼ ਗਈ। ਹੋਸ਼ ਆਉਣ 'ਤੇ "ਸੌਰੀ ਡੈਡ" ਵੀ ਆਖ ਆਈ ਹੈ। ਪਰ ਮੈਨੂੰ ਉਸ ਸਾਫ਼ ਦੱਸ ਦਿੱਤਾ ਹੈ ਕਿ ਵਿਆਹ ਯਾਦਵ ਨਾਲ਼ ਹੀ ਕਰਵਾਏਗੀ। ਮੈਂ ਉਸ ਨੂੰ ਬੀਜੀ ਦੇ ਆਉਣ ਤੱਕ ਚੁੱਪ ਰਹਿਣ ਲਈ ਮਨਾ ਲਿਆ ਹੈ। ਬੀਜੀ ਨੂੰ ਤਕੀਦ ਕਰਨੀ ਕਿ ਉਹ ਆਉਂਦੇ ਹੀ ਸੀਟ ਓ.ਕੇ. ਕਰਵਾਉਣ।"

ਭਾਬੀ ਜੀ ਦਾ ਫ਼ੂਨ ਸੁਣ ਕੇ ਮੈਂ ਤਾਂ ਹਿੱਲ ਹੀ ਗਈ ਸੀ। ਮਨ ਹਰਮਨ ਨਾਲ਼ ਖੜ੍ਹਾ ਸੀ। ਤਰਸ ਸੁਰਿੰਦਰ ਭਾਜੀ ਤੇ ਵੀ ਆ ਰਿਹਾ ਸੀ। ਮੈਂ ਰਾਤ ਨੂੰ ਚੱਜ ਨਾਲ਼ ਸੌਂ ਵੀ ਨਾ ਸਕੀ। ਜਦੋਂ ਅੱਖ ਲੱਗੀ ਤਾਂ ਮੈਨੂੰ ਸੁਰਿੰਦਰ ਭਾਜੀ ਦੇ ਸਰੀਰ ਤੇ ਕੁਰਬਲ ਕੁਰਬਲ ਕਰਦੇ ਕੀੜੇ ਨਜ਼ਰ ਆਉਣ ਲੱਗੇ। ਉਹ ਭਾਜੀ ਨੂੰ ਤੋੜ ਤੋੜ ਖਾਣ। ਭਾਜੀ ਉੱਚੀ ਉੱਚੀ ਰੌਲ਼ਾ ਪਾਉਣ। ਮੈਂ ਡਰ ਕੇ ਉੱਠ ਬੈਠੀ ਸੀ। ਜਦੋਂ ਦੁਬਾਰਾ ਅੱਖ ਲੱਗੀ ਤਾਂ ਉਹੀ ਕੀੜੇ ਡੈਡੀ ਦੇ ਸਰੀਰ 'ਤੇ ਚਲਦੇ ਦਿਸਣ ਲੱਗੇ। ਫਿਰ ਮੰਮੀ ਦੀ ਦੇਹ 'ਤੇ। ਮੈਂ ਫਿਰ ਉੱਠ ਬੈਠੀ ਸੀ। ਹਾਰ ਕੇ ਮੈਂ ਪੈ ਹੀ ਮੰਮੀ ਨਾਲ਼ ਗਈ ਸੀ।

ਕੱਲ੍ਹ ਯਾਤਰਾ ਤੋਂ ਵਾਪਸ ਆਏ ਭੂਆ ਜੀ ਨੂੰ ਜਦੋਂ ਮੈਂ ਫ਼ੂਨ ਬਾਰੇ ਦੱਸਿਆ ਸੀ ਤਾਂ ਉਹ ਸੈਲ ਫ਼ੂਨ ਲੈ ਕੇ ਇੱਕ ਦਮ ਕੋਠੇ ਜਾ ਚੜ੍ਹੇ ਸਨ। ਪੰਦਰਾਂ ਵੀਹ ਮਿੰਟ ਮਗਰੋਂ ਜਦੋਂ ਥੱਲੇ ਉੱਤਰੇ ਤਾਂ ਭੂਆ ਜੀ ਦਾ ਚਿਹਰਾ ਵੀ ਉੱਤਰਿਆ ਹੋਇਆ ਸੀ। ਉਦੇ ਏਜੰਟ ਨੂੰ ਫ਼ੂਨ ਕਰ ਦਿੱਤਾ ਸੀ ਸੀਟ ਓ.ਕੇ. ਕਰਵਾਉਣ ਲਈ। ਅੱਧੇ ਕੁ ਘੰਟੇ ਮਗਰੋਂ ਹੀ ਏਜੰਟ ਦਾ ਫ਼ੂਨ ਆ ਗਿਆ ਸੀ। ਸੀਟ ਓ.ਕੇ. ਹੋ ਗਈ ਸੀ। ਦੋ ਦਿਨ ਬਾਅਦ ਦੀ, ਘੰਟੇ ਮਗਰੋਂ ਭੂਆ ਜੀ ਫਿਰ ਬੈਗ ਚੁੱਕੀ ਤੁਰ ਪਏ ਸਨ। ਇਸ ਤੋਂ ਪਹਿਲੇ ਕਿ ਮੈਂ ਉਹਨਾਂ ਨੂੰ ਕੁੱਝ ਪੁੱਛਦੀ, ਉਹ ਬੋਲੇ ਸਨ :

"ਪੁੱਤ ਵਰਿੰਦਰ ਮੈਂ ਤੇਰੀ ਤੇਜੋ ਮਾਸੀ ਵੱਲ ਚੱਲੀ ਹਾਂ। ਕੱਲ ਆਵਾਂਗੀਆਂ ਦੁਪਹਿਰ ਤੱਕ। ਦੋਵੇਂ ਜਣੀਆਂ"। ਮੈਂ ਸਾਰੀ ਗੱਲ ਸਮਝ ਗਈ ਸੀ।

-ਭਲਾ ਮਾਸੀ ਮੈਨੂੰ ਮਨਾ ਲਊ? ਸਵਾਲ ਹੀ ਪੈਦਾ ਨੀ ਹੁੰਦਾ। ਮੇਰਾ ਅੰਦਰ ਰਿੱਝੀ ਜਾ ਰਿਹਾ ਹੈ। ਮਾਸੀਂ ਤੋਂ ਮੈਨੂੰ ਅਲਰਜੀ ਹੈ। ਅੱਵਲ ਤਾਂ ਉਹਦੇ ਸਾਰੇ ਟੱਬਰ ਤੋਂ ਹੀ। ਸਿਵਾਏ ਮਾਸੜ ਤੋਂ। ਉਹ ਵਿਚਾਰਾ ਸਾਈਂ ਲੋਕ ਹੈ।

ਮਾਸੀ ਦਾ ਸੁਭਾਅ ਮੰਮੀ ਅਤੇ ਦੋਹਾਂ ਮਾਮਿਆਂ ਤੋਂ ਬਿਲਕੁਲ ਉਲਟ ਹੈ। ਸੁਭਾਅ ਤਾਂ ਸਾਡੇ ਨਾਨੇ-ਨਾਨੀ ਦਾ ਵੀ ਚੰਗਾ ਸੀ ਪਰ ਮਾਸੀ ਦਾ ਪਤਾ ਨੀ ਕੀਹਦੇ 'ਤੇ ਚਲੇ ਗਿਆ। ਨਾਨੀ ਪਿੱਠ ਪਿੱਛੇ ਮਾਸੀ ਨੂੰ 'ਚੰਦੋ ਚੰਦਰੀ' ਕਹਿੰਦੀ ਹੁੰਦੀ ਸੀ।

'ਚੰਦੋ' ਨਾਨੀ ਹੁਰਾਂ ਦੀ ਗੁਆਂਢਣ ਹੁੰਦੀ ਸੀ। ਪੂਰੀ ਕੰਜੂਸ। ਕਹਿੰਦੇ ਇੱਕ ਵਾਰ ਉਸ ਨੇ ਤੀਲਾਂ ਦੀ ਡੱਬੀ ਛੇ ਮਹੀਨੇ ਨੀ ਸੀ ਮੁੱਕਣ ਦਿੱਤੀ। ਡੱਬੀ ਮੁੱਕਦੀ ਵੀ ਕਿੱਦਾ? ਚਿਮਟਾ ਚੁੱਕ ਕੇ ਅੱਗ ਲੈਣ ਤੁਰੀ ਹੀ ਰਹਿੰਦੀ ਸੀ। ਫਿਰ ਤਾਂ ਹੌਲ਼ੀ-ਹੌਲ਼ੀ ਅੱਗ ਲਿਆਉਣ ਤੋਂ ਵੀ ਹਟ ਗਈ ਸੀ। ਜਿਸ ਦੇ ਘਰ ਰੋਟੀ ਪੱਕਦੀ ਦੇਖਦੀ, ਆਪ ਵੀ ਆਟਾ ਉੱਥੇ ਹੀ ਲੈ ਜਾਂਦੀ। ਨਾਨੀ ਕਹਿੰਦੀ ਹੁੰਦੀ ਸੀ ਕਿ ਤੇਜੋ ਨੂੰ ਗੁੜ੍ਹਤੀ 'ਚੰਦੋ' ਨੇ ਹੀ ਦਿੱਤੀ ਸੀ। ਤੇ ਇਹ ਛੋਟੀ ਹੁੰਦੀ ਰਹਿੰਦੀ ਵੀ ਉਹਦੇ ਘਰੇ ਜ਼ਿਆਦਾ ਸੀ। ਫਿਰ ਮਾਸੀ ਜਿਸ ਘਰ ਵਿਆਹੀ ਗਈ ਉਹ ਵੀ ਨਹਿਲੇ ਤੇ ਦਹਿਲੇ ਵਾਲ਼ੀ ਗੱਲ ਸੀ।

ਮੈਨੂੰ ਹਾਸਾ ਆ ਗਿਆ ਹੈ।

ਮਾਸੀ ਹੁਰਾਂ ਦੀ 'ਅੱਲ' ਚੇਤੇ ਆ ਗਈ ਹੈ।

'ਅੱਲ' ਹੈ ਵੀ ਹਾਸੇ ਵਾਲ਼ੀ।

'ਘੱਗਰੇ ਲਾਹੁਣੇ।'

ਮੈਂ ਅੱਠਵੀਂ 'ਚ ਪੜ੍ਹਦੀ ਸੀ ਜਦੋਂ ਮੈਨੂੰ ਇਸ ਅੱਲ ਬਾਰੇ ਪਤਾ ਲੱਗਾ ਸੀ। ਉਹ ਵੀ ਉਦੋਂ ਜਦੋਂ ਮਾਸੀ ਹੁਰਾਂ ਦੀ ਆਪਣੇ ਗੁਆਂਢੀਆਂ ਨਾਲ਼ ਲੜਾਈ ਹੋਈ ਸੀ। ਨਾਲ਼ੀ ਕੱਢਣ ਪਿੱਛੇ ਮਾਸੀ ਗੁਆਂਢੀਆਂ ਦਾ ਸਿਆਪਾ ਕਰ ਰਹੀ ਸੀ। ਪਰ ਗੱਲ ਤਾਂ ਵਿੱਚੋਂ ਹੋਰ ਸੀ। ਨਾਲ਼ੀ ਤਾਂ ਬਹਾਨਾ ਹੀ ਸੀ। ਇਹ ਮੈਨੂੰ ਡੈਡੀ ਤੇ ਮੰਮੀ ਦੀਆਂ ਗੱਲਾਂ 'ਚੋਂ ਪਤਾ ਲੱਗਾ ਸੀ। ਮਾਸੀ ਦੀ ਕੁੜੀ 'ਬਿੱਲਾਂ' ਦੀ ਗੱਲ ਗੁਆਂਢੀਆਂ ਦੇ ਮੁੰਡੇ 'ਬੱਲੀ' ਨਾਲ਼ ਸੀ। ਬੱਲੀ ਕਿਤੇ ਇਸ਼ਾਰਾ ਕਰਦਾ ਮਾਸੀ ਨੇ ਦੇਖ ਲਿਆ ਸੀ। ਲੜਾਈ 'ਚ ਮਿਹਣ ਕਮੇਹਣੀ ਹੁੰਦਿਆਂ 'ਬੱਲੀ' ਨੇ ਆਖ ਦਿੱਤਾ ਸੀ :

"ਸਾਲ਼ੇ ਨੰਗ... ਘੱਗਰੇ ਲਾਹੁਣੇ।"

ਮਾਸੀ ਦੇ ਗਭਲੇ ਮੁੰਡੇ ਜੰਗੀ ਨੇ ਡਾਂਗ ਮਾਰ ਕੇ ਬੱਲੀ ਦਾ ਸਿਰ ਪਾੜ ਦਿੱਤਾ ਸੀ। ਪੁਲਿਸ ਪਰਚਾ ਹੋ ਗਿਆ ਸੀ। ਜੰਗੀ ਦੇ ਨਾਲ਼-ਨਾਲ਼ ਅਗਲਿਆਂ ਮਾਸੀ ਤੇ ਮਾਸੜ ਵੀ ਲਿਖਾ ਦਿੱਤੇ ਸਨ।

ਡੈਡੀ ਨੇ ਨੱਠ ਭੱਜ ਕੀਤੀ ਸੀ। ਰਾਜ਼ੀਨਾਮਾ ਕਰਵਾ ਦਿੱਤਾ ਸੀ। ਸ਼ਾਮ ਨੂੰ ਘਰ ਆ ਕੇ ਡੈਡੀ ਨੇ ਦੱਸਿਆ ਸੀ ਕਿ 'ਬੱਲੀ' ਨੇ ਘੱਗਰੇ ਲਾਹੁਣੇ' ਦਾ ਮਿਹਣਾ ਮਾਰ ਦਿੱਤਾ ਸੀ। ਮੈਂ ਖਹਿੜੇ ਪੈ ਗਈ ਕਿ 'ਘੱਗਰੇ ਲਾਹੁਣੇ' ਕੀ ਹੁੰਦੇ ਹਨ? ਡੈਡੀ ਨੇ ਸੁਣਾਈ ਸੀ ਸਾਰੀ ਕਹਾਣੀ:

"ਇਹਨਾਂ ਦਾ ਕੋਈ ਵਡਾਰੂ ਹੁੰਦਾ ਸੀ। ਛੜਾ। ਉਹ ਖੇਤਾਂ 'ਚ ਕੰਮ ਕਰ ਰਿਹਾ ਸੀ। ਗਰਮੀਆਂ ਦੇ ਦਿਨ ਸਨ। ਟੇਸ਼ਨ ਇਹਨਾਂ ਦੇ ਪਿੰਡੋਂ ਹੈ ਡੇੜ-ਦੋ ਮੀਲ। ਗੱਡੀਓ ਉਤਰ ਕੇ ਦੋ ਬੁੜ੍ਹੀਆਂ ਇਹਨਾਂ ਦੇ ਪਿੰਡ ਨੂੰ ਹੀ ਆ ਰਹੀਆਂ ਸਨ। ਡੰਡੀ ਇਹਨਾਂ ਦੇ ਖੇਤ 'ਚੋਂ ਲੰਘਦੀ ਸੀ। ਗਰਮੀ ਕਰਕੇ ਘੱਗਰੇ ਵਿਚਾਰੀਆਂ ਨੇ ਕੱਠੇ ਕਰਕੇ ਸਿਰਾਂ 'ਤੇ ਰੱਖੇ ਹੋਏ ਸਨ। ਇਹ ਸੋਚ ਕੇ ਕਿ ਪਿੰਡ ਨੇੜੇ ਜਾ ਕੇ ਪਾ ਲਵਾਂਗੀਆਂ। ਪਿੰਡ ਅਜੇ ਦੋ ਫਰਲਾਂਗ ਦੀ ਵਿੱਥ ਤੇ ਸੀ। ਜਦੋਂ ਇਹਨਾਂ ਦੇ ਖੇਤ ਦੀ ਡੰਡੀ 'ਚੋਂ ਲੰਘਣ ਲੱਗੀਆਂ ਤਾਂ ਸਰਦਾਰ ਹੁਰੀਂ ਅੱਧੇ ਖੇਤ ਦੀ ਵਿੱਥ ਤੋਂ ਲਲਕਾਰਾ ਮਾਰਿਆ: ਰੱਬ ਦੀਆਂ ਬੰਦੀਆਂ ਬਣ ਕੇ ਘੱਗਰੇ ਰੱਖ ਜਾਓ ਹੈਥੇ ਹੀ ਵੱਟ 'ਤੇ। ਨਾ ਰੱਖੇ ਤਾਂ ਮੂਹਰਲੀ ਚਰ੍ਹੀ ਵਿੱਚ ਜਾ ਕੇ ਤੁਹਾਡੀਆਂ ਸਲਵਾਰਾਂ ਵੀ ਲਾਹੂੰ।'

"ਵਿਚਾਰੀਆਂ ਡਰਦੀਆਂ ਨੇ ਘੱਗਰੇ ਉੱਥੇ ਹੀ ਰੱਖ ਦਿੱਤੇ। ਕੰਮਕਾਰ ਨਿਬੇੜ ਕੇ ਸਰਦਾਰ ਹੁਰੀਂ ਪਰਨੇ 'ਚ ਰੱਖੇ ਘੱਗਰੇ ਅਤੇ ਲਾ ਲਈ ਮਗਰੀ। ਘਰ ਪਹੁੰਚੇ ਤਾਂ ਅੱਗੇ ਉਹੀ ਬੀਬੀਆਂ ਬੈਠੀਆਂ। ਉਹਨਾਂ 'ਚੋਂ ਇੱਕ ਦੀ ਭਾਣਜੀ ਉਹਨਾਂ ਦੇ ਘਰ ਵਿਆਹੀ ਹੋਈ ਸੀ। ਪਰਨੇ ਦੀ ਇੱਕ ਗੁੱਠ 'ਚੋਂ ਇੱਕ ਘੱਗਰੇ ਦੀ ਲੌਣ ਤਾਂ ਉਹਨੀਂ ਦੇਖ ਲਈ। ਜਿਸ ਦੀ ਭਾਣਜੀ ਉਸ ਘਰ ਸੀ, ਉਨ ਦੂਜੀ ਮੂਹਰੇ ਹੱਥ ਜੋੜ ਕੇ ਬੁੱਲ੍ਹ ਸੀਅ ਲੈਣ ਲਈ ਕਿਹਾ। ਪਰ ਗੱਲ ਲੋਕਾਂ 'ਚ ਹੌਲ਼ੀ ਹੌਲ਼ੀ ਚਲੇ ਹੀ ਗਈ। ਲੋਕਾਂ ਨੇ ਉਹਨਾਂ ਦੀ ਅੱਲ 'ਘੱਗਰੇ ਲਾਹੁਣੇ' ਪਾ ਲਈ। ਇਹ ਗੱਲ ਤਾਂ ਸੌ ਸਾਲ ਪਹਿਲਾਂ ਵਾਪਰੀ ਹੋਊ, ਪਰ ਅੱਜ ਤੇਰੇ ਮਾਸੜ ਵਿਚਾਰੇ ਨੂੰ ਨਾਲ਼ੇ ਤਾਂ ਵੀਹ ਹਜ਼ਾਰ ਦੇਣਾ ਪਿਆ ਬੱਲੀ ਹੁਰਾਂ ਨੂੰ ਤੇ ਨਾਲ਼ੇ ਕਰਨੀ ਪਈ ਮਿੰਤ। ਸ਼ੈਦ ਇਹ ਘੱਗਰਿਆਂ ਦੀ ਕੀਮਤ ਸੀ ਜੋ ਇਸ ਪੀੜ੍ਹੀ ਨੂੰ ਤਾਰਨੀ ਪਈ।"

ਰਾਤੀਂ ਸੌਣ ਲੱਗਿਆਂ ਇਹ ਕਹਾਣੀ ਮੇਰੇ ਦਿਮਾਗ਼ 'ਚ ਘੁੰਮੀ ਜਾਵੇ। ਕਦੇ ਮਾਸੜ ਵਿਚਾਰੇ ਦੇ ਹੱਥ ਜੁੜੇ ਹੋਏ ਦਿੱਸਣ ਤੇ ਕਦੇ ਮੁਆਫ਼ੀ ਮੰਗਦੇ ਬੋਲ ਸੁਣਨ। ਉਸੇ ਰਾਤੇ ਇਹ ਸੁਪਨਾ ਮੈਨੂੰ ਪਹਿਲੀ ਵਾਰ ਆਇਆ ਸੀ :

ਮਾਸੀ ਤੇ ਮਾਸੜ ਦੇ ਸਰੀਰ 'ਤੇ ਥਾਂ ਪੁਰ ਥਾਂ ਡੂੰਡਾਂ ਜਿਹੀਆਂ ਹੋਈਆਂ ਪਈਆਂ ਸਨ। ਉਹਨਾਂ ਵਿੱਚੋਂ ਲਹੂ ਚੋ ਰਿਹਾ ਸੀ। ਕੁਝ ਬੰਦੇ ਉਹਨਾਂ ਦੇ ਜ਼ਖ਼ਮਾਂ 'ਚੋਂ ਮੋਚਨਿਆਂ ਨਾਲ਼ ਚਿੱਟੀਆਂ ਚਿੱਟੀਆਂ ਸੁੰਡੀਆਂ ਕੱਢ ਰਹੇ ਸਨ। ਠੀਕ ਉਸੇ ਤਰ੍ਹਾਂ ਜਿਸ ਤਰ੍ਹਾਂ ਡੈਡੀ ਮੱਝ ਦੀ ਛੋਟੀ ਜਿਹੀ ਕੱਟੀ ਦੀ ਧੁੰਨੀ 'ਚੋਂ ਬਹੁਤ ਸਾਲ ਪਹਿਲਾਂ ਕੱਢਦਾ ਮੈਂ ਦੇਖਿਆ ਸੀ। ਉਦੋਂ ਮੈਂ ਕਾਫ਼ੀ ਛੋਟੀ ਸੀ। ਕੱਟੀ ਉੱਠਣ ਲਈ ਤੜਫਦੀ ਸੀ। ਪਰ

ਉਸ ਨੂੰ ਦੋ ਜਣਿਆਂ ਨੇ ਦੱਬਿਆ ਹੋਇਆ ਸੀ। ਮਾਸੀ ਮਾਸੜ ਵੀ ਤੜਫ਼ ਰਹੇ ਸਨ। ਪਰ ਕਈ ਕਈ ਬੰਦੇ ਉਹਨਾਂ ਨੂੰ ਦੱਬੀ ਬੈਠੇ ਸਨ। ਮੈਂ ਚੀਕਾਂ ਮਾਰਦੀ ਉੱਠ ਬੈਠੀ ਸੀ। ਮੈਨੂੰ ਸਾਹ ਚੜ੍ਹਿਆ ਹੋਇਆ ਸੀ।

ਸਾਹ ਤਾਂ ਹੁਣ ਵੀ ਚੜ੍ਹ ਗਿਆ ਹੈ। ਭੂਆ ਹੁਰਾਂ ਦੇ ਆਉਣ ਦਾ ਟਾਈਮ ਨੇੜੇ ਆਇਆ ਕਰਕੇ। ਮੈਂ ਕਾਹਲ਼ੀ-ਕਾਹਲ਼ੀ ਕੰਮ ਮੁਕਾ ਰਹੀ ਹਾਂ। ਮੰਮੀ ਨੂੰ ਨੁਹਾਕੇ ਉਸ ਦੇ ਕੱਪੜੇ ਬਦਲ ਦਿੱਤੇ ਹਨ। ਸਿਰ ਵਾਹ ਦਿੱਤਾ ਹੈ। ਸਿਰ ਵਾਹੁੰਦੀ ਨੇ ਮੰਮੀ ਨੂੰ ਦੱਸਿਆ ਸੀ ਕਿ ਤੇਰੀ ਭੈਣ ਤੇਜੋ ਆ ਰਹੀ ਹੈ। ਭੂਆ ਜੀ ਲੈਣ ਗਈ ਹੋਈ ਹੈ। ਮੰਮੀ ਨੇ ਮਾਸੀ ਦੇ ਨਾਂ 'ਤੇ ਨੱਕ ਚੜ੍ਹਾਇਆ ਸੀ।

ਮੰਮੀ ਆਪਣੀ ਖੁਸ਼ੀ ਨਾਖੁਸ਼ੀ ਹੁਣ ਚਿਹਰੇ ਦੇ ਹਾਵ-ਭਾਵਾਂ ਨਾਲ਼ ਹੀ ਦੱਸ ਸਕਦੀ ਹੈ। ਵੀਰ ਕੁਲਵਿੰਦਰ ਦੇ ਘਰ ਛੱਡ ਕੇ ਜਾਣ ਤੋਂ ਦੋ ਕੁ ਮਹੀਨੇ ਮਗਰੋਂ ਇੱਕ ਦਿਨ ਬੈਠੇ ਬੈਠੇ ਮੰਮੀ ਇੱਕ ਪਾਸੇ ਨੂੰ ਲੁੜਕ ਗਏ ਸਨ। ਬਥੇਰਾ ਡੈਡੀ ਨੇ ਆਪਣੀ ਸਮਰੱਥਾ ਮੁਤਾਬਿਕ ਇਲਾਜ ਕਰਾਇਆ। ਪਰ ਨਾ ਤਾਂ ਸੱਜੇ ਪਾਸੇ ਦੀ ਹਰਕਤ 'ਚ ਕੋਈ ਸੁਧਾਰ ਹੋਇਆ ਤੇ ਨਾ ਹੀ ਜੁਬਾਨ ਚੱਲੀ। ਹੁਣ ਡੈਡੀ ਮੁੱਕੇ ਤੇ ਤੇਜ਼ੀ ਨਾਲ਼ ਘੱਟ ਰਹੇ ਹਨ। ਉਸ ਤਰ੍ਹਾਂ ਦਿਮਾਗ਼ ਕੰਮ ਕਰਦਾ ਹੈ ਥੋੜ੍ਹਾ ਥੋੜ੍ਹਾ।

ਗੇਟ ਖੜਕਿਆ ਏ। ਮੈਂ ਭੱਜ ਕੇ ਖੋਲ੍ਹਿਆ ਹੈ। ਮਾਸੀ ਤੇ ਭੂਆ ਦਾਖ਼ਲ ਹੋਈਆਂ ਹਨ। ਮੈਂ ਵਿਸ਼ ਕੀਤਾ ਹੈ। ਮੈਨੂੰ ਵਾਰੀ ਵਾਰੀ ਦੋਹਾਂ ਨੇ ਪਿਆਰ ਦਿੱਤਾ ਹੈ। ਸਿੱਧੀਆਂ ਮੰਮੀ ਵਾਲ਼ੇ ਕਮਰੇ 'ਚ ਲੰਘ ਗਈਆਂ ਹਨ। ਮੈਂ ਪਾਣੀ ਲੈਣ ਚਲੇ ਗਈ ਹਾਂ। ਪਾਣੀ ਮਗਰੋਂ ਚਾਹ ਵੀ ਮੰਮੀ ਕੋਲ਼ ਬੈਠਿਆਂ ਹੀ ਪੀ ਲਈ ਹੈ। ਮੈਂ ਭਾਂਡੇ ਚੁੱਕ ਰਸੋਈ 'ਚ ਆ ਗਈ ਹਾਂ। ਭਾਂਡੇ ਸਾਫ਼ ਕਰਕੇ ਮੈਂ ਸਬਜ਼ੀ ਕੱਟਣ ਲੱਗੀ ਹਾਂ। ਬੈਠਕ 'ਚ ਪਹੁੰਚ ਚੁੱਕੇ ਭੂਆ ਜੀ ਦੀ ਅਵਾਜ਼ ਕੰਨੀ ਪਈ ਹੈ:

"ਵਰਿੰਦਰ ਪੁੱਤ ਲਿਆ ਹੱਥੋ-ਹੱਥੀ ਕੰਮ ਨਿਬੇੜ ਲੈਂਦੀਆਂ ਹਾਂ ਤੇ ਨਾਲ਼ੇ ਗੱਲਾਂ ਬਾਤਾਂ ਕਰਾਂਗੇ।" ਗੱਲਾਂ ਬਾਤਾਂ ਦੇ ਨਾਂ 'ਤੇ ਮੇਰਾ ਸੀਨਾ ਧੜਕਿਆ ਹੈ। ਪਰ ਹੌਂਸਲਾ ਕਰਨ ਲਈ ਆਪੇ ਨੂੰ ਕਿਹਾ ਹੈ। ਭੂਆ ਜੀ ਦਾ ਆਦੇਸ਼ ਮੰਨ ਲਿਆ ਹੈ। ਕੁੱਝ ਚਿਰ ਦੀ ਚੁੱਪੀ ਮਗਰੋਂ ਭੂਆ ਜੀ ਨੇ ਗੱਲ ਤੋਰੀ ਹੈ :

"ਦੇਖ ਪੁੱਤ ਵਰਿੰਦਰ ਤੈਨੂੰ ਪਤਾ ਹੀ ਹੈ ਕਿ ਮੈਨੂੰ ਅਚਾਨਕ ਕੈਨੇਡਾ ਵਾਪਸ ਜਾਣਾ ਪੈ ਗਿਆ ਹੈ। ਚਲੇ ਤਾਂ ਮੈਂ ਜਾਊ ਪਰ ਰੂਹ ਤਾਂ ਮੇਰੀ ਇੱਥੇ ਹੀ ਤੜਫਦੀ ਰਹਿਣੀ ਹੈ। ਇੱਕ ਤਾਂ ਭਰਜਾਈ ਇਸ ਹਾਲ ਪਈ ਹੈ ਕਿ ਨਾ ਜੀਊਂਦਿਆਂ 'ਚ ਤੇ ਨਾ ਮਰਿਆਂ 'ਚ। ਦੂਜਾ ਅਜੇ ਵੀਰ ਕੇਸਰ ਸਿੰਘ ਦੀ ਮੌਤ ਦਾ ਸੱਲ ਵੀ ਅੱਲਾ ਹੈ। ਵੱਡੀ ਚਿੰਤਾ ਤੇਰੇ ਵਿਆਹ ਦੀ ਹੈ। ਅਸਲ ਚਿੰਤਾ ਤੇਰੇ ਵਿਆਹ ਨਾ ਕਰਾਉਣ ਦੀ ਜ਼ਿਦ ਹੈ। ਅੱਜ ਮੇਰੀ ਜਿਠਾਣੀ ਮੇਰੇ ਆਖੇ 'ਚ ਹੈ। ਉਹ ਆਪਣੇ ਪੋਤੇ ਲਈ ਰਿਸ਼ਤੇ ਲਈ ਤਿਆਰ ਹੈ। ਕਮਲ਼ੀਏ, ਕੈਨੇਡਾ ਲਈ ਤਾਂ ਕੁੜੀਆਂ 'ਕਬਰੀਂ ਲੱਤਾਂ' ਵਾਲ਼ੇ ਬੰਦਿਆਂ ਨਾਲ਼ ਵਿਆਹ ਕਰਵਾਉਣ ਲਈ ਤਿਆਰ ਹੋ ਜਾਂਦੀਆਂ ਹਨ। ਇੱਕ ਤੂੰ ਏਂ ਜੋ ਪਿੰਡੇ ਪਾਣੀ ਨੀ ਪੈਣ ਦਿੰਦੀ। ਮੈਂ ਤੇਰੀਆਂ ਮਿੰਤਾਂ ਕਰ ਕਰ ਹਾਰ ਗਈ ਹਾਂ। ਹੁਣ ਤੇਰੀ ਮਾਸੀ ਵੀ ਸਾਹਮਣੇ ਹੈ। ਇਹ ਦੱਸ ਦੇਵੇਂ ਮੈਂ ਕੀ ਮਾੜਾ ਕਰ ਰਹੀ ਹਾਂ।"

"ਦੇਖ ਮੇਰੀ ਬੀਬੀ ਧੀ, ਆਪਣੀ ਭੂਆ ਦਾ ਕਹਿਣਾ ਮੰਨ। ਇਹ ਸੱਤ ਸਮੁੰਦਰੋਂ ਪਾਰੋਂ ਆ ਕੇ ਤੁਹਾਡੇ ਦੁੱਖ ਮੱਲੀ ਬੈਠੀ ਹੈ। ਕਿੰਨਾ ਹੇਜ ਹੈ ਇਸ ਨੂੰ ਆਪਣੇ ਭਰਾ ਦੇ ਘਰ ਨਾਲ਼। ਨਹੀਂ ਤਾਂ ਕੋਈ ਨੀ ਪੁੱਛਦਾ ਇਸ ਜਮਾਨੇ 'ਚ।" ਮਾਸੀ ਵੀ ਬੋਲੀ ਹੈ।

"ਦੇਖੋ ਮਾਸੀ ਜੀ, ਪਹਿਲੀ ਗੱਲ ਮੈਂ ਮੰਮੀ ਨੂੰ ਇਸ ਹਾਲ ਪਈ ਦੇਖ ਕੇ ਵਿਆਹ ਕਰਵਾਉਣਾ ਤਾਂ ਦੂਰ ਦੀ ਗੱਲ, ਸੋਚ ਵੀ ਨਹੀਂ ਸਕਦੀ। ਜਿੰਨਾ ਚਿਰ ਇਹਨਾਂ ਦੇ ਸੁਆਸ ਚਲਦੇ ਹਨ, ਮੇਰਾ ਉਦੇਸ਼ ਇਹਨਾਂ ਦੀ ਸੇਵਾ ਹੀ ਹੈ।" ਅਸਲ ਗੱਲ ਮੈਂ ਛੁਪਾ ਗਈ ਹਾਂ।

"ਨਾ ਮੇਰੀ ਧੀ, ਤੇਰੀ ਭੂਆ ਨੇ ਮੈਨੂੰ ਸੱਭੋ ਕੁੱਝ ਦੱਸ ਦਿੱਤਾ ਹੈ। ਇਹ ਹੁਣ ਜਾ ਕੇ ਤੇਰੀ ਅਪਲਾਈ ਕਰਵਾਏਗੀ। ਅਗਰ ਮੁੰਡੇ ਨੂੰ ਆ ਕੇ ਵਿਆਹ ਕਰਵਾਉਣਾ ਜ਼ਰੂਰੀ ਹੋਇਆ ਤਾਂ ਛੇਆਂ ਮਹੀਨਿਆਂ ਤੱਕ ਲੈ ਕੇ ਆਵੇਗੀ। ਐਵੇਂ ਸਾਲ ਡੂਢ ਸਾਲ ਤਾਂ ਲੱਗ ਹੀ ਜਾਣਾ ਹੈ। ਜਦੋਂ ਤਾਈਂ ਤਾਂ ਤੂੰ ਆਪਣੀ ਮਾਂ ਕੋਲ਼ ਹੀ ਹੈ। ਇਹ ਤੇਰੀ ਸਤਿਯੁਗੀ ਭੂਆ ਹੀ ਹੈ ਜੋ ਤੇਰੇ ਬਾਰੇ ਐਨਾ ਸੋਚਦੀ ਹੈ। ਸੋਚੇ ਵੀ ਕਿਉਂ ਨਾ? ਇਹਦੇ ਭਰਾ ਦੀ ਨਿਸ਼ਾਨੀ ਵੀ ਹੁਣ ਤੂੰ ਹੀ ਏਂ। ਤੇਰਾ ਭਰਾ ਕੁਲਵਿੰਦਰ ਤਾਂ ਹੁਣ ਮੁੜਦਾ ਦੀਹਦਾ ਨੀ। ਦੋ ਸਾਲ ਹੋ ਜਾਣਗੇ ਹੋਰ ਦੋ ਮਹੀਨਿਆਂ ਨੂੰ। ਘਰੋਂ ਗਏ ਨੂੰ। ਕਿੱਥੇ ਕਿੱਥੇ ਨੀ ਟੋਲ਼ਿਆ ਆਪਾਂ ਉਹਨੂੰ। ਖਬਰੇ ਕਿਤੇ.........ਪਰਮਾਤਮਾ ਭਲੀ ਕਰੇ। ਰਹੀ ਗੱਲ ਤੇਰੀ ਮਾਂ ਦੀ..........ਇਹ ਵੀ ਹੁਣ ਬਹੁਤਾ ਚਿਰ........ਮੈਂ ਤਾਂ ਕੈਨ੍ਹੀ ਆ ਪਈ ਮੇਰੀ ਭੈਣ ਸੌ ਸਾਲ ਜੀਵੇ। ਪਰ ਆ ਵੀ ਵਿਚਾਰੀ ਦੀ ਕੋਈ ਜੂਨ ਆ........ਨਾ ਏਧਰ ਨਾ ਓਧਰ...........ਏਦੋਂ ਤਾਂ ਰੱਬ ਪਰਦਾ.........ਕੁਲਵਿੰਦਰ ਦੇ ਝੋਰੇ ਨੇ ਹੀ.........." ਮਾਸੀ ਬੋਲਦੀ ਬੋਲਦੀ ਨੇ ਬਨਾਉਟੀ ਗਲ਼ਾ ਭਰ ਲਿਆ ਹੈ। ਚੁੰਨੀ ਅੱਖਾਂ 'ਤੇ ਧਰ ਰੋਣ ਦਾ ਨਾਟਕ ਕਰਨ ਲੱਗ ਪਈ ਹੈ।

ਮੈਨੂੰ ਵੀਰ ਕੁਲਵਿੰਦਰ ਚੇਤੇ ਆ ਗਿਆ ਹੈ। ਇੱਕ ਵਾਰ ਮੈਂ ਤੇ ਮੰਮੀ ਵਾੜੇ ਗਈਆਂ ਤਾਂ ਦੇਖਿਆ ਕੁਲਵਿੰਦਰ ਤੇ ਉਸ ਦਾ ਦੋਸਤ ਪੱਪਾ ਇੱਕ ਕੰਧ ਕੋਲ਼ ਬੈਠੇ ਸਨ। ਸਾਨੂੰ ਦੇਖ ਇੱਕ ਦਮ ਉੱਠ ਖੜ੍ਹੇ ਹੋਏ। ਉਹਨੀਂ ਕੁੱਝ ਲਕੋਇਆ ਵੀ ਸੀ। ਕੁਲਵਿੰਦਰ ਦੀ ਬਾਂਹ ਲਹੂ ਲੂਹਾਨ ਸੀ। ਮਾਮਲਾ ਮੈਨੂੰ ਸਮਝ ਆ ਗਿਆ ਸੀ। ਉਹ ਨਸ਼ੇ ਦੇ ਟੀਕੇ ਲਾ ਰਹੇ ਹੋਣਗੇ। ਇੱਕ ਦੂਜੇ ਦੇ। ਕੁਲਵਿੰਦਰ ਦੀ ਨਾੜੀ ਨਹੀਂ ਲੱਭ ਰਹੀ ਹੋਣੀ। ਇਸ ਲਈ ਪੱਪਾ ਇੱਕ ਥਾਂ ਤੋਂ ਸੂਈ ਕੱਢ ਕੇ ਦੂਸਰੀ ਥਾਂ, ਫਿਰ ਤੀਸਰੀ ਥਾਂ ਲਾ ਲਾ ਦੇਖ ਰਿਹਾ ਹੋਣਾ। ਟੀਕੇ ਲਾਉਣ ਨਾਲ਼ ਨਾੜੀਆਂ ਤਾਂ ਧਾਗਿਆਂ ਵਰਗੀਆਂ ਬਣੀਆਂ ਪਈਆਂ ਸਨ। ਨਕਰਮੇ ਦੀਆਂ। ਥੋੜ੍ਹੇ ਦਿਨ ਪਹਿਲਾਂ ਹੀ ਰਾਤ ਨੂੰ ਮੰਜੇ ਤੋਂ ਉੱਲਰ ਉੱਲਰ ਪੈਂਦਾ ਸੀ। ਤੜਪੇ... ਲੁੱਛੇ। ਮੰਮੀ ਕਹੇ ਬਾਹਰਲੀ ਕਸਰ ਲੱਗਦੀ ਹੈ। ਪਰ ਸੀ ਨਸ਼ੇ ਦੀ ਤੋਟ। ਮੈਂ ਤੇ ਡੈਡੀ ਡਾਕਟਰ ਕੋਲ਼ ਲੈ ਕੇ ਗਏ। ਗੁਲੂਕੋਜ਼ ਲਾਉਣ ਲਈ ਡਾਕਟਰ ਨੂੰ ਨਾੜੀ ਨਹੀਂ ਸੀ ਲੱਭੀ। ਹਾਰ ਕੇ ਉਸ ਗਲ਼ੇ ਦੀ ਨਾੜੀ 'ਚ ਲਾਇਆ ਸੀ। ਮੰਮੀ ਦੀ ਨਿਗਾਹ ਜਦੋਂ ਲਹੂ ਲੁਹਾਨ ਬਾਂਹ 'ਤੇ ਪਈ, ਉਹ ਤਾਂ ਦੁਹੱਥੜੀ ਮਾਰ ਪਿੱਟ ਉੱਠੀ ਸੀ :

"ਵੇ ਅਜੇ ਤਾਂ ਦਸ ਦਿਨ ਨੀ ਹੋਏ ਤੈਨੂੰ ਹਸਪਤਾਲੋਂ ਆਏ ਨੂੰ। ਤੂੰ ਫਿਰ ਉਹਨੀਂ ਲੱਛਣੀ ਆ ਗਿਆ। ਵੇ ਤੇਰੇ ਨਾਲੋਂ ਤਾਂ ਮੈਂ ਨਿਪੁੱਤੀ ਹੀ ਰਹਿੰਦੀ। ਵੇ ਤੂੰ ਕਿਹੜੇ ਜਨਮਾਂ ਦਾ ਵੈਰ ਲੈ ਰਿਹਾ ਏਂ। ਵੇ ਤੂੰ......।"

ਮੰਮੀ ਪਿੱਟਦੀ ਪਿੱਟਦੀ ਡਿੱਗ ਪਈ ਸੀ। ਬਲੱਡ ਵਧ ਗਿਆ ਸੀ। ਵੀਰ ਤੇ ਪੱਪਾ ਜਾ ਚੁੱਕੇ ਸਨ। ਮੰਮੀ ਨੂੰ ਮੈਂ ਹੀ ਸੰਭਾਲ਼ਿਆ ਸੀ।

ਰਾਤ ਨੂੰ ਡੈਡੀ ਘਰ ਆਏ ਨੂੰ ਕਲੇਸ਼ ਵੱਧਣ ਦੇ ਡਰੋਂ ਦੱਸਿਆ ਨਹੀਂ ਸੀ ਗਿਆ।

ਮਾਸੀ ਨੇ ਗਲ਼ਾ ਸਾਫ਼ ਕਰਕੇ ਫਿਰ ਬੋਲਣਾ ਸ਼ੁਰੂ ਕੀਤਾ ਹੈ :

"ਹਾਂ ਪੁੱਤ ਮੈਂ ਤੇਰੀ ਮਾਂ ਨੂੰ ਰੁਲਣ ਨੀਂ ਦਿੰਦੀ। ਮੈਂ ਆਪਣੇ ਬੜੇ ਨੂੰਹ ਪੁੱਤ ਨੂੰ ਏਥੇ ਛੱਡ ਦੂੰ...........ਈਹਦੀ ਸੇਵਾ ਲਈ.........ਮੈਂ ਵੀ ਗੇੜਾ ਬਰੋਬਰ ਰੱਖੂੰ। ਅਖਿਰ ਮੇਰੀ ਵੀ ਕੁੱਝ ਲੱਗਦੀ ਹੈ।"

-ਦੇ ਤਾਂ ਮੋਮੋਠਗਣੀ। ਪਿੰਡ ਵਸਿਆ ਨੀ ਉੱਚਕੇ ਪਹਿਲਾਂ ਆ ਗਏ। ਮੰਮੀ ਦੀ ਸੰਭਾਲ਼ ਤੂੰ ਕਾਹਨੂੰ ਕਰੂੰਗੀ। ਤੇਰੀ ਤਾਂ ਨਿਗਾਹ ਬਾਪੂ ਵਾਲ਼ੀ ਚਾਰ ਘੁਮਾ ਪੈਲ਼ੀ 'ਤੇ ਏ। ਬੱਲੇ ਓਏ ਘੱਗਰੇ ਲਾਹੁਣਿਓ! ਮੇਰਾ ਮਨ ਤੜਪਿਆ ਏ।

"ਹਾਂ ਪੁੱਤ ਤੇਰੀ ਮਾਸੀ ਦੀ ਗੱਲ ਠੀਕ ਹੈ। ਇਹ ਆਪੇ ਕਰੂ ਸੰਭਾਲ਼ ਆਪਣੀ ਭੈਣ ਦੀ। ਤੂੰ ਬੇਫਿਕਰ ਹੋ ਕੇ ਚੱਲ ਮੇਰੇ ਨਾਲ਼। ਨਾਲ਼ੇ ਤੂੰ ਕਿਹੜਾ ਸਵੇਰੇ ਤੁਰ ਪਏਂਗੀ? ਖ਼ਬਰੇ ਕੈ ਸਾਲ ਲੱਗਣੇ ਆ? ਤੂੰ ਇੱਕ ਵਾਰ ਹਾਂ ਕਰਦੇ। ਮੈਂ ਮੁੰਡਾ ਰੋਕ ਲੈਂਦੀ ਹਾਂ ਜਾ ਕੇ। ਤੈਨੂੰ ਅੱਖਾਂ ਸਾਹਵੇਂ ਰੱਖ ਕੇ ਮੇਰੀ ਰੂਹ ਸ਼ਾਂਤ ਰਹੂ। ਨਾਲ਼ੇ ਸਵਰਗ 'ਚ ਬੈਠੇ ਵੀਰ ਕੇਸਰ ਸੂੰ ਦੀ ਵੀ। ਇੱਕ ਗੱਲ ਹੋਰ ਸੁਣ ਲੈ ਮੇਰੀ ਧਿਆਨ ਨਾਲ਼। ਤੂੰ ਜੁਆਨ-ਜਹਾਨ ਕੁੜੀ ਕੱਲੀ ਦਿਨ ਕਿਵੇਂ ਕੱਟ ਲਊਂਗੀ? ਇਹ ਸਮਾਜ ਬੜਾ ਔਂਤਰਾ ਏ। ਕੱਲੀ ਕਾਰੀ ਔਰਤ ਦੀ ਇੱਥੇ ਜ਼ਿੰਦਗੀ ਸੁਖਾਲ਼ੀ ਨੀਂ।" ਭੂਆ ਕਾਫ਼ੀ ਕੁਝ ਆਖ ਗਈ ਏ।

"ਭੂਆ ਜੀ, ਮੈਂ ਕੋਈ ਆਟੇ ਦਾ ਦੀਵਾ ਨੀ ਬਈ ਕਾਂ ਠੂੰਗ ਜਾਣਗੇ। ਉਸ ਕਾਮਰੇਡ ਕੇਸਰ ਸੂੰਹ ਦੀ ਧੀ ਹਾਂ ਜੋ ਕਦੇ ਸਿਰ ਮਾਰ ਕੇ ਜੇਲ੍ਹ ਦੀਆਂ ਕੰਧਾਂ ਹਿਲਾਅ ਦਿਆ ਕਰਦਾ ਸੀ।" ਮੈਂ ਡੈਡੀ ਤੇ ਮਾਣ ਕਰ ਗਈ ਹਾਂ ਪਰ ਕਿਸੇ ਗੁੱਝੀ ਪੀੜ ਨਾਲ਼ ਅੰਦਰੋਂ ਹਿੱਲ ਵੀ ਗਈ ਹਾਂ।

"ਤੁਹਾਡੇ ਆਖੇ ਮੈਂ ਜ਼ਹਿਰ ਪੀ ਸਕਦੀ ਹਾਂ ਭੂਆ ਜੀ, ਪਰ ਮੈਨੂੰ ਵਿਆਹ ਲਈ ਨਾ ਕਹੋ। ਇਹ ਮੇਰੀ ਹੱਥ ਬੰਨ੍ਹ ਕੇ ਬੇਨਤੀ ਹੈ। ਜ਼ਿੰਦਗੀ ਤਾਂ ਕੱਟ ਲੂੰਗੀ ਮੈਂ ਕੱਲੀ ਵੀ। ਤੁਸੀਂ ਬੇਫਿਕਰ ਰਹੋ। ਤੁਹਾਡੀ ਦਯਾ ਨਾਲ਼ ਬੀ.ਏ. ਮੇਰੀ ਕਲੀਅਰ ਹੋ ਚੁੱਕੀ ਹੈ। ਮਾਰਕਸ ਵੀ ਵਧੀਆ ਹਨ। ਉਮੀਦ ਹੈ ਬੀ.ਐਡ. 'ਚ ਅਡਮਿਸ਼ਨ ਮਿਲ਼ ਹੀ ਜਾਵੇਗੀ। ਮੈਂ ਤੁਹਾਡੇ ਮਗਰੋਂ ਮੰਮੀ ਨੂੰ ਲੈ ਕੇ ਜਲੰਧਰ ਚਲੇ ਜਾਣਾ ਹੈ। ਮਾਮਾ ਜੀ ਹੁਰਾਂ ਵਾਲ਼ੀ ਗਲ਼ੀ 'ਚ ਮਕਾਨ ਦੇਖਿਆ ਜਾ ਚੁੱਕਾ ਹੈ। ਕਿਰਾਏ ਤੇ ਲੈਣ ਲਈ। ਉੱਥੇ ਮੰਮੀ ਦੀ ਸੰਭਾਲ਼ ਲਈ ਉਹਨਾਂ ਦਾ ਵੀ ਆਸਰਾ ਰਹੂ। ਜੇ ਬੀ.ਐਡ.'ਚ ਅਡਮਿਸ਼ਨ ਨਾ ਵੀ ਮਿਲ਼ਿਆ ਤਾਂ ਕੋਈ ਹੋਰ ਕੰਮ ਕਰ ਲੂੰ। ਸ਼ਹਿਰ 'ਚ ਟਿਊਸ਼ਨ ਵਰਕ ਵੀ ਵਥੇਰਾ ਮਿਲ਼ ਜਾਂਦਾ। ਕੁਝ ਹਾਲ਼ਾ ਪੱਤਾ ਵੀ ਆਜਿਆ ਕਰੂ ਖੇਤਾਂ ਦਾ। ਉਮੀਦ ਏ ਮਾਂ-

ਧੀ ਇੱਜ਼ਤ ਦੀ ਰੋਟੀ ਖਾ ਸਕੂੰਗੀਆਂ।"

"ਪੁੱਤ ਤੂੰ ਬਹਾਦਰ ਏ। ਹਿੰਮਤੀ ਵੀ ਏਂ। ਪਰ ਮੈਂ ਵੀ ਕੀ ਕਰਾਂ? ਮੇਰਾ ਮਨ ਦਹਿਲ ਦਾ ਏ ਤੈਨੂੰ 'ਕੱਲੀ ਛੱਡ ਕੇ। ਤੂੰ ਮੇਰੇ ਵੀਰ ਕੇਸਰ ਸੂੰ ਦੀ ਧੀ ਹੀ ਨਹੀਂ ਉਸ ਦੀ 'ਪੱਗ' ਵੀ ਏ। ਮੇਰੇ ਵੀਰ ਦੀ ਪੱਗ ਬੇਦਾਗ਼ ਹੀ ਰਹਿਣੀ ਚਾਹੀਦੀ ਏ। ਇਹ ਮੇਰਾ ਫਰਜ਼ ਵੀ ਹੈ।"

ਮੈਂ ਬੁੱਲ ਘੁਟ ਲਏ ਹਨ ਪਰ ਮਨ ਬੋਲਣ ਲੱਗ ਪਿਆ ਹੈ:

–ਭੂਆ ਜੀ ਤੁਹਾਨੂੰ ਕੀ ਦੱਸਾਂ, ਪੱਗ ਤਾਂ ਤੇਰੇ ਵੀਰ ਦੀ ਉਦੋਂ ਹੀ ਦਾਗ਼ਦਾਰ ਹੋ ਗਈ ਸੀ ਜਦੋਂ ਵੀਰ ਕੁਲਵਿੰਦਰ ਨੇ ਸਰਪੰਚ ਦੀ ਸ਼ਾਫ਼ਟ ਅਤੇ ਪੁਲ਼ੀਆਂ ਖੋਲ੍ਹ ਕੇ ਕੁਆੜੀਏ ਨੂੰ ਵੇਚ 'ਤੀਆਂ ਸਨ। ਉਸ ਜੱਥੇਦਾਰ ਮੇਵਾ ਸਿੰਘ ਦੀਆਂ ਜਿਸ ਦੀ ਹੈਂਕੜ ਅਤੇ ਧੱਕੇ ਵਿਰੁੱਧ ਡੈਡੀ ਨੇ ਹਮੇਸ਼ਾ ਲਿਤਾੜੀ ਧਿਰ ਦਾ ਸਾਥ ਦਿੱਤਾ ਸੀ। ਕੁਆੜੀਏ ਤੋਂ ਇਹ ਪਤਾ ਲੱਗਣ ਤੇ ਕਿ ਇਹ ਕਾਮਰੇਡ ਕੇਸਰ ਸਿੰਘ ਦਾ ਮੁੰਡਾ ਵੇਚ ਕੇ ਗਿਆ ਹੈ, ਸਰਪੰਚ ਮੇਵਾ ਸਿੰਘ ਦੀਆਂ ਤਾਂ ਚੜ੍ਹਾਂ ਮਚ ਗਈਆਂ ਸਨ। ਮੂਹਰੇ ਸਰਪੰਚੀ ਦੀ ਆ ਰਹੀ ਇਲੈਕਸ਼ਨ ਦੇ ਮੱਦੇ ਨਜ਼ਰ ਉਸ ਨੇ ਇੱਕ ਪੰਚਾਇਤ ਮੈਂਬਰ ਰਾਹੀਂ ਡੈਡੀ ਨੂੰ ਆਪਣੀ ਹਵੇਲੀ ਹੀ ਸੱਦਿਆ ਸੀ। ਨਾਲ਼ ਕੁਲਵਿੰਦਰ ਨੂੰ ਵੀ। ਪਰ ਕੁਲਵਿੰਦਰ ਤਾਂ ਦੋ ਦਿਨ ਤੋਂ ਘਰ ਨੀ ਸੀ ਵੜਿਆ। ਕਾਫ਼ੀ ਸੋਚ ਵਿਚਾਰ ਮਗਰੋਂ ਡੈਡੀ ਹੀ ਗਿਆ ਸੀ। ਸਰਪੰਚ ਨੇ ਕੁਰਸੀ ਤੋਂ ਉਠ ਕੇ ਸਵਾਗ਼ਤ ਕੀਤਾ ਸੀ। ਦੋ ਪੰਚਾਇਤ ਮੈਂਬਰ ਹੋਰ ਸਨ। ਰੁਲ਼ੀਆ ਝੀਰ ਵੀ ਕੋਲ਼ ਸੀ। ਸਰਸਰੀ ਗੱਲ ਬਾਤ ਮਗਰੋਂ ਜੱਥੇਦਾਰ ਜੀ ਬੋਲੇ ਸਨ:

"ਕੇਸਰ ਸਿਹਾਂ, ਬੰਦਾ ਤੂੰ ਵਧੀਆ। ਪਰ ਤੇਰੇ ਮੁੰਡੇ ਨੇ ਆ ਕਾਰਾ ਚੰਗਾ ਨੀ ਕੀਤਾ। ਮੇਰੇ ਬੋਰ ਤੋਂ ਸ਼ਾਫ਼ਟ ਤੇ ਪੁਲ਼ੀਆਂ ਖੋਲ੍ਹ ਕੇ ਵੇਚ 'ਤੀਆਂ। ਕਮਲ਼ਿਆਂ ਸਾਡੇ ਖੇਤ 'ਚੋਂ ਤਾਂ ਸੂਈ ਸਾਰਕੀ ਨੀ ਹਿੱਲੀ ਅੱਜ ਤੋੜੀ। ਉਹਨੇ ਤਾਂ ਕਮਾਲ ਹੀ ਕਰ 'ਤੀ। ਹੁਣ ਮਾਮਲਾ ਏ ਚੋਰੀ ਦਾ। ਮਾਲ ਵੀ ਬਰਾਮਦ। ਕੁਆੜੀਆ ਗਵਾਹ ਵੀ ਹੈ। ਦੂਜਾ ਗਵਾਹ ਇਹ ਰੁਲ਼ੀਆ ਵੀ ਹੈ। ਇਹ ਵੀ ਦੱਸਦਾ ਹੈ ਕਿ ਜਿਸ ਰਾਤ ਸ਼ਾਫ਼ਟ ਖੁੱਲ੍ਹੀ ਹੈ ਉਸ ਦਿਨ ਕੁਲਵਿੰਦਰ ਤੇ ਇੱਕ ਹੋਰ ਮੁੰਡਾ ਸ਼ਾਮ ਨੂੰ ਬੋਰ ਤੇ ਫਿਰ ਰਹੇ ਸੀ। ਜੇ ਮੈਂ ਪੁਲਸ ਕੋਲ਼ ਸ਼ਿਕਾਇਤ ਕਰਾਂ ਉਨ੍ਹੀਂ ਤਾਂ ਮਿੰਟ ਨੀ ਲਾਉਣਾ ਪਰਚਾ ਕਰਕੇ ਅੰਦਰ ਦੇਣ ਨੂੰ। ਛਿੱਤਰ ਵਾਧੇ ਦੇ ਪੈ ਜਾਣੇ ਹਨ। ਅੰਦਰ ਗਏ ਦੀ ਜਮਾਨਤ ਤਾਂ ਤੈਨੂੰ ਹੀ ਕਰਵਾਉਣੀ ਪੈਣੀ ਹੈ। ਤੇਰੇ ਵਰਗਾ ਇੱਜ਼ਤਦਾਰ ਬੰਦਾ ਚੋਰੀ ਦੇ ਕੇਸ 'ਚੋਂ ਮੁੰਡੇ ਦੀ ਜ਼ਮਾਨਤ ਕਰਵਾਉਂਦਾ ਫਿਰੇ ਭਾਈ ਮੈਨੂੰ ਤਾਂ ਨੀ ਚੰਗਾ ਲੱਗਾ। ਇਸੇ ਕਰਕੇ ਭਰਾ ਤੈਨੂੰ ਬੁਲਾਇਆ ਹੈ ਏਥੇ।"

"ਓਹ ਸੁਹਰਾ ਵੀ ਏਥੇ ਆ ਜਾਂਦਾ। ਸਰਪੰਚ ਸਾਹਿਬ ਦੇ ਪੈਰੀਂ ਹੱਥ ਲਾ ਕੇ ਗ਼ਲਤੀ ਮੰਨ ਲੈਂਦਾ। ਮਾਮਲਾ ਰਫ਼ਾ ਦਫ਼ਾ ਕਰਵਾ ਦਿੰਦੇ। ਪਰ ਉਹ ਪਤਾ ਨੀਂ ਕਿੱਥੇ ਹੋਣੈ? ਇਹਨਾਂ ਸਮੈਕੀਆਂ ਦੇ ਕੋਈ ਟਿਕਾਣੇ ਨੇ? ਸ਼ਾਫ਼ਟ ਖੋਹਲਣ ਨਾਲ਼ੋਂ ਤਾਂ ਸਰਪੰਚ ਸਾਹਿਬ ਤੋਂ ਉਂਦਾਂ ਹੀ ਸੌ ਦੋ ਸੌ ਮੰਗ ਲੈਂਦਾ।" ਇੱਕ ਕੋਲ਼ ਬੈਠਾ ਪੰਚ ਵੀ ਗੱਲ ਕਰ ਗਿਆ ਸੀ।

"ਸਰਪੰਚ ਸਾਬ੍ਹ, ਕੁਲਵਿੰਦਰ ਪਤਾ ਨੀਂ ਕਦੋਂ ਆਵੇ। ਉਹਦੇ ਥਾਂ ਮੈਂ ਤੁਹਾਡੇ ਕੋਲੋਂ ਗ਼ਲਤੀ ਮੰਨ ਲੈਂਦਾ ਹਾਂ।" ਡੈਡੀ ਹੱਥ ਜੋੜ ਕੁਰਸੀ ਤੋਂ ਉੱਠ ਕੇ ਸਰਪੰਚ ਦੇ ਗੋਡਿਆਂ ਵੱਲ ਨੂੰ ਵਧਿਆ ਸੀ। ਪਰ ਸਰਪੰਚ ਨੇ ਅੱਗੋਂ ਉੱਠ ਕੇ ਜੱਫੀ ਪਾ ਲਈ ਸੀ।

ਰਾਤੀਂ ਵੀਰ ਵੀ ਘਰੇ ਆ ਗਿਆ ਸੀ। ਡੈਡੀ ਵਥੇਰਾ ਕਲ਼ਪਿਆ ਸੀ। ਬਹੁਤ ਫਿਟਕਾਰ ਪਾਈ ਸੀ ਕੁਲਵਿੰਦਰ ਵੀਰ ਨੂੰ। ਫਿਰ ਸਮਝੌਣ ਲੱਗ ਪਏ ਸਨ। "ਤੂੰ ਹਿੰਮਤ ਕਿਉਂ ਨਹੀਂ ਕਰਦਾ। ਇਹਨਾਂ ਨਸ਼ਿਆਂ ਤੇਰਾ ਇਹ ਹਾਲ ਕੀਤਾ ਹੈ। ਹਿੰਮਤੀ ਇਨਸਾਨ ਕੀ ਨੀ ਕਰ ਸਕਦਾ? ਦੇਖ, ਸਧਨਾ ਕਸਾਈ ਭਗਤ ਬਣ ਗਿਆ। ਬਾਲਮੀਕ ਭਗਵਾਨ। ਤੂੰ ਤਾਂ ਇਕ ਵਧੀਆ ਮਨੁੱਖ ਬਣਨ ਦੀ ਕੋਸ਼ਿਸ਼ ਕਰਨੀ ਹੈ। ਅਣਖ ਜਗਾ ਆਪਦੇ ਅੰਦਰੋਂ। ਦੇਖ ਤੇਰੇ ਬਾਪ ਦੀ ਪੱਗ ਅੱਜ ਸਰਪੰਚ ਦੇ ਪੈਰੀਂ ਰੁਲ਼ਗੀ ਆ। ਤੂੰ ਅੱਗੇ ਤੋਂ ਚੰਗਾ ਬਣ ਜਾ। ਪੱਗ ਦੀ ਇੱਜ਼ਤ ਮੁੜ ਕਾਇਮ ਹੋ ਜੂ। ਪੁੱਤ ਤੂੰ ਸਾਡੇ ਕੋਲ਼ ਇੱਕੋ ਇੱਕ ਏ। ਨਾ ਮਾਰ ਸਾਨੂੰ ਜੀਉਂਦਿਆਂ ਨੂੰ। ਆ ਮੇਰਾ ਬੀਬਾ ਪੁੱਤ........।"

ਡੈਡੀ ਨੇ ਉੱਠ ਕੇ ਵੀਰ ਨੂੰ ਕਲ਼ਾਵੇ 'ਚ ਲੈ ਲਿਆ ਸੀ, ਮੱਥਾ ਚੁੰਮਿਆ ਸੀ। ਪਰ ਵੀਰ ਅੱਗੋਂ ਅਹਿੱਲ ਸੀ। ਜਿਵੇਂ ਉਸ ਕੁਝ ਸੁਣਿਆ ਹੀ ਨਾ ਹੋਵੇ।

"ਹਾਂ ਭੂਆ ਤੇਰੇ ਭਰਾ ਦੀ ਪੱਗ ਬੇਦਾਗ਼ ਹੀ ਰਹੂ।" ਮੈਂ ਮਨ ਦੀ ਗੁਫ਼ਾ 'ਚੋਂ ਨਿਕਲ਼ ਕੇ ਬੋਲਣਾ ਸ਼ੁਰੂ ਕੀਤਾ ਹੈ:

"ਜੇ ਭੂਆ ਜੀ ਤੁਹਾਡੇ ਭਰਾ ਦੀ ਪੱਗ ਮੇਰੇ ਵਿਆਹ ਨਾਲ਼ ਹੀ ਬੇਦਾਗ਼ ਰਹਿਣੀ ਹੈ ਤਾਂ ਮੈਂ ਦੱਸ ਦਿੰਨੀ ਆਂ ਕਿ ਮੈਂ ਵਿਆਹ ਤਾਂ ਕਰਵਾ ਲਵਾਂਗੀ ਪਰ ਕਰੂੰ ਉਸ ਸਖਸ਼ ਨਾਲ਼ ਜੋ ਮੈਨੂੰ ਨਿਆਣੇ ਜੰਮਣ ਲਈ ਨਾ ਕਹੂ। ਕੀ ਤੁਹਾਡੀ ਜਿਠਾਣੀ ਦਾ ਪੋਤਾ ਇਸ ਗੱਲ ਨਾਲ਼ ਸਹਿਮਤ ਹੋ ਜਾਊ। ਮੈਂ ਵਿਆਹ ਤੋਂ ਪਹਿਲਾਂ ਨਸਬੰਦੀ ਕਰਵਾਉਂਗੀ। ਜਾ ਕੇ ਉਨੂੰ ਪੁੱਛ ਕੇ ਮੈਨੂੰ ਦੱਸ ਦਿਓ। ਮੈਂ ਤਿਆਰ ਹਾਂ।" ਅਸਲ ਗੱਲ ਜ਼ੁਬਾਨ 'ਤੇ ਆ ਗਈ ਹੈ।

"ਤੋਬਾ......ਤੋਬਾ"। ਮਾਸੀ ਦਾ ਹੱਥ ਕੰਨਾਂ ਨੂੰ ਲੱਗ ਕੇ ਮਾਲ਼ਾ ਤੇ ਚਲੇ ਗਿਆ ਹੈ।

"ਇਹ ਕੀ ਗੱਲ ਕਰਤੀ ਤੂੰ ਕੁੜੀਏ? ਬੱਚਿਆਂ ਬਿਨ ਤੀਵੀਂ ਕੀ? ਬੱਚਿਆਂ ਲਈ ਤਾਂ ਔਰਤਾਂ ਖੂਹੀਂ ਜਾਲ਼ ਪਾਉਂਦੀਆਂ ਨੇ। ਤੂੰ ਪਹਿਲੇ ਕਹੀ ਜਾਂਦੀ ਏ ਕਿ ਮੈਂ ਬੱਚੇ ਨੀਂ ਜੰਮਣੇ। ਤੀਵੀਂ ਤਾਂ ਪੂਰਨੋ ਹੀ ਬੱਚਿਆਂ ਨਾਲ਼ ਹੁੰਦੀ ਏ।" ਮਾਸੀ ਹੈਰਾਨੀ 'ਚ ਕਈ ਕੁੱਝ ਬੋਲ ਗਈ ਹੈ।

"ਮਾਸੀ ਇਹ ਪੂਰਨੋ ਅਪੂਰਨੋ ਵਾਲ਼ੀ ਗੱਲ ਵੀ ਬੰਦਿਆਂ ਦੀ ਹੀ ਘੜੀ ਹੋਈ ਹੈ। ਇੱਥੇ ਕੌਣ ਪੂਰਾ ਹੈ ਤੇ ਕੌਣ ਅਧੂਰਾ, ਇਹ ਸੋਚਣਾ ਹੀ ਗ਼ਲਤ ਹੈ। ਇੱਥੇ ਸਭ ਪੂਰੇ ਵੀ ਨੇ ਤੇ ਸਭ ਅਧੂਰੇ ਵੀ। ਇੱਥੇ ਜੋ ਪੂਰੇ ਦਿਸਦੇ ਨੇ ਉਹਨਾਂ 'ਚੋਂ ਕਈ ਬਿਲਕੁਲ ਖਾਲੀ ਪਏ ਨੇ ਅੰਦਰੋਂ। ਜੋ ਊਣੇ ਲੱਗਦੇ ਆ ਨਾ, ਉਹਨਾਂ 'ਚੋਂ ਕਈ ਭਰੇ ਪਏ ਨੇ ਨੱਕੋ ਨੱਕ। ਜੀਵਨ ਚਾਅ ਨਾਲ਼। ਕਦੇ ਔਰਤ ਬੰਦੇ ਬਿਨ ਅਧੂਰੀ ਹੈ ਤੇ ਕਦੇ ਬੱਚਿਆਂ ਬਿਨ। ਕੀ ਬਕਵਾਸ ਹੈ?" ਕਾਲਜ 'ਚ ਹੋਈ ਇੱਕ ਡੀਬੇਟ ਦੇ ਅੰਸ਼ ਬਦੋਬਦੀ ਮੇਰੇ

ਮੂੰਹੋਂ ਨਿਕਲ਼ੀ ਜਾ ਰਹੇ ਹਨ। ਮੈਂ ਭੁੱਲ ਹੀ ਗਈ ਹਾਂ ਕਿ ਮੈਂ ਇੱਕ ਪੇਂਡੂ ਤੇ ਅਨਪੜ੍ਹ ਜਨਾਨੀ ਨਾਲ਼ ਗੱਲ ਕਰ ਰਹੀ ਹਾਂ।

"ਪੁੱਤਰ ਵਰਿੰਦਰ, ਗ੍ਰਹਿਸਥ ਮਾਰਗ ਤਾਂ ਬਾਬੇ ਨਾਨਕ ਨੇ ਵੀ ਵਡਿਆਇਆ ਹੈ।" ਭੂਆ ਸਿਆਣੀ ਗੱਲ ਕਰ ਗਈ ਹੈ।

"ਭੂਆ ਜੀ, ਬਾਬਾ ਜੀ ਦੀ ਪੱਧਤੀ ਨੂੰ ਤਾਂ ਆਪਾਂ ਪੁੱਜ ਨੀ ਸਕਦੇ। ਪਰ ਲੱਗਦਾ ਬਾਬਾ ਵੀ ਘਰ ਦੀ ਔਲਾਦ ਤੋਂ ਬਹੁਤਾ ਸੰਤੁਸ਼ਟ ਨੀ ਹੋਊ। ਸ਼ਾਇਦ ਤਾਂ ਹੀ ਉਹਨੀਂ 'ਅੰਗਦ' ਭਾਈ 'ਲਹਿਣੇ' ਨੂੰ ਬਣਾਇਆ।" ਮੇਰਾ ਮਨ ਹਰ ਇੱਕ ਨਾਲ਼ ਬਹਿਸ 'ਤੇ ਉਤਾਰੂ ਹੈ।

"ਪੁੱਤ ਬੱਚੇ ਹੀ ਬੁਢਾਪੇ ਦੀ ਡੰਗੋਰੀ ਹੁੰਦੇ ਆ। ਜਿਨ੍ਹਾਂ ਦੇ ਬੱਚੇ ਨੀ ਹੁੰਦੇ ਉਹ ਬਿਗਾਨਿਆਂ ਹੱਥੀ ਰੁਲ਼ਦੇ ਹਨ। ਬੇਗਾਨਿਆਂ ਹੱਥੀਂ ਕੋਈ ਹਾਲ ਹੁੰਦਾ ਏ? ਆ ਤੁਹਾਡੇ ਹੀ ਪਿੰਡ ਦੀ 'ਚਿੰਤੋ' ਬਾਰੇ ਤਾਂ ਤੂੰ ਜਾਣਦੀ ਹੀ ਹੋਣੀ ਆਂ। ਭਈਆਣੀ ਉਹ੍ਹਨੂੰ ਕਿਹੜੇ ਹਾਲੀਂ ਰੱਖਦੀ ਹੁੰਦੀ ਸੀ।" ਮਾਸੀ ਆਪਦੇ ਚਿੱਤੋਂ ਜਬਰਦਸਤ ਦਲੀਲ ਦੇ ਗਈ ਹੈ।

ਹਾਂ 'ਚਿੰਤੋ' ਬੁੜ੍ਹੀ ਸਾਡੇ ਪਿੰਡ ਦੀ ਹੀ ਹੁੰਦੀ ਸੀ। 'ਸੰਧੂਆਂ' ਦੀ। ਉਸ ਦਾ ਘਰ ਹਵੇਲੀ 'ਕੱਠੇ ਸਨ। ਕਾਫ਼ੀ ਵੱਡੇ। ਮੈਂ ਆਪਣੀ ਸੁਰਤ 'ਚ ਉਸਨੂੰ 'ਕੱਲਿਆ ਰਹਿੰਦੇ ਹੀ ਦੇਖਿਆ। ਫਿਰ ਇੱਕ ਭਈਆ ਕਿਸ਼ਨ ਤੇ ਉਸ ਦੇ ਘਰ ਵਾਲ਼ੀ ਸ਼ਿੱਬੋ ਬੱਚਿਆਂ ਸਮੇਤ ਉਸ ਦੀ ਹਵੇਲੀ ਵਾਲ਼ੇ ਪਾਸੇ ਰਹਿਣ ਲੱਗ ਪਏ। ਕਿਸ਼ਨ ਚਿੰਤੋਂ ਦੀ ਮੱਝ ਲਈ ਸਵੇਰੇ ਸ਼ਾਮ ਪੱਠੇ ਵੱਢਦਾ, ਕੁਤਰਦਾ ਤੇ ਪਾਉਂਦਾ। ਦਿਨ ਸਮੇਂ ਉਹ ਕਿਤੇ ਨਾ ਕਿਤੇ ਦਿਹਾੜੀ ਕਰਨ ਚਲੇ ਜਾਂਦਾ। ਸ਼ਿੱਬੋ ਚਿੰਤੋ ਦੀ ਮੱਝ ਚੋਅ ਦਿੰਦੀ ਤੇ ਹੋਰ ਵੀ ਨਿੱਕੇ ਮੋਟੇ ਕੰਮ ਕਰ ਦਿੰਦੀ। ਸੋਹਣਾ ਝੱਟ ਲੰਘੀ ਗਿਆ। ਅਖੀਰਲੇ ਦੋ ਕੁ ਸਾਲ ਬੁੜ੍ਹੀ ਚਿੰਤੋ ਜ਼ਿਆਦਾ ਢਿੱਲੀ ਮੱਠੀ ਰਹਿਣ ਲੱਗੀ। ਮਗਰਲੇ ਦੋ ਕੁ ਮਹੀਨੇ ਤਾਂ ਟੱਟੀ-ਪਿਸ਼ਾਬ ਦੀ ਵੀ ਬਹੁਤੀ ਸੁਰਤ ਨਾ ਰਹੀ। ਸ਼ਿੱਬੋ ਹੀ ਕਰਦੀ ਉਸ ਦਾ ਅੱਗਾ ਤੱਗਾ। ਇੱਕ ਦਿਨ ਝੀਰੀ ਸਰਦਾਰੋ ਕਿਸੇ ਦੀ ਭਾਜੀ ਵੰਡਦੀ ਉਹਨਾਂ ਦੇ ਘਰ ਗਈ ਤਾਂ ਅੱਗੋਂ ਸ਼ਿੱਬੋ ਚਿੰਤੋਂ ਦੇ ਗੰਦੇ ਕੱਪੜੇ ਲਾਹੁੰਦੀ ਬੋਲ ਰਹੀ ਸੀ :

"ਸਾਲਾ ਭੈਂਸੀਆਂ ਵੀ ਇਤਨਾ ਗੋਬਰ ਨਹੀਂ ਕਰਤਾ ਜਿਤਨਾ ਇਹ ਬੁੜ੍ਹੀਆਂ ਕਰਤੀ ਹੈ। ਆਜ ਬੋਲੂੰ ਕਿਸ਼ਨ ਕੋ ਕਿ ਸ਼ੈਹਰ ਸੇ ਵੋ ਨਾਪੀ ਸੀ ਲਾ ਦੇ ਜੋ ਬੱਚੇ ਕੋ ਲਾਤੇ ਹੈਂ। ਸੁਭਾ ਹੀ ਬਾਂਦਾ ਕਰੂੰ ਕੱਸ ਕੇ। ਫਿਰ ਬੇਸ਼ੱਕ ਸਾਰਾ ਦਿਨ ਪਿੜ-ਪਿੜ ਕਰਤੀ ਰਵੇ। ਸਾਲਾ ਇਸ ਕਾ ਜਾਨ ਵੀ ਨਹੀਂ ਨਿਕਲ਼ਤਾ। ਲਗਤਾ ਹਮਰਾ ਜ਼ਰੂਰ ਨਿਕਲ਼ ਜਾਏਗਾ। ਇਸ ਕੀ ਟੱਟੀ ਪੌਂਚਤੇ-ਪੌਂਚਤੇ।"

ਫਿਰ ਇੱਕ ਦਿਨ ਚਿੰਤੋ ਦੀ ਜਾਨ ਨਿਕਲ਼ ਗਈ ਸੀ। ਉਸ ਦੀ ਲਾਸ਼ ਬੰਡਾਲ਼ੇ ਰੱਖ ਆਏ ਸਨ। ਪਿੰਡ ਦੇ ਮੋਹਤਬਰ ਬੰਦੇ। ਉਸ ਦਾ ਵੱਡਾ ਮੁੰਡਾ ਕੈਨੇਡਾ ਤੋਂ ਆ ਰਿਹਾ ਸੀ ਮਾਂ ਦੀ ਅਰਥੀ ਨੂੰ ਮੋਢਾ ਦੇਣ। ਲੋਕ ਗੱਲਾਂ ਕਰਦੇ ਸਨ ਕਿ ਉਹ ਤੀਹ ਬੱਤੀ ਸਾਲ ਬਾਅਦ ਆ ਰਿਹਾ ਹੈ। ਛੋਟਾ ਜੋ ਦਿੱਲੀ ਅਫ਼ਸਰ ਲੱਗਾ ਹੋਇਆ ਏ ਉਹ ਵੀ ਨਾਲ਼ ਹੀ ਆ ਰਿਹਾ ਸੀ।

ਵੱਡੀ ਕੀਤਾ ਸੀ ਉਹਨਾਂ ਮਾਂ ਨੂੰ। ਫਿਰ ਅਖੰਡ ਪਾਠ ਧਰਾਇਆ ਸੀ। ਭੋਗ ਵਾਲ਼ੇ ਦਿਨ ਕਾਫ਼ੀ ਲੋਕ-ਕੱਠੇ ਹੋਏ ਸਨ। ਇਲਾਕੇ ਦਾ ਐਮ.ਐਲ.ਏ. ਵੀ ਆਇਆ ਸੀ। ਮਾਤਾ ਬਚਿੰਤ ਕੌਰ ਸੰਧੂ ਨੂੰ ਕਈ ਬੁਲਾਰਿਆਂ ਨੇ ਸ਼ਰਧਾ ਦੇ ਫੁੱਲ ਭੇਂਟ ਕੀਤੇ ਸਨ। ਪਿੰਡ ਦੇ ਤਿੰਨੇ ਧਾਰਮਿਕ ਸਥਾਨਾਂ ਵਾਸਤੇ ਮਾਤਾ ਦੀ ਯਾਦ ਵਿੱਚ ਗਿਆਰਾਂ-ਗਿਆਰਾਂ ਹਜ਼ਾਰ ਰੁਪਏ ਦਾਨ ਦਿੱਤੇ ਸੀ। ਪ੍ਰਾਇਮਰੀ ਸਕੂਲ ਤੇ ਮਿਡਲ ਸਕੂਲ ਨੂੰ ਵੀ ਪੰਜ-ਪੰਜ ਸੌ ਦਿੱਤਾ ਗਿਆ ਸੀ। ਪਿੰਡ ਦੇ ਚੜ੍ਹਦੇ ਪਾਸੇ ਵਾਲ਼ੀ ਸੜਕ 'ਤੇ ਮਾਤਾ ਦੀ ਯਾਦ ਵਿੱਚ ਗੇਟ ਬਣਾਉਣ ਦਾ ਐਲਾਨ ਕੀਤਾ ਗਿਆ ਸੀ। ਜੈ-ਕਾਰੇ ਛੱਡੇ ਗਏ ਸਨ।

"ਨਾ ਮਾਸੀ ਚਿੰਤੋ ਦੇ ਤਾਂ ਦੋ ਮੁੰਡੇ ਸਨ। ਪਰ ਉਹ ਫਿਰ ਵੀ ਬਗਾਨਿਆਂ ਹੱਥੀ ਰੁਲ਼ੀ। ਬੱਚੇ ਹੋਏ ਨਾ ਹੋਏ ਨਾਲ਼ ਕੀ ਫਰਕ ਪਿਆ?" ਮੈਂ ਮਾਸੀ ਘੇਰ ਲਈ ਹੈ।

ਮਾਸੀ ਮੇਰੇ ਸਵਾਲ ਨਾਲ਼ ਭੌਂਚਲ਼ ਜਿਹੀ ਗਈ ਏ। ਐਵੇਂ ਖੰਘਣ ਜਿਹੇ ਦਾ ਬਹਾਨਾ ਕਰਨ ਲੱਗ ਪਈ ਹੈ।

"ਮਾਸੀ ਮੇਰੇ ਮਾਂ-ਪੇ ਦੀ ਦੁਰਦਸ਼ਾ ਦਾ ਕਾਰਨ ਵੀਰ ਕੁਲਵਿੰਦਰ ਏ। ਜੇ.........।"

ਮਾਸੀ ਨੇ ਮੈਨੂੰ ਗੱਲ ਪੂਰੀ ਨਹੀਂ ਕਰਨ ਦਿੱਤੀ। ਇਹ ਵਿੱਚੇ ਬੋਲ ਪਈ ਹੈ:

"ਜੇ ਬੱਚੇ ਵਿਗੜਦੇ ਹਨ ਤਾਂ ਏਦ੍ਹੇ 'ਚ ਕਸੂਰ ਮਾਪਿਆਂ ਦਾ ਵੀ ਹੁੰਦਾ। ਕੁਲਵਿੰਦਰ ਬਿਗੜਿਆਂ। ਤੇਰੇ ਮਾਂ-ਪੇ ਵੀ ਦੋਸ਼ੀ ਹਨ। ਮਾਂ ਤੇਰੀ ਸਾਰੀ ਉਮਰ ਗੁਰਦੁਆਰਿਆਂ ਤੇ ਮੰਦਰੀ ਤੁਰੀ ਰਹੀ। ਪੇ ਨੂੰ ਚਾਹੀਦੇ ਸੀ ਨਾਰ੍ਹੇ ਤੇ ਹਾਰ। ਕਦੇ ਜੇਲ੍ਹ ਅੰਦਰ ਤੇ ਕਦੇ ਬਾਰ੍ਹ।"

ਮਾਸੀ ਕੁੱਝ ਤਿੜ ਗਈ ਲੱਗਦੀ ਆ। ਇਹ ਮੇਰੇ ਮਾਂ-ਪੇ ਨੂੰ ਨਿੰਦ ਰਹੀ ਹੈ। ਮੈਨੂੰ ਗੁੱਸਾ ਚੜ੍ਹ ਗਿਆ ਹੈ। ਠੀਕ ਆ ਮੰਮੀ ਮੰਦਰ ਵੀ ਜਾਂਦੇ ਸਨ ਤੇ ਗੁਰਦੁਆਰੇ ਵੀ। ਪਰ ਉੱਥੇ ਬੈਠੇ ਤਾਂ ਨਹੀਂ ਸੀ ਰਹਿੰਦੇ। ਹਾਂ ਝਿੜੀ ਵਾਲ਼ੇ ਗੁਰਦੁਆਰੇ ਦਿਨ ਦਿਹਾਰ 'ਤੇ ਲੰਗਰ ਪਕਾਉਣ ਜਾਂ ਫਿਰ ਬਰਤਨ ਸਾਫ਼ ਕਰਨ ਦੀ ਸੇਵਾ ਜ਼ਰੂਰ ਕਰਦੇ ਹੁੰਦੇ ਸੀ। ਦੋ ਚਾਰ ਘੰਟੇ। ਡੈਡੀ ਦੀ ਕਦੇ ਮੈਨੂੰ ਇਹ ਇੱਛਾ ਮਲੂਮ ਨੀ ਸੀ ਹੋਈ ਬਈ ਉਹ ਹਾਰ ਚਾਹੁੰਦਾ ਜਾਂ ਆਪਣੇ ਨਾਂ ਦੇ ਨਾਹਰੇ ਚਾਹੁੰਦਾ ਸੀ। ਰਹੀ ਗੱਲ ਜੇਲ੍ਹ ਦੀ। ਪਹਿਲੀ ਵਾਰੀ ਡੈਡੀ ਜੇਲ ਗਿਆ ਸੀ ਐਮਰਜੈਂਸੀ ਵੇਲੇ। ਕੁਲਵਿੰਦਰ ਤੋਂ ਵੱਡਾ ਪਰਮਿੰਦਰ ਸੀ ਉਦੋਂ ਦੋ ਕੁ ਸਾਲ ਦਾ। ਮਤਲਵ ਡੈਡੀ ਜਵਾਨੀ 'ਚ ਹੋਣਗੇ। ਡੈਡੀ ਨਕਸਲਾਈਟਾਂ ਦੇ ਕੱਟੜ ਸਮਰਥਕ ਸਨ। ਬੋਲਣ ਨੂੰ ਵੀ ਤੇਜ-ਤਰਾਰ। ਪੁਲਿਸ ਨੇ ਫੜ ਕੇ ਦੇ ਤੇ ਅੰਦਰ। ਉਹਨਾਂ ਦੇ ਅੰਦਰ ਹੁੰਦਿਆਂ-ਹੁੰਦਿਆਂ ਪਰਮਿੰਦਰ ਦੀ ਚਲ੍ਹੇ 'ਚ ਡੁੱਬਣ ਕਾਰਨ ਹੋਗੀ ਸੀ ਮੌਤ। ਜਦੋਂ ਇਹ ਖਬਰ ਸੰਗਰੂਰ ਜੇਲ੍ਹ 'ਚ ਬੰਦ ਡੈਡੀ ਹੁਰਾਂ ਨੂੰ ਪਹੁੰਚੀ ਸੀ ਤਾਂ ਉਹਨਾਂ ਦੇ ਸਾਥੀਆਂ ਨੇ 'ਇੰਦਰਾ ਗਾਂਧੀ ਮੁਰਦਾਬਾਦ', 'ਕਾਮਰੇਡ ਕੇਸਰ ਸਿੰਘ ਜ਼ਿੰਦਾਬਾਦਾ', ਤੇ 'ਪਰਮਿੰਦਰ ਬੱਚਾ ਅਮਰ ਰਹੇ' ਦੇ ਨਾਹ੍ਹਰਿਆਂ ਨਾਲ਼ ਅਕਾਸ਼ ਗੂੰਜਾ ਦਿੱਤਾ ਸੀ। ਜਦੋਂ ਡੈਡੀ ਜੇਲ੍ਹ ਤੋਂ ਰਿਹਾ ਹੋ ਕੇ ਆਏ ਸਨ ਤਾਂ ਇਲਾਕੇ ਦੇ ਲੋਕ ਉਹਨਾਂ ਨੂੰ ਬੱਸ ਅੱਡੇ ਤੋਂ ਹਾਰ ਪਾ ਕੇ ਤੇ ਇਹੀ ਨਾਹਰੇ ਲਾਉਂਦੇ ਘਰ ਲੈ ਕੇ ਆਏ ਸਨ।

ਆ ਦੂਜੀ ਵਾਰੀ ਤਾਂ ਡੈਡੀ ਮੇਰੀ ਸੁਰਤ 'ਚ ਹੀ ਜੇਲ੍ਹ ਗਏ ਸਨ। ਛੇ ਸੱਤ ਸਾਲ ਪਹਿਲਾਂ ਹੀ। ਜੈਨਪੁਰ ਦੀ ਦਸਵੀਂ ਦੀ ਵਿਦਿਆਰਥਣ "ਹੈਪੀ' ਦਾ ਕੁੱਝ ਕਾਕਿਆਂ ਨੇ ਰੇਪ ਮਗਰੋਂ ਕਤਲ ਕਰ'ਤਾ। ਸਿਆਸੀ ਦਬਾਅ ਕਾਰਣ ਪੁਲਸ 'ਕਾਕਿਆਂ' ਨੂੰ ਹੱਥ ਨਾ ਪਾਵੇ। ਇਲਾਕੇ ਦੇ ਲੋਕਾਂ ਸੰਘਰਸ਼ ਕਮੇਟੀ ਬਣਾ ਲਈ। ਡੈਡੀ ਨੂੰ ਕਨਵੀਨਰ ਬਣਾਇਆ ਗਿਆ। ਧਰਨੇ, ਮੁਜ਼ਾਹਰੇ ਤੇ ਚੱਕਾ ਜਾਮ ਦਾ ਸਿਲਸਿਲਾ ਸ਼ੁਰੂ ਹੋ ਗਿਆ। ਇੱਕ ਜਾਮ ਦੁਰਾਨ ਪੁਲਿਸ ਨਾਲ਼ ਝੜਪ ਹੋ ਗਈ। ਕਿਸੇ ਸ਼ਰਾਰਤੀ ਦੁਆਰਾ ਮਾਰੇ ਪੱਥਰ ਨਾਲ਼ ਇੱਕ ਬੁੜ੍ਹੇ ਜਿਹੇ ਸਿਪਾਹੀ ਦੀ ਮੌਤ ਹੋ ਗਈ। ਡੈਡੀ ਅਤੇ ਅੱਠ ਹੋਰ ਆਗੂਆਂ ਤੇ ਪੁਲਿਸ ਨੇ ਪਰਚਾ ਕਰਕੇ ਜੇਲ੍ਹ ਭੇਜ ਦਿੱਤਾ। ਕਈ ਮਹੀਨਿਆਂ ਮਗਰੋਂ ਜ਼ਮਾਨਤ ਹੋਈ ਸੀ।

"ਮਾਸੀ ਤੂੰ ਤਾਂ ਆਪਣੇ ਟੱਬਰ ਤੇ ਪੂਰੀ ਪਹਿਰੇਦਾਰੀ ਰੱਖੀ ਆ ਨਾ। ਫਿਰ ਵੀ ਜੰਗੀ ਭਾਜੀ ਨੇ ਕੀ ਕੀ ਚੰਦ ਨੀ ਚਾੜ੍ਹੇ? ਕਿੰਨਿਆਂ ਹੱਥ ਭਲੇਮਾਣਸ ਮਾਸੜ ਦੀ ਦਾੜ੍ਹੀ ਫੜਾਈ ਆ?" ਮੈਂ ਮਾਸੀ ਦੀ ਦੁਖਦੀ ਰਗ 'ਤੇ ਹੱਥ ਰੱਖ ਦਿੱਤਾ ਹੈ।

"ਵਰਿੰਦਰ!" ਭੂਆ ਦੀ ਉੱਚੀ ਆਵਾਜ਼ ਨੇ ਮੈਨੂੰ ਚੁੱਪ ਕਰਵਾ ਦਿੱਤਾ ਹੈ।

"ਸਿਆਣਿਆਂ ਮੂਹਰੇ ਇਸ ਤਰ੍ਹਾਂ ਨੀ ਬੋਲੀਦਾ। ਹਾਂ ਇੱਕ ਗੱਲ ਮੈਂ ਤੈਨੂੰ ਦੱਸ ਦਿੰਨੀ ਆਂ। ਮੇਰੇ ਇਹ ਵਾਲ਼ ਧੁੱਪ ਵਿੱਚ ਚਿੱਟੇ ਨੀ ਹੋਏ। ਪਹਿਲੀ ਗੱਲ ਤਾਂ ਤੈਨੂੰ ਇਹੋ ਜਿਹਾ ਬੰਦਾ ਕੋਈ ਮਿਲਣਾ ਨੀ। ਜੇ ਮਿਲ਼ ਵੀ ਜਾਵੇ ਤਾਂ ਛੇਤੀ ਹੀ ਖਹਿੜਾ ਕਰੂ ਬੱਚਿਆਂ ਲਈ। ਇਹ ਮਰਦ ਬੜੇ ਮਕਾਰ ਹੁੰਦੇ ਹਨ।" ਭੂਆ ਨੇ ਸਮੁੱਚੀ ਮਰਦ ਜਾਤ ਲਈ ਨਫ਼ਰਤ ਜ਼ਾਹਰ ਕੀਤੀ ਹੈ। ਮੇਰੇ ਮਨ ਨੇ ਇਸ ਨਫ਼ਰਤ ਦਾ ਕਾਰਨ ਚਿਤਵ ਲਿਆ ਹੈ। ਭੂਆ ਜੁਆਨੀ ਬਾਰੇ ਧੋਖਾ ਖਾ ਚੁੱਕੀ ਹੈ। ਭੂਆ ਜੀ ਦੀ ਜਿਸ ਪ੍ਰਾਇਮਰੀ ਸਕੂਲੇ ਪਹਿਲੀ ਪੋਸਟਿੰਗ ਹੋਈ ਸੀ। ਉੱਥੇ ਇੱਕ ਬਿੱਲਾ ਮਾਸਟਰ ਪੜ੍ਹਾਉਂਦਾ ਸੀ। ਭੂਆ ਜੀ ਪਿਆਰ ਕਰ ਬੈਠੇ। ਉਹ ਵਿਆਹ ਦਾ ਲਾਰਾ ਲਾ ਕੇ ਮਨ ਚਾਹੀ ਖੁੱਲ੍ਹ ਮਾਣਦਾ ਰਿਹਾ। ਉਹ ਸੀ ਪਹਿਲਾਂ ਹੀ ਬਾਲ ਬੱਚੇਦਾਰ। ਪਤਾ ਲੱਗਣ 'ਤੇ ਭੂਆ ਜੀ ਪੂਰੀ ਤਰ੍ਹਾਂ ਟੁੱਟ ਗਏ ਸਨ। ਦੱਸਦੇ ਹਨ ਦੋ ਹਫ਼ਤੇ ਤਾਂ ਭੂਆ ਜੀ ਮੰਜੇ ਤੋਂ ਨੀ ਸੀ ਹਿੱਲੇ।

"ਭੂਆ ਜੀ ਸਾਰੇ ਮਰਦ ਇੱਕੋ ਜਿਹੇ ਨੀ ਹੋ ਸਕਦੇ।" ਨਾ ਚਾਹੁੰਦੇ ਹੋਏ ਵੀ ਮੈਤੋਂ ਭੂਆ ਜੀ ਨੂੰ ਮੋੜ ਦੇ ਹੀ ਹੋ ਗਿਆ।

"ਨੀ ਕੁੜੀਏ ਜੇ ਸਾਰੀਆਂ ਤੇਰੇ ਆਂਗੂੰ ਹੀ ਸੋਚਣ ਲੱਗ ਜਾਣ ਤਾਂ ਇਹ ਦੁਨੀਆਂ ਕਿੱਦਾਂ ਚੱਲੂ? ਇਹ ਮੁਲਖ ਕਿੱਦਾਂ ਚੱਲੂ?" ਚੁੱਪ ਬੈਠੀ ਮਾਸੀ ਨੇ ਫਿਰ ਲੱਤ ਅੜਾਈ ਹੈ।

"ਮਾਸੀ ਦੁਨੀਆਂ ਬਾਰੇ ਤਾਂ ਮੈਂ ਕੁੱਝ ਨੀਂ ਕਹਿੰਦੀ, ਪਰ ਜੇ ਤੇਰੇ 'ਮੁਲਖ' ਦੀਆਂ ਅੱਧੀਆਂ ਕੁੜੀਆਂ ਇੱਦਾਂ ਸੋਚ ਲੈਣ ਤਾਂ ਮੇਰੇ ਖਿਆਲ 'ਚ 'ਮੁਲਖ' ਚੱਲੂ ਹੀ ਨਹੀਂ ਦੌੜੂ ਵੀ।" ਲੱਗਦਾ ਮੇਰੀ ਗੱਲ ਮਾਸੀ ਦੇ ਸਮਝ ਨੀ ਔਣੀ।

"ਦੇਖ ਵਰਿੰਦਰ, ਵਾਧੂ ਗੱਲਾਂ ਦੀ ਲੋੜ ਨੀ। ਤੂੰ ਜਿੱਤੀ ਅਸੀਂ ਹਾਰੀਆਂ। ਮੇਰਾ ਮਾਂ ਜਾਇਆ ਸੀ। ਮੈਂ ਨੱਠੀ ਆਈ। ਇਲਾਜ ਕਰਾਇਆ ਜਿੱਥੇ ਕਿਸੇ ਦੱਸਿਆ, ਉੱਥੇ ਲੈ ਗਈ। ਪੈਸਾ ਲਾਇਆ। ਮੁੱਕ ਗਿਆ ਤਾਂ ਕਿਰਿਆ ਕਰਮ ਕੀਤਾ। ਮੈਂ ਤਾਂ

ਕਿਰਿਆ ਕਰਮ ਦੇ ਮਗਰੋਂ ਵੀ ਵਾਪਿਸ ਜਾ ਸਕਦੀ ਸੀ ਪਰ ਤੇਰੇ ਕਰਕੇ ਰੁਕੀ ਰਹੀ। ਇੱਕ ਤੂੰ ਏਂ ਕਿ ਮੇਰੀ ਕਿਸੇ ਗੱਲ ਦਾ ਅਸਰ ਈ ਨੀ ਕਰਦੀ। ਚੱਲ ਛਡ ਇਸ ਬਹਿਸ ਨੂੰ। ਰੋਟੀਆਂ ਲਾਹ ਦੇ। ਖਾ ਕੇ ਜ਼ਰਾ ਰਮਾਨ ਕਰ ਲਵਾਂ। ਫਿਰ ਸਮਾਨ ਵੀ ਬੰਨਣਾ ਹੈ।" ਭੂਆ ਜੀ ਦੇ ਬੋਲਾਂ 'ਚ ਹਿਰਖ, ਖਿਝ ਅਤੇ ਅਹਿਸਾਨ ਮੰਦੀ ਦੀ ਬੂ ਹੈ।

-ਮੈਨੂੰ ਚੁੱਪ ਰਹਿਣਾ ਹੀ ਬਿਹਤਰ ਲੱਗਾ। ਰਸੋਈ ਨੂੰ ਤੁਰ ਪਈ ਹਾਂ। ਪਰ ਮਨ ਬੋਲੀ ਜਾ ਰਿਹਾ ਹੈ:

-ਭੂਆ, ਤੂੰ ਕਿਰਿਆ ਕਰਮ ਹੀ ਹੁਣ ਕੀਤਾ ਏ। ਡੈਡੀ ਮੁੱਕ ਤਾਂ ਬਹੁਤ ਚਿਰ ਪਹਿਲਾਂ ਹੀ ਗਏ ਸੀ। ਉਸ ਚੰਦਰੇ ਦਿਨ ਜਦੋਂ ਕੁਲਵਿੰਦਰ ਨਸ਼ੇ ਦੀ ਵਾਧ-ਘਾਟ 'ਚ ਬਾਮ੍ਹਣਾਂ ਦੇ ਘਰ ਜਾ ਵੜਿਆ ਸੀ। ਉਹਨਾਂ ਦੀ ਕੁੜੀ ਸ਼ਕੁੰਤਲਾ ਘਰੇ ਸੀ 'ਕੱਲੀ। ਉਹਨੇ ਪਾ 'ਤਾ ਰੌਲ਼ਾ। ਆਂਢੀ ਗੁਆਂਢੀ ਹੋ ਗਏ 'ਕੱਠੇ। ਸ਼ਾਮੀਂ ਜੁੜ ਗਈ ਦਰਵਾਜ਼ੇ ਪੰਚਾਇਤ। ਪੰਚਾਇਤੀ ਫ਼ੈਸਲਾ ਸੀ ਕਿ ਕੇਸਰ ਸਿੰਘ ਕੁਲਵਿੰਦਰ ਦਾ ਮੂੰਹ ਆਪ ਕਾਲ਼ਾ ਕਰੇ। ਗੁਆਂਢ 'ਚੋਂ ਤਵਾ ਮੰਗਵਾਇਆ ਗਿਆ। ਡੈਡੀ ਨੇ ਹੱਥੀਂ ਮੂੰਹ ਕਾਲ਼ਾ ਕੀਤਾ ਸੀ ਆਪਣੇ ਲਾਡਲੇ ਦਾ। ਤੇ ਮਗਰੋਂ ਲਿਬੜੇ ਹੱਥ ਆਪਣੇ ਮੂੰਹ 'ਤੇ ਮਲ਼ ਲਏ ਸਨ।

ਰਾਤ ਨੂੰ ਸਾਡੇ ਘਰ ਰੋਟੀ ਨੀ ਸੀ ਪੱਕੀ। ਬਥੇਰਾ ਕਲ਼ਪਿਆ ਸੀ ਡੈਡੀ। ਮੰਮੀ ਬਥੇਰੀ ਪਿੱਟੀ ਸੀ। ਇੱਕ ਪਾਸੇ ਬੈਠੀ ਬਥੇਰਾ ਰੋਈ ਸੀ ਮੈਂ ਵੀ। ਕੁਲਵਿੰਦਰ ਚੁੱਪਚਾਪ ਬੈਠਾ ਸੀ, ਜਿਵੇਂ ਉਸ ਨੂੰ ਕੁਝ ਵੀ ਸੁਣਾਈ ਨਾ ਦੇ ਰਿਹਾ ਹੋਵੇ। ਡੈਡੀ ਨੇ ਫਿਰ ਹਿੰਮਤ ਕੀਤੀ ਸੀ ਜਿਵੇਂ ਉਹਨਾਂ ਨੂੰ ਅਜੇ ਵੀ ਕੋਈ ਆਸ ਹੋਵੇ। ਉੱਠ ਕੇ ਉਹ ਕੁਲਵਿੰਦਰ ਕੋਲ਼ ਜਾ ਬੈਠੇ ਸਨ। ਪਿੱਠ ਪਲੋਸਦੇ ਹੋਏ ਬੋਲੇ ਸਨ:

"ਕੁਲਵਿੰਦਰ ਪੁੱਤਰ ਇਸ ਘਟਨਾ 'ਚੋਂ ਹੀ ਅਣਖ ਜਗਾ ਲੈ। ਚੁੱਕ ਲੈ ਡੁੱਲ੍ਹੇ ਬੇਰ। ਛੱਡ ਦੇ ਇਹਨਾਂ ਸਮੈਕੀਆਂ ਦੀ ਯਾਰੀ। ਕਰ ਲੈ ਤੌਬਾ ਟੀਕਿਆਂ ਤੋਂ। ਛੱਡ ਦੇ ਬਾਕੀ ਵੀ ਨਸ਼ੇ। ਮੈਨੂੰ ਪਤਾ ਤੇਰੇ ਸਰੀਰ ਨੇ ਨਸ਼ਾ ਮੰਗਣਾ। ਮੈਂ ਕਰੂੰ ਉਹਦਾ ਬੰਦੋਬਸਤ। ਮੈਂ ਆਪ ਦਿਆ ਕਰੂੰ ਸਵੇਰੇ ਕੋਈ ਨਸ਼ਾ। ਪਰ ਤੂੰ ਆਪਣੇ ਆਪ ਹੱਥ ਨੀ ਲੌਣਾ। ਨਾ ਕਿੱਧਰੇ ਜਾਣਾ ਹੈ। ਆਪਾਂ ਮੱਝਾਂ ਮੋਟਰ 'ਤੇ ਹੀ ਲੈ ਚਲਦੇ ਹਾਂ। ਖੇਤਾਂ 'ਚ ਕੀਤਾ ਕੰਮ ਤੇ ਉੱਥੇ ਹੀ ਪੈ ਗਏ। ਵਰਿੰਦਰ ਜਾਂ ਤੇਰੀ ਮੰਮੀ ਰੋਟੀ ਫੜਾ ਆਇਆ ਕਰਨਗੀਆਂ। ਹੌਲ਼ੀ ਹੌਲ਼ੀ ਆਪਾਂ ਘਰ ਉੱਥੇ ਹੀ ਬਣਾ ਲਵਾਂਗੇ। ਪੁੱਤ ਤੇਰੀ ਹਿੰਮਤ ਨਾਲ਼ ਮੈਂ ਮੁੜ ਜੀਂਦਿਆਂ 'ਚ ਹੋ ਸਕਦਾ। ਨਹੀਂ ਮਰ ਤਾਂ ਮੈਂ ਗਿਆ ਹੀ ਹਾਂ।"

ਵੀਰ ਰਾਤ ਨੂੰ ਹੀ ਹਿੰਮਤ ਦਿਖਾ ਗਿਆ ਸੀ। ਸਵੇਰੇ ਉਸਦੇ ਬਿਸਤਰੇ ਤੋਂ ਛੋਟਾ ਜਿਹਾ ਕਾਗਜ਼ ਮਿਲਿਆ ਸੀ :

"ਮਰਦਾ ਤਾਂ ਨਹੀਂ ਪਰ ਜੀਂਦੇ ਜੀ ਪਿੰਡ ਵੀ ਨੀ ਵੜਦਾ।" ਕੱਲ ਵਾਲ਼ੀ ਨਾਮੋਸ਼ੀ ਤੋਂ ਮਗਰੋਂ ਸਾਡੇ ਪਰਿਵਾਰ 'ਤੇ ਇਹ ਦੂਜੀ ਸੱਟ ਸੀ।

ਸਾਨੂੰ ਆਸ ਸੀ ਕਿ ਉਹ ਦੋ ਚਾਰ ਦਿਨਾਂ 'ਚ ਮੁੜ ਆਵੇਗਾ। ਪਰ ਉਹ ਨਾ ਆਇਆ। ਅਖੀਰ ਅਸੀਂ ਗੁਪਤੀ-ਗਪਤੀ ਉਸ ਦੀ ਭਾਲ਼ ਸ਼ੁਰੂ ਕੀਤੀ। ਪਰ ਉਸ ਦੀ ਕੋਈ ਉੱਘ ਸੁੱਘ ਨਾ ਲੱਗੀ। ਫਿਰ ਤਾਂ ਡੈਡੀ ਨੇ ਰੋਜ਼ ਸਵੇਰੇ ਘਰੋਂ ਨਿਕਲ਼ ਜਾਣਾ

ਤੇ ਸ਼ਾਮੀ ਘਰ ਮੁੜਨਾ। ਹਰ ਸ਼ਾਮ ਮੈਨੂੰ ਡੈਡੀ ਦਾ ਚਿਹਰਾ ਸਵੇਰ ਨਾਲੋਂ ਉੱਤਰਿਆ ਹੋਇਆ ਲੱਗਣਾ। ਮਹੀਨਾ ਕੁ ਭਰ ਡੈਡੀ ਨੇ ਬੜੀ ਨੱਠ-ਭੱਜ ਕੀਤੀ ਪਰ ਸਕਾਰ ਨਾ ਹੋਈ।

ਹੌਲ਼ੀ ਹੌਲ਼ੀ ਉਹਨੀਂ ਬਾਹਰ ਜਾਣਾ ਬੰਦ ਕਰ 'ਤਾ। ਖੇਤ ਵੀ ਉਹ ਅਣਮੰਨੇ ਮਨ ਨਾਲ਼ ਜਾਂਦੇ। ਮੱਝ ਤੇ ਗਾਂ ਵਾੜੇ ਤੋਂ ਘਰ ਲੈ ਆਂਦੀਆਂ। ਬਹੁਤਾ ਸਮਾਂ ਉਹ ਘਰ ਹੀ ਪਏ ਰਹਿੰਦੇ। ਮੈਂ ਬੈਠ ਕੇ ਕੋਈ ਨਾ ਕੋਈ ਗੱਲ ਕਰਨ ਦੀ ਕੋਸ਼ਿਸ਼ ਕਰਦੀ। ਪਰ ਡੈਡੀ ਦੇ ਤਨ ਤੇ ਮਨ ਲਗਾਤਾਰ ਹਾਰ ਰਹੇ ਸਨ। ਇੱਕ ਰਾਤ ਤਾਂ ਮੈਂ ਹੈਰਾਨ ਹੀ ਰਹਿ ਗਈ। ਡੈਡੀ ਮੰਮੀ ਦੀ ਗੋਦੀ 'ਚ ਸਿਰ ਸੁੱਟੀ ਬੱਚਿਆਂ ਵਾਂਗ ਰੋ ਰਹੇ ਸਨ। ਮੰਮੀ ਹੌਸਲਾ ਦੇ ਰਹੀ ਸੀ :

"ਕੁਲਵਿੰਦਰ ਦੇ ਡੈਡੀ ਹੌਸਲਾ ਕਰ। ਤੂੰ ਤਾਂ ਏਨੇ ਹੌਂਸਲੇ ਵਾਲ਼ਾ ਹੁੰਦਾ ਸੀ। ਹਾਂ ਤੂੰ ਬੁਰਾ ਨਾ ਮਨਾਈ। ਸਵੇਰੇ ਮੇਰੇ ਨਾਲ਼ ਝਿੜੀ ਸਾਹਿਬ ਚੱਲਿਆ ਕਰ। ਜਗ੍ਹਾ ਬੜੀ ਕਰਨੀ ਵਾਲ਼ੀ ਹੈ। ਆਪਾਂ ਤੋਂ ਕੋਈ ਭੁੱਲ ਹੋਈ ਲੱਗਦੀ ਹੈ। ਆਪਾਂ ਉੱਥੇ ਗਲ਼ 'ਚ ਪੱਲਾ ਪਾ ਕੇ ਅਖੰਡ ਪਾਠ ਸੁੱਖਾਂਗੇ। ਗਿਆਰਾਂ ਦਿਨ ਤੜਕੇ ਤੜਕੇ ਨਾਹ ਧੋ ਕੇ ਚੌਂਕੀ ਭਰਾਂਗੇ। ਬਾਰਵੇਂ ਦਿਨ ਹੀ ਬਾਬਾ ਰੋੜੀ ਸ਼ਾਹ ਜੀ ਕਰਾਮਾਤ ਦਿਖਾ ਦੇਣਗੇ।"

ਗੁਰਦੁਆਰਾ ਝਿੜੀ ਸਾਹਿਬ ਸਾਡੇ ਪਿੰਡ ਹੀ ਹੈ। ਇੱਥੇ ਕਦੇ ਲੱਗਪਗ ਦੋ ਖੇਤਾਂ 'ਚ ਝਿੜੀ ਹੋਇਆ ਕਰਦੀ ਸੀ। ਰਾਤ ਨੂੰ ਤਾਂ ਕੀ ਉਸ ਪਾਸੇ ਕੋਈ ਦਿਨ ਨੂੰ ਵੀ ਨੀ ਸੀ ਜਾਂਦਾ ਹੁੰਦਾ। ਫਿਰਦਾ ਫਿਰਾਉਂਦਾ ਇੱਕ ਸਾਧ ਇੱਥੇ ਆ ਬੈਠਾ। ਬਹੁਤ ਸਾਲ ਪਹਿਲਾਂ। ਨਾਂ ਸੀ ਉਸ ਦਾ 'ਰੋੜੀ ਸ਼ਾਹ।' ਉਹ ਰੋੜਾਂ ਦੀ ਵਿਛਾਈ ਕਰਕੇ ਸੌਂਦਾ ਹੁੰਦਾ ਸੀ। ਲੋਕ ਲੱਗ ਪਏ ਮਾਨਤਾ ਕਰਨ। ਹੌਲ਼ੀ ਹੌਲ਼ੀ ਉਸ ਨੇ ਇੱਥੇ ਇੱਕ ਗੁਰਦੁਆਰਾ ਬਣਾ ਦਿੱਤਾ। ਸੱਤ ਅੱਠ ਸਾਲ ਪਹਿਲੇ ਹੀ ਬਾਬਾ ਰੋੜੀ ਸ਼ਾਹ ਜੀ ਸੁਰਗਵਾਸ ਹੋਏ ਹਨ। ਉਹਨਾਂ ਦੇ ਸਸਕਾਰ ਸਮੇਂ ਲੋਕਾਂ ਦੇਸੀ ਘਿਓ, ਮੇਵੇ ਤੇ ਚੰਦਨ ਦੀ ਲੱਕੜ ਦੇ ਢੇਰ ਲਾ ਦਿੱਤੇ ਸਨ। ਡੈਡੀ ਅਕਸਰ ਕਿਹਾ ਕਰਦੇ ਸਨ ਕਿ ਸਾਧ ਫੂਕ ਤਾਂ ਦੋ ਤੰਗੜ ਪਾਥੀਆਂ ਨਾਲ਼ ਵੀ ਹੋ ਜਾਣਾ ਸੀ। ਆਹ ਜਿਹੜਾ ਘੇ ਤੇ ਮੇਵੇ ਜਾਲ਼ੇ ਹਨ ਇਹਨਾਂ ਨਾਲ਼ ਪਿੰਡ ਦੇ ਸਾਰੇ ਗ਼ਰੀਬ ਘਰਾਂ ਦੇ ਮੁੰਡੇ ਗੱਭਰੂ ਹੋ ਜਾਣੇ ਸਨ। ਡੈਡੀ ਦੀਆਂ ਇਹੋ ਜਿਹੀਆਂ ਗੱਲਾਂ ਨਾਲ਼ ਮੈਂ ਹੈਰਾਨ ਹੋ ਜਾਂਦੀ।

ਹੈਰਾਨ ਤਾਂ ਮੈਂ ਤੜਕੇ ਵੀ ਹੋ ਗਈ ਸੀ। ਜਦੋਂ ਮੰਮੀ ਨੇ ਮੈਨੂੰ ਕਿਹਾ ਸੀ: "ਉੱਠ ਪੁੱਤ ਅੰਦਰੋਂ ਕੁੰਡੀ ਮਾਰ ਲੈ। ਮੈਂ ਤੇ ਤੇਰਾ ਡੈਡੀ ਝਿੜੀ ਸਾਹਿਬ ਚੱਲੇ ਹਾਂ।" ਉੱਠ ਕੇ ਦੇਖਿਆ ਤਾਂ ਡੈਡੀ ਪਸ਼ੂਆਂ ਵਾਲ਼ੇ ਪਾਸੇ ਗਿਆ ਹੋਇਆ ਸੀ। ਫ਼ੌਹੜੇ ਨਾਲ਼ ਗੋਹਾ ਖਿਚ ਕੇ ਖੁਰਲੀ 'ਚ ਪੱਠਿਆਂ ਨੂੰ ਹੱਥ ਮਾਰ ਵਾਪਿਸ ਮੁੜਦੇ ਦੇ ਕੱਟੇ ਲਈ ਗੱਡੀ ਹੋਈ ਸਰੀਏ ਦੀ ਕਿੱਲੀ ਨਾਲ਼ ਠੇਡਾ ਵੱਜਾ ਸੀ। 'ਮਰ ਗਿਆ ਓਏ' ਆਖ ਉਹ ਥਾਂਏ ਹੀ ਬੈਠ ਗਿਆ ਸੀ। ਮੈਂ ਕਾਹਲ਼ੀ ਨਾਲ਼ ਉਹਨਾਂ ਵੱਲ ਗਈ ਸੀ। ਪਰ ਉਹ ਉੱਠ ਖਲੋਤੇ ਸਨ ਬੁੜ-ਬੁੜ ਕਰਦੇ:

"ਲਹੂ ਪੀ ਲਿਆ ਦੁਸ਼ਟ ਨੇ। ਨਾ ਜੰਮਦਾ ਨਾ ਇਹ ਹਾਲ ਹੁੰਦੇ।" ਲੰਙ ਮਾਰਦਾ ਡੈਡੀ ਮੰਮੀ ਦੇ ਮਗਰ ਤੁਰ ਪਿਆ ਸੀ।

ਦੁਖੀ ਤੇ ਹੈਰਾਨ ਹੋਈ, ਵਿਹੜੇ ਦਾ ਕੁੰਡਾ ਲਾ ਕੇ ਮੈਂ ਫਿਰ ਆਪਣੇ ਬਿਸਤਰੇ 'ਚ ਆ ਗਈ ਸੀ।

'ਲਹੂ ਪੀ ਲਿਆ ਦੁਸ਼ਟ ਨੇ' ਡੈਡੀ ਦੇ ਬੋਲੇ ਸ਼ਬਦ ਮੇਰੇ ਦਿਮਾਗ਼ 'ਚ ਉੱਪਰ ਥੱਲੇ ਹੋ ਰਹੇ ਸਨ।

ਪੰਡਤ ਜਗਨ ਨਾਥ ਦੇ ਬੋਲ ਇਹਨਾਂ ਨਾਲ਼ ਰਲ਼ ਗੱਡ ਹੋ ਰਹੇ ਸਨ। ਪੰਡਤ ਜਗਨਨਾਥ ਮਿੰਨੀ ਬੱਸ ਦਾ ਕੰਡਕਟਰ ਹੁੰਦਾ ਸੀ। ਸਾਡੇ ਗੁਆਂਢੀ ਪਿੰਡ ਦਾ। ਇਹ ਬੱਸ ਸਾਡੇ ਪਿੰਡ 'ਚੀਂ ਜਾਂਦੀ ਹੁੰਦੀ ਸੀ। ਇੱਕ ਸਾਲ ਮੰਮੀ ਦੀ ਖੰਘ ਹੱਟਣ 'ਚ ਨਹੀਂ ਸੀ ਆਉਂਦੀ। ਜਲੰਧਰ ਵਾਲ਼ੇ ਮਾਮਾ ਜੀ ਨੇ ਜਲੰਧਰ ਤੋਂ ਦੁਆਈ ਖਾਣ ਲਈ ਸਲਾਹ ਦਿੱਤੀ ਸੀ। ਮੰਮੀ ਨੂੰ ਕਈ ਵਾਰ ਜਲੰਧਰ ਜਾਣਾ ਪਿਆ ਸੀ। ਫਗਵਾੜੇ ਤੱਕ ਇਸ ਮਿੰਨੀ ਬੱਸ 'ਚ ਜਾਣਾ ਪੈਂਦਾ ਸੀ। ਮੈਂ ਦੂਜੀ ਜਾਂ ਤੀਜੀ 'ਚ ਹੋਊ। ਸਕੂਲੋਂ ਦੋ ਛੁੱਟੀਆਂ ਸਨ। ਮੰਮੀ ਮੈਨੂੰ ਵੀ ਨਾਲ਼ ਲੈ ਗਈ। ਪੰਡਤ ਬੋਨਟ ਤੇ ਬੈਠਾ ਡਰਾਈਵਰ ਨਾਲ਼ ਗੱਲਾਂ ਕਰ ਰਿਹਾ ਸੀ। ਡਰਾਇਵਰ ਨੇ ਉਸ ਦੀ ਉਸ ਕੁੜੀ ਬਾਰੇ ਪੁੱਛਿਆ ਸੀ ਜਿਸ ਦੀ ਆਪਣੇ ਸਹੁਰੇ ਘਰ ਲੜਾਈ ਰਹਿੰਦੀ ਸੀ। ਪੰਡਤ ਨੇ ਤੜਪ ਕੇ ਕਿਹਾ ਸੀ :

"ਕਸੂਰ ਜ਼ਿਆਦਾ ਮੇਰੀ ਕੁੜੀ ਦਾ ਹੈ। ਮੁੰਡਾ ਬਹੁਤ ਬੀਬਾ ਏ। ਹਾਂ ਮੁੰਡੇ ਦੀ ਮਾਂ ਜ਼ਰਾ ਨਘੋਚੀ ਜ਼ਰੂਰ ਹੈ। ਪਰ ਕੁੜੀ ਵੀ ਰਾਈ ਦਾ ਪਹਾੜ ਬਣਾ ਦਿੰਦੀ ਹੈ। ਮੁੰਡਾ ਬਥੇਰਾ ਸਮਝਾਉਂਦਾ ਬਈ ਤੇਰੇ ਕੋਲ਼ੋਂ ਜਿੰਨਾਂ ਕੰਮ ਹੁੰਦਾ ਕਰ ਲਿਆ ਕਰ। ਮਾਂ ਕਦੇ ਬੋਲੇ ਵੀ ਤਾਂ ਚੁੱਪ ਰਿਹਾ ਕਰ। ਪਰ ਕੁੜੀ ਮੁੰਡੇ ਨੂੰ ਵੀ ਕੁੱਤੇ ਠੀਕਰੇ ਪਾਣੀ ਪਿਲ਼ਾਉਂਦੀ ਹੈ। ਮੈਂ ਵੀ ਸਮਝਾ ਕੇ ਥੱਕ ਚੁੱਕਾ ਹਾਂ। ਲੱਗਦਾ ਨੀ ਵੱਸਦੀ ਰਹੂ।"

ਪੰਡਤ ਕਾਫ਼ੀ ਦੁੱਖੀ ਸੀ। ਥੋੜ੍ਹਾ ਚਿਰ ਰੁਕ ਕੇ ਫਿਰ ਬੋਲਿਆ ਸੀ :

"ਸੋਹਣ ਸਿੰਹਾਂ ਅੱਗੇ ਜੇ ਕਿਸੇ ਨੇ ਕਿਸੇ ਨੂੰ ਦੁਰਅਸੀਸ ਦੇਣੀ ਹੁੰਦੀ ਸੀ ਤਾਂ ਕਹਿਣਾ 'ਹੈ ਤੇਰੇ ਕੀੜੇ ਪੈਣ' ਜਾਂ 'ਫਿਰ ਤੂੰ ਕੀੜੇ ਪੈ ਕੇ ਮਰੇ', ਪਰ ਮੈਨੂੰ ਲੱਗਦਾ ਇੱਥੇ ਸਾਰਿਆਂ ਦੇ ਕੀੜੇ ਪਏ ਹੋਏ ਹਨ। ਇਹ ਨਿਆਣੇ ਕੀੜੇ ਨੀ ਤਾਂ ਹੋਰ ਕੀ ਹੈ? ਦਿਨ ਰਾਤ ਲਹੂ ਪੀਂਦੇ ਹਨ।" ਮੇਰੀ ਠੋਡੀ ਥੱਲੇ ਹੱਥ ਲਾ ਕੇ ਮੇਰਾ ਮੂੰਹ ਥੋੜ੍ਹਾ ਉਤਾਂਹ ਨੂੰ ਚੁੱਕ ਗਿਆ ਸੀ।

ਮੈਂ ਡਰ ਜਿਹੇ ਨਾਲ਼ ਮੰਮੀ ਦੇ ਮੂੰਹ ਵੱਲ ਦੇਖਿਆ ਸੀ। ਉਸ ਨੇ ਮੈਨੂੰ ਆਪਣੇ ਨਾਲ਼ ਘੁੱਟ ਲਿਆ ਸੀ। ਫਿਰ ਮੰਮੀ ਨੂੰ ਜ਼ੋਰ ਦੀ ਖੰਘ ਛਿੜ ਪਈ ਸੀ।

ਖੰਘ ਮੰਮੀ ਨੂੰ ਹੁਣ ਵੀ ਛਿੜ ਪਈ ਏ। ਖੰਘਦੀ ਨੇ ਉਸ ਜ਼ੋਰ ਦੀ 'ਆ' ਕਿਹਾ ਏ। ਮੈਂ ਆਟੇ ਨਾਲ਼ ਲਿੱਬੜੇ ਹੱਥੀਂ ਹੀ ਪਾਣੀ ਲੈ ਕੇ ਕਾਹਲ਼ੀ ਨਾਲ਼ ਤੁਰ ਪਈ ਹਾਂ। ਵਾਪਸੀ 'ਤੇ ਬੈਠਕ ਕੋਲ਼ੋਂ ਲੰਘਣ ਲੱਗੀ ਦੇ ਕੰਨੀਂ ਮਾਸੀ ਦੀ ਆਵਾਜ਼ ਪਈ ਹੈ:

"ਦੇਖੋ ਭੈਣ ਜੀ ਅਜੇ ਤਾਂ ਗੱਲ ਆਪਾਂ ਦੋਨਾਂ ਤੱਕ ਆ। ਕੱਲ ਨੂੰ ਏਦ੍ਹੀ ਏਸ ਸ਼ਰਤ ਦਾ ਲੋਕਾਂ ਨੂੰ ਪਤਾ ਲੱਗੂ ਤਾਂ ਲੋਕ ਏਨੂੰ ਪਾਗਲ ਨੀ ਕਹਿਣਗੇ ਤਾਂ ਹੋਰ ਕੀ ਕਹਿਣਗੇ? ਅਖਬਾਰਾਂ 'ਚ ਇਸ ਦੇ ਇਸ ਪਾਗਲਪਣ ਦੀਆਂ ਖ਼ਬਰਾਂ ਨੀ ਛਪਣਗੀਆਂ? ਪੇ ਜੀਂਦਾ ਹੁੰਦਾ ਓਨੂੰ ਦੱਸਦੀ ਆਪਣੀ ਸ਼ਰਤ। ਤੁਹਾਡੀ ਕੁਰਬਾਨੀ

ਦੀ ਕੋਈ ਕਦਰ ਹੈ ਏਥੇ? ਗੋਲ਼ੀ ਮਾਰ ਦੇਵੇ ਇਹੋ ਜਿਹੇ ਨਿਆਣੇ ਦੇ।"

ਮੈਨੂੰ ਗੁੱਸਾ ਚੜ੍ਹ ਗਿਆ ਏ। ਬੈਠਕ 'ਚ ਆ ਵੜੀ ਹਾਂ ਸਿੱਧੀ ਮਾਸੀ ਨੂੰ ਸੰਬੋਧਨ ਹੋਈ ਹਾਂ :

"ਮਾਸੀ ਜੀ ਅਖ਼ਬਾਰਾਂ 'ਚ ਤਾਂ ਖ਼ਬਰ ਮੈਂ ਆਪ ਛਪਵਾਊਂ। ਉਹ ਵੀ ਵਿਆਹ ਤੋਂ ਪਹਿਲਾਂ। ਇਸ਼ਤਿਹਾਰ ਦੇਵਾਂਗੀ ਕਿ ਮੈਨੂੰ ਇਹੋ ਜਿਹਾ ਵਰ ਚਾਹੀਦਾ। ਉਮੀਦ ਏ ਬਥੇਰੇ ਹੋਣਗੇ ਮੇਰੇ ਪਾਸੇ ਖੜਨ ਵਾਲ਼ੇ। ਰਹੀ ਗੱਲ ਪਾਗਲ ਦੀ। ਸਾਰੇ ਮੈਨੂੰ ਪਾਗਲ ਨੀ ਕਹਿਣ ਲੱਗੇ। ਸਿਰਫ਼ ਓਹੀ ਕਹਿਣਗੇ ਜੋ ਖ਼ੁਦ ਪਾਗਲ ਹੋਣਗੇ।"

ਛਿੱਥੀ ਪਈ ਮਾਸੀ ਭੂਆ ਜੀ ਦੇ ਮੂੰਹ ਵੱਲ ਝਾਕਣ ਲੱਗ ਪਈ ਹੈ।

ਬੋਨਸ

ਪਿਆਰੀ ਜਸਪ੍ਰੀਤ,

ਨਿੱਘੀ ਪਿਆਰ ਗਲਵੱਕੜੀ।

ਤੂੰ ਸੱਚ ਮੁੱਚ ਬਹੁਤ ਹੈਰਾਨ ਹੋਏਂਗੀ, ਇਹ ਪੱਤਰ ਪ੍ਰਾਪਤ ਕਰਕੇ। ਜਦੋਂ ਪੜ੍ਹੇਂਗੀ ਫਰਾਮ ਰਤਿੰਦਰ 'ਰਤੀ', ਕੈਨੇਡਾ। ਇਹ ਮੇਰਾ ਯਕੀਨ ਏ।

ਉਂਦਾਂ ਹੈ ਵੀ ਹੈਰਾਨੀ ਵਾਲ਼ੀ ਗੱਲ। ਲਗਪਗ ਦੋ ਸਾਲ ਪਹਿਲਾਂ ਕੈਨੇਡਾ ਆ ਗਈ ਸਾਂ ਮੈਂ। ਪਰ ਅੱਜ ਤਾਈਂ ਇਕ ਵੀ ਖ਼ਤ ਨਹੀਂ ਲਿਖਿਆ ਤੈਨੂੰ। ਉਦੋਂ ਵੀ ਨਹੀਂ ਜਦੋਂ ਸਾਲ ਕੁ ਪਹਿਲਾਂ ਮੇਰੇ ਡਾਈਵੋਰਸ 'ਤੇ ਤੂੰ ਬਹੁਤ ਹੀ ਦੁਖੀ ਮਨ ਨਾਲ਼ ਬੜਾ ਲੰਮਾ-ਚੌੜਾ, ਹਮਦਰਦੀ ਤੇ ਹੌਂਸਲੇ ਵਿੱਚ ਗੜੁੱਚ ਪੱਤਰ ਲਿਖਿਆ ਸੀ। ਬੱਸ ਰੁਟੀਨ 'ਚ ਹੁੰਦੇ ਟੈਲੀਫ਼ੂਨ 'ਤੇ ਸਿਰਫ਼ ਏਨਾ ਕੁ ਆਖ ਸਕੀ ਸਾਂ, "ਪ੍ਰੀਤ, ਜ਼ਿੰਦਗੀ ਵਿੱਚ ਅਜੇ ਪਤਾ ਨਹੀਂ ਕੀ ਕੁਝ ਵਾਪਰਨਾ ਏ....ਤੂੰ ਹੌਂਸਲਾ ਰੱਖ....ਮੈਨੂੰ ਡਾਈਵੋਰਸ ਦਾ ਬਹੁਤਾ ਦੁੱਖ ਨਹੀਂ....ਇਹ ਤਾਂ....!"

ਮੈਂ ਗੱਲ ਹੋਰ ਥਾਂਵੇਂ ਪਾ ਲਈ ਸੀ।

ਤੂੰ ਮੈਨੂੰ ਵਾਰ ਵਾਰ 'ਇਹ ਤਾਂ ......' ਤੋਂ ਅੱਗੇ ਪੁੱਛਦੀ ਰਹੀ ਤੇ ਮੈਂ ਕੁਝ ਛੁਪਾਉਂਦੀ ਰਹੀ। ਬੜੀ ਬੇਵਸੀ ਨਾਲ਼।

'ਛੁਪਾਉਂਦੀ' ਸ਼ਬਦ ਤੈਨੂੰ ਹੋਰ ਵੀ ਹੈਰਾਨ ਕਰੇਗਾ।

ਹਾਂ ਪ੍ਰੀਤ, ਜ਼ਿੰਦਗੀ ਦੀ ਚਾਲ ਆਪਣੀ ਹੀ ਹੁੰਦੀ ਏ.....ਇਹ ਮਨੁੱਖੀ ਸੋਚ ਤੇ ਇੱਛਾਵਾਂ ਤੋਂ ਅੱਡਰਾ ਰਸਤਾ ਵੀ ਬਣਾ ਲਿਆ ਕਰਦੀ ਏ...ਇਹ ਮੈਨੂੰ ਹੁਣ ਸਮਝ ਪਈ ਹੈ। ਗੂੜ੍ਹੀ ਸਹੇਲੀ ਹੋ ਕੇ ਵੀ ਤੇਰੇ ਕੋਲ਼ੋਂ ਬਹੁਤ ਕੁਝ ਛੁਪਾ ਕੇ ਰੱਖਾਂਗੀ....ਇਹ ਮੈਂ ਵੀ ਕਦੀ ਨਹੀਂ ਸੀ ਸੋਚਿਆ।

ਅਸਲ ਵਿੱਚ ਗੱਲ ਉਸੇ ਸਾਲ ਦੀ ਹੈ ਜਿਸ ਸਾਲ ਆਪਣੇ ਕਾਲਿਜ ਦੀਆਂ ਕਬੱਡੀ ਟੀਮਾਂ ਦੀ ਸਾਰੇ ਪੰਜਾਬ ਵਿੱਚ ਬੱਲੇ-ਬੱਲੇ ਸੀ। ਕੁੜੀਆਂ ਦੀ ਕੈਪਟਨ ਮੈਂ ਸਾਂ ਤੇ ਮੈਦਾਨ ਵਿੱਚਲੇ ਜੌਹਰ ਦੇਖ ਕੇ ਤੂੰ ਮੈਨੂੰ ਰਤੀ ਦੀ ਥਾਵੇਂ ਰੱਤੂ ਭਲਵਾਨ ਵੀ ਆਖ ਲਿਆ ਕਰਦੀ ਸੀ। ਜਾਣੀ ਫਰਵਰੀ ਉੱਨੀ ਸੌ...

ਲੈ ਫੂਨ ਖੜਕ ਪਿਆ ਏ।.....

....

ਮੇਰਾ ਸ਼ੱਕ ਠੀਕ ਨਿਕਲ਼ਿਆ। ਉਸੇ ਦਾ ਹੀ ਸੀ। ਡਾ.ਵਨੀਤਾ ਦਾ। ਇਹ ਮੇਰੀ ਜਾਂਚ ਕਰ ਰਹੀ ਡਾਕਟਰਾਂ ਦੀ ਟੀਮ ਵਿੱਚ ਹੁਣੇ ਸ਼ਾਮਲ ਕੀਤੀ ਗਈ ਹੈ। ਮਨੋਰੋਗਾਂ ਦੀ ਮਾਹਿਰ ਏ। ਪੰਜਾਬਣ ਆ। ਬੜੀ ਜ਼ਿੰਦਾ ਦਿਲ।

ਇਹ ਕੈਨੇਡਾ ਦਾ ਸਿਹਤ ਵਿਭਾਗ ਵੀ ਅਜੀਬ ਹੈ। ਡਾਕਟਰ ਵਾਲ਼ ਦੀ ਖੱਲ ਲਾਹੀ ਜਾਂਦੇ ਨੇ। ਐਡੀ ਗੱਲ ਵੀ ਕੀ ਸੀ? ਆਨ ਡਿਊਟੀ ਬੇਹੋਸ਼ ਹੋ ਗਈ ਸਾਂ। ਦੱਸਦੇ ਨੇ ਮੇਰੀਆਂ ਮੁੱਠੀਆਂ ਘੁੱਟੀਆਂ ਹੋਈਆਂ ਸਨ। ਦੰਦ ਜੁੜੇ ਹੋਏ। ਜੀਹਨੂੰ ਆਪਣੇ ਦੰਦ ਛਿੱਕੜ ਕਹਿੰਦੇ ਨੇ। ਜਾਂ ਫਿਰ ਗਸ਼ ਜਾਂ ਗਸ਼ੀ। ਮਿੰਟਾਂ ਸਕਿੰਟਾਂ 'ਚ ਐਂਬੂਲੈਂਸ ਆ ਗਈ ਸੀ।

ਇੰਡੀਆ ਏਨੀ ਨੌਬਤ ਕਿੱਥੋਂ ਆਉਣੀ ਸੀ। ਮੈਨੂੰ ਯਾਦ ਹੈ ਇੱਕ ਵਾਰ ਮੇਰੇ ਮਾਮੇ ਦੀ ਜਵਾਨ ਧੀ ਨੂੰ ਇਸੇ ਤਰ੍ਹਾਂ ਗਸ਼ੀ ਪੈ ਗਈ। ਸਿਖਰ ਦੁਪਹਿਰੇ, ਵਿਹੜੇ ਦੇ ਗੱਭੇ। ਮਾਮੀ ਵਾਖਰੂ-ਵਾਖਰੂ ਕਰਦੀ ਉਸ ਦੇ ਮੂੰਹ ਵਿੱਚ ਉਂਗਲ਼ਾਂ ਪਾਉਣ ਲੱਗ ਪਈ। ਜਦੋ ਨਾਨੀ ਕੜਕ ਪਈ, "ਤੂੰ ਉਂਗਲ਼ਾਂ ਵਢਾਉਣੀਆਂ।" ਉਹ ਇੱਕ ਚਮਚ ਲੈ ਆਈ ਸੀ ਦੰਦਾਂ ਵਿੱਚ ਅੜਾਉਣ ਲਈ....ਤੇ ਕੁਝ ਪਾਣੀ ਛਿੱਟੇ ਮਾਰਨ ਲਈ। ਫਿਰ ਓਪਰੀ ਕਸਰ ਬਣ ਗਈ। ਗੁੱਗਲ਼ ਤੇ ਮਿਰਚਾਂ ਦੀ ਧੂਣੀ ਧੁਖ ਪਈ। ਸ਼ਾਮੀਂ 'ਸਿਆਣਾ' ਘਰੇ ਆਇਆ ਸੀ।

ਪਰ ਇਹਨੀਂ ਮੈਨੂੰ ਤਿੰਨ ਦਿਨ ਹੌਸਪਿਟਲ ਪਾਈ ਰੱਖਿਆ। ਜਿਹੜਾ ਨੀ ਕਿਹੜਾ ਟੈਸਟ ਕੀਤਾ। ਕੰਮ 'ਤੇ ਜਾਣ ਦੀ ਅਜੇ ਵੀ ਮਨਾਹੀ ਹੈ। ਮੁੜ ਘਿੜ ਉਹੀ ਸੁਆਲ ਪੁੱਛੀ ਜਾਂਦੇ ਨੇ....'ਤੂੰ ਗੁੰਮ ਹੋਣ ਤੋਂ ਪਹਿਲੇ ਕੀ ਸੋਚਦੀ ਸੀ?....ਤੂੰ ਕੀਹਦੇ ਨਾਲ਼ ਰਹਿੰਦੀ ਏ?.... ਪਹਿਲਾਂ ਕੀ ਤਕਲੀਫ਼ ਸੀ?....ਕੌਣ ਇਲਾਜ ਕਰਦਾ ਸੀ?' ਆਦਿ।

ਮੈਂ ਕਈ ਵਾਰ ਦੱਸ ਚੁੱਕੀ ਹਾਂ ਕਿ ਸੋਮਵਾਰ ਕਰਕੇ ਗਾਹਕ ਘੱਟ ਸੀ। ਕੈਸ਼ 'ਤੇ ਬੈਠੀ ਸਾਂ। ਨਿਗਾਹ ਕੰਪਿਊਟਰ ਦੀ ਸਕਰੀਨ 'ਤੇ ਟਿਕੀ ਹੋਈ ਸੀ।....ਮਨ ਏਵੇਂ ਹੀ ਬੀਤੇ ਦੇ ਹਿਸਾਬ ਕਿਤਾਬ 'ਚ ਉਲ਼ਝ ਗਿਆ। ਫਿਰ ਮੈਨੂੰ ਮੁੱਠੀਆਂ ਮੀਟ ਹੁੰਦੀਆਂ ਲੱਗੀਆਂ....ਦੰਦ ਪੀਚ ਹੁੰਦੇ...ਦਿਮਾਗ਼ ਸੁੰਨ ਜੇਹਾ....ਦਿਲ ਨੂੰ ਨਾ ਤੜਪਨ ਨਾ ਘਬਰਾਹਟ...ਸਗੋਂ ਇੱਕ ਆਰਾਮ ਜਿਹਾ....ਸਰੀਰ ਖੱਬੇ ਪਾਸੇ ਨੂੰ ਟੇਢਾ ਹੁੰਦਾ ਜਾਪਿਆ। ਉਸ ਤੋਂ ਬਾਅਦ ਪਤਾ ਨਹੀਂ....।

ਇਹ ਵੀ ਦੱਸ ਚੁੱਕੀ ਹਾਂ ਕਿ ਇਕੱਲੀ ਰਹਿੰਦੀ ਹਾਂ। ਮਾਂ ਪੇ ਨੂੰ ਸਪਾਂਸਰ ਕਰ ਚੁੱਕੀ ਹਾਂ। ਸਪਾਂਸਰ ਕਰਨ ਲਈ ਢੇਰ ਸਾਰੀ ਸੈਲਰੀ ਸ਼ੋ ਕਰਨੀ ਸੀ...ਇਸ ਲਈ ਪਿਛਲੇ ਡੇਢ ਸਾਲ ਤੋਂ ਖੋਤੇ ਵਾਂਗ ਕੰਮ ਕਰ ਰਹੀ ਹਾਂ। ਭਾਵੇਂ ਕੁਝ ਪੇਪਰ ਦੋ ਨੰਬਰ ਵਿੱਚ ਬਣਾ ਲਏ ਸਨ। ....ਆਪਣੇ ਭਾਈਆ ਦੀ ਫ਼ੈਕਟਰੀ 'ਚੋਂ।

ਪਹਿਲੀ ਤਕਲੀਫ਼ ਬਾਰੇ ਵੀ ਦੱਸਿਆ ਕਈ ਵਾਰ ਕਿ ਮੇਰੀ ਖੱਬੀ ਬਾਂਹ ਵਿੱਚ ਹਰ ਦਮ ਕੁਚਰ-ਕੁਚਰ ਹੁੰਦੀ ਰਹਿੰਦੀ ਏ। ਜਿਵੇਂ ਘੁਣ ਕਿਰੜ-ਕਿਰੜ ਕਰਦਾ ਹੋਵੇ। ਹਰ ਵੇਲੇ ਮੱਠਾ ਮੱਠਾ ਦਰਦ। ਕਦੇ ਤਿੱਖਾ ਵੀ। ਇਸੇ ਪਾਸੇ ਧੌਣ ਦੀਆਂ ਨਾੜਾ ਨੂੰ ਵੀ ਖਿੱਚ ਪੈਂਦੀ ਰਹਿੰਦੀ ਏ। ਫਿਰ ਇਸੇ ਪਾਸਿਓਂ ਮੌਰ ਦੇ ਪਿੱਛਿਓਂ ਇੱਕ ਮੱਠੀ ਜਿਹੀ ਚੀਸ ਉਠ ਕੇ ਵੱਖੀ ਰਾਹੀਂ ਕੂੱਲ੍ਹੇ ਤਾਂਈਂ ਪਹੁੰਚ ਜਾਂਦੀ ਹੈ। ਡਾਕਟਰ ਜਿੰਮੀ ਬਥੇਰਾ ਇਲਾਜ ਕਰਦਾ ਰਿਹਾ। ਕਾਲਰ ਵੀ ਬਨ੍ਹਾਇਆ। ਬਿਨ ਸਿਰਹਾਣੇ ਤੇ ਬਿਨ ਗੱਦੇ ਦੇ

ਹਾਰਡ ਬੈੱਡ ਦੀ ਹਿਦਾਇਤ ਦਾ ਪਾਲਣ ਵੀ ਮਸਲਾ ਪੂਰੀ ਤਰ੍ਹਾਂ ਹੱਲ ਨਹੀਂ ਕਰ ਸਕਿਆ।

ਹੁਣ ਵਨੀਤਾ ਤਾਂ ਹੱਦ ਹੀ ਲਾਈ ਜਾਂਦੀ ਏ। ਵੱਖ ਵੱਖ ਢੰਗਾਂ ਨਾਲ਼ ਮੇਰੇ ਮਨ ਨੂੰ ਕੁਰੇਦਣ ਲਈ ਪੂਰੀ ਚੁਸਤੀ ਵਰਤ ਰਹੀ ਹੈ।

ਪਤਾ ਪਰਸੋਂ ਕੀ ਕਹਿੰਦੀ......ਅਖੇ 'ਕੱਲੀ ਰਹਿੰਦੀ ਏਂ....ਕੋਈ ਮੁੰਡਾ-ਮੰਡਾ ਚੱਕਰ ਨੀ ਕੱਟਦਾ।"

ਮੈਂ ਵੀ ਹੱਸ ਕੇ ਆਖ ਦਿੱਤਾ ਬਈ ਮੁੰਡਾ-ਮੰਡਾ ਤਾਂ ਕੋਈ ਨਹੀਂ ਪਰ ਮੁੰਡਿਆਂ ਦੇ ਰਿਸ਼ਤੇਦਾਰ ਬਥੇਰੇ ਚੱਕਰ ਕੱਟਦੇ ਨੇ। ਬੜਾ ਹੇਜ ਜਿਤਾਉਂਦੇ ਨੇ ਤੇ ਮਗਰੋਂ ਸਾਰੇ ਇੱਕੋ ਗੱਲ 'ਤੇ ਤੋੜਾ ਝਾੜ ਦਿੰਦੇ ਨੇ। "ਸਾਡਾ ਮੁੰਡਾ ਏ ਇੰਡੀਆ....ਸੋਹਣਾ ਸੁਨੱਖਾ...ਉੱਚਾ ਲੰਬਾ....ਨਿਰੀ ਮੂਰਤ...ਸਾਊ... ਰਾਜ ਕਰੇਂਗੀ ਉਹਦੇ ਸਿਰ 'ਤੇ....ਸਾਰੀ ਉਮਰ ਪੈਰ ਧੋ-ਧੋ ਪੀਊ....।"

ਮੈਨੂੰ ਉਹਨਾਂ ਦੀਆਂ ਲਿਲਕੜੀਆਂ 'ਤੇ ਕਈ ਵਾਰ ਹਾਸਾ ਵੀ ਆ ਜਾਂਦਾ ਹੈ। ਕਈ ਤਾਂ ਸਿਧਾ ਪਲ੍ਹਾਹ ਸੋਟਾ ਮਾਰਨਗੇ, "ਤੂੰ ਸਾਡਾ ਮੁੰਡਾ ਮੰਗਾ ਦੇ... ਅਸੀਂ ਤੇਰਾ ਕੋਈ ਰਿਸ਼ਤੇਦਾਰ ਮੰਗਾ ਦਿੰਦੇ ਹਾਂ।"

ਤੰਗ ਆ ਜਾਂਦਾ ਏ ਮਨ ਕਈ ਵਾਰ ਅਜਿਹੀਆਂ ਗੱਲਾਂ ਤੋਂ। ਹਾਂ ਸੱਚ ਕੱਲ ਵਨੀਤਾ ਇੱਕ ਹੋਰ ਹੀ ਕਹਾਣੀ ਸੁਣਾ ਗਈ।

...ਅਖੇ ਕਿਸੇ ਰਾਜੇ ਦੇ ਸਿਰ 'ਚ ਸਿੰਗ ਸਨ। ਛੋਟੇ ਛੋਟੇ। ਜੋ ਵੀ ਨਾਈ ਉਸ ਦੇ ਵਾਲ਼ ਕੱਟਣ ਜਾਂਦਾ....ਉਹ ਵਾਲ਼ ਕੱਟਦਾ-ਕੱਟਦਾ ਇੱਕ ਦਮ ਚੌਂਕ ਪੈਂਦਾ...'ਸਿੰਗ'। ਉਹ ਨਾਈ ਮੁੜ ਘਰ ਨਾ ਪਹੁੰਚਦਾ। ਨਾਈ ਭਾਈਚਾਰਾ ਚਿੰਤਿਤ ਹੋ ਉੱਠਿਆ। ਕਾਫ਼ੀ ਸੋਚ ਵਿਚਾਰ ਮਗਰੋਂ ਇੱਕ ਬੁੱਧੀਮਾਨ ਨੇ ਹੱਲ ਸੋਚਿਆ ਤੇ ਉਹ ਆਪ ਰਾਜੇ ਦੇ ਵਾਲ਼ ਕੱਟਣ ਗਿਆ। ਵਾਲ਼ ਕੱਟਦਾ ਨਾ ਉਹ ਚੀਕਿਆ ਨਾ ਚਿਲਾਇਆ ਤੇ ਨਾ ਚੌਂਕਿਆ।

ਰਾਜਾ ਬੜਾ ਹੈਰਾਨ ਹੋਇਆ। ਉਸ ਨੇ ਨਾਈ ਨੂੰ ਪੁੱਛਿਆ "ਕੀ ਸਿਰ ਠੀਕ ਠਾਕ ਹੈ?" ਉਹ ਕਹਿੰਦਾ, "ਜੀ ਬਿਲਕੁਲ ਠੀਕ। ਹਾਂ ਦੋ ਥਾਈਂ ਥੋੜਾ ਜਿਹਾ ਮਾਸ ਉੱਭਰਿਆ ਹੋਇਆ ਹੈ। ਤੁਸੀਂ ਜ਼ਰੂਰ ਬਚਪਨ 'ਚ ਕਿਤੇ ਡਿੱਗੇ ਹੋਵੋਂਗੇ"।

ਇਹ ਨਾਈ ਰਾਜੇ ਦਾ ਪੱਕਾ ਹੱਜਾਮ ਬਣ ਗਿਆ। ਪਰ ਛੇਤੀ ਹੀ ਉਹ ਬਿਮਾਰ ਰਹਿਣ ਲੱਗ ਪਿਆ। ਵੈਦ ਹਕੀਮ ਥੱਕ ਗਏ। ਉਸ ਮੰਜਾ ਨਾ ਛੱਡਿਆ। ਫਿਰ ਕੋਈ ਨਜੂਮੀ ਲਿਆਂਦਾ ਗਿਆ। ਉਸ ਕਾਫ਼ੀ ਪੜਤਾਲ ਮਗਰੋਂ ਸਲਾਹ ਦਿੱਤੀ ਕਿ ਇਸ ਦਾ ਮੰਜ਼ਾ ਕਿਤੇ ਦੂਰ ਜੰਗਲ਼ਾਂ ਵਿਚ ਛੱਡ ਆਓ। ਇਸ ਦੇ ਅੰਦਰ ਕੋਈ ਗੱਲ ਹੈ। ਉਹ ਇਹ ਕਿਸੇ ਨੂੰ ਨਹੀਂ ਦੱਸ ਸਕਦਾ। ਉੱਥੇ ਜੰਗਲ਼ ਵਿਚ ਜਾ ਕੇ ਉੱਚੀ-ਉੱਚੀ ਉਹੀ ਗੱਲ ਕਹੇ।

ਘਰਦਿਆਂ ਨੇ ਇੰਞ ਹੀ ਕੀਤਾ।

ਨਾਈ ਨੇ ਆਸ ਪਾਸ ਦੇਖਿਆ ਤੇ ਚੀਕ ਉੱਠਿਆ, "ਓ ਰਾਜੇ ਦੇ ਸਿਰ 'ਤੇ ਸਿੰਗ ਓ....ਓ. ਸਿੰਗ....ਓ ਸਿੰਗ... ਰਾਜੇ ਦੇ...।"

ਕਹਿੰਦੇ ਨੇ ਉਹ ਸ਼ਾਮ ਨੂੰ ਤੁਰ ਕੇ ਘਰ ਆ ਗਿਆ ਸੀ।

ਓ ਲੈ...ਗੱਲ ਤਾਂ ਕਿੱਧਰੇ ਹੋਰ ਪਾਸੇ ਹੀ ਤੁਰ ਪਈ...ਇਹ ਵਨੀਤਾ ਦੇ ਫ਼ੂਨ ਦਾ ਹੀ ਪੰਗਾ ਏ। ਸੌਰੀ ਪ੍ਰੀਤ....ਸੌਰੀ...ਵੈਰੀ ਸੌਰੀ।

ਹਾਂ ਮੈਂ ਦੱਸਣ ਲੱਗੀ ਸਾਂ?

ਫਰਵਰੀ 1997 ਸੀ। ਕਾਲਿਜ ਚਾਰ ਛੁੱਟੀਆਂ ਸਨ। ਤੂੰ ਪਿੰਡ ਗਈ ਹੋਈ ਸੀ।

ਸਾਡੇ ਕਿਸੇ ਰਿਸ਼ਤੇਦਾਰ ਨੇ ਮੇਰੇ ਰਿਸ਼ਤੇ ਦੀ ਗੱਲ ਚਲਾ ਦਿੱਤੀ। ਅਚਾਨਕ ਹੀ। ਉਸ ਦੀ ਜਾਣ ਸਿਆਣ ਵਿੱਚ ਕੋਈ ਮੁੰਡਾ ਕੈਨੇਡਾ ਤੋਂ ਆਇਆ ਸੀ। ਕੈਨੇਡਾ ਦਾ ਨਾਂ ਸੁਣ ਕੇ ਮੇਰੀਆਂ ਲਾਲ਼ਾਂ ਟਪਕ ਪਈਆਂ। ਮਨ ਉਡਾਰੀਆਂ ਭਰਦਾ ਫਿਰੇ। ਦਿਲ ਕਰੇ ਤੈਨੂੰ ਉੱਡ ਕੇ ਜਾ ਮਿਲਾਂ। ਤੁਹਾਡੇ ਅਜੇ ਫ਼ੂਨ ਨਹੀਂ ਸੀ ਲੱਗਾ। ਦੂਜਾ ਬਣ ਰਿਹਾ ਵਿਚੋਲਾ ਕਾਹਲ਼ਾ ਪਿਆ ਹੋਇਆ ਸੀ। ਉਹ ਦੱਸਦਾ ਸੀ ਕਿ ਕੁੜੀਆਂ ਵਾਲ਼ੇ ਤਾਂ ਲਾਈਨਾਂ ਲਾਈ ਖੜ੍ਹੇ ਹਨ। ਦੇਖ ਦਿਖਾਲਣ ਸਵੇਰੇ ਹੀ ਕਰਨਾ ਹੈ।

ਵਿਚੋਲੇ ਰਾਹੀਂ ਪਤਾ ਲੱਗ ਚੁੱਕਾ ਸੀ ਕਿ ਮੁੰਡਾ ਕੱਦਾਵਰ ਏ। ਕੁੜੀ ਸਾਢੇ ਪੰਜ ਫੁੱਟ ਤੋਂ ਉਪਰ ਤੇ ਤਕੜੇ ਘਰ ਦੀ ਚਾਹੁੰਦਾ ਹੈ।

ਦੂਸਰੇ ਦਿਨ ਹੀ ਦੇਖਣ ਦਿਖਾਲਣ ਸੀ। ਵਿਚੋਲੇ ਦੇ ਘਰੇ।

ਪ੍ਰੀਤ...ਜਿਸ ਗੱਲ ਦਾ ਡਰ ਸੀ ਉਹੀ ਗੱਲ ਹੋਈ। ਮੈਂ ਵਟਿਰਕੀ ਗਈ।

ਦਿਲ ਕਰੇ ਮੈਂ ਧਾਹਾਂ ਮਾਰ ਕੇ ਰੋਵਾਂ।

ਤੂੰ ਕੋਲ਼ ਹੋਵੇ ਤੇ ਤੇਰੇ ਗਲ਼ ਚਿੰਬੜ ਜਾਵਾਂ।

ਵਾਪਸੀ 'ਤੇ ਮੈਂ ਮੰਮੀ ਤੇ ਡੈਡੀ ਗੱਲ ਤਾਂ ਇੱਕ ਪਾਸੇ ਇੱਕ ਦੂਜੇ ਨਾਲ਼ ਅੱਖ ਵੀ ਮੇਲ਼ ਨਾ ਸਕੇ। ਹਾਰੇ ਟੁੱਟੇ ਮਨ ਨਾਲ਼ ਮੈਂ ਘਰ ਪਹੁੰਚੀ।

ਪ੍ਰੀਤ ਉਹ ਰਾਤ ਮੇਰੇ ਲਈ ਕਿਆਮਤ ਦੀ ਰਾਤ ਸੀ। ਸੋਚਾਂ ਦਾ ਲਾਵਾ ਚਾਰੇ ਪਾਸੇ ਵਹਿ ਰਿਹਾ ਸੀ। ਦਰਅਸਲ ਮੇਰਾ ਮੱਥਾ ਤਾਂ ਉਦੋਂ ਹੀ ਠਣਕਿਆ ਸੀ ਜਦੋਂ ਮੈਂ ਸ਼ੀਸ਼ੇ ਮੂਹਰੇ ਖੜ੍ਹੀ ਆਪਣੀ ਤਿਆਰੀ ਨੂੰ ਫਾਈਨਲ ਟੱਚ ਦੇ ਰਹੀ ਸੀ। ਇਹ ਤਾਂ ਡੈਡੀ ਦੀ ਵਿਚੋਲੇ ਰਾਹੀਂ ਕਾਰ, ਮੂੰਹ ਮੰਗੇ ਦਾਜ 'ਤੇ ਸ਼ਾਹੀ ਸੇਵਾ ਦੀ ਕੀਤੀ ਆਫ਼ਰ ਐਵੇਂ ਭਰਮ ਪਾਲਕ ਬਣ ਰਹੀ ਸੀ। ਇੱਕ ਭਰੋਸਾ ਜਿਹਾ ਵੀ ਜਾਗਦਾ ਸੀ ਕਿ ਬਹੁਤੇ ਲੋਕ ਲੋਭੀ ਹੁੰਦੇ ਹਨ। ਫਿਰ ਪੰਜ ਫੁੱਟ ਸੱਤ ਇੰਚ ਕੱਦ ਵੀ ਵਿਰਲੀ ਵਿਰਲੀ ਹਾਮੀ ਭਰ ਰਿਹਾ ਸੀ। ਪਰ ਕੁਝ ਵੀ ਕੰਮ ਨਾ ਆਇਆ। ਜਿਹੜੀ ਰਤੀ ਕਬੱਡੀ ਦੇ ਮੈਦਾਨ ਵਿੱਚ ਹਰ ਧਾਵਕ ਨੂੰ ਗੁੱਟੋਂ ਜਾਂ ਗਿੱਟਿਓਂ ਫੜ ਰੋਪੜੀ ਜੰਦਰਾ ਮਾਰ ਦਿਆ ਕਰਦੀ ਸੀ....ਉਹ ਜ਼ਿੰਦਗੀ ਦੇ ਸ਼ਾਹਕਾਰ ਦੇ ਪਰਛਾਵੇਂ ਮਗਰ ਦੌੜਦੀ ਮੂੰਹ ਭਾਰ ਡਿੱਗ ਪਈ।

ਦੇਖਣ ਦਿਖਾਲਣ ਵਿੱਚ ਯੈਸ ਨੋ ਤਾਂ ਹੁੰਦੀ ਈ ਏ। ਪਰ ਰੀਜੈਕਟ ਹੋਈ ਕੁੜੀ ਦੇ ਮਨ ਦੀ ਹਾਲਤ ਏਨੀ ਦਰਦੀਲੀ ਹੁੰਦੀ ਹੋਏਗੀ...ਤੌਬਾ...ਤੌਬਾ...ਤੌਬਾ। ਅੱਜ ਵੀ ਲੂਈ ਕੰਡਿਆ ਜਾਂਦੀ ਏ ਚੇਤਾ ਆਉਂਦਿਆਂ।

ਅੜੀਏ ਰਾਤ ਬੀਤਦੀ ਜਾ ਰਹੀ ਸੀ। ਨੀਂਦ ਦਾ ਪਰਛਾਵਾਂ ਵੀ ਨਹੀਂ ਸੀ

ਪੈ ਰਿਹਾ। ਮਨ ਦੀ ਧਰਤੀ ਪੁੱਠੇ ਸਿੱਧੇ ਸਵਾਲਾਂ ਨਾਲ਼ ਅੱਟੀ ਪਈ ਸੀ। ਪਲ ਪਲ ਇਸ ਵਿੱਚ ਵਾਧਾ ਹੋਈ ਜਾ ਰਿਹਾ ਸੀ।

ਫਿਰ ਅਚਾਨਕ 'ਮਰਦ ਦੀ ਦਿੱਤੀ ਚੀਜ਼ ਨੂੰ ਮਰਦ ਹੀ ਰੀਜੈਕਟ ਕਿਉਂ ਕਰਦੈ' ਦਾ ਸਵਾਲ ਮਨ ਦੇ ਬੂਹੇ ਅੜ ਖੜ੍ਹੋਤਾ। ਪਾਸੇ ਹੋਣ ਦਾ ਨਾਂ ਹੀ ਨਾ ਲਵੇ।

ਤੂੰ ਪੁੱਛੇਂਗੀ ਕਿ ਕੀ ਮਤਲਬ?

ਮਤਲਬ ਤਾਂ ਸਾਫ਼ ਹੈ। ਤੂੰ ਤਾਂ ਜਾਣਦੀ ਹੀ ਏਂ ਕਿ ਮੇਰੀ ਮੰਮੀ ਕਿੰਨੀ ਸੋਹਣੀ ਏ। ਤੂੰ ਆਪ ਹੀ ਕਿਹਾ ਕਰਦੀ ਹੁੰਦੀ ਸੈਂ ਕਿ ਅਗਰ ਮੰਮੀ ਫਿਲਮ ਨਗਰੀ ਵਿੱਚ ਹੁੰਦੀ ਤਾਂ ਕਈ ਦੇਵੀਆਂ ਦੇ ਪੱਤੇ ਕੱਟ ਦਿੰਦੀ। ਮੇਰੇ ਸਰੀਰ ਦੀ ਸੁਡੌਲਤਾ, ਲੰਬਾਈ ਤੇ ਬਣਤਰ ਐਨ ਮੰਮੀ 'ਤੇ ਹੈ। ਪਰ ਪੱਕਾ ਰੰਗ, ਮੋਟੇ ਬੁੱਲ੍ਹ ਤੇ ਚੌੜਾ ਨੱਕ ਡੈਡੀ ਵਰਗੇ ਹਨ। ਬਸ ਰਹਿ ਰਹਿ ਕੇ ਖਿਆਲ ਆਵੇ ਕਿ ਮੰਮੀ ਨੇ ਆਪਣੇ ਨੈਣ ਨਕਸ਼ ਮੈਨੂੰ ਕਿਉਂ ਨਹੀਂ ਦਿੱਤੇ? ਮੰਮੀ ਨੇ ਆਪਣੇ ਵਰਗੇ ਸੋਹਣੇ ਮੁੰਡੇ ਨਾਲ਼ ਵਿਆਹ ਕਿਉਂ ਨਹੀਂ ਕਰਾਇਆ? ਕੁੜੀਆਂ ਦੇ ਵਿਆਹ ਜਾਇਦਾਦਾਂ ਨਾਲ ਕਿਉਂ ਹੁੰਦੇ ਹਨ? ਵਿਗਿਆਨੀ ਮੱਝਾਂ, ਗਾਵਾਂ ਦੀ ਨਸਲ ਸੁਧਾਰਨ 'ਤੇ ਜ਼ੋਰ ਲਾਈ ਜਾਂਦੇ ਨੇ, ਲੋਕੀ ਵੀ ਉਹਨਾਂ ਮਗਰ ਲਗਦੇ ਨੇ। ਮਨੁੱਖੀ ਔਲਾਦ ਬਿਨਾਂ ਸੋਚੇ ਸਮਝੇ ਕਿਉਂ ਪੈਦਾ ਕੀਤੀ ਜਾ ਰਹੀ ਹੈ? ਵਿਆਹ ਰਾਹੀਂ ਸੈਕਸ ਪੂਰਤੀ ਤੇ ਔਲਾਦ ਪੈਦਾ ਕਰਨ ਨੂੰ ਵੱਖ-ਵੱਖ ਕਰਕੇ ਕਿਉਂ ਨਹੀਂ ਦੇਖਿਆ ਜਾਂਦਾ? ਦਿਲ ਕਰੇ ਕਿ ਸਵੇਰੇ ਕੋਠੇ ਚੜ੍ਹ ਕੇ ਰੌਲ਼ਾ ਪਾਵਾਂ ਜਾਂ ਫਿਰ ਕਿਸੇ ਕੋਰਟ ਵਿੱਚ ਕੇਸ ਠੋਕ ਦਿਆਂ ਕਿ ਔਲਾਦ ਪੈਦਾ ਕਰਨ ਦਾ ਹੱਕ ਹਰ ਕਿਸੇ ਨੂੰ ਨਹੀਂ ਚਾਹੀਦਾ।

ਪਤਾ ਨਹੀਂ ਕਦੋਂ ਅੱਖ ਲੱਗੀ। ਸਵੇਰੇ ਉੱਠੀ ਤਾਂ ਸਿਰ ਡਾਂ-ਡਾਂ ਕਰੇ। ਮੰਮ-ਡੈਡ ਆਪਣੇ ਥਾਂ ਦੁਖੀ ਸਨ। ਮੈਨੂੰ ਆਪਣੀਆਂ ਰਾਤ ਦੀਆਂ ਸੋਚਾਂ 'ਤੇ ਸ਼ਰਮਿੰਦਗੀ ਜਹੀ ਆਈ ਜਾਵੇ ਪਰ ਫਿਰ ਵੀ ਸੋਚ ਦੇ ਗਰਭ ਅੰਦਰ ਬੁੱਲ੍ਹ, ਨੱਕ, ਰੰਗ, ਮੰਮੀ, ਡੈਡ, ਮੱਝਾਂ, ਗਾਵਾਂ, ਵਿਗਿਆਨੀ, ਵਿਆਹ, ਸੈਕਸ ਔਲਾਦ ਸ਼ਬਦ ਹੀ ਉੱਤੇ ਥੱਲੇ ਹੁੰਦੇ ਰਹੇ।

ਕਾਲਿਜ ਤੂੰ ਵੀ ਉੱਤਰੇ ਚਿਹਰੇ ਬਾਰੇ ਪੁੱਛਦੀ ਰਹੀ ਸੀ। ਦਿਲ ਕਰੇ ਰੋ-ਰੋ ਤੈਨੂੰ ਸਭ ਕੁਝ ਦੱਸ ਦਿਆਂ। ਪਰ ਨਹੀਂ ਸੀ ਦੱਸ ਸਕੀ।

ਫਿਰ ਡੂਢ ਮਹੀਨੇ 'ਚ ਇਹ ਹਾਦਸਾ ਦੋ ਵਾਰ ਹੋਰ ਵਾਪਰ ਗਿਆ। ਦੁੱਖ ਤਾਂ ਹੋਇਆ ਪਰ ਪਹਿਲੇ ਜਿੰਨਾਂ ਨਹੀਂ। ਸਗੋਂ ਮਗਰਲੀ ਵਾਰੀ ਤਾਂ ਮੇਰਾ ਰੋਹ ਹੀ ਭੜਕ ਉੱਠਿਆ। ਉਹ ਲਮਕਦੇ ਢਿੱਡ ਵਾਲ਼ਾ ਵੀ ਮੈਨੂੰ ਰਿਜੈਕਟ ਕਰ ਗਿਆ। ਸਾਲ਼ਾ ਟਮਕ ਜਿਹਾ। ਦਿਲ ਕਰੇ ਕਿ ਕਬੱਡੀ ਦੇ ਮੈਦਾਨ ਵਿੱਚ ਹੋਵੇ ਤਾਂ ਭੂਆਕੇ ਥੱਲੇ ਸੁੱਟ ਲਵਾਂ ਤੇ....।

ਇਸ ਵਾਰ ਲੱਗਾ ਜਿਵੇਂ ਡੈਡੀ ਪੂਰੇ ਤੌਰ 'ਤੇ ਟੁੱਟ ਗਿਆ ਹੋਵੇ। ਸਰਪੰਚ ਹੋਣ ਦੇ ਨਾਤੇ ਲੋਕਾਂ ਦੇ ਵੱਡੇ-ਵੱਡੇ ਮਸਲੇ ਸੁਲਝਾਉਣ ਵਾਲ਼ੇ ਦਾ ਆਪਣਾ ਮਸਲਾ ਉਲ਼ਝ ਕੇ ਰਹਿ ਗਿਆ ਸੀ।

ਰਾਤੀਂ ਡੈਡ ਮੇਰੇ ਕਮਰੇ 'ਚ ਆਇਆ ਸੀ। ਪੜ੍ਹਦੀ ਦੀ ਪਿੱਠ ਥਾਪੜ ਕੇ

ਆਖ ਗਿਆ ਸੀ, "ਰਤੀ ਪੁੱਤ ਤੂੰ ਕੋਈ ਗੱਲ ਮਨ 'ਤੇ ਨਾ ਲਾਈ....ਮੈਂ ਭੇਜਾਂਗਾ ਤੈਨੂੰ ਕੈਨੇਡਾ...ਮੇਰਾ ਨਾਂ ਵੀ ਅਰਜਨ ਸਿੰਘ ਏ....ਸਾਲ਼ੇ ਲੋਕ ਪਤਾ ਨੀ ਆਪਣੇ ਆਪ ਨੂੰ ਕੀ ਸਮਝਦੇ ਨੇ? ....ਕੁੱਤੇ ਕਿਤੋਂ ਦੇ।"

ਮੈਨੂੰ ਲੱਗਾ ਕਿ ਡੈਡੀ ਦੀ ਪੀਤੀ ਹੋਈ ਸੀ। ਉਹਨਾਂ ਦਾ ਗਲ਼ਾ ਭਰਿਆ ਹੋਇਆ ਸੀ।

ਪ੍ਰੀਤ ਇੱਕ ਦਿਲ ਕਰੇ ਮੈਂ ਡੈਡੀ ਨੂੰ ਆਖ ਦਿਆਂ ਕਿ ਮੈਂ ਕੈਨੇਡਾ ਨਹੀਂ ਜਾਣਾ। ਪਰ ਇਕ ਖੁੰਦਕ ਜਿਹੀ ਵੀ ਉੱਠੇ। ਮਨ ਅੰਦਰ। ਵਟਿਰਕਣ ਵਾਲ਼ਿਆਂ ਲਈ। ਬਈ ਉਹਨਾਂ ਨੂੰ ਕੈਨੇਡਾ ਪਹੁੰਚ ਕੇ ਹੀ ਦੱਸੂੰ। ਡੈਡੀ ਦੇ ਮਨ ਅੰਦਰ ਵੀ ਸ਼ਾਇਦ ਇਹੀ ਖੁੰਦਕ ਹੋਵੇ। ਪਰ ਮੈਨੂੰ ਲੱਗਦਾ ਕਿ ਡੈਡੀ ਦੀ ਕਮਜ਼ੋਰੀ ਮੈਥੋਂ ਤਿੰਨ ਕੁ ਵਰ੍ਹੇ ਛੋਟਾ ਇੰਦਰ ਵੀ ਸੀ....ਜੋ ਛੋਟੀ ਉਮਰੇ ਹੀ ਬੁਰੀ ਸੋਹਬਤ ਵਿੱਚ ਪੈ ਚੁੱਕਾ ਸੀ। ਜਾਂ ਫਿਰ ਤੂੰ ਕਹਿੰਦੀ ਹੁੰਦੀ ਸੀ ਕਿ ਦੋਆਬੀਆਂ ਤੇ ਖਾਸ ਕਰਕੇ ਜੱਟਾਂ ਲਈ ਸਰਬੋਤਮ ਡਿਗਰੀ ਅਮਰੀਕਾ, ਕੈਨੇਡਾ ਹੀ ਏ। ਹੋ ਸਕਦਾ ਹੈ ਕਿ ਡੈਡੀ ਵੀ ਇਹੀ ਡਿਗਰੀ ਪਾ ਕੇ ਭਾਈਚਾਰੇ ਵਿੱਚ ਬੈਠਣ ਜੋਗਾ ਹੋਣਾ ਚਾਹੁੰਦਾ ਹੋਵੇ। ਕਿਉਂਕਿ ਇੰਦਰ ਤੋਂ ਛੋਟੇ ਜੌੜੇ ਬੱਬੀ ਤੇ ਪਾਲਾ ਉਹਨਾਂ ਦੇ ਨਾਲ਼ ਲੰਘ ਜਾਣੇ ਸਨ।

ਚੱਲ ਛੱਡ....ਓੜਕ ਡੈਡੀ ਸਫ਼ਲ ਹੋ ਗਿਆ। ਰਮਨ ਕਲਾਥ ਹਾਊਸ ਵਾਲ਼ੇ ਲਾਲੇ ਵਿਚੋਲੇ ਬਣ ਗਏ। ਤੇ ਜੰਡਿਆਲੀਆ ਰਾਜਵੀਰ ਜੌਹਲ ਉਰਫ਼ ਰਾਜ ਵਿਆਹੁਣ ਆ ਗਿਆ। ਤੇਰਾ ਜੀਜਾ ਬਣ ਕੇ।

ਹਾਂ ਪ੍ਰੀਤ ਇੱਥੇ ਦੇਖਣ ਦਿਖਾਲਣ ਵੀ ਨਹੀਂ ਸੀ ਹੋਇਆ। ਮੈਂ ਤੈਨੂੰ ਝੂਠਾ-ਮੂਠਾ ਹੀ ਦੱਸਿਆ ਸੀ ਉਦੋਂ।

ਬਾਕੀ ਇਹ ਤਾਂ ਸ਼ਾਇਦ ਮੈਂ ਤੈਨੂੰ ਦੱਸ ਹੀ ਦਿੱਤਾ ਸੀ ਕਿ ਰਾਜ ਆਪਣੇ ਸ਼ਰੀਕੇ 'ਚੋਂ ਲੱਗਦੀ ਚਾਚੀ ਕੋਲ਼ ਠਹਿਰਿਆ ਸੀ। ਵਿਆਹੀ ਗਈ ਨੇ ਪਹਿਲੀ ਰਾਤ ਓਥੇ ਹੀ ਕੱਟੀ ਸੀ। ਛੋਟਾ ਬੱਬੀ ਨਾਲ਼ ਸੀ। ਚਾਚੀ ਦੇ ਤੌਰ ਤਰੀਕੇ ਠੀਕ ਨਹੀਂ ਸਨ ਲੱਗੇ। ਉਹ ਰਾਜ ਨੂੰ ਹੁੰਝਾਂ ਮਾਰ-ਮਾਰ ਪੁੱਛੇ...ਕਰਦਿਆਂ ਕੱਠੇ ਅੱਜੇ।' ਮੈਨੂੰ ਤਾਂ ਉੱਥੇ ਵੀ ਗੜਬੜ ਲੱਗਦੀ ਸੀ। ਖ਼ੈਰ ਦਫ਼ਾ ਕਰ....

ਜਦੋਂ ਮੈਂ ਤੇ ਰਾਜ ਵਾਪਸ ਆਏ ਸੀ ਦੂਸਰੇ ਦਿਨ ਤਾਂ ਤੁਸੀਂ 'ਕੱਠੀਆਂ ਹੋ ਰਾਜ ਦੇ ਆਲ਼ੇ ਦੁਆਲ਼ੇ ਝੁਰਮਟ ਪਾ ਲਿਆ ਸੀ। ਤੂੰ ਤੇ ਜੀਤੀ ਕੁਝ ਜ਼ਿਆਦਾ ਹੀ ਚਾਂਭਲੀਆਂ ਪਈਆਂ ਸੌਂ। ਜੀਤੀ ਕਈ ਵਾਰ ਅੰਦਰ ਬੈਠੀ ਦੇ ਮੇਰੇ ਚੂੰਢੀ ਵੱਢ ਆਖ ਗਈ ਸੀ, "ਅੱਜ ਲੱਗ ਜੂ ਰਾਜ ਭਾਅ ਜੀ ਨੂੰ ਰੋਪੜੀ ਜਿੰਦਾ ਤੇ ਚਾਬੀ ਖੂਹ 'ਚ। ਓਹ ਵੀ ਸ਼ਿਮਲੇ ਜਾ ਕੇ।"

ਤੁਹਾਡੇ ਠੱਠੇ ਮਖੌਲ ਵਿੱਚ ਮੈਂ ਅਸਲੀਅਤ ਨੂੰ ਵਿਸਰਦੀ ਆਪ ਉਤੇਜਿਤ ਹੁੰਦੀ ਜਾ ਰਹੀ ਸਾਂ।

ਪ੍ਰੀਤ ਚਾਰ ਕੁ ਵਜੇ ਅਸੀਂ ਸ਼ਿਮਲੇ ਪਹੁੰਚ ਗਏ ਸੀ। ਹੋਟਲ 'ਰਿਜ ਵਿਊ' ਵਿੱਚ ਕਮਰੇ ਬੁੱਕ ਕਰਾਏ ਗਏ। ਮੇਰੇ ਤੇ ਰਾਜ ਦੇ ਨਾਂ ਬੁੱਕ ਕਮਰੇ ਦਾ ਨੰਬਰ ਵੀਹ ਸੀ। ਤੇ ਇੰਦਰ ਦੇ ਕਮਰੇ ਦਾ ਸੋਲ਼ਾਂ। ਕਮਰਿਆਂ 'ਚ ਸਾਮਾਨ ਰੱਖ ਕੇ ਕੁਫ਼ਰੀ ਚਲੇ

ਗਏ। ਸਨੋਅ ਫਾਲ ਹੋਈ ਨੂੰ ਮੁੱਦਤ ਹੋ ਗਈ ਲੱਗਦੀ ਸੀ। ਕਈ ਨੌਜਵਾਨ ਜੋੜੇ ਗੁਟਕਦੇ ਫਿਰਦੇ ਸਨ। ਉਹਨਾਂ ਨੂੰ ਦੇਖ ਕੇ ਮੇਰਾ ਦਿਲ ਹੋਰੂ ਤੋਰੂ ਹੋਈ ਜਾਵੇ। ਕਈ ਮੈਨੂੰ ਵਿਆਹੇ ਹੋਏ ਲੱਗਦੇ ਤੇ ਜ਼ਿਆਦਾ ਦੋ ਨੰਬਰੀ। ਉਹਨਾਂ ਨੂੰ ਦੇਖਦੀ ਵੀ ਮੈਂ ਹੋਰ ਥਾਵੇਂ ਹੀ ਗੁਆਚੀ ਰਹੀ।...ਭਟਕਣਾਂ ਦੇ ਸਾਗਰੀਂ।

ਪ੍ਰੀਤ ਮੇਰੀ ਸੁਹਾਗ ਰਾਤ ਆ ਰਹੀ ਸੀ। ਮਨ 'ਚ ਨਾ ਚਾਅ, ਨਾ ਡਰ, ਨਾ ਝਿਜਕ। ਫਿਰ ਕੀ ਸੀ? ਉਸ ਹਾਲਤ ਨੂੰ ਕੀ ਆਖਾਂ? ਮੈਨੂੰ ਅੱਜ ਵੀ ਪਤਾ ਨਹੀਂ ਲੱਗਦਾ।

ਖ਼ੈਰ ਸ਼ਾਮੀਂ ਰਿਜ 'ਤੇ ਗਏ। ਮਾਲ ਰੋਡ ਘੁੰਮੀ। ਇੰਦਰ ਤੇ ਰਾਜ ਅਕਸਰ 'ਕੱਠੇ ਰਹਿੰਦੇ...ਮੈਂ ਪਿੱਛੇ ਪਿੱਛੇ....ਉਧਾਲ਼ੀ ਹੋਈ ਤੀਵੀਂ ਵਾਂਗ....ਜੋ ਪਛਾਣੇ ਜਾਣ ਤੋਂ ਡਰਦੀ ਹੋਵੇ।

ਹਾਂ ਕਈ ਥਾਈਂ ਰਾਜ ਮੇਰੇ ਨਾਲ਼ ਫ਼ੋਟੋਆਂ ਖਿਚਵਾਉਂਦਾ ਰਿਹਾ। ਕੁਫ਼ਰੀ ਘੋੜੇ 'ਤੇ ਚੜ੍ਹਕੇ ਵੀ ਖਿਚਾਈ। ਕਿਤੇ ਉਹ ਮੇਰਾ ਹੱਥ ਫੜ ਕੇ ਖਿਚਵਾਉਂਦਾ, ਕਦੀ ਗਲ਼ ਬਾਂਹਾਂ ਪਾ ਕੇ। ਕਦੀ ਲੱਕ ਦੁਆਲੇ ਬਾਂਹ ਪਾਕੇ। ਕਦੀ ਇਹ ਸਾਰਾ ਕੁੱਝ ਮੈਨੂੰ ਕਰਨਾ ਪੈਂਦਾ। ਪ੍ਰੀਤ ਮਰਦ ਛੋਹ ਨਾਲ਼ ਮੇਰਾ ਸਰੀਰ ਬਲ਼ ਉੱਠਦਾ। ਹਜ਼ਾਰਾਂ ਬਿਜਲੀਆਂ ਮੇਰੇ ਤਨ ਅੰਦਰ ਜ਼ਰਬਾਂ ਖਾ ਜਾਂਦੀਆਂ। ਪਰ ਛੇਤੀ ਹੀ ਮੈਂ ਆਪੇ ਨੂੰ ਸਹਿਜ ਕਰਨ ਵਿੱਚ ਰੁੱਝ ਜਾਂਦੀ।

ਇੰਦਰ ਦੀ ਡਿਊਟੀ ਸਨੈਪ ਲੈਣ ਦੀ ਹੁੰਦੀ।

ਖਾਣਾ ਅਸੀਂ ਬਾਹਰ ਹੀ ਖਾ ਲਿਆ ਸੀ। ਸੱਚ ਪੁੱਛੋ ਤਾਂ ਮੇਰੇ ਰੋਟੀ ਲੰਘੀ ਨਹੀਂ। ਐਵੇਂ ਮੂੰਹ 'ਚ ਫੁੱਲ-ਫੁੱਲ ਜਾਵੇ। ਇੰਦਰ ਤੇ ਰਾਜ ਕਾਫ਼ੀ ਘੁਲ਼-ਮਿਲ਼ ਗਏ ਸਨ। ਉਹਨੀਂ ਦਾਰੂ ਵੀ ਪੀਤੀ ਸੀ।

ਪ੍ਰੀਤ ਸਭ ਕੁਝ ਪਹਿਲਾਂ ਪਤਾ ਹੋਣ ਦੇ ਬਾਵਜੂਦ ਇੰਝ ਲੱਗੇ ਜਿਵੇ ਜ਼ਿੰਦਗੀ ਦੁਖਾਂਤ ਦੀ ਸਿਖਰ 'ਤੇ ਪਹੁੰਚ ਗਈ ਹੋਵੇ। ਵੀਹ ਨੰਬਰ ਕਮਰੇ 'ਚ ਮੈਂ 'ਕੱਲੀ ਤੇ ਸੋਲ਼ਾਂ ਨੰਬਰ ਵਿੱਚ ਰਾਜ ਤੇ ਇੰਦਰ। ਇਹ ਸੀ ਮੇਰੀ ਸੁਹਾਗ ਰਾਤ। ਕੰਤ ਵਾਲ਼ੇ ਕਮਰੇ 'ਚ ਭਰਾ ਤੇ ਸੁਹਾਗ ਸੇਜ 'ਤੇ ਰਤੀ 'ਕੱਲੀ।

ਅੰਦਰ ਵੜਦੀ ਨੇ ਮੈਂ ਚਿਟਕਣੀ ਲਾ ਲਈ ਸੀ। ਜਾ ਡਿੱਗੀ ਸਾਂ ਬੈੱਡ 'ਤੇ। ਸਣੇ ਸ਼ੂ। ਪਈ ਰਹੀ ਸਾਂ ਕਿੰਨਾ ਚਿਰ ਮੂਧੇ ਮੂੰਹ। ਦਿਮਾਗ਼ ਫਟਣ ਨੂੰ ਕਰੇ। ਫਿਰ ਇੱਕ ਡੂੰਘੇ ਜਿਹੇ ਹਉਕੇ ਨਾਲ਼ ਸਰੀਰ ਸਿੱਧਾ ਹੋ ਗਿਆ। ਸ਼ੂ ਉਤਰ ਗਏ। ਨਜ਼ਰ ਕਮਰੇ ਵਿੱਚ ਘੁੰਮੀ ਜਾਏ। ਟੀ.ਵੀ., ਵੀ.ਸੀ.ਆਰ.ਤੇ ਫਰਿਜ ਪਏ ਸਨ। ਟੀ.ਵੀ. ਲਾਉਣ ਲਈ ਵੀ ਦਿਲ ਨਾ ਕੀਤਾ।

ਅਚਾਨਕ ਮੈਨੂੰ ਤੇਰਾ ਚੇਤਾ ਆਇਆ। ਤੂੰ ਤੁਰਨ ਲੱਗੀ ਦੇ ਪਰਸ ਵਿੱਚ ਇੱਕ ਨਿੱਕਾ ਜਿਹਾ ਪੈਕਟ ਪਾਇਆ ਸੀ ਤੇ ਸੁਹਾਗ ਸੇਜ 'ਤੇ ਖੋਲ੍ਹਣ ਦਾ ਵਾਅਦਾ ਵੀ ਲਿਆ ਸੀ। ਝੱਟ ਦੇਣੀ ਪਰਸ ਚੁੱਕਿਆ। ਤੇਰਾ ਦਿੱਤਾ ਪੈਕਟ ਖੋਲ੍ਹਿਆ। ਪ੍ਰੀਤ ਤੇਰਾ ਇਹ ਇੱਕ ਮਜ਼ਾਕ ਸੀ। ਪਰ ਮੇਰਾ ਸੀਨਾ ਧੱਕ-ਧੱਕ ਕਰ ਉੱਠਿਆ। ਤਿੰਨ ਪੀਸ ਲਗਜ਼ਰੀ ਕੰਡੋਮ ਦੇਖ ਕੇ। ਮੈਂ ਝੱਟ ਦੇਣੀ ਪਰਸ ਦੀ ਚੋਰ ਜੇਬ ਵਿੱਚ ਤੁੰਨ ਦਿੱਤੇ।

ਜਿਵੇਂ ਮੈਥੋਂ ਇਹਨਾਂ ਨੂੰ ਦੇਖ ਕੇ ਕੋਈ ਪਾਪ ਹੋ ਗਿਆ ਹੋਵੇ।

ਕਦੀ ਮੇਰੀ ਨਜ਼ਰ ਪਾਏ ਹੋਏ ਗਹਿਣਿਆਂ 'ਤੇ ਜਾਵੇ....ਕਦੀ ਕੀਮਤੀ ਕੱਪੜਿਆਂ 'ਤੇ...ਕਦੀ ਮਹਿੰਦੀ ਲੱਗੇ ਹੱਥਾਂ 'ਤੇ ....ਕਦੀ ਰੰਗਲੇ ਚੂੜੇ 'ਤੇ ....ਤੇ ਕਦੀ ਸਿਰਹਾਣੇ ਪਏ ਪਰਸ ਉੱਤੇ। ਮੈਨੂੰ ਲੱਗਾ ਜਿਵੇਂ ਮੇਰੀਆਂ ਗਲ੍ਹਾਂ ਵਿੱਚੋ ਸੇਕ ਨਿਕਲ਼ ਰਿਹਾ ਹੋਵੇ। ਮਨ ਔਰਤ ਮਰਦ ਦੀ ਪ੍ਰੇਮ ਕੀੜ੍ਹਾ ਦੇ ਦ੍ਰਿਸ਼ਾਂ ਵਿੱਚ ਗੁਆਚ ਗਿਆ। ਮੈਨੂੰ ਪਤਾ ਹੀ ਨਾ ਲੱਗਾ ਮੈਂ ਕਦੋਂ ਅਲਮਾਰੀ 'ਚ ਫਿਟ ਆਦਮ ਕੱਦ ਸ਼ੀਸ਼ੇ ਮੂਹਰੇ ਜਾ ਖੜ੍ਹੀ ਹੋਈ। ਹੁਣ ਮੈਂ-ਮੈਂ ਨਹੀਂ ਸੀ। ਗਲ਼ 'ਚ ਪਾਈ ਚੁੰਨੀ ਬੈੱਡ 'ਤੇ ਜਾ ਪਹੁੰਚੀ। ਗਹਿਣੇ ਇੱਕ ਇੱਕ ਕਰਕੇ ਪਰਸ ਵਿੱਚ ਜਾ ਵੜੇ। ਬਾਹਾਂ ਚੁੱਕ ਕੇ ਭਰਵੀਂ ਉਬਾਸੀ ਲਈ ਗਈ। ਫਿਰ ਪਤਾ ਨਹੀਂ ਦਿਲ ਵਿੱਚ ਕੀ ਆਇਆ। ਜੈਂਪਰ ਵੀ ਬੈੱਡ 'ਤੇ ਪਹੁੰਚ ਗਿਆ। ਮਗਰੇ ਸਲਵਾਰ ਵੀ। ਇੱਕ ਬ੍ਰਾਅ ਤੇ ਪੈਂਟੀ ਰਹਿ ਗਏ। ਥੋੜ੍ਹੇ ਚਿਰੀਂ ਉਹ ਵੀ...।

ਪ੍ਰੀਤ ਸ਼ੀਸ਼ੇ ਮੂਹਰੇ ਖੜ੍ਹੀ ਦੀਆਂ ਮੇਰੀਆਂ ਧਾਹਾਂ ਨਿਕਲ਼ ਗਈਆਂ। ਮੈਂ ਭੱਜ ਕੇ ਬਾਥਰੂਮ ਵਿੱਚ ਜਾ ਵੜੀ। ਦੋਨੋਂ ਟੂਟੀਆਂ ਖੋਲ੍ਹ ਦਿੱਤੀਆਂ। ਬਾਲਟੀ ਵਿੱਚ ਪਾਣੀ ਡਿੱਗਣ ਦਾ ਖੜਾਕ ਤੇ ਮੇਰੇ ਉੱਚੀ ਉੱਚੀ ਹਟਕੋਰੇ ਇੱਕ ਮਿੱਕ ਹੋ ਰਹੇ ਸਨ।

ਅੱਖਾਂ ਦੇ ਨਾਲ਼ ਨਾਲ਼ ਨੱਕ ਵਿੱਚੋਂ ਵੀ ਪਤਲਾ ਜਿਹਾ ਪਾਣੀ ਵਗ ਰਿਹਾ ਸੀ। ਕਈ ਵਾਰ ਸਾਫ਼ ਕੀਤਾ। ਰੋਂਦੀਆਂ ਅੱਖਾਂ ਰਾਹੀਂ ਮੈਨੂੰ ਸਾਫ ਦਿਸ ਵੀ ਨਹੀਂ ਰਿਹਾ ਸੀ। ਮੇਤੋਂ ਪੈਰ ਨਾਲ਼ ਹੀ ਚੌਂਕੀ ਖਿੱਚੀ ਗਈ। ਫਿਰ ਮਲਕੜੇ ਜਿਹੇ ਉਸ ਉੱਪਰ ਬੈਠਿਆ ਗਿਆ। ਮੇਰੇ ਖਬੇ ਹੱਥ ਬਾਲਟੀ 'ਚ ਪਾਣੀ ਡਿੱਗ ਰਿਹਾ ਸੀ। ਮਲਕੜੇ ਜਿਹੇ ਸਿਰ ਸੱਜੀ ਗੱਲ੍ਹ ਦੇ ਸਹਾਰੇ ਗੋਡਿਆਂ ਉੱਪਰ ਟਿਕ ਗਿਆ। ਟਿਕਟਿਕੀ ਬਾਲਟੀ ਉੱਪਰ ਲੱਗ ਗਈ। ਹੁਣ ਇਹ ਭਰ ਚੁੱਕੀ ਸੀ। ਵਾਧੂ ਪਾਣੀ ਉਛਲ਼ ਉਛਲ਼ ਕੇ ਬਾਹਰ ਵਹਿ ਰਿਹਾ ਸੀ। ਪਤਾ ਨਹੀਂ ਕਿੰਨਾ ਚਿਰ ਇਸ ਵਗਦੇ ਪਾਣੀ ਨੂੰ ਤੱਕਦੀ ਰਹੀ। ਹਉਕੇ ਵਿਰਲੇ ਹੁੰਦੇ ਹੁੰਦੇ ਮੁੱਕ ਗਏ।

ਅਣਮੰਨੇ ਮੰਨ ਨਾਲ਼ ਸਿਰ ਗੋਡਿਆਂ ਉੱਪਰੋਂ ਚੁੱਕਿਆ ਗਿਆ। ਥੱਕੀਆਂ ਥੱਕੀਆਂ ਬਾਹਾਂ ਹਰਕਤ ਵਿੱਚ ਆਈਆਂ। ਵਾਲ਼ਾਂ ਦਾ ਜੂੜਾ ਕੀਤਾ ਗਿਆ। ਪਾਣੀ ਸਰੀਰ 'ਤੇ ਪਾਇਆਂ। ਸਾਬਣ ਲਾਇਆ।

ਮਰੀਅਲ ਜਿਹੀ ਚਾਲ ਨਾਲ਼, ਜਿਵੇਂ ਕੁੜੀ ਜੰਮ ਕੇ ਛਿਲੇ 'ਚੋਂ ਉੱਠੀ ਹੋਵਾਂ, ਪਾਣੀ ਚੋਂਦੇ ਸਰੀਰ ਨੂੰ ਬਾਥਰੂਮ 'ਚੋਂ ਬਾਹਰ ਧੂਹ ਲਿਆਈ। ਸੂਟਕੇਸ 'ਚੋਂ ਟਾਵਲ ਕੱਢ ਕੇ ਦੇਹ ਪੂੰਝੀ। ਨਾਈਟੀ ਪਾ ਲਈ। ਹੁਣ ਸ਼ੀਸ਼ੇ ਵੱਲ ਪਿੱਠ ਹੀ ਰਹੀ। ਮਨ ਰੋ ਕੇ ਕਾਫ਼ੀ ਹੌਲ਼ਾ ਹੋ ਚੁੱਕਾ ਸੀ। ਹੁਣ ਨਾ ਕੋਈ ਇੱਛਿਆ ਸੀ ਨਾ ਸੱਤਿਆ। ਛਾਤੀ 'ਤੇ ਹੱਥ ਰੱਖ ਬੈੱਡ 'ਤੇ ਪੈ ਗਈ। ਨਜ਼ਰਾਂ ਛੱਤ ਉਤੇ ਜੰਮ ਗਈਆਂ।

ਫਿਰ ਮੇਰੇ ਕੋਲ਼ੋਂ ਬੈੱਡ ਤੋਂ ਉੱਠਿਆ ਗਿਆ। ਟਿਊਬ ਬੰਦ ਕਰਨ ਲਈ ਹੱਥ ਸਵਿੱਚ 'ਤੇ ਪਹੁੰਚ ਗਿਆ। ਪਰ ਅਚਾਨਕ ਰੁਕ ਗਿਆ। ਪੈਰ ਦਰਵਾਜ਼ੇ ਵੱਲ ਵੱਧ ਗਏ। ਚਿਟਕਣੀ ਖੁਲ੍ਹ ਗਈ। ਨੰਗੇ ਪੈਰ ਹੀ ਸੇਲ੍ਹਾਂ ਨੰਬਰ ਵੱਲ ਵਗ ਪਏ। ਦਰਵਾਜ਼ੇ ਮੂਹਰੇ ਆ ਕੇ ਚਾਲ ਹੌਲ਼ੀ ਹੋ ਗਈ। ਅੰਦਰੋਂ ਘੁਰਾੜਿਆਂ ਦੀ ਆਵਾਜ਼ ਆ ਰਹੀ ਸੀ।

ਸ਼ਾਇਦ ਇਹ ਇੰਦਰ ਤੇ ਰਾਜ ਦੀ ਪੀਤੀ ਸ਼ਰਾਬ ਕਾਰਨ ਸੀ। ਮੈਂ ਹੌਲ਼ੀ ਹੌਲ਼ੀ ਬਰਾਮਦੇ ਵਿੱਚ ਤੁਰਦੀ ਗਈ। 'ਕੱਲੇ ਕੱਲੇ ਕਮਰੇ ਦਾ ਨੰਬਰ ਗਹੁ ਨਾਲ਼ ਪੜ੍ਹਦੀ ਗਈ। ਅਖੀਰਲੇ ਕਮਰੇ ਮੂਹਰੇ ਤੋਂ ਵਾਪਸ ਮੁੜੀ ਹੀ ਸੀ ਕਿ ਇਸ ਦਾ ਬੂਹਾ ਇੱਕਦਮ ਖੁੱਲ੍ਹਿਆ। ਇੱਕ ਮਰਦ ਨਿਕਲ਼ ਕੇ ਕਾਹਲ਼ੀ ਨਾਲ਼ ਲਿਫ਼ਟ ਵੱਲ ਵਧਿਆ। ਹਾਂ ਦਰਵਾਜ਼ਾ ਖੁੱਲ੍ਹਣ 'ਤੇ ਬੰਦ ਹੋਣ ਦੇ ਵਿਚਕਾਰਲੇ ਸਮੇਂ ਮੇਰੀ ਨਜ਼ਰ ਅੰਦਰ ਘੁੰਮ ਗਈ। ਟੀ.ਵੀ. 'ਤੇ ਕੋਈ ਬਲਿਊ ਫ਼ਿਲਮ ਚੱਲ ਰਹੀ ਸੀ। ਇੱਕ ਭਰਮੇਂ ਬਦਨ ਵਾਲ਼ੀ ਔਰਤ ਅਰਧ ਲੇਟੀ ਦੇਖ ਰਹੀ ਸੀ। ਮੇਰੇ ਕਦਮ ਆਪਣੇ ਆਪ ਹੀ ਕਾਹਲ਼ੀ ਹੋ ਗਏ ਜਿਵੇਂ ਮੈਂ ਉਹਨਾਂ ਦੀ ਚੋਰ ਹੋਵਾਂ।

ਆਪਣੇ ਕਮਰੇ ਮੂਹਰੇ ਪਹੁੰਚੀ ਤਾਂ ਨਜ਼ਰਾਂ ਇਸ ਦੇ ਨੰਬਰ ਨੂੰ ਘੋਖਣ ਲੱਗੀਆਂ। ਹੈ! ਇਹ ਕੀ? ਅੰਕ 20 ਅੱਗੇ ਕਿਸੇ ਨੇ ਪੈਨਸਿਲ ਨਾਲ਼ ਅੰਕ 4 ਉੱਕਰਿਆ ਹੋਇਆ ਸੀ। ਪਹਿਲਾਂ ਨਜ਼ਰ ਹੀ ਨਹੀਂ ਸੀ ਪਿਆ। ਇਹ ਬਹੁਤ ਮੱਧਮ ਸੀ। ਪਰ ਮੇਰੀ ਧੜਕਨ ਇਸ ਨੇ ਤੇਜ਼ ਕਰ ਦਿੱਤੀ। ਮੈਂ ਕਾਹਲ਼ੀ ਨਾਲ਼ ਅੰਦਰ ਵੜ ਚਿਟਕਣੀ ਲਾਈ ਤੇ ਬੈੱਡ 'ਤੇ ਪੈ ਆਪੇ ਨੂੰ ਸਹਿਜ ਕਰਨ ਲਈ ਮਨ ਨੂੰ ਟਿਕਾਉਣ ਦਾ ਯਤਨ ਕਰਨ ਲੱਗੀ।

ਪਰ ਇਹ ਪੰਜਾਬ ਆ ਵੜਿਆ।

ਅਚਾਨਕ ਇਸ ਨੇ ਹਰਮੀਤ ਨੂੰ ਟੋਲ਼ ਲਿਆ। ਉਹੀ ਹਰਮੀਤ ਜੋ ਆਪਾਂ ਤੋਂ ਇੱਕ ਸਾਲ ਅੱਗੇ ਸੀ। ਜਿਹਦੇ ਨਾਲ਼ ਕਦੀ ਕਦਾਈਂ ਗੱਪਸ਼ੱਪ ਹੋ ਜਾਇਆ ਕਰਦੀ ਸੀ। ਆਪਣੀ ਕਾਲਿਜ ਦੀ ਕਬੱਡੀ ਟੀਮ ਦਾ ਕੈਪਟਨ ਤੇ ਪੰਜਾਬ ਦਾ ਮੰਨਿਆ ਧਾਵਕ। ਤੈਨੂੰ ਯਾਦ ਹੋਣਾ...ਮੈਂ ਤੈਨੂੰ ਦੱਸਿਆ ਸੀ ਨਾ...ਇੱਕ ਵਾਰ ਮੈਂ ਕੰਟੀਨ 'ਚ ਬੈਠੀ ਜੀਤੀ ਨੂੰ ਉਡੀਕ ਰਹੀ ਸੀ। ਤੂੰ ਉਸ ਦਿਨ ਆਈ ਨਹੀਂ ਸੀ। ਉਹ ਮਲਕੜੇ ਜਿਹੇ ਆਣ ਬੈਠਾ ਸੀ ਤੇ ਮੈਂ ਸਮਝਿਆ ਕਿ ਕਬੱਡੀ ਬਾਰੇ ਗੱਲਬਾਤ ਕਰਨ ਆਇਆ ਹੋਵੇਗਾ। ਪਰ ਉਹ ਹੋਰ ਲਹਿਜੇ 'ਚ ਬੋਲ ਪਿਆ ਸੀ :

"ਮੁਆਫ਼ ਕਰਨਾ, ਮੈਂ ਇੱਕ ਗੱਲ ਕਰਨੀ ਚਾਹੁੰਦਾ ਤੁਹਾਡੇ ਨਾਲ਼।"

"ਕਹੋ ਭਰਾਤਾ ਸ੍ਰੀ।" ਮੈਂ ਸ਼ਰਾਰਤ ਨਾਲ਼ ਆਖ ਗਈ।

"ਸੱਤਿਆ ਨਾਸ....ਮੈਂ ਕਿਹੜੀ ਗੱਲ ਕਰਨ ਨੂੰ ਫਿਰਦੈਂ.....ਇਹ ਭਰਾਤਾ ਸ੍ਰੀ ਦੱਸਦੀ ਏ...

"ਦੇਖ ਕਬੱਡੀ ਦੇ ਖੇਤਰ ਵਿੱਚ ਤੇਰੀ ਮੇਰੀ ਧਾਂਕ ਬਰਾਬਰ ਏ....ਮੈਨੂੰ ਪੁਲਿਸ ਦੀ ਨੌਕਰੀ ਦੀ ਆਫ਼ਰ ਆ ਚੁੱਕੀ ਏ....ਤੈਨੂੰ ਵੀ ਕੋਈ ਨਾ ਕੋਈ ਡਿਪਾਰਟਮੈਂਟ ਲੈ ਲਵੇਗਾ।...

"ਹਾਂ ਅਗਰ ਆਪਾਂ ਵਿਆਹ ਕਰਵਾ ਲਈਏ ਤਾਂ ਬਹਿਜਾ ਬਹਿਜਾ ਹੋਜੂ... ਇੱਕੋ ਖੇਤਰ....ਇੱਕੋ ਟੇਸਟ...

"ਜਿਹੜੀ ਆਪਣੇ ਯੋਗ ਤੋਂ ਔਲਾਦ ਪੈਦਾ ਹੋਵੇਗੀ, ਉਹ ਬੜੀ ਫੁਰਤੀਲੀ....ਬਲਸ਼ਾਲੀ ਤੇ ਪ੍ਰਤਿਭਾਸ਼ਾਲੀ ਹੋਏਗੀ।"

"ਅਗਰ ਲੋਹੜੀ ਦਾ ਗੁੜ ਢਿੱਲਾ ਹੋਇਆ?" ਮੈਂ ਸ਼ਰਾਰਤੀ ਮੂਡ ਵਿੱਚ ਸੀ।

"ਨਹੀਂ ਰਤੀ ਨਹੀਂ....ਨਿਹਚਾ ਨਾਲ਼ ਪੈਦਾ ਕੀਤੀ ਔਲਾਦ ਕਦੀ ਵੀ ਇੱਛਾਵਾਂ ਦੇ ਉਲਟ ਨਹੀਂ ਹੋ ਸਕਦੀ।" ਉਹ ਗੰਭੀਰ ਸੀ।

"ਸੋਚਾਂਗੇ।" ਆਖ ਮੈਂ ਉੱਠ ਆਈ ਸੀ।

ਪ੍ਰੀਤ ਉਦੋਂ ਮੇਰੇ ਲਈ ਇਹ ਗੱਲਾਂ ਮੀਨਿੰਗ ਲੈੱਸ ਸਨ। ਪਰ ਹੁਣ ਚੰਦਰਾ ਡਾਢਾ ਯਾਦ ਆ ਰਿਹਾ ਸੀ। ਦਿਲ ਕਰੇ ਕਿ ਉਹ ਕਿੱਧਰੋਂ ਆ ਟਪਕੇ ਤੇ ਮੈਂ ਧਾਅ ਕੇ ਉਸ ਦੇ ਗਲ਼ ਲੱਗ ਜਾਵਾਂ।

ਪਤਾ ਨਹੀਂ ਕਿਉਂ ਮੇਰੇ ਕੋਲ਼ੋਂ ਫਿਰ ਬੈੱਡ ਤੋਂ ਉੱਠਿਆ ਗਿਆ। ਮਲਕੜੇ ਜਿਹੇ...ਚੋਰਾਂ ਵਾਂਗੂ...ਹੌਲ਼ੀ ਹੌਲ਼ੀ ਚਿਟਕਣੀ ਖੋਲ੍ਹੀ ਗਈ।

ਇਹ ਰਾਜ ਲਈ ਸੀ ਜਾਂ ਫਿਰ ਹਰਮੀਤ ਲਈ ਇਸਦਾ ਨਿਰਣਾ ਅੱਜ ਤੋੜੀ ਨਹੀਂ ਹੋ ਸਕਿਆ।

ਸਵੇਰੇ ਜਦੋਂ ਇੰਦਰ ਮੈਨੂੰ ਹਿਲਾਅ ਹਿਲਾਅ ਕੇ ਜਗਾ ਰਿਹਾ ਸੀ ਤਾਂ ਉਹ ਖੁੱਲ੍ਹੀ ਚਿਟਕਣੀ ਦਾ ਗਿਲਾ ਕਰ ਰਿਹਾ ਸੀ। "ਅਗਰ ਗਹਿਣੇ ਚੋਰੀ ਹੋ ਜਾਂਦੇ?" ਸੁਣ ਮੇਰੀ ਮੱਤ ਨੇ ਅਸਲੀਅਤ ਦੇ ਖੇਮੀ ਉੱਤਰਨਾ ਸ਼ੁਰੂ ਕੀਤਾ ਸੀ।

ਉਸ ਦਾ ਗਿਲਾ ਵੀ ਜਾਇਜ਼ ਸੀ। ਅਕਸਰ ਘਰੋਂ ਉਸ ਨੂੰ ਮੇਰਾ ਰਾਖਾ ਬਣਾ ਕੇ ਤੋਰਿਆ ਗਿਆ ਸੀ। ਸਭ ਕਾਸੇ ਦਾ।

ਪ੍ਰੀਤ ਸ਼ਿਮਲੇ ਤੋਂ ਮਗਰੋਂ ਅਸੀਂ ਕੁਝ ਦਿਨ ਆਗਰੇ ਵੀ ਰੁਹੇ। ਹਰ ਰੋਜ਼ ਪੰਜ-ਸੱਤ ਸਨੈਪ ਰਾਜ ਨਾਲ਼ ਕਰਾਉਣੇ ਪੈਂਦੇ। ਪਰ ਰਾਜ ਦੀਆਂ ਹਰਕਤਾਂ ਬਦਲ ਗਈਆਂ ਸਨ। ਉਹ ਕਈ ਵਾਰ ਜਦੋਂ ਮੇਰੇ ਮੋਢੇ 'ਤੇ ਹੱਥ ਰੱਖ ਕੇ ਫੋਟੋ ਖਿਚਵਾਉਂਦਾ ਤਾਂ ਉਂਗਲ਼ਾਂ ਦਾ ਦਬਾ ਵਧਾ ਦਿੰਦਾ। ਕਈ ਵਾਰੀ ਹੱਥ ਵਿੱਚ ਹੱਥ ਹੁੰਦਾ ਤਾਂ ਹੱਥ 'ਚ ਹਲਕੀ ਜਿਹੀ ਖੁਰਕ ਕਰ ਜਾਂਦਾ। ਮੇਰੇ ਲਈ ਇਹ ਅਸਹਿ ਹੋ ਜਾਂਦਾ।

ਅੜੀਏ ਮੈਂ ਇਸ ਨਾਟਕੀ ਜ਼ਿੰਦਗੀ ਤੋਂ ਤੰਗ ਆ ਗਈ ਸੀ। ਦਿਲ ਘਰ ਪਹੁੰਚਣ ਨੂੰ ਕਾਹਲ਼ਾ ਪਿਆ ਹੋਇਆ ਸੀ। ਪਰ ਤੁਹਾਡੀਆਂ ਸੰਭਾਵੀ ਪੁੱਛਾਂ ਕੰਬਣੀ ਛੇੜ ਰਹੀਆਂ ਸਨ।

ਅੰਤ ਅਸੀਂ ਦਿੱਲੀ ਪਹੁੰਚ ਗਏ। ਰਾਤ ਦੀ ਸਟੇਅ ਅੱਪਰਾ ਹੋਟਲ 'ਚ ਸੀ। ਸਵੇਰੇ ਅਸੀਂ ਕੈਨੇਡਾ ਅੰਬੈਸੀ ਜਾਣਾ ਸੀ। ਸ਼ਾਮੀ ਰਾਜ ਨੂੰ ਏਅਰਪੋਰਟ 'ਤੇ ਛੱਡ ਅਸੀਂ ਵਾਪਸ ਤੁਰ ਪੈਣਾ ਸੀ।

ਰੋਟੀ ਪਾਣੀ ਤੋਂ ਵਿਹਲੇ ਹੋ ਕੇ ਆਪੋ ਆਪਣੀ ਕਮਰੀਂ ਜਾ ਵੜੇ। ਮੈਂ ਅੰਦਰ ਵੜਦੀ ਨੇ ਲੌਕ ਲਾ ਲਿਆ। ਨਾਈਟੀ ਪਾ ਬਿਸਤਰ 'ਤੇ ਪੈ ਗਈ। ਸੋਚਾਂ ਦਾ ਘੜਮੱਸ ਨੀਂਦ ਨੂੰ ਦੂਰ ਭਜਾਈ ਜਾਵੇ।

ਰਾਤ ਦੇ ਗਿਆਰਾਂ ਜਾਂ ਸਾਢੇ ਗਿਆਰਾਂ ਵੱਜੇ ਹੋਣਗੇ। ਕਿਸੇ ਬੂਹਾ ਠਕੋਰਿਆ। ਮੈਂ ਸਮਝੀ ਸ਼ਾਇਦ ਇੰਦਰ ਹੋਵੇਗਾ। ਕੁਝ ਲੈਣ ਆਇਆ ਹੋਏਗਾ। ਪਰ ਉਸ ਤਾਂ ਜ਼ਿਆਦਾ ਪੀਤੀ ਹੋਈ ਸੀ। ਉਹ ਤਾਂ ਰੋਟੀ ਵੀ ਚੱਜ ਨਾਲ਼ ਨਹੀਂ ਸੀ ਖਾ ਰਿਹਾ। ਸ਼ਸ਼ੋਪੰਜ ਵਿੱਚ ਬੂਹਾ ਖੋਲ੍ਹਿਆ ਗਿਆ। ਮੈਂ ਤਾਂ ਹੈਰਾਨ ਹੋ ਗਈ। ਇਹ ਤਾਂ ਰਾਜ ਸੀ।

"ਆ....।" ਮੇਰਾ ਮੂੰਹ ਅੱਡਿਆ ਹੀ ਰਹਿ ਗਿਆ।

"ਹਾਂ ਮੈਂ, ਕੁੱਝ ਜ਼ਰੂਰੀ ਗੱਲਾਂ ਕਰਨੀਆਂ ਹਨ।"

" ਸਵੇਰੇ ਕਰ ਲੈਂਦੇ...ਇਹ ਵੇਲਾ ਠੀਕ ਨਹੀਂ।"

"ਨਹੀਂ ਸਵੇਰੇ ਹੋਰ ਕੰਮ ਬਹੁਤ ਨੇ।" ਆਖ ਉਹ ਅੰਦਰ ਲੰਘ ਆਇਆ। ਮੈਂ ਪਾਸੇ ਹਟ ਗਈ। ਉਸ ਦਰਵਾਜ਼ਾ ਬੰਦ ਕਰ ਦਿੱਤਾ। ਦਿਲ ਧੜੱਕ ਧੜੱਕ ਕਰਨ ਲੱਗਾ। ਕਈ ਪ੍ਰਸ਼ਨ ਜ਼ਿਹਨ ਵਿੱਚ ਚੱਕਰ ਲਾਉਣ ਲੱਗੇ। ਘਰੋਂ ਤੁਰਨ ਲੱਗੀ ਦੇ ਮਰਦ ਮਨ ਬਾਰੇ ਪੈਦਾ ਹੋਈਆਂ ਸ਼ੰਕਾਵਾਂ ਸਿਰ ਉੱਚਾ ਕਰਨ ਲੱਗੀਆਂ। ਉਹ ਕੁਰਸੀ ਖਿੱਚ ਕੇ ਬੈੱਡ ਕੋਲ਼ ਬੈਠ ਗਿਆ।

"ਦੇਖ ਰਤੀ" ਉਸ ਠਰੰਮੇ ਨਾਲ਼ ਬੋਲਣਾ ਸ਼ੁਰੂ ਕੀਤਾ।

"ਆਪਣੇ ਵਿੱਚ ਜੋ ਤੈਅ ਹੋਇਆ ਤੈਨੂੰ ਪਤਾ ਹੀ ਹੈ। ਮੈਂ ਚਾਹੁੰਦਾ ਹਾਂ ਕਿ ਤੇਰਾ ਕੇਸ ਪਹਿਲੀ ਵਾਰੀ ਹੀ ਕਲੀਅਰ ਹੋ ਜਾਵੇ। ਅਪੀਲਾਂ-ਸ਼ੀਲਾਂ ਦੇ ਚੱਕਰ ਤੋਂ ਬਚ ਜਾਈਏ। ਉਹਨਾਂ 'ਤੇ ਪੈਸਾ ਬਹੁਤ ਖਰਚ ਹੁੰਦਾ ਏ ਤੇ ਨਾਲ਼ੇ ਟਾਈਮ ਵੀ। ਵੈਸੇ ਜੇ ਅਪੀਲ ਕਰਨੀ ਪਈ ਪੈਸੇ ਤੁਹਾਡੇ ਹੀ ਲੱਗਣੇ ਨੇ। ਇਹ ਗੱਲ ਪਹਿਲਾਂ ਹੀ ਸਪੱਸ਼ਟ ਹੋ ਚੁੱਕੀ ਹੈ। ਪਰ ਮੈਂ ਟਾਈਮ ਜ਼ਾਇਆ ਨਹੀਂ ਕਰ ਸਕਦਾ।

"ਹਾਂ, ਕੈਨੇਡਾ ਇਮੀਗਰੇਸ਼ਨ ਵਾਲ਼ੇ ਬਹੁਤ ਸਖ਼ਤ ਹੋ ਗਏ ਹਨ ਅੱਜ-ਕੱਲ। ਇਸ ਵਿੱਚ ਕਸੂਰ ਵੀ ਆਪਣੇ ਲੋਕਾਂ ਦਾ ਹੈ....ਕਈ ਸਕੇ ਭੈਣ ਭਰਾਵਾਂ ਨੇ ਝੂਠੇ ਵਿਆਹ ਕਰਾ ਲਏ। ਝੂਠੇ ਸਰਟੀਫਿਕੇਟ। ਝੂਠੀਆਂ ਐਲਬਮਾਂ। ਹੁਣ ਉਹ ਵਿਆਹ ਤੋਂ ਮਗਰਲੀ ਸਥਿੱਤੀ ਦੀ ਜ਼ਿਆਦਾ ਘੋਖ ਕਰਦੇ ਨੇ। ਲਗਦੈ ਅੱਗੇ ਤੋਂ ਐਲਬਮਾਂ ਦਾ ਹਨੀਮੂਨ ਵਾਲ਼ਾ ਭਾਗ ਜ਼ਿਆਦਾ ਭਾਰੀ ਹੋਇਆ ਕਰੇਗਾ। ਉੱਥੇ ਤਾਂ ਇੱਕ ਹੋਰ ਅਫ਼ਵਾਹ ਵੀ ਉੱਡਦੀ ਸੀ ਬਈ ਸ਼ੱਕੀ ਕੇਸਾਂ ਵਿੱਚ ਕੁੜੀਆਂ ਦਾ ਕੁਆਰਾਪਣ ਚੈਕ ਹੋਇਆ ਕਰੇਗਾ। ਆਪਾਂ ਨੂੰ ਸ਼ਿਮਲੇ, ਆਗਰੇ ਤੇ ਦਿੱਲੀ ਵਾਲ਼ੇ ਫੋਟੋਗ੍ਰਾਫ਼ਸ ਤੇ ਹੋਟਲਾਂ ਦੀ ਰੂਮ ਬੁਕਿੰਗ ਵਾਲ਼ੀਆਂ ਰਸੀਦਾਂ ਬਹੁਤ ਸਹਾਈ ਹੋਣਗੀਆਂ। ਤੂੰ ਇੰਟਰਵਿਊ ਵੇਲੇ ਸਭ ਕੁਝ ਨਾਲ਼ ਲੈ ਕੇ ਜਾਈਂ।"

ਉਸਦੀਆਂ ਕਈ ਗੱਲਾਂ ਸੱਚੀਆਂ ਲੱਗੀਆਂ। ਪਰ ਕੁਆਰਾਪਣ ਵਾਲ਼ੀ ਬੇਹੂਦਾ... ਅਮਾਨਵੀ ਤੇ ਉਸਦੇ ਕਪਟੀ ਇਰਾਦੇ ਦੀ ਸੂਚਕ।

ਅਚਾਨਕ ਉਹ ਕੁਰਸੀ ਛੱਡ ਬੈੱਡ 'ਤੇ ਆਣ ਬੈਠਾ। ਮੈਂ ਸੁੰਗੜ ਕੇ ਪਰ੍ਹਾਂ ਹੋ ਗਈ।

"ਇਹ ਸਭ ਠੀਕ ਨਹੀਂ....ਤੁਸੀਂ ਆਪਣੇ ਕਮਰੇ 'ਚ ਜਾਓ....ਇੰਦਰ ਜਾਗ ਪਏਗਾ।" ਮੈਂ ਡਰ ਜਿਹੇ 'ਚ ਬੋਲ ਗਈ।

"ਨਈਂ....ਇੰਦਰ ਸਵੇਰੇ ਹੀ ਉੱਠੇਗਾ। ਉਸ ਨੇ ਅੱਜ ਬਹੁਤ ਪੀਤੀ ਹੋਈ ਐ। ਅਸਲ ਗੱਲ ਇਹ ਵੇ ਕਿ ਇੰਨੇ ਦਿਨ ਨੇੜੇ ਨੇੜੇ ਰਹਿਣ ਨਾਲ਼ ਤੇਰੇ ਸੰਗ ਅਪਣੱਤ ਜਿਹੀ ਹੋ ਗਈ ਏ..... ਦਿਲ ਤਾਂ ਕਰਦੇ ਤੇਰੇ ਨਾਲ਼ ਉਮਰਾਂ ਭਰ ਦੇ ਰਿਸ਼ਤੇ ਜੋੜ ਲਵਾਂ।"

"ਦੇਖੋ, ਇਹਨਾਂ ਗੱਲਾਂ ਦਾ ਕੋਈ ਫੈਦਾ ਨਹੀਂ। ਤੁਸੀਂ ਜੋ ਚਾਹਿਆ ਸੀ ਉਹ ਡੈਡੀ ਹੋਰੀਂ ਪੂਰਾ ਕਰ ਚੁੱਕੇ ਨੇ....ਜਾਂ ਫਿਰ ਕਰ ਦੇਣਗੇ। ਰਮਨ ਕਲਾਥ ਹਾਊਸ ਵਾਲ਼ੇ

ਜੁ ਹੈਗੇ ਵਿੱਚ।" ਮੇਰਾ ਜੁਆਬ ਰੁਖਾਈ ਵਾਲ਼ਾ ਸੀ।

"ਰਤੀ ਮੈਂ ਕੋਈ ਮੁੱਕਰਦਾ ਥੋੜ੍ਹੀ ਆਂ....। ਮੈਂ ਦੋ ਲੱਖ ਲੈ ਚੁੱਕਾ ਹਾਂ....ਬਾਕੀ ਅੱਠ ਲੱਖ ਤੇਰੇ ਕੈਨੇਡਾ ਪਹੁੰਚਣ ਤੋਂ ਮਗਰੋਂ ਮਿਲਣਾ ਹੈ। ਹਾਂ ਸੱਚ ਤੈਨੂੰ ਦੱਸ ਦਿਆਂ, ਗਿਆਰਵਾਂ ਲੱਖ ਰਮਨ ਕਲਾਥ ਹਾਊਸ ਵਾਲ਼ਿਆਂ ਨੇ ਹੀ ਰੱਖਣਾ ਹੈ। ਲੱਖ ਕੁ ਤੁਸੀਂ ਰੋਟੀ ਪਾਣੀ 'ਤੇ ਖਰਚ ਕਰ ਚੁੱਕੇ ਹੋ। ਮੇਰਾ ਦਿਲ ਤਾਂ ਕਰਦੈ ਕਿ ਇਹ ਸਭ ਕੁਝ ਮੁੜਵਾ ਦਿਆਂ। ਜੀ ਕਰਦੈ ਤੇਰੀ ਗੋਦੀ ਵਿੱਚ ਸਿਰ ਰੱਖ ਕੇ ਸਾਰੀ ਰਾਤ ਸੁੱਤਾ ਰਹਾਂ। ਸਦਾ ਸਦਾ ਲਈ ਤੇਰਾ ਹੋ ਜਾਵਾਂ....ਪਲੀਜ਼ ਰਤੀ ਪਲੀਜ਼....।" ਉਹ ਤਰਲਿਆਂ 'ਤੇ ਉੱਤਰ ਆਇਆ।

ਪ੍ਰੀਤ ਇੱਕ ਪਲ ਲਈ ਮਨ 'ਚ ਹਲਕੀ ਜਿਹੀ ਖੁਸ਼ੀ ਰੁਮਕੀ। ਦਿਲ ਪਸੀਜਣ ਲੱਗਾ ਪਰ ਜਦੋ ਇਹ ਉਸਦੀ ਚਾਲ ਮਹਿਸੂਸ ਹੋਈ।....ਮੈਂ ਸੰਭਲ਼ ਗਈ।

"ਦੇਖੋ ਤੁਸੀਂ ਮੈਨੂੰ ਕੈਨੇਡਾ ਪਹੁੰਚਦੀ ਕਰਨ ਦਾ ਆਪਣਾ ਕਿਰਾਇਆ ਵਸੂਲ ਕਰ ਚੁੱਕੇ ਹੋ। ਜਾਂ ਮੁਕਾ ਚੁੱਕੇ ਹੋ। ਆਪਣੇ ਵਾਅਦੇ ਤੱਕ ਸੀਮਤ ਰਹੋ।" ਮੈਂ ਜ਼ਰਾ ਸਖ਼ਤੀ ਨਾਲ਼ ਆਖ ਗਈ।

"ਕਿਰਾਇਆ?" ਉਹ ਚੀਕ ਹੀ ਪਿਆ।

"ਮੈਂ ਕੋਈ ਭਾੜੇ ਦਾ ਟੱਟੂ ਆਂ? ਮੈਂ ਕੋਈ ਮੰਗਤਾਂ ਆਂ? ਤੇਰੇ ਡੈਡੀ ਨੇ ਹੀ ਅਪਰੋਚ ਕੀਤੀ ਸੀ ਰਮਨ ਕਲਾਥ ਹਾਊਸ ਵਾਲ਼ਿਆਂ ਰਾਹੀਂ। ਬਾਲ਼ੀ ਗੱਲ ਹੈ ਤਾਂ ਸਵੇਰੇ ਹੀ ਕੈਂਸਲ ਕਰ ਦਿੰਦੇ ਹਾਂ ਸਾਰਾ ਐਗਰੀਮੈਂਟ। ਵੈਸੇ ਤੁਸੀਂ ਘਾਟੇ ਵਿੱਚ ਨੀ ਜਾਣਾ। ਕੱਲ੍ਹ ਨੂੰ ਮੰਮੀ ਡੈਡੀ ਨੂੰ ਮੰਗਾਏਂਗੀ ਨਾ ....ਛੋਟੇ ਦੋਏ ਨਾਲ਼ ਲੰਘ ਜਾਣੇ ਨੇ....ਫਿਰ ਇੱਕ ਇੱਕ ਦੋ ਦੋ ਫਰਜ਼ੀ ਵਿਆਹ ਕਰ ਲਿਓ ਉਹਨਾਂ ਦੇ....ਜਦ ਨੂੰ ਰੇਟ ਵੀ ਵੀਹ ਲੱਖ ਨੂੰ ਟੱਪ ਜੂ....ਫਿਰ ਆਪਣੇ ਵੱਟੇ ਇੰਦਰ ਨੂੰ ਵੀ ਲੰਘਾ ਸਕਦੀ ਏਂ........ਉੱਦਾਂ ਉਸ ਸ਼ਰਾਬੀ ਨੂੰ ਕਿਨ੍ਹੇ ਛੋਲਿਆਂ ਵੱਟੇ ਨੀ ਪੁੱਛਣਾ।"

ਉਹ ਕਈ ਕੁਝ ਬੋਲਦਾ ਰਿਹਾ। ਮੈਂ ਡਰ ਗਈ ਸਾਂ। ਕੀ ਪਤਾ ਇਹ ਮੁੱਕਰ ਹੀ ਜਾਵੇ। ਮੰਮੀ ਡੈਡੀ 'ਤੇ ਕੀ ਬੀਤੂ? ਇਸ ਲਡੋਰ ਦਾ ਕੋਈ ਕੀ ਫੜ ਲੂ। ਲੋਕਾਂ ਦੀਆਂ ਨਜ਼ਰਾਂ ਵਿੱਚ ਮੈਂ ਵਿਆਹੀ ਤਾਂ ਗਈ ਹਾਂ। ਤਲਾਕ ਹੋਏ 'ਤੇ ਛੁੱਟੜ ਦਾ ਲੇਬਲ ਤਾਂ ਮੱਥੇ 'ਤੇ ਚਿਪਕ ਹੀ ਜਾਣਾ ਹੈ। ਫਿਰ ਛੁੱਟੜ ਕੁਆਰੀ ਹੋਣ ਦਾ ਦਾਅਵਾ ਕਰ ਹੀ ਨਹੀਂ ਸਕਦੀ। ਕਦੇ ਵੀ ਨਹੀਂ। ਜੋ ਦੂਜਾ ਮਿਲ਼ੇਗਾ, ਭਾਵੇਂ ਉਸ ਨੂੰ ਲੱਖ ਕਸਮਾਂ ਖਾ ਕੇ ਦੱਸੂੰ ਪਈ ਰਾਜ ਦਾ ਤੇ ਮੇਰਾ ਰਿਸ਼ਤਾ ਮੁੱਲ ਦਾ ਸੀ ਤੇ ਸੀਮਤ ਸੀ... ਪਰ ਉਹ ਕਤਈ ਇਤਬਾਰ ਨਹੀਂ ਕਰੇਗਾ। ਰਾਈ ਜਿੰਨਾ ਵੀ ਨਹੀਂ। ਬੱਸ ਆਪਣੇ ਅੰਦਰ ਇੱਕ ਸਕੂਨ ਪਾਲ਼ ਸਕਾਂਗੀ ਕਿ ਮੈਂ ਰਾਜ ਨੂੰ ਟੱਚ ਨਹੀਂ ਕਰਨ ਦਿੱਤਾ। ਨਹੀਂ ਰਤੀ ਨਹੀਂ....ਤੂੰ ਇਸ ਤਰ੍ਹਾਂ ਨਹੀਂ ਕਰੇਂਗੀ....ਤੂੰ ਆਪੇ ਦੀ ਛੱਡ ....ਮੰਮੀ ਡੈਡੀ ਦੀ ਸੋਚ....ਹਾਂ-ਹਾਂ ਵਿਚਾਰੇ ਡੈਡੀ ਦੀ....

ਪਰ ਦੂਜੇ ਪਲ ਮਨ ਬਿਫਰ-ਬਿਫਰ ਜਾਵੇ। ਇਸ ਨੂੰ ਮੂੰਹ ਮੰਗੇ ਪੈਸੇ ਮਿਲ਼ ਰਹੇ ਨੇ...ਇਹ ਹੋਰ ਕੀ ਚਾਹੁੰਦਾ ਹੈ। ਇਹ ਡੈਡੀ ਹੋਰੀਂ ਕੀ ਤੈਅ ਕਰ ਲਿਆ? ਨਕਲੀ ਹਨੀਮੂਨ ਦਾ... ਫੋਟੋਆਂ ਦਾ...ਜੇ ਇਸ ਦਾ ਇਹ ਦੂਜਾ ਵਿਆਹ ਹੈ ਤਾਂ ਮੈਂ ਕੀ ਕਰਾਂ?

ਅਖੇ ਦੂਜੇ ਵਿਆਹ ਵਾਲ਼ੇ ਕੇਸਾਂ ਦੀ ਬਹੁਤ ਛਾਣ ਬੀਣ ਕਰਦੇ ਨੇ। ਪਰ ਮੇਰਾ ਕੀ ਕਸੂਰ? ਹੁਣ ਕੀਤੇ ਤੋਂ ਅੱਗੇ ਕਿਉਂ ਵੱਧ ਰਿਹਾ ਏ?....ਕਮੀਨਾ....। ਮੈਂ ਸੋਚਾਂ ਦੀ ਫੰਦੀ ਵਿੱਚ ਛਟਪਟਾ ਰਹੀ ਸਾਂ।

"ਅੱਛਾ ਮੈਂ ਚਲਦਾ ਆਂ" ਉਹ ਹਿਰਖ 'ਚ ਪਰ ਬਹੁਤ ਹੀ ਧੀਮਾ ਜਿਹਾ ਬੋਲਿਆ ਤੇ ਉੱਠ ਖਲੋਤਾ।

"ਹਾਂ, ਤੂੰ ਤੇ ਇੰਦਰ ਸਵੇਰੇ ਵਾਪਸ ਚਲੇ ਜਾਇਓ। ਮੈਂ ਸ਼ਾਮੀਂ ਫਲਾਈਟ ਲੈ ਲਵਾਂਗਾ। ਜੋ ਵੀ ਤੁਹਾਡਾ ਖ਼ਰਚਾ ਹੋਇਆ ਮੈਂ ਜਾਂਦਾ ਹੀ ਭੇਜ ਦਿਆਂਗਾ। ਅਗਰ ਰਮਨ ਕਲਾਥ ਹਾਊਸ ਵਾਲ਼ਿਆਂ ਕੋਈ ਅਡਵਾਂਸ ਲੈ ਛੱਡਿਆਂ ਹੋਏਗਾ, ਉਹ ਵੀ ਫ਼ੂਨ ਕਰਕੇ ਵਾਪਸ ਕਰਵਾ ਦਿਆਂਗਾ। ਆਪ ਨੂੰ ਡਿਸਟਰਬ ਕੀਤਾ...ਸੌਰੀ।"

ਪ੍ਰੀਤ, ਇਹ ਮੁਲਾਇਮ ਸ਼ਬਦਾਂ ਵਿੱਚ ਪੂਰੀ ਧਮਕੀ ਸੀ।

"ਨਰਾਜ਼ ਹੋ ਗਏਂ ਹੋ? ਬੈਠੋ ਨਾ ਜ਼ਰਾ।" ਤੁਰਨ ਲੱਗੇ ਦਾ ਮੈਥੋਂ ਹੱਥ ਫੜਿਆ ਗਿਆ।

ਉਹ ਬੈਠਦੇ ਸਾਰ ਮੈਨੂੰ ਚੁੰਬੜ ਗਿਆ। ਬੇਤਹਾਸ਼ਾ ਕਿੱਸ ਕਰਨ ਲੱਗਾ। ਮੇਰੇ ਵੱਲੋਂ ਨਾ ਕੋਈ ਵਿਰੋਧ ਸੀ ਨਾ ਕੋਈ ਸਾਥ। ਉਹ ਅੱਗੇ ਹੀ ਅੱਗੇ ਵੱਧਦਾ ਗਿਆ। ਫਿਰ ਬਹੁਤ ਅੱਗੇ। ਮੈਂ ਉਸ ਨੂੰ ਰੋਕ ਦਿੱਤਾ। ਉਸ ਦੀਆਂ ਅੱਖਾਂ ਬਲ਼ ਰਹੀਆਂ ਸਨ। ਉਹ ਪੂਰਾ ਹਿੰਸਕ ਹੋ ਚੁੱਕਾ ਸੀ। ਮੈਂ ਸਿਰਹਾਣਿਓਂ ਪਰਸ ਚੁੱਕ ਉਸ 'ਚੋਂ ਤੇਰਾ ਦਿੱਤਾ ਹੋਇਆ ਗਿਫ਼ਟ ਕੱਢ ਫੜਾ ਦਿੱਤਾ....ਉਹ ਜੇਤੂ ਖੁਸ਼ੀ 'ਚ ਬਾਹਰ ਜਾ ਰਿਹਾ ਸੀ ਤੇ ਮੈਂ....ਮੇਰਾ ਰੋਣ ਥੰਮਿਆ ਨਹੀਂ ਸੀ ਜਾ ਰਿਹਾ। ਤੇ ਪ੍ਰੀਤ ਹੁਣ ਵੀ।

ਤੇਰੀ ਆਪਣੀ,
ਰਤੀ।

ਦਸੰਬਰ 2001

ਮਿਰਗ ਤ੍ਰਿਸ਼ਨਾ

ਫਿਰ ਉਹੀ ਬੀਮਾਰੀ। ਸੁਆਦੀ ਅਵਸਥਾ ਭੰਗ। ਜਿਵੇਂ ਸੁਆਦੀ ਖਾਣਾ ਖਾਂਦਿਆਂ ਜੀਭ ਕੁਤਰੀ ਗਈ ਹੋਵੇ। ਸ਼ੀਸ਼ੇ ਵੱਲ ਪਿੱਠ ਹੋ ਗਈ। ਜਿੱਦਾਂ ਉਸ ਨੇ ਕੋਈ ਸਵਾਲ ਪੁੱਛ ਲਿਆ ਹੋਵੇ। ਹੁੱਕ ਤੋਂ ਕਮੀਜ਼ ਲਾਹ ਪਾਈ ਗਈ। ਪਜਾਮੇ ਦਾ ਨਾਲ਼ਾ ਬੰਨ੍ਹਦਾ-ਬੰਨ੍ਹਦਾ ਹੀ ਬਾਹਰ ਨੂੰ ਤੁਰ ਪਿਆ ਹਾਂ। ਬੋਝਲ ਕਦਮ। ਸੀਨਾ ਆਤਮ-ਗਿਲਾਨੀ ਨਾਲ਼ ਭਰਿਆ ਹੋਇਆ। ਨੱਕੋ-ਨੱਕ। ਲਾਅਨ 'ਚ ਪਹੁੰਚ ਗਿਆ ਹਾਂ। ਨਜ਼ਰ ਕੋਠੀ 'ਤੇ ਅਤੇ ਕੋਠੀ 'ਚ ਪਈਆਂ ਚੀਜ਼ਾਂ 'ਤੇ ਘੁੰਮੀ ਜਾ ਰਹੀ ਹੈ। ਆਲੀਸ਼ਾਨ ਕੋਠੀ, ਗੈਰਾਜ਼ 'ਚ ਖੜੀ ਨਵੀਂ ਸਫ਼ਾਰੀ, ਲਾਅਨ ਦੇ ਦੁਆਲ਼ੇ ਖਿੜੇ ਰੰਗ-ਬਰੰਗੇ ਫੁੱਲ ਤੇ ਉੱਪਰ ਮੰਡਰਾਉਂਦੇ ਤਿੱਤਲੀਆਂ ਤੇ ਭੌਰੇ। ਕੁਝ ਵੀ ਮਨ ਨੂੰ ਪੋਹ ਨਹੀਂ ਰਿਹਾ।

ਇਸ ਔਂਤਰੇ ਮਨ ਦੇ ਵਿਧੀ-ਵਿਧਾਨ ਦੀ ਥਾਹ ਨਹੀਂ ਪਈ; ਜ਼ਿੰਦਗੀ 'ਚ ਹੋਰ ਬਥੇਰੇ ਪਾਪੜ ਵੇਲੇ ਨੇ। ਇਹ ਖੁਸ਼ੀ ਦੇ ਸਾਗਰੀਂ ਤੈਰਦਾ-ਤੈਰਦਾ ਵੀ ਉਦਾਸ ਪਲਾਂ ਦੀਆਂ ਕੰਨੀਆਂ ਫੜ ਲੈਂਦਾ ਹੈ, ਅਕਸਰ। ਪਤਾ ਨ੍ਹੀਂ ਮੇਰੇ ਨਾਲ਼ ਹੀ ਐਦਾਂ ਹੁੰਦੀ ਹੈ ਜਾਂ ਫਿਰ ਹਰ ਬੰਦੇ ਦਾ ਇਹੀ ਹਾਲ ਹੋਊ।

ਆਹ ਥੋੜ੍ਹਾ ਚਿਰ ਪਹਿਲਾਂ ਤਾਂ ਇਹ ਬੜੀ ਚੜ੍ਹਦੀ ਕਲਾਂ 'ਚ ਸੀ। ਐਤਵਾਰ ਏ ਨਾ। ਕਾਰਖਾਨੇ ਜਾਣ ਦਾ ਝੰਜਟ ਨਹੀਂ ਸੀ। ਸ਼ਹਿਰ 'ਚ ਹੋ ਰਹੇ ਇੱਕ ਕਵੀ ਦਰਬਾਰ 'ਚ ਹਿੱਸਾ ਲੈਣ ਜਾਣਾ ਸੀ। ਇਸੇ ਲਈ ਦਾੜ੍ਹੀ ਤੇ ਪਹਿਲਾਂ ਕੈਂਚੀ ਮੋਚਨਾ ਚਲਾਏ। ਫਿਰ ਡਾਈ ਕੀਤੀ। ਕੇਸੀਂ ਇਸ਼ਨਾਨ ਕਰ ਐਵੇਂ ਹੀ ਸ਼ੀਸ਼ੇ ਮੂਹਰੇ ਜਾ ਖੜਿਆ। ਦਾੜ੍ਹੀ ਦੀ ਰੰਗ ਨਾਲ਼ ਬਣੀ ਫੱਬਤ ਦੇਖਣ ਲਈ। ਦੋ ਕੁ ਵਾਰ ਹੱਥ ਦੀ ਹਥੇਲੀ ਨਾਲ਼ ਦਾੜ੍ਹੀ ਨੂੰ ਪ੍ਰੈਸ ਕਰ ਕਰ ਦੇਖਿਆ ਤਾਂ ਸੱਚਮੁੱਚ ਗੱਲ੍ਹਾਂ ਦੇ ਉਭਰਵੇਂ ਥਾਂ ਦੇ ਮਾਸ ਦਾ ਕਸਾਅ ਤੇ ਟਪਕਦੀ ਲਾਲੀ ਦੇਖ ਇੱਕ ਵਾਰ ਤਾਂ ਭੁੱਲ ਹੀ ਗਿਆ ਸੀ ਕਿ ਉਮਰ ਸੱਠਾਂ ਤੋਂ ਅਗਾਂਹ ਪੈਰ ਕੱਢ ਚੁੱਕੀ ਏ। ਪਤਾ ਨ੍ਹੀ ਕਿਉਂ ? ਦੁਆਲ਼ੇ ਵਲ਼ੀ ਚਾਦਰ ਲਾਹ ਕੇ ਪਰ੍ਹਾਂ ਰੱਖੀ ਗਈ। ਹੱਥ ਬਗਲਾ ਤੇ ਰੱਖ ਲੰਮਾ ਸਾਹ ਖਿੱਚ ਛਾਤੀ ਫਲਾ ਕੇ ਦੇਖੀ। ਪੱਟ ਅਕੜਾਏ। ਗੋਰਾ ਰੰਗ, ਸਿਰ ਤੇ ਕੇਸਰੀ ਸਾਫ਼ਾ ਤੇ ਤੇੜ ਕਾਲ਼ਾ ਅੰਡਰ-ਵੀਅਰ। ਇਸ ਉਮਰੇ ਵੀ ਸਰੀਰ ਜੁਆਨਾਂ ਵਰਗਾ। ਰੂਹ ਖੁਸ਼ ਹੋਈ ਜਾਵੇ। ਮੁੱਠੀਆਂ ਬੰਦ ਕਰ ਮੋਢਿਆਂ ਬਰਾਬਰ ਲਿਆ ਕੇ ਇੱਕ ਝਟਕੇ ਨਾਲ਼ ਡੌਲ਼ੇ ਅਕੜਾ ਲਏ ਸਨ। ਜਿਵੇਂ ਹਨੂੰਮਾਨ ਉਡਾਣ ਭਰਨ ਲੱਗਾ ਹੋਵੇ। ਜਦੇ ਅੰਦਰੋਂ ਕੋਈ ਬੋਲ ਪਿਆ ਸੀ, "ਜਾਹ ਜੁਆਲਾ ਸਿੰਹਾ, ਕੀ ਫੈਦਾ ਇਸ ਕੁੰਦਨ ਦੇਹੀ ਦਾ....ਤੂੰ।"

ਬਾਹਵਾਂ ਥੱਲੇ ਡਿੱਗ ਪਈਆਂ ਸਨ, ਮਿੱਟੀ ਬਣ ਕੇ।

ਕੁਰਸੀ ਖਿੱਚ ਕੇ ਬੈਠ ਗਿਆ ਹਾਂ। ਮਾਰਚ ਦੇ ਅਖੀਰੀ ਦਿਨ ਨੇ। ਸਵੇਰੇ-

ਸਵੇਰੇ ਧੁੱਪ ਚੰਗੀ ਲੱਗਦੀ ਆ। ਵਾਲ਼ ਸੁਕਾਉਣ ਖ਼ਾਤਰ ਪਿਛਾਂਹ ਨੂੰ ਸੁੱਟ ਲਏ ਹਨ। ਸਾਹਮਣੇ ਬਰਾਮਦੇ 'ਚ ਪੈਂਦੀ ਧੁੱਪੇ ਜਰਮਨ ਸ਼ੈਫਰਡ ਕੁੱਤੀ ਟੌਂਸੀ ਬੈਠੀ ਹੈ। ਡੇਢ ਕੁ ਮਹੀਨਾ ਪਹਿਲਾਂ ਹੀ ਸੂਈ ਏ। ਤਿੰਨ ਗਧੋਲਿਆ ਵਰਗੇ ਕਤੂਰੇ ਉਸ ਦੇ ਥਣਾਂ ਨਾਲ਼ ਖੋਹ-ਖਿਚ ਕਰ ਰਹੇ ਨੇ। ਘੁਲ਼ ਰਹੇ ਨੇ। ਉਨ੍ਹਾਂ ਦੀ ਚਹੂੰਡ ਦੇਖਣ ਵਾਲ਼ੇ ਨੂੰ ਦੁੱਖਦਾਈ ਲੱਗਦੀ ਹੈ। ਪਰ ਟੌਂਸੀ ਅੱਖਾਂ ਮੀਟੀ, ਸਰੀਰ ਨੂੰ ਨਿੱਸਲ਼ ਕਰੀ, ਜਿਸ ਵਜਦ 'ਚ ਬੈਠੀ ਹੈ; ਲੱਗਦਾ ਹੈ ਜਿਵੇਂ ਆਖ ਰਹੀ ਹੋਵੇ ਕਿ ਇਸ ਤੋਂ ਵੱਧ ਅਨੰਦਿਤ ਅਵਸਥਾ ਦੁਨੀਆਂ 'ਚ ਕੋਈ ਹੋਰ ਹੈ ਈ ਨਹੀਂ। ਮਨ ਹੋਰ ਉਦਾਸਿਆ ਗਿਆ ਏ।

ਲੈ ਬਿਸ਼ਨੀ ਆ ਗਈ ਏ। ਟੌਂਸੀ ਦੇ ਕੋਲ਼ ਦੀ ਲੰਘ ਕੇ ਕੋਠੀ ਦੇ ਪਿਛਲੇ ਹਿੱਸੇ 'ਚ ਕਿਸੇ ਕੰਮ ਚਲੀ ਗਈ ਏ। ਉਸ ਵੀ ਨਹਾ ਕੇ ਕੇਸ ਪਿਛਾਂਹ ਨੂੰ ਖਿਲਾਰੇ ਹੋਏ ਨੇ। ਚਿੱਟੇ ਵਾਲ਼। ਢਿੱਲਕਿਆ ਸਰੀਰ। ਇਸ ਦੀ ਚਾਲ 'ਚ ਵੀ ਹੁਣ ਸਾਵਾਂਪਨ ਨਹੀਂ ਰਿਹਾ। ਮੈਨੂੰ ਹਉਕਾ ਆ ਗਿਆ ਏ। ਕਿੰਨੀ ਸੁਹਣੀ ਸੁਨੱਖੀ ਸੀ ਬਿਸ਼ਨੀ। ਕਿਆ ਸਰੀਰ ਸੀ ਵਿਆਹ ਵੇਲੇ! ਉੱਨੀਆਂ ਕੁ ਸਾਲਾਂ ਦੀ ਸੀ ਮਸੀਂ ਉਦੋਂ। ਨਿਗੀ ਹੀਰ। ਲੋਕ ਕਹਿੰਦੇ ਹੁੰਦੇ ਸਨ ਕਿ ਲੁਹਾਰਾਂ ਦੇ ਪਰੀ ਉੱਤਰ ਆਈ ਏ। ਪਰ ਮੈਂ ਕਿਹੜਾ ਘੱਟ ਸੀ। ਉਮਰ ਸੀ ਉਦੋਂ ਮੇਰੀ ਇੱਕੀਆਂ-ਬਾਈਆਂ ਸਾਲਾਂ ਦੀ। ਇੱਕ ਜੰਮਿਆ ਹੀ ਲੁਹਾਰਾਂ ਦੇ ਘਰੇ ਸੀ। ਪਰ ਰੰਗ ਤੇ ਸਰੀਰ ਪਿੰਡ ਦੇ ਕਹਿੰਦੇ-ਕਹਾਉਂਦੇ ਸਰਦਾਰੜੇ ਕਾਕਿਆਂ ਤੋਂ ਉੱਤੋਂ ਦੀ ਸੀ। ਬੜੀ ਅਹਿਰਨ ਦਾ ਬਾਲਾ ਮੈਂ ਤੇ ਝੀਰਾਂ ਦਾ ਮੰਗਲ਼ ਹੀ ਕੱਢਦੇ ਸੀ। ਬਾਕੀ ਤਾਂ ਐਵੇਂ ਹੀ ਸਨ ਲਿੱਦ। ਉੱਦਾਂ ਸਾਡਾ ਘਰ ਪਿੰਡ ਦੇ ਇੱਕ-ਦੋ ਘਰਾਂ ਨੂੰ ਛੱਡ ਕੇ ਬਾਕੀ ਦਿਆਂ ਨਾਲੋਂ ਪੈਸੇ ਟਕੇ 'ਚ ਤਕੜਾ ਸੀ। ਬਾਬਾ-ਪੜਦਾਦਾ ਮੱਝਾਂ ਦੇ ਮਸ਼ਹੂਰ ਵਪਾਰੀ ਸਨ। ਇਲਾਕੇ ਭਰ 'ਚ। ਇਸੇ ਕਰਕੇ ਸਾਡੇ ਘਰ ਦੀ ਅੱਲ ਵਪਾਰੀਆਂ ਦੇ ਪਈ ਹੋਈ ਸੀ। ਕੁਝ ਸਿਆੜ ਵੀ ਸਨ। ਪੁਸ਼ਤੈਨੀ। ਚਾਰ ਪਿੰਡਾਂ ਦੇ ਲੋਕ ਸਾਡੇ ਬਾਬੇ ਤੋਂ ਵਿਆਜੂ ਪੈਸੇ ਲਿਜਾਂਦੇ ਹੁੰਦੇ ਸਨ। ਪਰ ਮੇਰੇ ਬਾਪ ਨੇ ਸੇਪੀ ਫਿਰ ਵੀ ਨ੍ਹੀਂ ਸੀ ਛੱਡੀ। ਫਿਰ ਇੱਕ ਦੁਪਹਿਰੇ ਬਾਪੂ ਅਚਾਨਕ ਫੁੜਕ ਗਿਆ। ਮੇਰੇ ਵਿਆਹ ਤੋਂ ਇੱਕ ਸਾਲ ਪਹਿਲਾਂ। ਲੋਕੀਂ ਕਹਿੰਦੇ ਸਨ ਗਰਮੀ ਨਾਲ਼ ਬੇਦਿਲ ਹੋ ਕੇ ਮਰ ਗਿਆ ਮਿਸਤਰੀ। ਮਗਰੋਂ ਹਰ ਕੰਮ ਮੇਰੇ ਗਲ਼ ਪੈ ਗਿਆ ਸੀ। ਪਹਿਲਾਂ ਵੀ ਮੈਂ ਚੰਗਾ ਵਦਾਣ ਵਾਹਿਆ ਸੀ। ਕਈ ਸਾਲ ਜੱਟਾਂ ਦੇ ਮੁੰਡਿਆਂ ਨਾਲ਼ ਰਲ਼, ਡੰਡ-ਬੈਠਕਾਂ ਵੀ ਬਥੇਰੇ ਪੇਲੇ ਸਨ। ਦਰਅਸਲ ਹੁਣ ਵਾਲ਼ੀਆਂ ਨਸ਼ਿਆਂ ਦੀਆਂ ਅਲਾਮਤਾਂ ਹੈ ਨੀ ਸਨ ਉੱਦੋਂ।

ਬਿਸ਼ਨੀ ਵਾਪਸ ਲੰਘ ਗਈ ਏ। ਟੌਂਸੀ ਕੋਲ਼ ਦੀ। ਮੇਰੀ ਨਜ਼ਰ ਵਾਰ ਵਾਰ ਟੌਂਸੀ ਤੋਂ ਬਿਸ਼ਨੀ ਉੱਤੇ ਤੇ ਬਿਸ਼ਨੀ ਤੋਂ ਟੌਂਸੀ ਉੱਤੇ ਪਈ ਜਾਂਦੀ ਹੈ। ਹੁਣ ਆਪੇ 'ਤੇ ਪੈ ਗਈ ਹੈ। ਆਪਾ ਕੁਰਸੀ 'ਚ ਨੀਵਾਂ ਹੋਈ ਜਾਂਦਾ ਲੱਗਦੈ। ਲੱਗਦੈ ਮੈਂ ਪੂਰਾ ਨਾ ਹੋ ਕੇ ਅਧੂਰਾ ਹੋਵਾਂ। ਬੰਗੇ ਕਵੀ ਦਰਬਾਰ 'ਚ ਪਪੀਹੇ ਦੀ ਪੜ੍ਹੀ 'ਊਣੇ ਮਨੁੱਖ' ਕਵਿਤਾ ਯਾਦ ਆਉਣ ਲੱਗ ਪਈ ਹੈ। ਲੱਗਦੈ ਉਸ ਨੇ ਮੈਨੂੰ ਹੀ ਸੰਬੋਧਨ ਹੋ ਕੇ ਇਹ ਕਵਿਤਾ ਲਿਖੀ ਸੀ। ਫ਼ਲਸਰੂਪ ਕਈ ਚਿਰ ਮੈਂ ਕਿਸੇ ਵੀ ਕਵੀ ਸੰਮੇਲਨ 'ਚ ਗਿਆ ਹੀ ਨਹੀਂ ਸੀ। ਉਹਦੇ ਮਰੇ ਤੇ ਫੇਰ ਜਾਣ ਲੱਗ ਪਿਆ ਹਾਂ। ਕਵਿਤਾ ਸੁਣਨ ਦਾ ਸ਼ੌਕ ਜ਼ਿਆਦਾ

ਏ ਤੇ ਕਹਿਣ ਦਾ ਘੱਟ। ਉੱਦਾਂ ਮਾੜੀ-ਮੋਟੀ ਤੁਕ-ਬੰਦੀ ਕਰ ਲੈਂਦਾ ਹਾਂ। ਥੋੜ੍ਹਾ ਸ਼ੌਕ ਬਿਸ਼ਨੀ ਵੀ ਰੱਖਦੀ ਸੀ। ਪਹਿਲੀਆਂ 'ਚ ਅਸੀਂ ਕਈ ਵਾਰ ਸਾਰੀ-ਸਾਰੀ ਰਾਤ ਸ਼ੇਅਰੋ-ਸ਼ਾਇਰੀ 'ਚ ਕੱਢ ਦਿਆਂ ਕਰਦੇ ਸਾਂ।

ਉਹ ਦਿਨ ਵੀ ਚੇਤੀ ਉੱਤਰ ਆਇਆ ਏ ਜਿਸ ਦਿਨ ਰਾਤ ਨੂੰ ਬਿਸ਼ਨੀ ਹਿੱਕ 'ਤੇ ਸਿਰ ਸੁੱਟ ਕੇ ਰੋਣੋਂ ਨਹੀਂ ਸੀ ਹਟੀ। ਵਿਆਹ ਤੋਂ ਡੂਢ ਸਾਲ ਬਾਅਦ ਦੀ ਗੱਲ ਹੈ। ਉਹ ਵੀਹ ਕੁ ਦਿਨ ਪੇਕੇ ਰਹਿ ਕੇ ਆਈ ਸੀ। ਮਾਂ ਬੀਮਾਰ ਹੋਣ ਕਾਰਨ। ਸਿਆਲ਼ ਦੇ ਦਿਨ ਸਨ। ਮੈਂ ਪਹਿਲਾਂ ਹੀ ਰਜ਼ਾਈ 'ਚ ਪਿਆ ਸੀ। ਉਸ ਅੰਦਰ ਵੜ ਕੁੰਡਾ ਲਾਉਂਦੀ ਨੇ ਡੁਸਕਣਾ ਸ਼ੁਰੂ ਕਰ ਦਿੱਤਾ ਸੀ, ਜਿਵੇਂ ਪਹਿਲਾਂ ਹੀ ਭਰੀ-ਪੀਤੀ ਹੋਵੇ। ਮੈਂ ਵਾਰ-ਵਾਰ ਪੁੱਛ ਰਿਹਾ ਸੀ। ਪਰ ਉਸ ਦੇ ਹਟਕੋਰੇ ਹੀ ਨਹੀਂ ਸਨ ਥੰਮ੍ਹ ਰਹੇ। ਮਸੀਂ ਵਰਾਇਆ ਸੀ। ਗੱਲ ਦੱਸਦੀ-ਦੱਸਦੀ ਫਿਰ ਡੁਸਕਣ ਲੱਗ ਪਈ ਸੀ। ਮਸੀਂ ਗੱਲ ਪੂਰੀ ਕੀਤੀ ਸੀ ਉਸ ਨੇ:

"ਬੇਬੇ ਕਹਿੰਦੀ ਏ ਕਿ ਫਲਾਣੇ ਦਾ ਵਿਆਹ ਜੁਆਲੇ ਤੋਂ ਚਾਰ ਮਹੀਨੇ ਮਗਰੋਂ ਹੋਇਆ...ਫਲਾਣੇ ਦਾ ਛੇ ਮਹੀਨੇ....ਦੋਹਾਂ ਦੇ ਮੁੰਡੇ ਜੰਮੇ ਨੇ....ਬਾਂਝ ਔਰਤਾਂ ਨੂੰ ਤਾਂ ਕਬਰਾਂ ਵੀ ਨਹੀਂ ਝੱਲਦੀਆਂ....।"

ਮੈਂ ਝੂਣਿਆ ਗਿਆ ਸੀ, ਬੇਬੇ ਦੀ ਗੱਲ਼ ਨਾਲ਼। ਪਰ ਛੇਤੀ ਹੀ ਵਿੱਸਰ ਗਈ ਤੇ ਪ੍ਰੇਮ-ਲੀਲ੍ਹਾ ਦਾ ਪਾਤਰ ਬਣ ਬੈਠਾ ਸੀ। ਮਗਰੋਂ ਨੀਂਦ ਆ ਗਈ।

ਸਵੇਰੇ ਉਠ ਕੇ ਬੇਬੇ ਦੀ ਗੱਲ ਮਨ 'ਚ ਚੱਕਰ ਲਾਉਣ ਲੱਗ ਪਈ ਸੀ। ਮੈਂ ਖਾਣਾ-ਪੀਣਾ ਵਧਾ ਦਿੱਤਾ ਸੀ। ਸ਼ਹੀਦਾਂ ਦੀ ਜਗ੍ਹਾ 'ਤੇ ਸੁੱਖਣਾ ਸੁੱਖ ਲਈ ਸੀ। ਸ਼ਹੀਦਾਂ ਦੇ ਨਾਂ 'ਤੇ ਮਨ 'ਚ ਢਾਰਸ ਜਿਹਾ ਬੱਝ ਗਿਆ ਸੀ। ਪਰ ਗੱਲ ਨਹੀਂ ਸੀ ਬਣਦੀ। ਇਕ-ਦੋ ਵਾਰ ਬਿਸ਼ਨੀ ਨੂੰ ਦਿਨ ਚੜ੍ਹੇ ਵੀ ਸਨ ਪਰ ਨਹੀਂ...।

ਹੌਲ਼ੀ ਹੌਲ਼ੀ ਪੀਰਾਂ ਫਕੀਰਾਂ ਦੀ ਲਿਸਟ ਲੰਮੀ ਹੁੰਦੀ ਗਈ। ਧਾਗਾ-ਤਵੀਤ ਕਿਤੋਂ ਲੈਣੋਂ ਛੱਡਿਆ ਨ੍ਹੀਂ। ਬਿਸ਼ਨੀ ਨੇ ਵੀ ਕਈ ਪੁੱਠੇ-ਸਿੱਧੇ ਕੰਮ ਕੀਤੇ। ਚੁਰੱਸਤਿਆਂ 'ਚ ਨੌਣ, ਪਿੱਪਲ਼ਾਂ ਨੂੰ ਧਾਗੇ, ਵਰਮੀਆਂ 'ਚ ਦੁੱਧ, ਡੇਰਿਆਂ ਤੇ ਚੌਕੀਆਂ, ਖਾਨਗਾਹੀਂ ਦੀਵੇ, ਮੱਛੀਆਂ ਨੂੰ ਆਟਾ, ਭੌਣਾਂ 'ਤੇ ਤਿਲ਼ਚੌਲ਼ੀ, ਵਗਦੇ ਪਾਣੀ 'ਚ ਨਾਰੀਅਲ, ਪਰ ਸਾਲ਼ਾ ਕੁਝ ਵੀ ਸਹਾਈ ਨਾ ਹੋਇਆ। ਸਾਡੇ ਵਿਹੜੇ ਮਮਤਾ ਨੇ ਚੀਕ ਨਾ ਮਾਰੀ।

ਫਿਰ ਮੈਨੂੰ ਲੱਗਣ ਲੱਗਾ ਕਿ ਸਾਡੇ ਮਿਲਣ ਪਲਾਂ 'ਚ ਵੀ ਕੁਝ ਨਕਲੀਪਨ ਆ ਗਿਆ ਸੀ ਜਾਂ ਆਖੋ ਕਿ ਸਾਵਾਂਪਨ ਨਹੀਂ ਸੀ ਰਿਹਾ।

ਬੇਬੇ ਪੋਤੇ ਦਾ ਮੂੰਹ ਦੇਖਣ ਦੀ ਲਾਲਸਾ ਨੂੰ ਨਾਲ਼ ਹੀ ਲੈ ਤੁਰਦੀ ਬਣੀ।

"ਬਾਪੂ ਜੀ, ਨਾਸ਼ਤਾ ਲਾ ਦਿਆਂ? ਅਮਰਤ ਵੀਰ ਦਾ ਪਤਾ ਨਹੀਂ ਕਦੋਂ ਆਊ?" ਨੌਕਰਾਣੀ ਰੇਖਾ ਦੀ ਆਵਾਜ਼ ਨੇ ਸੋਚਾਂ ਦੀ ਲੜੀ ਤੋੜ ਦਿੱਤੀ ਏ।

"ਹੂੰ...ਅਮਰਤ..." ਮਨ ਚੁਪਕੇ ਜਿਹੇ ਬੋਲਿਆ ਹੈ।

ਉਹ ਦਿਨ ਯਾਦ ਆ ਗਿਆ ਏ ਜਦੋਂ ਮੈਂ ਤੇ ਬਿਸ਼ਨੀ ਨੇ ਸਾਲ ਭਰ ਦੀ ਲੰਮੀ ਸੋਚ ਵਿਚਾਰ ਪਿੱਛੋਂ ਪਿੰਡ ਛੱਡਣ ਦਾ ਫ਼ੈਸਲਾ ਕਰ ਲਿਆ ਸੀ। ਲੋਕਾਂ 'ਚ ਖਿੱਲਰਿਆ ਪੈਸਾ ਮੈਂ ਸਾਲ ਪਹਿਲਾਂ ਹੀ ਇੱਕਠਾ ਕਰਨਾ ਸ਼ੁਰੂ ਕਰ ਦਿੱਤਾ ਸੀ। ਲੋਕਾਂ

ਨੂੰ ਦੱਸ ਦਿੱਤਾ ਸੀ ਕਿ ਅਸੀਂ ਭੁਵਨੇਸ਼ਵਰ ਵਿਖੇ ਇੱਕ ਤਾਂਤਰਿਕ ਬਾਬੇ ਨੂੰ ਤੇ ਦਿੱਲੀ ਇੱਕ ਪ੍ਰਸਿੱਧ ਲੇਡੀ ਡਾਕਟਰ ਨੂੰ ਮਿਲਣਾ ਹੈ।

ਉਮਰ ਭਾਵੇਂ ਸਾਡੀ ਚਾਲ੍ਹੀ ਦੇ ਅੱਗੜ-ਪਿੱਛੜ ਸੀ ਪਰ ਪੁੱਤਰ-ਲਾਲਸਾ ਨਹੀਂ ਸੀ ਮਰੀ। ਫਿਰ ਉਸ ਦਿਨ ਮਨ ਬੜਾ ਖੁਸ਼ ਸੀ ਜਦੋਂ ਮੈਂ ਪਹਿਲਾ ਖ਼ਤ ਲਿਖਿਆ ਸੀ। ਪਿੰਡ ਵਸਦੇ ਇੱਕ ਕਰੀਬੀ ਨੂੰ। ਛੇ ਕੁ ਮਹੀਨੇ ਬਾਅਦ। ਦਿੱਲੀ ਤੋਂ।

-ਭੁਵਨੇਸ਼ਵਰ ਜਾ ਆਏ ਹਾਂ। ਤਾਂਤਰਿਕ ਬਾਬੇ ਦੀ ਕਿਰਪਾ ਹੋ ਗਈ ਹੈ। ਡਾਕਟਰਨੀ ਵੀ ਰੱਬ ਦਾ ਰੂਪ ਨਿਕਲ਼ੀ ਏ। ਬਿਸ਼ਨੀ ਦਾ ਪੈਰ ਭਾਰੀ ਏ।

ਹੋਰ ਅੱਠ ਕੁ ਮਹੀਨੇ ਤਾਈਂ ਇੱਕ ਹੋਰ ਖ਼ਤ ਪਿੰਡ ਪਾਇਆ ਸੀ। ਬੜੀ ਖੁਸ਼ੀ-ਖੁਸ਼ੀ ਦੱਸਿਆ ਸੀ ਕਿ ਬਿਸ਼ਨੀ ਦੀ ਗੋਦੀ ਬਾਲ ਏ। ਗੁਰੂ ਹੁਕਮ ਅਨੁਸਾਰ ਨਾਂ ਅਮਰਤ ਰੱਖਿਆ ਏ। ਪਰ ਤਾਂਤਰਿਕ ਬਾਬੇ ਦੀ ਹਦਾਇਤ ਏ ਕਿ ਬਾਲ ਪਿੰਡ ਦੀ ਜੂਹ 'ਚ ਤਾਂ ਕੀ ਸਗੋਂ ਪੰਜਾਬ 'ਚ ਵੀ ਢਾਈ ਸਾਲ ਨਹੀਂ ਵੜ ਸਕਦਾ।

ਉਲੀਕੇ ਪ੍ਰੋਗਰਾਮ ਮੁਤਾਬਿਕ ਲੁਧਿਆਣੇ ਆ ਗਏ ਸੀ। ਕੋਠੀ ਕਿਰਾਏ 'ਤੇ ਲੈ ਲਈ ਸੀ। ਦਰਮਿਆਨੀ ਜਿਹੀ। ਪਿੰਡ ਜਾ ਕੇ ਮੈਂ ਰਹਿੰਦੇ ਪੈਸੇ ਵੀ 'ਕੱਠੇ ਕਰ ਲਿਆਇਆ ਸੀ।

ਛਟੀ ਕੀਤੀ ਸੀ ਅਮਰਤ ਦੀ ਗੱਜ ਵੱਜ ਕੇ। ਅਖੰਡ ਪਾਠ ਧਰਾਇਆ ਸੀ। ਰਿਸ਼ਤੇਦਾਰ ਤੇ ਸ਼ਰੀਕਾ ਸੱਦਿਆ ਸੀ। 'ਪੁੱਤੀ ਗੰਢ ਪਵੇ ਸੰਸਾਰ' ਰਾਗੀ ਸਿੰਘਾਂ ਨੇ ਸ਼ਬਦ ਗਾਇਆ ਸੀ। ਪਰ ਪਤਾ ਨਹੀਂ ਕਿਉਂ ਮੈਂ ਅੰਦਰੋਂ ਅੰਦਰੀਂ ਹੋਰੂ-ਤੋਰੂ ਹੋਈ ਜਾ ਰਿਹਾ ਸੀ। ਜਿੰਨਾ ਭਾਈ ਇਸ ਲਾਈਨ 'ਤੇ ਜ਼ੋਰ ਦੇਂਦਾ ਮੇਰਾ ਦਿਲ ਬੈਠਦਾ ਜਾਂਦਾ।

ਫਿਰ ਤਿੰਨ-ਸਾਢੇ ਤਿੰਨ ਸਾਲ ਦੀ ਵਿਹਲ ਮਗਰੋਂ ਕੰਮ ਵੱਲ ਮੁਹਾਰਾਂ ਮੋੜ ਲਈਆਂ ਸਨ। ਇੱਕ ਕਾਰਖ਼ਾਨੇਦਾਰ ਨਾਲ਼ ਭਾਈਵਾਲੀ ਕਰ ਲਈ ਸੀ। ਉਹ ਪਹਿਲਾਂ ਹੀ ਕਰਜ਼ਾਈ ਸੀ। ਹੌਲ਼ੀ ਹੌਲ਼ੀ ਸਾਰਾ ਕਾਰਖ਼ਾਨਾ ਖਰੀਦ ਲਿਆ ਸੀ। ਫਿਰ ਕੁਝ ਨਵੀਂ ਮਸ਼ੀਨਰੀ ਲਾਈ ਤੇ ਹੋਰ ਮੁਨਾਫ਼ੇ ਬਖਸ਼ ਬਣਾ ਲਿਆ ਸੀ।

ਰਾਤ-ਦਿਨ ਬਿਸ਼ਨੀ ਤੇ ਮੈਂ ਅਮਰਤ ਨਾਲ਼ ਪਰਚੇ ਰਹੇ। ਦਿਨ ਬੀਤਦਿਆਂ ਪਤਾ ਹੀ ਨਾ ਲੱਗਾ। ਪੰਜ ਕੁ ਸਾਲ ਪਹਿਲਾਂ ਇਹ ਕੋਠੀ ਬਣਾ ਲਈ ਸੀ।

"ਭਾਪਾ ਜੀ ਆ ਜਾਓ....ਖਾਣਾ ਖਾ ਲਵੋ....ਬੀਬੀ ਜੀ ਡਾਈਨਿੰਗ ਰੂਮ 'ਚ ਪਹੁੰਚ ਗਏ ਹਨ। ਅਮਰਤ ਵੀਰ ਨੂੰ ਉਡੀਕਦੇ ਰਹੇ ਤਾਂ ਸਭ ਕੁਝ ਠੰਡਾ ਹੋ ਜਾਏਗਾ।" ਕੰਮ ਵਾਲ਼ੀ ਕੁੜੀ ਰੇਖਾ ਫਿਰ ਬੋਲ ਪਈ ਏ।

ਅਮਰਤ...! ਅਮਰਤ ਨੂੰ ਉਡੀਕਣ ਦਾ ਕੋਈ ਫੈਦਾ ਨਹੀਂ ਬੇਟੇ...ਕੋਈ ਫੈਦਾ ਨਹੀਂ...ਕਾਸ਼! ਉਸ ਦੀ ਥਾਂ ਤੂੰ ਸਾਡੀ ਧੀ ਹੁੰਦੀ...ਪਰ ਅਸੀਂ ਮੂਰਖ ਪੁੱਤਰ-ਸੁੱਖ ਦਾ ਭਰਮ ਪਾਲ਼ਦੇ ਰਹੇ। ਸੱਚਮੁੱਚ ਪੂਰੇ ਮੂਰਖ...। ਮੇਰਾ ਮਨ ਬੁੜਬੁੜ ਕਰੀ ਜਾ ਰਿਹਾ ਏ।

ਗੁੱਟ-ਘੜੀ ਵੱਲ ਧਿਆਨ ਗਿਆ ਏ। ਕੁਰਸੀ ਦੀਆਂ ਬਾਹਵਾਂ 'ਤੇ ਹੱਥਾਂ ਦਾ ਭਾਰ ਪਾ ਉੱਠ ਖੜਾ ਹੋਇਆ ਹਾਂ। ਮਸੀਂ, ਜਿਵੇਂ ਲੰਮੀ ਬੀਮਾਰੀ ਮਗਰੋਂ ਉੱਠਿਆ ਹੋਵਾਂ। ਸਿਰ ਥੱਲੇ ਨੂੰ ਕਰ ਵਾਲ਼ ਸਿੱਧੇ ਕਰਕੇ ਜੂੜਾ ਕਰ ਲਿਆ ਹੈ। ਢੋਅ ਨਾਲ਼ੋਂ ਪਟਕਾ ਚੁੱਕ ਸਿਰ 'ਤੇ ਵਲ੍ਹੇਟ ਲਿਆ ਹੈ। ਅੰਦਰ ਨੂੰ ਤੁਰ ਪਿਆ ਹਾਂ। ਬੋਝਲ ਕਦਮਾਂ

ਨਾਲ਼। ਅਮਰਤ ਦਾ ਫਿਰ ਚੇਤਾ ਆ ਗਿਆ ਏ। ਪਿਛਲੇ ਡੂਢ ਕੁ ਸਾਲ ਤੋਂ ਪੱਲਾ ਨਮੋਸ਼ੀਆਂ, ਬੇਇੱਜ਼ਤੀਆਂ, ਪਰੇਸ਼ਾਨੀਆਂ ਤੇ ਜ਼ਿਲਤਾਂ ਨਾਲ਼ ਭਰੀ ਜਾ ਰਿਹਾ ਏ। ਸ਼ਰਾਬ, ਸਿਗਰਟ ਤੇ ਜੂਏ ਦੇ ਸ਼ੌਕ ਤੋਂ ਅੱਗੇ ਵੱਧ ਚੁੱਕਾ ਏ। ਛੇ ਕੁ ਮਹੀਨੇ ਪਹਿਲਾਂ ਪਟਿਆਲਾ ਪੁਲਿਸ ਦੇ ਅੜਿੱਕੇ ਆ ਗਿਆ ਸੀ। ਦੋ ਕੁੜੀਆਂ ਨਾਲ਼। ਅਵਾਰਾਗਰਦੀ ਦੇ ਦੋਸ਼ ਤਹਿਤ ਅੰਦਰ ਹੋਣ ਤੋਂ ਬਚਾਉਣ ਲਈ ਮੋਟੀ ਰਕਮ ਦੇ ਨਾਲ਼ ਨਾਲ਼ ਥਾਣਾ ਮੁਖੀ ਦੇ ਤਲੂਏ ਵੀ ਚੱਟਣੇ ਪਏ ਸੀ। ਨਿੱਤ ਨਵੇਂ ਸੂਰਜ ਨਵਾਂ ਉਲ਼ਾਂਭਾ ਆ ਰਿਹਾ ਹੈ। ਮਹੀਨਾ ਕੁ ਪਹਿਲਾਂ ਹੀ ਰਿਟਾਇਰਡ ਕੈਪਟਨ ਹਰਚੰਦ ਸਿੰਘ ਦੀ ਕੁੜੀ ਕਾਰਖ਼ਾਨੇ ਦੇ ਦਫ਼ਤਰ ਆ ਧਮਕੀ ਸੀ। ਲੋਹੀ ਲਾਖੀ ਹੋਈ:

"ਅੰਕਲ ਜੀ, ਆਪਣੇ ਲਾਡਲੇ ਨੂੰ ਸਮਝਾਓ। ਮੈਨੂੰ ਕਾਲਜ 'ਚ ਖਾਹਮਖਾਹ ਤੰਗ ਕਰਦਾ ਏ। ਅੱਜ ਮੇਰਾ ਰਾਹ ਰੋਕ ਕੇ ਖੜ੍ਹ ਗਿਆ। ਦਿਲ ਕੀਤਾ ਸੀ ਆਪਣੇ ਡੈਡੀ ਨੂੰ ਦੱਸ ਦਿਆਂ। ਪਰ ਉਨ੍ਹਾਂ ਇਸ ਨੂੰ ਕੱਚੇ ਖਾ ਜਾਣਾ ਹੈ। ਗੱਲ ਵਧ ਜਾਣ ਦੇ ਡਰੋਂ ਤੁਹਾਡੇ ਤਾਈਂ ਪਹੁੰਚ ਕੀਤੀ ਏ। ਤੁਹਾਡੇ ਅਮਰਤ ਨੂੰ ਮਾਣ ਹੋਊ ਆਪਣੀ ਧਨ-ਦੌਲਤ ਦਾ। ਅੰਕਲ ਜੀ, ਬੁਰਾ ਨਾ ਮਨਾਇਓ...ਇੱਕ ਗੱਲ ਸਮਝ ਨੀਂ ਆਉਂਦੀ ਪਈ ਇਹ ਗਦੂਤ ਤੁਹਾਡੇ ਵਰਗੇ ਨੇਕ ਇਨਸਾਨਾਂ ਦੇ ਘਰ ਕਿੱਦਾਂ ਜੰਮ ਪਈ?"

ਮੈਂ ਛਟਪਟਾ ਕੇ ਰਹਿ ਗਿਆ ਸੀ। ਮੇਰੇ ਹੱਥ ਜੁੜ ਗਏ ਸਨ, ਕੁੜੀ ਮੂਹਰੇ।

ਪਰ ਮੈਂ ਅਮਰਤ ਦੀਆਂ ਕਰਤੂਤਾਂ ਨੂੰ ਵਾਹ-ਲਗਦੇ ਬਿਸ਼ਨੀ ਤੋਂ ਲੁਕਾਈ ਜਾ ਰਿਹਾ ਸਾਂ। ਵਿਚਾਰੀ 'ਤੇ ਤਰਸ ਆ ਜਾਂਦਾ ਏ।

ਬਿਸ਼ਨੀ ਟੇਬਲ 'ਤੇ ਪਹਿਲਾਂ ਹੀ ਆ ਚੁੱਕੀ ਏ। ਉਹ ਵੀ ਉਦਾਸ-ਉਦਾਸ ਲੱਗ ਰਹੀ ਹੈ। ਜਿਵੇਂ ਮੇਰੇ ਅੰਦਰਲੀ ਹਲਚਲ ਨੂੰ ਸਮਝ ਰਹੀ ਹੋਵੇ।

ਅਜੇ ਦਹੀਂ ਪਾਉਣ ਲਈ ਉਸ ਨੇ ਕੌਲੀ ਚੁੱਕੀ ਹੀ ਹੈ। ਬਾਹਰੋਂ ਜਿਪਸੀ ਦਾ ਹਾਰਨ ਵੱਜ ਪਿਆ ਏ। ਜਿਸ ਦਾ ਮਤਲਬ ਅਮਰਤ ਆ ਗਿਆ ਏ। ਬਿਸ਼ਨੀ ਦੇ ਹੱਥੋਂ ਕੌਲੀ ਥਾਏਂ ਹੀ ਰੱਖੀ ਗਈ ਹੈ।

ਰੇਖਾ ਨੇ ਭੱਜ ਕੇ ਦਰਵਾਜ਼ਾ ਖੋਲ੍ਹ ਦਿੱਤਾ ਏ।

ਸਗਾਟਾ ਦਿੰਦੀ ਜਿਪਸੀ ਅੰਦਰ ਆ ਵੜੀ ਹੈ।

"ਡੈਡੀ, ਮੈਂ ਪਿੰਡੋਂ ਆਇਆ ਹਾਂ। ਰਾਤ ਉੱਥੇ ਹੀ ਸੀ। ਹੁਣ ਕੁਝ ਦੋਸਤਾਂ ਨਾਲ਼ ਦਿੱਲੀ ਜਾ ਰਿਹਾ ਹਾਂ। ਇੱਕ ਵਿਆਹ ਹੈ। ਕੁਝ ਸ਼ਾਪਿੰਗ ਵੀ ਕਰਨੀ ਹੈ। ਉੱਠਿਓ...ਕੁਝ ਰੁਪਏ ਦਿਓ।" ਅਮਰਤ ਕੁਝ ਪ੍ਰੇਸ਼ਾਨੀ ਜਿਹੀ 'ਚ ਬੋਲ ਗਿਆ ਹੈ।

-ਇਹ ਪਿੰਡ ਰਾਤ ਰਹਿ ਕੇ ਆਇਆ ਏ। ਮੇਰਾ ਅੰਦਰ ਸਹਿਮ ਗਿਆ ਏ। ਇਹ ਅਕਸਰ ਪਿੰਡ ਜਾਣ ਲੱਗ ਪਿਆ ਏ। ਮੈਨੂੰ ਲੱਖਣ ਚੰਗੇ ਨਹੀਂ ਲੱਗਦੇ। ਇਹਦੀ ਬੋਲ-ਬਾਣੀ ਰੁੱਖੀ ਹੋਈ ਜਾ ਰਹੀ ਏ।

"ਉੱਠਿਓ ਡੈਡੀ...ਛੇਤੀ ਕਰਿਓ...ਮੇਰੇ ਦੋਸਤ ਮੇਰਾ ਇੰਤਜ਼ਾਰ ਕਰ ਰਹੇ ਨੇ।" ਬੋਲਾਂ 'ਚ ਹਲਕਾ ਗੁਸੈਲ਼ਾਪਨ ਏ।

ਮੈਨੂੰ ਪੋਲਾ ਜਿਹਾ ਡੌਲ਼ਿਓਂ ਫੜ ਉੱਠਣ ਲਈ ਆਖਦਾ ਏ। ਮੈਂ ਬਿਸ਼ਨੀ ਵੱਲ ਦੇਖਦਾ ਹਾਂ। ਉਸਦੀਆਂ ਅੱਖਾਂ ਵਿੱਚ ਵਿਚਾਰਗੀ ਏ। ਮੈਂ ਉੱਠ ਖੜ੍ਹਿਆ ਹਾਂ। ਉਸ

ਦਾ ਹੱਥ ਉਸੇ ਤਰ੍ਹਾਂ ਡੌਲ਼ੇ ਨੂੰ ਪਿਆ ਹੋਇਆ ਹੈ। ਆਪਣੇ ਕਮਰੇ 'ਚ ਪਹੁੰਚ ਅਲਮਾਰੀ ਖੋਲ੍ਹ ਦਿੱਤੀ ਹੈ। ਉਸ ਪੰਜਾਹ ਹਜ਼ਾਰ ਚੁੱਕ ਲਏ ਹਨ। ਟਾਟਾ ਸਫ਼ਾਰੀ ਦੀ ਚਾਬੀ ਵੀ ਚੁੱਕ ਲਈ ਹੈ। ਚੁੰਗੀਆਂ ਭਰਦਾ ਸਫ਼ਾਰੀ 'ਚ ਜਾ ਬੈਠਾ ਹੈ। ਰੇਖਾ ਨੇ ਗੇਟ ਖੋਲ੍ਹ ਦਿੱਤਾ ਹੈ। ਸਫ਼ਾਰੀ ਸੜਕ 'ਤੇ ਪਹੁੰਚ ਗਈ ਹੈ ਤੇ ਮੈਂ ਡਾਈਨਿੰਗ ਰੂਮ 'ਚ। ਗੱਡੀ ਦੇ ਟਾਇਰਾਂ ਨੇ ਸੜਕ 'ਤੇ ਕਰੀਚ-ਕਰੀਚ ਕਰ ਦਿੱਤੀ ਹੈ। ਪਰ ਮੇਰੇ ਪੈਰ ਬੋਝਲ ਹੋਈ ਜਾਂਦੇ ਨੇ। ਆਪਣੇ ਹੀ ਭਾਰ ਥੱਲੇ। ਮੈਂ ਬਿਸ਼ਨੀ ਦੇ ਸਾਹਮਣੇ ਬੈਠ ਗਿਆ ਹਾਂ। ਉਸ ਦੇ ਅੱਖੀਂ ਦੁੱਖ ਹੈ। ਸਾਡੇ ਮੂੰਹ ਠਾਕੇ ਗਏ ਹਨ। ਪਰ ਮਨ ਬੋਲਣ ਲੱਗ ਪਏ ਹਨ :

-ਬਿਸ਼ਨੀਏ ਤੂੰ ਕਹਿੰਦੀ ਹੋਵੇਂਗੀ ਕਿ ਮੈਂ ਬਿਨਾਂ ਹੀਲ-ਹੁੱਜਤ ਤੋਂ ਪੈਸੇ ਕਿੱਦਾਂ ਦੇ ਦਿੱਤੇ? ਸਫ਼ਾਰੀ ਦੀ ਚਾਬੀ ਕਿਉਂ ਦੇ ਦਿੱਤੀ? ਤੈਨੂੰ ਕੀ ਦੱਸਾਂ? ਮਹੀਨਾ ਕੁ ਪਹਿਲਾਂ ਕਾਰਖ਼ਾਨੇ ਦੇ ਦਫ਼ਤਰ ਆਪਣੇ ਇੱਕ ਦੋਸਤ ਨਾਲ਼ ਜਾਣ-ਪਛਾਣ ਕਰਾਉਂਦਿਆਂ ਇਸ ਕਿਹਾ ਸੀ, "ਡੈਡ ਇਹ ਮੇਰਾ ਦੋਸਤ ਰਵੀ ਏ...ਇਸ ਦੇ ਬਾਬੇ ਨੇ ਬੜਾ ਪੈਸਾ ਜੋੜਿਆ ਏ....ਬੁੜ੍ਹਾ ਹੈ ਬੜਾ ਕੰਜੂਸ....ਧੇਲਾ ਹੱਥੋਂ ਛੱਡ ਕੇ ਰਾਜ਼ੀ ਨਹੀਂ...ਇਸ ਵਿਚਾਰੇ ਦਾ ਡੈਡੀ ਹੈ ਨਹੀਂ....ਜਦੋਂ ਇਸ ਨੂੰ ਪੈਸਿਆਂ ਦੀ ਲੋੜ ਹੁੰਦੀ ਏ ਤਾਂ ਇਹ ਬਾਬੇ ਨੂੰ ਸੰਗਲ਼ੀ ਮਾਰ ਲੈਂਦਾ ਏ....ਬੁੱਢਾ ਚੁੱਪ-ਚੁਪੀਤੇ ਬੈਂਕ ਨੂੰ ਤੁਰ ਪੈਂਦਾ ਹੈ...ਜਿੰਨੇ ਪੈਸੇ ਮੰਗਦਾ ਏ, ਕਢਵਾ ਦਿੰਦਾ ਏ...ਹੁਣ ਤਾਂ ਸੰਗਲ਼ੀ ਨੂੰ ਹੱਥ ਲਾਉਣ ਦੀ ਹੀ ਲੋੜ ਹੁੰਦੀ ਹੈ ਤੇ ਬੁੱਢਾ ਆਪਣੇ ਆਪ ਹੀ ਤੁਰ ਪੈਂਦਾ ਹੈ।" ਬਿਸ਼ਨੀਏ, ਮਗਰੋਂ ਇਸ ਦੇ ਦੋਸਤ ਨੇ ਮੁਸਕੜੀਏ ਹੱਸਦੇ ਨੇ ਅਮਰਤ ਦੇ ਕਹੇ 'ਤੇ ਸਹਿਮਤੀ ਦੀ ਮੋਹਰ ਲਾ ਦਿੱਤੀ ਸੀ।

-ਪਰ ਅੱਜ ਜਦੋਂ ਉਹ ਮੈਨੂੰ ਡੌਲ਼ਿਓਂ ਫੜ ਕੇ ਅੰਦਰ ਨੂੰ ਲਈ ਜਾ ਰਿਹਾ ਸੀ ਤਾਂ ਮੈਨੂੰ ਲੱਗਾ ਜਿਵੇਂ ਉਹ ਮੈਨੂੰ ਸੰਗਲ਼ੀ ਮਾਰੀ ਲਈ ਜਾ ਰਿਹਾ ਹੋਵੇ। ਠੀਕ ਜਿਸ ਤਰ੍ਹਾਂ ਕੋਈ ਕੁੱਤੇ ਨੂੰ ਲਈ ਜਾ ਰਿਹਾ ਹੋਵੇ।

-ਅਮਰਤ ਦੇ ਭਾਪਾ, ਤੂੰ ਕੀ ਸਮਝਦਾ ਏਂ ਕਿ ਮੈਂ ਤੇਰੇ ਦਿਲ 'ਤੇ ਜੋ ਬੀਤਦੀ ਏ ਜਾਣਦੀ ਨਹੀਂ? ਤੈਨੂੰ ਤਾਂ ਅੱਜ ਡੌਲ਼ਿਓਂ ਹੀ ਫੜਿਆ ਹੈ। ਮੈਂ ਕੀ ਦੱਸਾਂ? ਮੇਰਾ ਤੇ ਚੂੰਡਾ ਵੀ ਪੁੱਟ ਚੁੱਕਾ ਏ। ਪਰਸੋਂ ਆਪਣੀ ਕਿਸੇ ਸਹੇਲੀ ਨੂੰ ਲੈ ਆਇਆ ਸੀ। ਸਿੱਧਾ ਹੀ ਬੈੱਡ ਰੂਮ 'ਚ ਜਾ ਵੜਿਆ। ਮੈਨੂੰ ਬਹੁਤ ਬੁਰਾ ਲੱਗਾ। ਮੈਂ ਮਾਂ-ਮਾਣ ਨਾਲ਼ ਉੱਚੀ ਦੇਣੇ ਆਵਾਜ਼ ਮਾਰੀ। ਇਹ ਲੋਹਾ ਲਾਖਾ ਹੋਇਆ ਆਇਆ ਤੇ ਆਉਂਦੇ ਹੀ ਮੇਰੀ ਗੁੱਤ ਨੂੰ ਹੱਥ ਪਾ ਕੇ ਬੋਲਿਆ, ""ਸ਼ਰੀਫ਼ ਮਾਵਾਂ ਇੰਨੀ ਉੱਚੀ ਨਹੀਂ ਬੋਲਿਆ ਕਰਦੀਆਂ।" ਉਸ ਦੀ ਬੇਹਯਾਈ ਤੇ ਦਲੇਰੀ ਮੂਹਰੇ ਮੈਂ ਸੁੰਨ ਹੋ ਕੇ ਰਹਿ ਗਈ ਸੀ। ਬਥੇਰਾ ਰੋਈ ਸੀ ਅੰਦਰ ਵੜ ਕੇ। ਬੱਸ ਇਸੇ ਗੱਲ 'ਤੇ ਸਬਰ ਕਰ ਲਿਆ ਸੀ ਕਿ ਰੇਖਾ ਘਰ ਨਹੀਂ ਸੀ। ਤੁਹਾਨੂੰ ਕੀ ਦੱਸਦੀ? ਪਿਓ-ਪੁੱਤਰ ਦੇ ਕਲੇਸ਼ ਤੋਂ ਸੀਨਾ ਧੜਕਦਾ ਸੀ। ਅੱਜ ਮੈਨੂੰ ਡਰ ਲੱਗਦਾ ਸੀ ਕਿ ਅਗਰ ਤੁਸੀਂ ਕੋਈ ਹੀਲ-ਹੁੱਜਤ ਕੀਤੀ ਤਾਂ ਉਹ ਤੁਹਾਡੇ ਵਾਲ਼ ਨਾ ਫੜ ਲਵੇ।

-ਬਿਸ਼ਨੀਏ...ਲੈ ਸੱਚੀਂ....ਅਮਰਤ ਨੇ ਮੈਨੂੰ ਸੰਗਲ਼ੀ ਪਾ ਲਈ ਏ....ਲੈ ਮੈਂ ਸੱਚਮੁੱਚ ਕੁੱਤਾ ਬਣ ਗਿਆ ਹਾਂ....ਸੱਚੀਂ ਬਿਸ਼ਨੀਏ ਸੱਚੀਂ...ਕੰਨ ਤੇ ਪੂਛ ਵੱਢੇ ਹੋਏ ਨੇ....ਡੱਬ ਖੜੱਬਾ...ਲੈ ਅਮਰਤ ਮੈਨੂੰ ਧੂਹ ਰਿਹਾ ਏ....ਲੈ ਮੈਂ ਪਿੱਛੇ ਨੂੰ ਖਿੱਚ ਰਿਹਾ ਹਾਂ।

ਬਿਸ਼ਨੀਏ ਮੇਰਾ ਗਲ਼ਾ ਘੁੱਟੀ ਜਾ ਰਿਹਾ ਹੈ। ਉਸ ਸੰਗਲ਼ੀ ਨੂੰ ਹੁਝਕਾ ਮਾਰਿਆ। 'ਚਊਂ...ਚਊਂ..."

"ਅਮਰਤ ਦਿਆ ਭਾਪਾ, ਕੀ ਹੋਇਆ? ਇਹ ਤੁਸੀਂ ਚਊਂ-ਚਊਂ ਕਿਉਂ ਕਰ ਰਹੇ ਹੋ?"

"ਕੁਝ ਨਹੀਂ ਬਿਸ਼ਨੀਏ, ਕੁਝ ਨਹੀਂ" ...ਮੈਂ ਅੱਭੜਵਾਹੇ ਬੋਲ ਪਿਆ ਹਾਂ। ਮੈਨੂੰ ਕੁਝ ਪਤਾ ਹੀ ਨਹੀਂ ਰਿਹਾ ਕਿ ਮੇਰੇ ਮੂੰਹੋਂ 'ਚਊਂ-ਚਊਂ' ਕਦੋਂ ਨਿਕਲ਼ ਗਈ।

ਇਸ ਤੋਂ ਵੱਧ ਅਸੀਂ ਕੁਝ ਨਹੀਂ ਬੋਲ ਸਕੇ। ਬੇਵੱਸ ਨਜ਼ਰਾਂ ਨਾਲ਼ ਫੇਰ ਇੱਕ-ਦੂਜੇ ਵੱਲ ਦੇਖਿਆ ਹੈ। ਬੁੱਲ੍ਹ ਸੀਤੇ ਗਏ ਹਨ।

ਪਰ ਮਨਾਂ ਦਾ ਹਲਟ ਫਿਰ ਗਿੜਨ ਲੱਗ ਪਿਆ ਏ:

-ਬਿਸ਼ਨੀਏ, ਅਮਰਤ ਉਦੋਂ ਛੇ ਸੱਤ ਸਾਲ ਦਾ ਹੋਊ। ਮੇਰੇ ਨਾਲ਼ ਬਾਜ਼ਾਰੋਂ ਤੁਰਿਆ ਆ ਰਿਹਾ ਸੀ। ਦੀਵਾਲ਼ੀ ਸੀ ਸ਼ੈਦ? ਇਹ ਕੋਈ ਚੀਜ਼ ਲੈਣ ਲਈ ਅੜੀ ਕਰ ਰਿਹਾ ਸੀ। ਮੈਂ ਬਾਜ਼ਾਰ ਨਾਲ਼ ਹੀ ਲੈ ਗਿਆ ਸੀ। ਵਾਪਸੀ 'ਤੇ ਨਿੰਮਾਂ ਵਾਲ਼ੇ ਚੌਂਕ ਕੋਲ਼ ਪੈਂਦੇ ਠੇਕੇ ਉੱਤੇ ਹਰੀ ਤੇ ਸੁਰੈਣਾ ਮਿਲ਼ ਪਏ। ਪੀਣ ਲਈ ਆਖਣ ਲੱਗੇ। ਮੈਂ ਹੱਥ ਜੋੜ ਕੇ ਤੁਰਨ ਲੱਗਾ ਤਾਂ ਸੁਰੈਣੇ ਨੇ ਪਤਾ ਈ ਕੀ ਕਿਹਾ ਸੀ? ਕਹਿੰਦਾ, "ਖਾ ਪੀ ਲਿਆ ਕਰ ਜੁਆਲਾ ਸਿਆਂ। ਐਨੇ ਧਨ ਨੂੰ ਕੀ ਕਰੇਂਗਾ? ਤੇਰੀ ਇੱਕ ਤਾਂ ਲੀਂਗੜੀ ਏ"। ਲੀਂਗੜੀ ਕਹਿੰਦੇ ਨੇ ਅਮਰਤ ਦੀ ਗੱਲ੍ਹ 'ਤੇ ਇੱਕ ਪੋਲੀ ਜਿਹੀ ਚੂੰਢੀ ਵੱਢਦੇ ਨੇ ਹੱਥ ਹਿਲਾਇਆ ਸੀ ਪੋਲਾ-ਪੋਲਾ। "ਕੀ ਪਤਾ ਮੁੰਡਾ ਕੱਲ੍ਹ ਨੂੰ ਵੱਡਾ ਹੋ ਕੇ....।" ਇਹ ਆਵਾਜ਼ ਹਰੀ ਦੀ ਸੀ। ਉਹ ਮੇਰੇ ਥੋੜ੍ਹਾ ਜਿਹਾ ਅੱਗੇ ਨਿਕਲ਼ਣ 'ਤੇ ਬੋਲਿਆ ਸੀ। ਬਾਕੀ ਗੱਲ ਉਸ ਇੰਨੀ ਦੱਬਵੀਂ ਅਵਾਜ਼ 'ਚ ਕਹੀ ਸੀ ਕਿ ਮੈਂ ਸੁਣ ਨਹੀਂ ਸੀ ਸਕਿਆ। ਪਰ ਅਰਥ ਮੱਲੋ-ਮੱਲੀ ਸਮਝ ਆ ਗਏ ਸਨ। ਅੱਜ ਉਸ ਦੀ ਗੱਲ ਚੇਤੇ ਆ ਰਹੀ ਏ।

-ਮੈਨੂੰ ਪਤਾ ਤੂੰ ਬੈਠਾ ਮਨ 'ਚ ਮੈਨੂੰ ਕੋਸ ਰਿਹਾ ਹੋਵੇਂਗਾ। ਮੈਂ ਕਿਹੜੀ ਸੌਖੀ ਹਾਂ? ਸੱਚ ਪੁੱਛੋ ਤਾਂ ਤੀਵੀਂ ਦੀ ਵੀ ਕੋਈ ਜੂਨ ਆ। ਫਿਰ ਮੇਰੇ ਵਰਗੀ ਦੀ। ਮੇਰੇ ਤਾਂ ਜ਼ਿੰਦਗੀ ਦੇ ਸੁਖ-ਸੁਆਦ ਦੇ ਉਹ ਹੁਸੀਨ ਪਲ ਵੀ ਵਿਚਾਰਗੀਆਂ ਦੀ ਭੇਂਟ ਚੜ੍ਹ ਜਾਂਦੇ ਸਨ, ਜਿਨ੍ਹਾਂ ਦੀ ਪ੍ਰਾਪਤੀ ਲਈ ਜੁਆਨ ਨਰ-ਮਦੀਨ ਤੜਪ ਜਾਇਆ ਕਰਦੇ ਹਨ। ਉਦੋਂ ਵੀ ਤੇਰੇ ਪਾਸ ਮੇਰਾ ਸਰੀਰ ਹੀ ਹੁੰਦਾ ਸੀ ਤੇ ਮਨ ਤਾਂ ਮਾਰਾ-ਮਾਰਾ ਪਤਾ ਨਹੀਂ ਕਿੱਥੇ-ਕਿੱਥੇ ਭਟਕਦਾ ਰਹਿੰਦਾ ਸੀ। ਮੜ੍ਹੀਆਂ ਮਸਾਣਾਂ, ਪੀਰਾਂ-ਫਕੀਰਾਂ ਤੇ ਗੁਰੂ ਘਰਾਂ ਦੀਆਂ ਦੇਹਲੀਆਂ 'ਤੇ ਮੱਥੇ ਘਸਾਉਂਦਾ, 'ਇਸ ਵੇਰ ਮੇਰੀ ਝੋਲ਼ੀ ਜ਼ਰੂਰ ਭਰ ਦਿਓ' ਦੀ ਪੁਕਾਰ ਕਰਦਾ ਰਹਿੰਦਾ। ਆਸ਼ਾ-ਨਿਰਾਸ਼ਾ ਦੀ ਖਿੱਚੋਤਾਣ ਵਿੱਚ ਪਿੰਜਿਆ ਜਾਂਦਾ ਰਹਿੰਦਾ ਤੇ ਫਿਰ... ਫਿਰ ਹਰ ਮਾਸਕ ਧਰਮ ਦੀ ਆਹਟ ਮੌਤ ਦੀ ਘੰਟੀ ਸਮਾਨ ਹੁੰਦੀ ਮੇਰੇ ਲਈ। ਹਾਂ, ਹਾਂ ਮੌਤ ਦੀ। ਇੱਕ ਮਾਂ ਦੀ ਮੌਤ ਦੀ।

-ਦਿਲ ਕਰਦਾ ਏ ਉਹ ਸਾਰੇ ਦੁੱਖ ਕਹਿ ਦੇਵਾਂ ਜੋ 'ਕੱਲੀ ਨੇ ਝੱਲੇ ਨੇ। ਪਤਾ ਈ ਜਦੋਂ ਮੈਨੂੰ ਗਰਭ ਨਹੀਂ ਸੀ ਠਹਿਰਦਾ ਤਾਂ ਮੈਨੂੰ ਆਪਾ ਕਸੂਰਵਾਰ ਲੱਗਣ ਲੱਗ ਪਿਆ ਸੀ। ਸ਼ਾਇਦ ਸਾਡੇ ਸਮਾਜ ਦੀ ਹਰ ਮੇਰੇ ਵਰਗੀ ਔਰਤ ਇੰਝ ਹੀ ਸੋਚਦੀ

ਹੋਵੇਗੀ। ਅਮਰਤ ਦਿਆ ਭਾਪਾ, ਸੱਚ ਤਾਂ ਇਹ ਵੇ ਕਿ ਕਈ ਵਾਰੀ ਮੇਰੇ ਮਨ 'ਚ ਤੇਰੇ ਪ੍ਰਤੀ ਸ਼ੰਕਾ ਪੈਦਾ ਹੋ ਜਾਂਦੀ ਸੀ। ਭਾਵੇਂ ਤੂੰ ਦੱਸਦਾ ਸੀ ਕਿ ਤੈਨੂੰ ਡਾਕਟਰ ਨੇ ਪੂਰਾ ਠੀਕ-ਠਾਕ ਦੱਸਿਆ ਏ। ਇੱਧਰ ਸ਼ਹਿਰ ਵਾਲ਼ੀ ਵੱਡੀ ਡਾਕਟਰਨੀ ਮੈਨੂੰ ਵੀ ਪੂਰੀ ਤਰ੍ਹਾਂ ਠੀਕ-ਠਾਕ ਦੱਸਦੀ ਸੀ। ਬੱਚਾ ਪੈਦਾ ਕਰਨ ਲਈ। ਬੱਸ ਐਵੇਂ ਕੁਝ ਤਾਕਤ ਦੀਆਂ ਦੁਆਈਆਂ ਦੇ ਦਿੰਦੀ। ਪਰ ਹੌਲ਼ੀ ਹੌਲ਼ੀ ਮੈਂ ਅੰਦਰੋਂ ਟੁੱਟ ਹੀ ਗਈ ਸਾਂ। ਇੱਕ ਵੇਲਾ ਤਾਂ ਉਹ ਵੀ ਆਇਆ ਜਦੋਂ ਮੈਂ ਤੇਰੇ ਮਾਮੇ ਦੇ ਪੁੱਤ ਸ਼ੀਰੇ ਨਾਲ਼ ਸੰਬੰਧ ਬਣਾਉਣ ਦੀ ਸੋਚ ਲਈ ਸੀ। ਸ਼ੀਰਾ ਸ਼ੁਰੂ ਤੋਂ ਹੀ ਮੇਰਾ ਦੀਵਾਨਾ ਸੀ। ਦਿਉਰ ਲੱਗਦਾ ਸੀ ਨਾ! ਇਸ ਕਰਕੇ ਕਈ ਵਾਰੀ ਰਤਾ ਜ਼ਿਆਦਾ ਖੁੱਲ੍ਹ ਲੈ ਲੈਂਦਾ ਸੀ। ਵਿਆਹ ਤੋਂ ਅੱਠ ਕੁ ਮਹੀਨੇ ਮਗਰੋਂ ਇੱਕ ਦਿਨ ਉਸ ਜ਼ਿਆਦਾ ਅੱਗੇ ਵਧਣਾ ਚਾਹਿਆ ਤਾਂ ਮੈਂ ਉਸ ਨੂੰ ਝਿੜਕ ਦਿੱਤਾ। ਮੁੜ ਉਹ ਬਹੁਤ ਚਿਰ ਘਰ ਨਾ ਆਇਆ। ਜੇ ਆਉਂਦਾ ਵੀ ਤਾਂ ਨੀਵੀਂ ਪਾ ਸਾਸਰੀ ਕਾਲ ਤੇ ਹਾਂ-ਹੂੰ ਤੋਂ ਵੱਧ ਗੱਲ ਨਾ ਕਰਦਾ। ਹੌਲ਼ੀ ਹੌਲ਼ੀ ਮੈਨੂੰ ਭਾਸਣ ਲੱਗਾ ਕਿ ਜਿਵੇਂ ਮਾਤਾ ਜੀ ਵੀ ਅਜਿਹਾ ਚਾਹੁੰਦੇ ਸਨ। ਇੱਕ ਦਿਨ ਸ਼ੀਰਾ ਘਰ ਆਇਆ ਤਾਂ ਮਾਤਾ ਜੀ ਬੋਲੇ, "ਬਿਸ਼ਨੋ ਪੁੱਤ, ਸ਼ੀਰੇ ਨੂੰ ਰੋਟੀ-ਰਾਟੀ ਖੁਆ ਦੇਈਂ...ਜ਼ਰਾ ਚੱਜ ਨਾਲ਼....ਮੈਂ ਸ਼ੀਲਾ ਬਾਮ੍ਹਣੀ ਵੱਲ ਚੱਲੀ ਹਾਂ। ਰਤਾ ਕੁ ਕੰਮ ਹੈ," ਤੇ ਘਰੋਂ ਚਲੇ ਗਏ। ਮੈਂ ਰਸੋਈ 'ਚ ਸਬਜ਼ੀ ਗਰਮ ਕਰਦੀ ਸੋਚ ਰਹੀ ਸਾਂ ਕਿ 'ਜ਼ਰਾ ਚੱਜ ਨਾਲ਼' ਦੇ ਕੀ ਅਰਥ ਨੇ? ਕੀ ਸ਼ੀਰਾ ਨਵਾਂ ਪਰਾਹੁਣਾ ਆਇਆ ਏ? ਮਾਤਾ ਜੀ ਨੂੰ ਸ਼ੀਲਾ ਦੇ ਘਰ ਕੀ ਕੰਮ ਪੈ ਗਿਆ ਏ? ਅਜੇ ਇਹ ਸਵਾਲ ਮਨ ਅੰਦਰ ਉੱਠ ਹੀ ਰਹੇ ਸਨ ਕਿ ਸ਼ੀਰਾ ਤੁਰਦਾ ਹੋਇਆ ਬੋਲਿਆ, "ਭਾਬੀ ਮੈਂ ਦਸ ਕੁ ਮਿੰਟ 'ਚ ਆਇਆ।" ਪਰ ਉਹ ਦਸ ਦਿਨ ਨਾ ਆਇਆ। ਫਿਰ ਮੈਂ ਨੋਟ ਕੀਤਾ ਕਿ ਮਾਤਾ ਜੀ ਅਜਿਹਾ ਮੌਕਾ-ਮੇਲ਼ ਪੈਦਾ ਕਰਨ ਦਾ ਕੋਈ ਮੌਕਾ ਨਾ ਖੁਝਾਉਂਦੇ। ਸ਼ਾਇਦ ਘਰਾਂ ਦੇ ਵਾਰਸ ਪੈਦਾ ਕਰਨ ਦੀ ਚਿੰਤਾ ਔਰਤਾਂ ਦੇ ਹਿੱਸੇ ਹੀ ਆਈ ਹੈ। ਉਨ੍ਹਾਂ ਦੇ ਅਜਿਹੇ ਰੁਝਾਨ ਨੇ ਮੇਰੀਆਂ ਇੱਛਾਵਾਂ ਨੂੰ ਹੋਰ ਸ਼ਹਿ ਦੇ ਦਿੱਤੀ। ਮੈਂ ਬੇਸਬਰੀ ਨਾਲ਼ ਸ਼ੀਰੇ ਨੂੰ ਉਡੀਕਦੀ ਰਹਿੰਦੀ। ਉਸ ਨੂੰ ਕਹਿਣ ਸੁਣਨ ਲਈ ਮਨ ਅੰਦਰ ਕਈ ਕੁਝ ਉੱਪਰ ਥੱਲੇ ਹੁੰਦੇ ਰਹਿਣਾ। ਪਰ ਜਦ ਉਸ ਨੇ ਆ ਜਾਣਾ ਤਾਂ ਮਾਤਾ ਜੀ ਦੇ ਘਰੋਂ ਤੁਰਨ ਸਾਰ ਹੀ ਮੇਰੇ ਸਾਹ ਫੁੱਲਣ ਲੱਗ ਪੈਣੇ, ਲੱਤਾਂ ਕੰਬਦੀਆਂ ਪ੍ਰਤੀਤ ਹੋਣੀਆਂ। ਮੈਂ ਚਾਹੁੰਣਾ ਕਿ ਸ਼ੀਰਾ ਅੱਗੇ ਵਧੇ ਤੇ ਮੈਂ ਉਸਦੀਆਂ ਬਾਹਵਾਂ 'ਚ ਢੇਰੀ ਹੋ ਜਾਵਾਂ। ਹੋ ਸਕਦੈ ਉਹ ਵੀ ਚਾਹੁੰਦਾ ਹੋਵੇ। ਸ਼ਾਇਦ ਪਹਿਲੀ ਦਿੱਤੀ ਝਿੜਕ ਉਸ ਦਾ ਰਾਹ ਰੋਕ ਲੈਂਦੀ ਹੋਵੇ। ਪਰ ਉਹ ਵਾਹ ਲੱਗਦੀ ਘਰੋਂ ਛੇਤੀ ਹੀ ਖਿਸਕ ਜਾਂਦਾ। ਮਾਤਾ ਘੰਟਾ ਘੰਟਾ ਘਰ ਨਾ ਮੁੜਦੀ। ਅਗਰ ਸ਼ੀਰਾ ਕੁਝ ਚਿਰ ਬੈਠਾ ਵੀ ਰਹਿੰਦਾ ਤਾਂ ਸਾਡੇ ਇਕੱਲੇ ਰਹਿਣ ਦੀਆਂ ਘੜੀਆਂ ਮਨਾਂ ਦੀ ਖਿੱਚੋਤਾਣ 'ਚ ਬੀਤ ਜਾਂਦੀਆਂ। ਬੱਸ ਓਪਰੀਆਂ-ਓਪਰੀਆਂ ਬੇਸਿਰ ਪੈਰ ਗੱਲਾਂ ਵਿੱਚ। ਸ਼ੀਰੇ ਦੇ ਜਾਣ ਮਗਰੋਂ ਮਨ ਨੇ ਆਪੇ ਤੇ ਖਿਝ ਜਾਣਾ ਤੇ ਸੋਚਣਾ, ਮੈਨੂੰ ਏਦਾਂ ਨਹੀਂ ਏਦਾਂ ਕਹਿਣਾ ਚਾਹੀਦਾ ਸੀ। ਉਸ ਦੀ ਇਸ ਗੱਲ ਦਾ ਆਹ ਜੁਆਬ ਦੇਣਾ ਚਾਹੀਦਾ ਸੀ। ਅਗਲੀ ਵਾਰ ਮੌਕਾ ਨਾ ਖੁੰਝਉਣ ਦਾ ਫ਼ੈਸਲਾ ਕਰਨਾ। ਪਰ ਹਰ ਵਾਰ ਬੇਬਸੀ। ਅੱਠ ਨੌਂ ਮਹੀਨੇ ਮਗਰੋਂ ਮਾਤਾ ਜੀ ਦਾ ਰਵੱਈਆ ਵੀ ਬਦਲ

ਗਿਆ। ਅਜਿਹਾ ਕਿਉਂ ? ਸ਼ਾਇਦ ਉਸ ਦੀ ਆਸ ਲਹਿ ਗਈ ਸੀ ਇੱਧਰੋਂ ਵੀ। ਇਸ ਤਰ੍ਹਾਂ ਸੋਚਦੀ ਸਾਂ ਮੈਂ ਉਦੋਂ।

–ਹਾਂ ਇੱਕ ਦਿਨ ਮੈਂ ਘਰ 'ਕੱਲੀ ਸੀ। ਇੱਕ ਜੋਤਸ਼ੀ ਲੰਘਿਆ ਦਰਾਂ ਅੱਗੋਂ ਦੀ। ਮੈਂ ਇਸ਼ਾਰੇ ਨਾਲ਼ ਉਸ ਨੂੰ ਅੰਦਰ ਬੁਲਾ ਲਿਆ। ਉਹ ਜਿਵੇਂ ਪਹਿਲਾਂ ਹੀ ਆਉਣ ਲਈ ਤਿਆਰ ਹੋਵੇ। ਉਸ ਮੇਰਾ ਹੱਥ ਦੇਖਿਆ। ਕਈ ਕੁਝ ਪੁੱਛਿਆ। ਜੰਤਰੀ ਦੇਖੀ। ਕਿੰਨਾ ਚਿਰ ਅੱਖਾਂ ਮੀਟ ਸੋਚਦਾ ਰਿਹਾ। ਫਿਰ ਬੋਲਿਆ :

"ਤੁਮ੍ਹਾਰੇ ਕਰਮੋਂ ਮੇਂ ਸੰਤਾਨ-ਸੁਖ ਤੋਂ ਲਿਖਾ ਹੈ...ਵੋਹ ਭੀ ਪੁੱਤਰ-ਸੁਖ। ....ਮਗਰ ਪੁੱਤਰ ਨਿਯੋਗ ਵਿਧਾਨ ਕੇ ਅੰਤਰਗਤ ਹੋਗਾ...ਔਰ ਸਬਸੇ ਬੜੀ ਬਾਤ ਯੇਹ ਕਿ ਇਸ ਨਿਯੋਗ ਕੇ ਲੀਏ ਪਹਿਲ ਤੁਮ ਕੋ ਹੀ ਕਰਨੀ ਹੋਗੀ....ਭਾਵ ਯਤਨ ਤੁਮ੍ਹੇ ਕਰਨਾ ਹੋਗਾ। ਪਹਿਲ ਤੁਮ ਕਰੋਗੀ ਤੋਂ ਅਵੱਸ਼ ਹੀ ਪੁੱਤਰ ਪੈਦਾ ਹੋਗਾ....ਬੁਰਾ ਨਾ ਮਾਨਨਾ....ਜੋ ਇਲਮ ਮੇਂ ਆਇਆ....ਕਹਿਨੇ ਸੇ ਰੁਕ ਨਹੀਂ ਸਕਾ...ਮੈਂ ਪਰਮਾਤਮਾ ਤੋਂ ਨਹੀਂ....ਸ਼ਮਾ ਚਾਹਤਾ ਹੂੰ।"

–ਜੋਤਸ਼ੀ ਦੀਆਂ ਗੱਲਾਂ ਨੇ ਮੇਰੇ ਮਨ ਅੰਦਰ ਊਧਮ ਮਚਾ ਦਿੱਤਾ। ਨਿਯੋਗ...ਪਹਿਲ....ਯਤਨ...ਬੁਰਾ ਨਾ ਮਾਨਨਾ...ਆਦਿ ਸ਼ਬਦਾਂ ਤੋਂ ਅੱਗੇ ਮੇਰੀ ਸੋਚ ਤੁਰਦੀ ਹੀ ਨਹੀਂ ਸੀ। ਅਖੀਰ ਮੈਂ ਫ਼ੈਸਲਾ ਕਰ ਲਿਆ ਕਿ ਜਦੋਂ ਵੀ ਸ਼ੀਰਾ ਘਰ ਆਏਗਾ ਤਾਂ ਮੈਂ ਖੁਦ ਉਸ ਨੂੰ ਫੜ ਕੇ ਅੰਦਰ ਲੈ ਜਾਵਾਂਗੀ। ਪਹਿਲੀ ਦਿੱਤੀ ਝਿੜਕ ਲਈ ਮਾਫ਼ੀ ਮੰਗ ਲਵਾਂਗੀ। ਇੱਕ ਵਾਰੀ ਤਾਂ ਹਾਲਤ ਇਹ ਹੋ ਗਈ ਸੀ ਕਿ ਮੈਂ ਚਾਹਿਆ ਸੀ ਕਿ ਕੋਈ ਓਪਰਾ ਮਰਦ ਹੀ ਘਰ ਆ ਜਾਵੇ ਤਾਂ ਮੈਂ ਉਸ ਅੱਗੇ ਹੀ ਝੋਲ਼ੀ ਅੱਡ ਦਿਆਂਗੀ। ਸੁੱਤੇ-ਸਿੱਧੇ ਹੀ ਉਸ ਦਿਨ ਮੇਰੇ ਕੋਲ਼ੋਂ ਦਰਾਂ ਤੋਂ ਬਾਹਰ ਆ ਕੇ ਗਲ਼ੀ 'ਚ ਕਈ ਵਾਰ ਝਾਤੀ ਮਾਰੀ ਗਈ। ਖ਼ੈਰ, ਮੈਂ ਸ਼ੀਰੇ ਦੀ ਉਡੀਕ ਬੜੀ ਬੇਸਬਰੀ ਨਾਲ਼ ਕਰਨ ਲੱਗੀ। ਮਾਤਾ ਜੀ ਨੂੰ ਘਰੋਂ ਬਾਹਰ ਭੇਜਣ ਦੇ ਬਹਾਨੇ ਵੀ ਸੋਚ ਰੱਖੇ ਸਨ। ਪਰ ਉਹ ਨਾ ਆਇਆ। ਦੂਜੇ ਦਿਨ ਵੀ ਨਾ। ਤੀਜੇ ਦਿਨ ਮੈਂ ਤੁਹਾਡੇ ਨਾਲ਼ ਸ਼ਹਿਰ ਗਈ ਸਾਂ। ਉੱਥੇ ਸ਼ੀਰਾ ਮਿਲ਼ ਪਿਆ ਸੀ। ਉਹ ਤੇ ਉਹੀ ਜੋਤਸ਼ੀ ਇੱਕ ਨੁੱਕਰੇ ਖੜ੍ਹੇ ਗੱਲਾਂ ਕਰ ਰਹੇ ਸਨ। ਪੰਡਤ ਉਸ ਨੂੰ ਹੱਥ ਦੇ ਇਸ਼ਾਰੇ ਕਰ ਕਰ ਤਸੱਲੀਆਂ ਦੇ ਰਿਹਾ ਸੀ। ਸ਼ੀਰਾ ਉਸ ਨੂੰ ਕੁਝ ਪੈਸੇ ਫੜਾ ਹੀ ਰਿਹਾ ਸੀ ਕਿ ਆਪਾਂ ਸਿਰ 'ਤੇ ਜਾ ਖੜ੍ਹੇ ਹੋਏ। ਉਹ ਦੋਵੇਂ ਹੀ ਠੰਠਬਰ ਗਏ ਸਨ। ਤੁਸੀਂ ਉਨ੍ਹਾਂ ਦੇ ਠਠੰਬਰਨ ਦਾ ਕਾਰਨ ਨਹੀਂ ਸੀ ਸਮਝੇ। ਮੈਂ ਸਮਝ ਗਈ ਸੀ। ਮੈਂ ਨਫ਼ਰਤ ਨਾਲ਼ ਭਰ ਗਈ ਸਾਂ। ਮੈਂ ਪਾਸੇ ਨੂੰ ਮੂੰਹ ਕਰਕੇ ਥੁੱਕ ਦਿੱਤਾ। ਭਾਵੇਂ ਆਪਣੀ ਬੇਬਸੀ ਦੇ ਕਾਰਨ ਮੇਰੀ ਇਹ ਹਰਕਤ ਵੀ ਪਛਤਾਵੇ ਵਿੱਚ ਬਦਲ ਗਈ ਸੀ, ਕੁੱਝ ਦਿਨਾਂ ਬਾਅਦ।

"ਬਿਸ਼ਨੀਏ! ਕੀ ਸੋਚਦੀ ਪਈ ਐ ? ਕੁਝ ਖਾ ਪੀ ਲਈਏ। ਰੋਟੀ ਛੱਡਿਆਂ ਤਾਂ ਕੁਝ ਨਹੀ ਬਣਨਾ।" ਮੇਰੇ ਕੋਲ਼ੋਂ ਬੋਲਿਆ ਗਿਆ ਏ।

"ਅਮਰਤ ਦੇ ਭਾਪਾ! ਸੋਚਣਾ-ਸਾਚਣਾ ਕੀ ਆ...ਬੀਤਿਆ ਵੇਲਾ ਨੀ 'ਥਿਆਉਂਦਾ। ਅਸਲ 'ਚ ਤੇਰੀ ਦੋਸ਼ਣ ਮੈਂ ਹੀ ਹਾਂ। ਤੂੰ ਤਾਂ ਬਥੇਰਾ ਕਿਹਾ ਸੀ ਰਿਸ਼ਤੇਦਾਰੀ 'ਚੋਂ ਕੁੜੀ ਗੋਦ ਲੈਣ ਲਈ। ਪਰ ਮੈਂ ਹੀ ਨੀਂ ਸੀ ਮੰਨੀ। ਮੈਂ ਵੀ ਕੀ

ਕਰਦੀ? ਲੋਕਾਂ ਦੇ ਬੋਲਾਂ ਨੇ ਮੇਰਾ ਸੀਨਾ ਛਲਣੀ ਕਰ ਛੱਡਿਆ ਸੀ। ਪਤਾ ਈ ਵੱਡੇ ਵਿਹੜੇ ਵਾਲ਼ੀ ਧੰਨ ਕੁਰ ਕੀ ਆਂਹਦੀ ਸੀ ਇੱਕ ਵਾਰੀ ਗੁਰਦੁਆਰੇ ਬੈਠੀ। ਇੱਕ ਸੰਗਰਾਂਦ ਨੂੰ। ਚਿੰਤੀ ਨਾਲ਼ ਗੱਲਾਂ ਕਰਦੀ ਸੀ। ਮੈਂ ਥਮਲੇ ਦੇ ਦੂਜੇ ਪਾਸੇ ਬੈਠੀ ਸੀ। ਅਖੇ 'ਵਪਾਰੀਆਂ ਦੇ ਬੁੜ੍ਹੇ ਚਾਰ ਪੁਸ਼ਤਾਂ ਜੋੜਦੇ ਰਹੇ। ਹੁਣ ਔਂਤੀ 'ਚ ਰੁੜ੍ਹੂ ਸੱਭੋ ਕੁਝ। ਸ਼ਰੀਕ ਰੱਸੀਆਂ ਸੁੱਟ ਮਿਣਨਗੇ ਔਂਤਰਿਆਂ ਦੇ ਥਾਂ। ਜੁਆਲੇ ਨੂੰ ਹੋਰ ਵਿਆਹ ਕਰਵਾ ਲੈਣਾ ਚਾਹੀਦਾ ਏ। ਤੇ ਮੈਂ ਵੀ ਗੁਰਦੁਆਰੇ ਹੀ ਕਸਮ ਖਾ ਲਈ ਸੀ। ਤੂੰ ਤਾਂ ਮੇਰੀ ਜ਼ਿੱਦ ਹੀ ਪੁਗਾਈ। ਮੈਨੂੰ ਇੱਕ ਪੁੱਤਰ ਦੀ ਮਾਂ ਬਣਾ ਦਿੱਤਾ। ਜੱਗ ਦਾ ਮੂੰਹ ਬੰਦ ਕਰ ਦਿੱਤਾ। ਮੇਰੇ ਮੱਥੇ ਲੱਗਾ ਬਾਂਝਪਣ ਦਾ ਕਲੰਕ ਪੂੰਝ ਸੁਟਿਆ। ਪਰ ਹੁਣ ਜਦੋਂ ਦਾ ਇਸ ਦੀਆਂ ਹਰਕਤਾਂ ਨਾਲ਼ ਬਿਗਾਨੇਪਣ ਦਾ ਅਹਿਸਾਸ ਹੋਣ ਲੱਗਾ ਏ ਜਿਵੇਂ....।"

ਬਾਹਰ ਸਫ਼ਾਰੀ ਆਣ ਕੇ ਰੁਕੀ ਹੈ। ਬਿਸ਼ਨੀ ਦੇ ਮੂੰਹ 'ਚ 'ਜਿਵੇਂ' ਹੀ ਰਹਿ ਗਿਆ ਹੈ। ਅਮਰਤ ਹਾਲ ਹਾਲ ਕਰਦਾ ਆਇਆ ਏ। ਉਹ ਸਿੱਧਾ ਆਪਣੇ ਕਮਰੇ 'ਚ ਚਲਾ ਗਿਆ ਹੈ। ਜਿਵੇਂ ਕੁਝ ਭੁੱਲ ਗਿਆ ਹੋਵੇ।

ਮੈਨੂੰ ਡਰ ਲੱਗਣ ਲੱਗ ਪਿਆ ਏ।

ਮੇਰਾ ਮਨ ਕਾਹਲ਼ਾ ਪਈ ਜਾ ਰਿਹਾ ਏ। ਮੈਂ ਚਾਹੁੰਦਾ ਹਾਂ ਕਿ ਅਮਰਤ ਚਲਾ ਜਾਵੇ। ਪਰ ਲੱਗਦੈ ਇਹ ਹੁਣ ਸਾਡੇ ਸਾਹਮਣੇ ਆ ਖੜ੍ਹੇਗਾ ਤੇ ਪੁੱਛੇਗਾ, 'ਡੈਡ, ਉਹ ਕੌਣ ਸਨ ਜਿਨ੍ਹਾਂ ਤੋਂ ਤੁਸੀਂ ਮੈਨੂੰ ਮੁੱਲ ਲਿਆ ਸੀ? ਕੀ ਉਹ ਗ਼ਰੀਬ ਸਨ? ਜਾਂ ਫਿਰ ਕੁਆਰੀ ਮਾਂ ਸੀ? ਪਿੰਡ ਦੇ ਲੋਕ ਅਜਿਹੀਆਂ ਗੱਲਾਂ ਕਰਦੇ ਨੇ। ਦੱਸੋ... ਦੱਸੋ, ਮੇਰਾ ਕੀ ਮੁੱਲ ਲੱਗਾ ਸੀ? ਦਲਾਲ ਕੌਣ ਸੀ? ਮੈਂ ਸਭ ਕੁਝ ਜਾਨਣਾ ਚਾਹੁੰਦਾ ਹਾਂ। ਉਨ੍ਹਾਂ ਨੂੰ ਭਾਲਣਾ ਚਾਹੁੰਦਾ ਹਾਂ। ਸੱਚੋ ਸੱਚ ਦੱਸੋ ਛੇ......ਤੀ.....ਈਂ।'

ਮੇਰਾ ਦਿਮਾਗ਼ ਸੁੰਨ ਹੋਣ ਲੱਗ ਪਿਆ ਏ।

ਚੱਕਰਵਿਊ

ਮਨ ਨੀ ਮੰਨਿਆ ਘਰ ਜਾਣ ਨੂੰ। ਜਿਪਸੀ ਬਾਹਰਲੀ ਫਿਰਨੀ ਤੋਂ ਸੂਏ ਵੱਲ ਨੂੰ ਮੋੜੀ ਗਈ ਏ। ਸੂਏ ਤੋਂ ਪਾਰ ਵਾਲ਼ੀ ਮੋਟਰ ਤੇ ਜਾਣ ਲਈ। 'ਸੱਤੂ ਪੰਜਾ ਪੈਂਤੀ- ਅੱਠੂ ਪੰਜਾ ਚਾਲ਼ੀ-ਨੌਂ ਹੋਵੇ ਤਾਂ ਪੰਤਾਲ਼ੀ' ਦਾ ਚੱਕਰ ਮਨ ਅੰਦਰ ਚਲ ਪਿਆ ਏ। ਸੂਆ ਆ ਗਿਆ ਹੈ। ਜਿਪਸੀ ਹੌਲ਼ੀ ਹੋ ਗਈ ਹੈ। 'ਚੱਲ ਸ਼ਾਰਟ' ਕੱਟ ਮੂੰਹੋਂ ਨਿਕਲ਼ਿਆ ਹੈ।

'ਸ਼ਾਰਟ ਕੱਟ' ਦਾ ਮਤਲਬ ਖੇਤ ਕੁ ਖੱਬੇ ਨੂੰ ਮੁੜ ਕੇ ਬਾਰਾਂ-ਤੇਰਾਂ ਸਾਲ ਤੋਂ ਸੁੱਕੇ ਪਏ ਸੂਏ 'ਚ ਬਣੇ ਘਾਟ 'ਚੀਂ ਲੰਘਣਾ। ਜਿਸਦਾ ਅੱਗੇ ਮਤਲਬ ਤਿੰਨ-ਚਾਰ ਮਿੰਟ 'ਚ ਬੰਬੀ ਤੇ ਪਹੁੰਚ ਜਾਣਾ। ਇਸ ਦੇ ਉਲਟ ਸੱਜੇ ਹੱਥ ਕਿਲੋ ਕੁ ਮੀਟਰ ਤੇ ਪੈਂਦੀ ਪੁਲ਼ੀ ਰਾਹੀਂ ਘੁੰਮ ਕੇ ਆਉਣ ਨਾਲ਼ ਦਸ-ਗਿਆਰਾਂ ਮਿੰਟ।

ਸੂਏ ਦੀ ਚੜ੍ਹਾਈ ਸਮੇਂ ਜਿਪਸੀ ਹੁਝਕਾ ਮਾਰ ਕੇ ਬੰਦ ਹੋ ਗਈ ਹੈ।

"ਹੈ ਤੇਰੀ ਭੈਣ ਨੂੰ ਹੁਣ ਤੈਨੂੰ ਕੀ ਸੱਪ ਸੁੰਘ ਗਿਆ?" ਮੂੰਹੋਂ ਗਾਲ਼ ਨਿਕਲ਼ੀ ਏ। ਇੱਧਰ ਉੱਧਰ ਹੱਥ ਮਾਰਨ ਨਾਲ਼ ਆਪਣੀ ਗਲਤੀ ਰੜਕੀ ਹੈ। ਚੜ੍ਹਾਈ ਸਮੇਂ ਵੀ ਟਾਪ ਗੇਅਰ ਹੀ ਰਹਿ ਗਿਆ ਸੀ।

ਪਹਿਲਾ ਗੇਅਰ ਪਾ- ਫੁੱਲ ਰੇਸ ਦਿੰਦੇ ਸਾਰ ਹੀ ਕਲੱਚ ਛੱਡ ਦਿੱਤਾ ਹੈ। ਟੈਰਾਂ ਨੇ ਧੂੜ ਪੁੱਟ ਦਿੱਤੀ ਹੈ। ਜੇਤੂ ਅਹਿਸਾਸ ਜਾਗਿਆ ਹੈ। ਬੰਬੀ ਤੱਕ ਪਹੁੰਚਦੇ ਨੇ ਇੱਕ ਤੋਂ ਬਾਅਦ ਇੱਕ ਗੇਅਰ ਪਾਇਆ ਹੈ।

ਮੋਟਰ ਤੇ ਪਹੁੰਚ ਗਿਆ ਹਾਂ। ਜਿਪਸੀ ਬੰਦ ਕੀਤੀ ਹੈ। ਉੱਧਰ ਮੋਟਰ ਤੇ ਜਗਦੀ ਬੱਤੀ ਵੀ ਬੰਦ ਹੋ ਗਈ ਹੈ। ਕਾਹਲ਼ੇ ਪੈਰੀਂ ਮੋਟਰ ਦੇ ਪਾਇਪ 'ਚੋਂ ਚੋ ਰਹੇ ਪਾਣੀ ਦੀਆਂ ਦੋ ਕੁ ਚੂਲ਼ੀਆਂ ਪੀਤੀਆਂ ਹਨ।

ਮਨ ਬਿਜਲੀ ਵਾਲ਼ਿਆਂ ਦੀ ਪ੍ਰਸੰਸਾ ਕਰਨ ਲੱਗ ਪਿਆ।

-ਹੁਣ ਤਾਂ ਮਾਂ ਆਪਣੀ ਨੂੰ ਛੱਡ ਦਿਆ ਕਰੋ। ਚੌਵੀ ਘੰਟਿਆਂ 'ਚੋਂ ਤਿੰਨ ਘੰਟੇ ਦੇਣੀ ਤੇ ਓਦੇ 'ਚ ਵੀ ਤੇਰਾਂ ਕੱਟ। ਆ ਹੁਣ ਨੌਂ ਵਜੇ ਛੱਡੀ ਹੋਣੀ ਆ। ਘੰਟੇ ਬਾਦ ਹੀ ਬੰਦ। ਖਰਿਆ ਪਹਿਲਾਂ ਵੀ ਦੋ ਚਾਰ ਵਾਰ ਬੰਦ ਹੋ ਚੁੱਕੀ ਹੋਵੇ। ਕਮਾਦ ਦਾ ਕਿਆਰਾ ਅੱਧਾ ਨੀ ਹੋਇਆ ਹੋਣਾ। ਅਖੇ ਦਸ ਜੂਨ ਤੋਂ ਅੱਠ ਘੰਟੇ ਦਿਆ ਕਰਾਂਗੇ। ਨਿਰਵਿਘਨ, ਝੋਨੇ ਲਈ। ਨਾ ਹੁਣ ਤੁਹਾਡੀ ਮਾਂ ਕਮਾਦੀ ਕੀਹਦੇ ਨਾਲ਼ ਸਿੰਜੀਏ? ਪੱਠੇ ਕਾਹਦੇ ਨਾਲ਼ ਸਿੰਜੀਏ? ਮਹਿੰਗੇ ਭਾਅ ਦਾ ਜੰਤਰ ਦਾ ਬੀ ਲਿਆ ਕੇ ਰੱਖਿਆ ਪਿਆ-ਰੌਣੀ ਨੀ ਹੁੰਦੀ ਤਾਂ ਉਹ ਕਿੱਦਾ ਬੀਜੀਏ? ਆ ਜੋ ਦੋ ਤਿੰਨ ਘੰਟੇ ਦੇਣੀ ਓਦ੍ਹਾ ਵੀ ਪੱਕਾ ਟੈਮ ਨੀ। ਚੜ੍ਹੇ ਅਪਰੈਲ ਦਾ ਇਹੀ ਹਾਲ ਹੈ। ਅਖੇ ਸਰਕਾਰ ਕਿਸਾਨ ਪੱਖੀ

ਏ। ਬਿਜਲੀ-ਪਾਣੀ ਮੁਫ਼ਤ। ਧਗੜਿਓ ਕੌਣ ਮੰਗਦਾ ਮੁਫ਼ਤ? ਦੇਵੋਂ ਤਾਂ ਸਹੀ। ਸਭ ਇੱਕ ਦੂਜੇ ਦੇ ਸਾਲ਼ੇ ਨੇ... ਪਖੰਡੀ... ਉੱਲੂ ਬਣਾਉਂਦੇ ਆ ਸਾਨੂੰ, ਸਟੇਜਾਂ ਤੇ ਚੜ੍ਹਕੇ ਹੀ ਟਰਰ-ਟਰਰ ਕਰਨ ਜੋਗੇ ਨੇ।

ਟਰਰ ਟਰਰ ਫ਼ੂਨ 'ਚ ਵੀ ਹੋਈ ਐ। ਘਰੋਂ ਫ਼ੂਨ ਏ। ਬੀਬੋ ਬੇਟੀ ਦਾ।

"ਹਾਂ ਹਾਂ ਬੇਟੇ ਨਹੀਂ ਆ ਸਕਾਂਗਾ, ਹੁਣ ਮੈਂ ਸਵੇਰੇ ਆਵਾਂਗਾ। ਤੇਰੇ ਮੱਖਣ ਅੰਕਲ ਕੋਲ਼ ਰਹਿ ਲਵਾਂਗਾ। ਉਸ ਨਾਲ਼ ਜ਼ਰੂਰੀ ਕੰਮ ਏ। ਅਜੇ ਜਿਪਸੀ ਹੁਣੇ ਹੀ ਠੀਕ ਹੋਈ ਆ।" ਮੈਂ ਬੀਬੋ ਦੇ ਸਵਾਲ ਦੇ ਜਵਾਬ 'ਚ ਝੂਠ ਬੋਲਿਆ ਹੈ।

ਮੱਖਣ ਦੇ ਨਾਂ ਨਾਲ਼ ਕਚਿਆਣ ਜਿਹੀ ਆਈ ਹੈ।

ਚਾਰੇ ਪਾਸੇ ਨ੍ਹੇਰਾ ਹੀ ਨ੍ਹੇਰਾ ਹੈ। ਮੈਨੂੰ ਆਪਣੀ ਮੋਟਰ ਤੇ ਹੀ ਭੈਅ ਜਿਹਾ ਆਇਆ ਹੈ।

ਨ੍ਹੇਰੇ 'ਚ ਹੀ ਪੌੜੀ ਚੜ੍ਹ ਆਇਆ ਹਾਂ। ਇਸ ਆਸ ਨਾਲ਼ ਕਿ ਬੱਤੀ ਆ ਜਾਵੇਗੀ। ਬਟੂਏ 'ਚੋਂ ਚਾਬੀ ਕੱਢ ਚੁਬਾਰੇ ਦਾ ਜਿੰਦਾ ਖੋਲ੍ਹਣ ਲੱਗਾ ਹਾਂ। ਪਰ ਚਾਬੀ ਛੇਕ 'ਚ ਪੈ ਹੀ ਨਹੀਂ ਰਹੀ। ਚਾਬੀ ਫੜ ਹੱਥਾਂ 'ਚ ਟੋਹੀ ਹੈ। ਲਗਦੀ ਤਾਂ ਸਹੀ ਹੈ। ਮੋਬਾਇਲ ਦੀ ਲਾਇਟ ਕੀਤੀ ਹੈ। ਚਾਬੀ ਜੰਦਰੇ 'ਚ ਜਾ ਵੜੀ ਹੈ। ਪਰ ਇਹ ਘੁੰਮਣੋਂ ਨਾਬਰ ਹੈ। ਜੰਦਾ ਖੁਲ੍ਹਣੋ ਨਾਬਰ ਹੈ।

ਇਸ ਨੂੰ ਜੰਗਾਲ ਲੱਗ ਗਿਆ ਹੋਊ? ਜਾਂ ਫਿਰ ਕਿਸੇ ਓਪਰੇ ਬੰਦੇ ਨੇ ਛੇੜ ਛਾੜ ਕੀਤੀ ਹੋਓ? ਮਨ 'ਚ ਤਰ੍ਹਾਂ-ਤਰ੍ਹਾਂ ਦੇ ਸਵਾਲ ਉੱਠਣ ਲੱਗ ਪਏ ਹਨ।

ਇੱਕ ਵਾਰ ਫਿਰ ਟਰਾਈ ਲਈ ਹੈ। ਇਹ ਖੁੱਲ੍ਹਾ ਨਹੀਂ। ਮਨ ਖਿਝ ਗਿਆ ਹੈ।

"ਚੱਲ ਭੈਣ ਮਰਾ ਤੇਰਾ ਕੀ ਫੈਦਾ?" ਆਖਦਿਆਂ ਚਾਬੀ ਖੇਤ 'ਚ ਵਗਾਹ ਮਾਰੀ ਹੈ।

ਥੱਲੇ ਉੱਤਰ ਆਇਆ ਹਾਂ। ਮੋਬਾਇਲ ਤੇ ਟੈਮ ਦੇਖਿਆ ਹੈ। ਦਸ ਵਜ ਕੇ ਦਸ ਮਿੰਟ ਹੋਏ ਨੇ। ਜਿਪਸੀ ਦੀ ਬਾਰੀ ਨਾਲ਼ ਸਿਰ ਲੱਗ ਗਿਆ ਹੈ।

-ਕੀ ਹੁਣ ਘਰ ਨੂੰ ਜਾਮਾਂ? ਪਰ ਹੁਣੇ ਤਾਂ ਸਵੇਰੇ ਆਉਣ ਲਈ ਕਿਹਾ ਹੈ। ਉੱਦਾ ਘਰ ਜਾਣ ਨੂੰ ਦਿਲ ਵੀ ਨੀਂ ਕਰਦਾ। ਮੈਨੂੰ ਕੋਈ ਸਮਝ ਨੀ ਆ ਰਹੀ। ਹੱਥਾਂ ਪੈਰਾਂ ਤੇ ਮੱਛਰ ਲੜਨ ਲੱਗ ਪਿਆ ਏ।

ਅੱਜ ਦਸ ਮਈ ਏ। ਦਸ ਦਿਨਾਂ ਤੋਂ ਹੀ ਲੂਹਾ ਪੈ ਰਿਹਾ ਹੈ। ਪਰ ਇਹ ਮੱਛਰ ਨੀ ਮਰਿਆ। ਛੋਟੇ ਹੁੰਦਿਆਂ ਇਹ ਇਨ੍ਹੀ ਦਿਨੀਂ ਕਿਤੇ ਲੱਜਦਾ ਵੀ ਨੀ ਸੀ ਹੁੰਦਾ।

'ਹੁਣ ਕੁਲਤਾਰ ਸਿਹਾਂ ਕਿੱਧਰ ਜਾਣਾ?' ਮਨ ਆਪੇ ਨੂੰ ਸੰਬੋਧਨ ਹੋਇਆ ਹੈ।

ਹੱਥ ਇੱਕ ਦਮ ਹਰਕਤ 'ਚ ਆ ਗਏ ਹਨ। ਟੂਲ ਬਾਕਸ 'ਚੋਂ ਹਥੌੜਾ ਕੱਢ ਲਿਆ ਹੈ। ਹੱਲੇ ਨਾਲ਼ ਪੌੜੀ ਚੜ੍ਹ ਆਇਆ ਹਾਂ।

ਬੱਤੀ ਵੀ ਆ ਗਈ ਹੈ। ਦੋ ਸੌ ਵਾਟ ਦੇ ਬਲਬ ਨਾਲ਼ ਚਾਰੇ ਪਾਸੇ ਚਾਨਣ ਹੋ ਗਿਆ ਹੈ।

'ਹੁਣ ਵੀ ਨਾ ਖੁੱਲ੍ਹੀਂ ਭੈਣ...।' ਮੈਂ ਜੰਦੇ ਨੂੰ ਲਲਕਾਰਿਆ ਹੈ।

ਦੋ ਤਿੰਨ ਭਰਮੇਂ ਵਾਰਾਂ ਨਾਲ਼ ਇਹ ਔਹ ਗਿਆ ਹੈ। ਖਾੜ੍ਹ ਖਾੜ੍ਹ ਦੀ ਕੁਵੇਲੇ ਆਈ ਅਵਾਜ਼ ਨਾਲ਼ ਚੁਬਾਰੇ ਨਾਲ਼ ਛੂੰਹਦੀ ਡੇਕ ਤੋਂ ਕੁਝ ਪੰਛੀ ਉੱਡ ਨੇਰ੍ਹੇ 'ਚ ਗੁਆਚ ਗਏ ਹਨ।

ਅੰਦਰ ਬੱਤੀ ਜਗਾਈ ਹੈ। ਸਭ ਕੁਝ ਮਿੱਟੀ ਨਾਲ਼ ਭਰਿਆ ਪਿਆ ਹੈ। ਮੋਟੀ ਮੋਟੀ ਝਾੜ ਪੂੰਝ ਕੀਤੀ ਹੈ। ਅਲਮਾਰੀ ਖੋਲ੍ਹੀ ਹੈ। ਆਰ.ਸੀ.ਦੀ ਬੋਤਲ ਕੱਢ ਮੇਜ਼ ਉਤੇ ਟਿਕਾਅ ਲਈ ਹੈ। ਜੱਗ ਚੁੱਕ ਪੌੜੀ ਉੱਤਰ ਆਇਆ ਹਾਂ। ਚਲਦੀ ਮੋਟਰ ਤੋਂ ਪਾਣੀ ਭਰ ਲਿਆ ਹੈ। ਜਿਪਸੀ 'ਚੋਂ ਚਿਕਨ ਚਿੱਲੀ ਵਾਲ਼ੀ ਪੈਕਿੰਗ ਚੁੱਕ ਤੁਰ ਪਿਆ ਹਾਂ। ਕੁਝ ਯਾਦ ਆਇਆ ਹੈ। ਜਿਪਸੀ ਕੋਲ਼ ਫਿਰ ਪਹੁੰਚ ਗਿਆ ਹਾਂ। ਪੋਤੇ ਪਪਲਪ੍ਰੀਤ ਲਈ ਲਿਆਂਦੀ ਬਰਫ਼ੀ ਵਾਲ਼ਾ ਡੱਬਾ ਵੀ ਚੁੱਕ ਲਿਆ ਹੈ। ਇਸ ਖਿਆਲ ਨਾਲ਼ ਕਿ ਕੋਈ ਕੁੱਤਾ ਖਿਚ ਧੂਹ ਨਾ ਕਰੇ। ਘੀਏ, ਭਿੰਡੀ ਤੋਰੀ, ਕਰੇਲੇ ਅਤੇ ਅੰਬਾਂ ਵਾਲ਼ੇ ਲਿਫਾਫੇ ਪਏ ਰਹਿਣ ਦਿੱਤੇ ਨੇ।

ਪੈੱਗ ਪਾ ਕੇ ਪਾਣੀ ਪਾਉਣ ਲੱਗਾ ਹਾਂ। ਨਜ਼ਰ ਸਾਹਮਣੇ ਖੂੰਜੇ ਪਈ ਛੋਟੀ ਫਰਿਜ ਤੇ ਚਲੇ ਗਈ ਹੈ। ਇਹ ਕਈ ਸਾਲਾਂ ਤੋਂ ਖਰਾਬ ਪਈ ਹੈ। ਇਸ ਦੇ ਹੈਂਡਲ ਨਾਲ਼ ਲੰਮਾ ਸਾਰਾ ਜਾਲ਼ਾ ਲਟਕ ਰਿਹਾ ਹੈ। ਮੈਨੂੰ ਝੁਣ-ਝੁਣੀ ਜਿਹੀ ਆਈ.ਹੈ। ਜਾਲ਼ਾ ਆਪਣੀ ਹਿੱਕ ਤੇ ਲਟਕਦਾ ਮਹਿਸੂਸ ਹੋ ਰਿਹਾ ਹੈ। ਖੱਬਾ ਹੱਥ ਕਾਹਲੀ ਨਾਲ਼ ਹਿੱਕ ਤੇ ਫਿਰਿਆ ਹੈ। ਝੱਟ ਦੇਣੀ ਪੈੱਗ ਅੰਦਰ ਸੁੱਟ ਲਿਆ ਹੈ। ਇਹ ਬਿਨਾਂ ਪਾਣੀ ਤੋਂ ਹੀ ਸੀ। ਸੰਘ 'ਚ ਚੀਰ ਜਿਹਾ ਪਿਆ ਏ। ਜੱਗ ਨੂੰ ਮੂੰਹ ਲਾ ਕੇ ਹੀ ਪਾਣੀ ਪੀ ਲਿਆ ਹੈ।

ਨਜ਼ਰ ਫਿਰ ਫਰਿਜ ਤੇ ਗਈ ਏ।

ਪ੍ਰੀਤੀ ਦੀ ਯਾਦ ਆ ਗਈ ਹੈ।

'ਪ੍ਰੀਤੀ ਤੂੰ ਵੀ ਕੰਪਨੀ ਦੇ ਫੱਟੇ ਵਾਂਗ ਗੈਬ ਹੋ ਗੀ। ਸੁਹਰੀਏ ਨਾ ਕਦੇ ਖੱਤ-ਪੱਤਰ ਨਾ ਕਦੇ ਫੂਨ ਸ਼ੂਨ... ਦਾਅਵੇ ਤਾਂ ਉਮਰਾਂ ਤੋਂ ਵੀ ਵੱਡੇ ਕਰਦੀ ਸੈਂ।' ਮੇਰੇ ਅੰਦਰੋਂ ਇੱਕ ਹੂਕ ਜਿਹੀ ਉੱਠੀ ਹੈ।

ਪ੍ਰੀਤੀ ਸ਼ਹਿਰ ਵਿੱਚ ਨਵੀਂ ਖੁੱਲ੍ਹੀ ਫਾਈਨੈਂਸ ਕੰਪਨੀ ਦੀ ਕਾਰਕੁੰਨ ਸੀ। ਮੇਰੀ ਹੋ ਬੈਠੀ ਸੀ। ਦੂਸਰੀ ਰਾਤ ਇਸ ਚੁਬਾਰੇ 'ਚ ਕੱਟਣ ਆਈ ਨੇ ਆਖ ਦਿੱਤਾ ਸੀ:

"ਦੇਖੋ ਕੁਲਤਾਰ ਜੀ ਮੇਰੇ ਅਗਲੇ ਗੇੜੇ ਤੋਂ ਪਹਿਲਾਂ ਇੱਥੇ ਇੱਕ ਫਰਿਜ ਹੋਣੀ ਚਾਹੀਦੀ ਏ। ਭਾਵੇਂ ਛੋਟੀ ਹੀ ਹੋਵੇ। ਨਹੀਂ ਪੀਤਾ ਜਾਂਦਾ ਹੋਬਲੂ ਜਿਹਾ ਪਾਣੀ। ਪੱਖੇ ਦੀ ਥਾਂ ਜੇ ਛੋਟ ਜਿਹਾ ਕੂਲਰ ਹੋ ਜਾਵੇ। ਮਜਾ ਆ ਜਾਵੇਗਾ।"

ਅਗਲੇ ਗੇੜੇ ਚੁਬਾਰੇ ਵਿੱਚ ਦੋਏ ਚੀਜ਼ਾਂ ਪਈਆਂ ਦੇਖ ਹੈਰਾਨੀ 'ਚ ਬੋਲੀ ਸੀ:

"ਓ ਮਾਈ ਗਾਡ-ਕੀਤੀ ਨਾ ਮਰਦਾਂ ਵਾਲ਼ੀ ਗੱਲ"

ਕੂਲਰ ਚਲਾ ਮੂਹਰੇ ਅੱਖਾਂ ਬੰਦ ਕਰ ਬੈਠ ਗਈ ਸੀ। ਕਮੀਜ਼ ਦਾ ਗਲ਼ਾ ਥੱਲੇ ਨੂੰ ਖਿਚ ਹਿੱਕ ਨੂੰ ਹਵਾ ਲਵਾਉਂਦੀ ਹੋਈ ਸਿਰ ਇੱਧਰ ਉੱਧਰ ਹਿਲਾਉਂਦੀ ਹੋਈ ਆਖ ਰਹੀ ਸੀ:

"ਕਿੰਨੀ ਪਿਆਰੀ ਹਵਾ ਹੈ!"

ਫਿਰ ਕੂਲਰ ਮੂਹਰੇ ਤੋਂ ਉਠ ਫਰਿਜ ਜਾ ਖੋਲ੍ਹੀ ਸੀ। ਕੋਲਡ ਡਰਿੰਕਸ, ਬੀਅਰ ਅਤੇ ਫਰੂਟ ਪਿਆ ਦੇਖ ਬੱਚਿਆਂ ਵਾਂਗ ਟੱਪੀ ਸੀ। ਬੀਅਰ ਦੀ ਬੋਤਲ ਚੁੱਕ, ਹੱਥ ਵਿੱਚ ਘੁੱਟ ਉਸ ਦੀ ਠੰਡਕ ਮਹਿਸੂਸ ਕਰਦੀ ਨੇ ਕਿਹਾ ਸੀ:

"ਅੱਜ ਆਊ ਮਜ਼ਾ।"

ਬੋਤਲ ਫਰਿਜ 'ਚ ਰੱਖ ਕੇ ਮੈਨੂੰ ਆ ਚੁੰਬੜੀ ਸੀ। ਮੈਂ ਪੂਰੇ ਜ਼ੋਰ ਨਾਲ਼ ਘੁੱਟਦੇ ਹੋਏ ਬੁੱਲਾਂ ਤੇ ਬੁੱਲ ਗੱਡ ਦਿੱਤੇ ਸਨ। ਮੰਜੇ ਵੱਲ ਝੁਕਣ ਦੀ ਮੇਰੀ ਕੋਸ਼ਿਸ਼ ਨੂੰ ਰੋਕਦੀ ਹੋਈ ਮਸਤ ਅਵਾਜ਼ 'ਚ ਬੋਲੀ ਸੀ:

"ਲਾਹ ਲਿਓ ਚਾਅ... ਜਿੰਨੇ ਲਾਹੁਣੇ ਹੋਏ... ਸਾਰੀ ਰਾਤ ਕੋਲ਼ ਹੀ ਹਾਂ... ਪਰ ਪਹਿਲਾਂ ਮੈਨੂੰ ਨਹਾ ਲੈਣ ਦਿਓ... ਬੱਸਾਂ ਦੀ ਹੁੰਮਸ ਨੇ ਬੁਰਾ ਹਾਲ ਕੀਤਾ ਹੋਇਆ ਹੈ। ਮੋਟਰ ਚਲਾਓ ਕਿਸੇ ਤਰ੍ਹਾਂ....ਅੱਜ ਦੀ ਰਾਤ ਯਾਦ ਬਣ ਜਾਣੀ ਚਾਹੀਦੀ ਹੈ।"

ਲਾਈਟ ਦੋ ਫੇਸ ਸੀ। ਮੈਂ ਕੁਨਡੈਂਸਰ ਲਾ ਕੇ ਮੋਟਰ ਚਲਾ ਦਿੱਤੀ ਸੀ।

"ਦੇਹ ਦਾ ਕੀ ਪੂੰਜਣਾ ਥੋੜ੍ਹਾ ਚਿਰ ਹੋਰ ਠੰਡੀ ਰਹੂ। ਆ ਟਾਵਲ ਤੁਸੀ ਲੈ ਹੀ ਜਾਓ। ਉੱਪਰ ਜਾ ਕੇ ਤਿਆਰੀ ਕਰੋ।" ਆਖਦੀ ਹੋਈ ਉਹ ਕੱਪੜੇ ਉਤਰਾਨ ਲੱਗ ਪਈ ਸੀ।

ਮੈਂ ਉੱਪਰ ਚੜ ਆਇਆ ਸੀ। ਭਾਵੇਂ ਥੋੜ੍ਹੀ ਥੋੜ੍ਹੀ ਮੈਂ ਸ਼ਾਮ ਤੋਂ ਪੀ ਰਿਹਾ ਸੀ ਪਰ ਉੱਪਰ ਆ ਕੇ ਬਾਕੀ ਤਿਆਰੀ ਤੋਂ ਪਹਿਲੇ ਮੈਂ ਠੋਕਵਾ ਜਿਹਾ ਪੈੱਗ ਹੋਰ ਲਾ ਲਿਆ ਸੀ।

ਉਹ ਆ ਗਈ ਸੀ। ਸੱਚ ਮੁੱਚ ਯਾਦਗਾਰੀ ਰੂਪ 'ਚ। ਸਿਰਫ਼ ਦੋ ਨਿੱਕੇ ਕੱਪੜਿਆ 'ਚ। ਬਿਨਾਂ ਪਾਣੀ ਪੂੰਝੇ। ਭਾਵੇਂ ਅਸੀਂ ਇਸ ਚੁਬਾਰੇ 'ਚ ਤੀਜੀ ਵਾਰ ਸੌਣ ਆਏ ਸੀ। ਪਰ ਇਸ ਰੂਪ 'ਚ ਮੈਂ ਉਸ ਨੂੰ ਪਹਿਲੇ ਕਦੇ ਮਹਿਸੂਸ ਹੀ ਨਹੀਂ ਸੀ ਕੀਤਾ। ਗੋਰੇ ਚਿੱਟੇ ਬਦਨ 'ਤੇ ਚਾਂਦੀ ਰੰਗ ਦੀਆਂ ਬੂੰਦਾਂ ਬਿਆਨੋਂ ਬਾਹਰ ਦਾ ਨਜ਼ਾਰਾ ਪੇਸ਼ ਕਰ ਰਹੀਆਂ ਸਨ। ਉਸ ਦੇ ਸਰੀਰ ਦੀ ਬਣਤਰ ਦੇਖ ਦੇਖ ਮੈਨੂੰ ਲੱਗੇ ਜਿਵੇਂ ਕੰਪਨੀ ਵਾਲ਼ਿਆਂ ਰੱਬ ਨੂੰ ਸਾਈ ਦੇ ਕੇ ਬਣਾਈ ਹੋਵੇ। ਅਸੀਂ ਦੋਨੋ ਚੁੱਪ ਸਾਂ। ਉਹ ਦੋਨੋਂ ਹੱਥ ਠੋਡੀ ਥੱਲੇ ਦੇ ਕੇ ਖੜੀ ਕਦੇ ਹੈਰਾਨੀ ਨਾਲ਼ ਮੇਰੇ ਵੱਲ ਦੇਖੇ ਤੇ ਕਦੀ ਬੰਦ ਕੀਤੇ ਕੂਲਰ ਵੱਲ ਕਦੇ ਟੇਬਲ ਤੇ ਪਏ ਹੋਏ ਬੀਅਰ ਦੇ ਭਰੇ ਗਲਾਸਾਂ ਵੱਲ ਤੇ ਕਦੀ ਬੈਡ ਤੇ ਸੌ ਸੌ ਦੇ ਕੋਰੇ ਨੋਟਾਂ ਦੀ ਵਿਛੀ ਚਾਦਰ ਵੱਲ।

"ਪ੍ਰੀਤੀ ਤੂੰ ਇਹ ਨਿੱਕੇ ਕੱਪੜੇ ਵੀ ਉਤਾਰਦੇ। ਫਿਰ ਪੂਰਾ ਸਰੀਰ ਫੈਲਾ ਕੇ ਬੈੱਡ 'ਤੇ ਪੈਜਾ... ਇੱਕ ਲੋਟਣੀ ਵੀ ਲੈ ਲਈ। ਜਿੰਨੇ ਨੋਟ ਤੇਰੇ ਸਰੀਰ ਨਾਲ਼ ਚੰਬੜ ਗਏ ਉਹ ਅੱਜ ਤੇਰੇ।"

"ਕਮਲ਼ੇ ਜਹੇ। ਮੈਂ ਤੁਹਾਡੇ ਪਿਆਰ ਦੀ ਖਿੱਚੀ ਚਲੀ ਔਂਦੀ ਹਾਂ ਏਥੇ। ਸਿਰਫ਼ ਪੈਸੇ ਕਰਕੇ ਨੀ। ਨਾਲ਼ੇ ਮਾਇਆ ਦੀ ਬੇਅਦਬੀ ਮੈਂ ਨੀ ਕਰ ਸਕਦੀ। ਉੱਪਰ ਲੰਮੀ ਪੈ ਕੇ। ਮੈਂ ਗਰੀਬ ਅਜਿਹਾ ਸੋਚ ਵੀ ਨੀ ਸਕਦੀ। ਤੁਸੀਂ ਪੈਸੇ ਵਾਲ਼ੇ ਲੋਕ ਇਸ ਤਰ੍ਹਾਂ ਕਰ ਸਕਦੇ ਹੋਵੋਂਗੇ।" ਉਹ ਪੈਸੇ ਇਕਠੇ ਕਰਦੀ ਲਗਾਤਾਰ ਬੋਲੀ ਜਾ ਰਹੀ ਸੀ।

"ਕੁਲਤਾਰ ਜੀ ਮੰਨਿਆ ਕਿ ਪੈਸਾ ਬਹੁਤ ਕੁਝ ਹੁੰਦਾ ਹੈ। ਪਰ ਇਹ ਸਭ

ਕੁਝ ਨੀ ਹੁੰਦਾ। ਤੇਰੇ ਵਰਗੇ ਜਿੰਦਾ ਦਿਲ ਇਨਸਾਨ ਨਾਲ਼ ਮੈਂ ਢਿੱਡੋਂ ਭੁੱਖੀ ਵੀ ਖ਼ੁਸ਼ ਰਹਿ ਸਕਦੀ ਹੈ। ਪਰ ਕੀ ਕਰਾਂ? ਇੱਕ ਤਾਂ ਤੂੰ ਬਾਲ ਬੱਚੜ ਦਾਰ ਏ। ਦੂਜਾ ਪਿੱਛੇ ਪਿੰਡ ਖੋਲ਼ੀ 'ਚ ਬੈਠੇ ਪਰਿਵਾਰ ਦੇ ਛੇ ਜੀਆਂ ਦੇ ਭੁੱਖੇ ਢਿੱਡ ਭਰਨ ਲਈ ਪੈਸਾ ਵੀ ਚਾਹੀਦਾ ਏ। ਓਨਾਂ ਦੀ ਖਾਤਿਰ ਹੀ ਏਡੀ ਦੂਰ ਇਹ ਨੌਕਰੀ ਕਰਦੀ ਹਾਂ। ਚਲੋ ਜ਼ਮੀਨ ਜੇ ਨਾ ਮਾਤਰ ਹੀ ਸਹੀ ਪਰ ਹਾਂ ਤਾਂ ਜੱਟਾਂ ਦੀ ਕੁੜੀ।

"ਇਹ ਕੰਪਨੀ ਵਾਲ਼ੇ ਬਾਰਾਂ ਸੌ ਦੇ ਕੇ ਏਦਾਂ ਸਮਝਦੇ ਹਨ ਜਿੱਦਾਂ ਏਨਾ ਦੀ ਮੁੱਲ ਲਈ ਹੋਵਾਂ। ਵੀਹ ਬੁੱਤੀਆਂ ਕਰਵਾਉਂਦੇ ਨੇ। ਉੱਪਰੋਂ ਲੋਕੀਂ! ਤੋਬਾ ਤੋਬਾ! ਜੀਦ੍ਹੇ ਕੋਲ਼ ਵੀ ਜਾਈਦਾ ਕੰਪਨੀ ਦਾ ਪ੍ਰੋਗਰਾਮ ਲੈ ਕੇ ਹਰਾਮੀ ਇੱਦਾ ਝਾਕਣਗੇ ਜਿਵੇਂ ਤਨ ਵੇਚਣ ਆਈ ਹੋਵਾਂ। ਕਈ ਤਾਂ ਸਿੱਧਾ ਹੀ ਆਖਣਗੇ। ਕੰਪਨੀ ਨੂੰ ਮਾਰ ਗੋਲ਼ੀ... ਤੂੰ ਦੱਸ ਕੀ ਲੈਣਾ? ਮੁਸਕਰਾਉਣ ਤੋਂ ਬਿਨਾਂ ਕੋਈ ਚਾਰਾ ਨੀ ਹੁੰਦਾ। ਮਜਬੂਰ ਹੁੰਦੀ ਹਾਂ।"

ਬੀਅਰ ਦੇ ਗਲਾਸਾਂ 'ਚ ਦਾਣੇ ਜਿਹੇ ਉੱਠ ਉੱਠ ਥੱਲਿਓ ਉੱਪਰ ਵੱਲ ਜਾ ਰਹੇ ਸਨ। ਜਿਵੇਂ ਰਿੱਝ ਰਹੇ ਹੋਣ। ਪ੍ਰੀਤੀ ਦਾ ਬਦਨ ਦੇਖ ਦੇਖ ਮੇਰਾ ਵੀ ਅੰਦਰ ਰਿੱਝ ਰਿਹਾ ਸੀ। ਮੇਰੇ ਸਰੀਰ 'ਚੋਂ ਸੇਕ ਨਿਕਲ਼ਣ ਲੱਗ ਪਿਆ ਸੀ। ਪ੍ਰੀਤੀ ਨੇ ਸਾਰੇ ਪੈਸੇ ਇਕਠੇ ਕਰਕੇ ਪਰਸ 'ਚ ਪਾ ਲਏ। ਉਸ ਮਸਤ ਨਿਗਾਹਾਂ ਨਾਲ਼ ਮੇਰੇ ਵਲ ਦੇਖਦੀ ਨੇ ਬਾਹਾਂ ਫੈਲਾਅ ਦਿੱਤੀਆਂ। ਮੈਂ ਉੱਠ ਕੇ ਜੱਫੀ ਪਾ ਲਈ ਸੀ। ਬੈੱਡ ਤੇ ਟੇਡਾ ਹੁੰਦਾ ਬੱਸ ਇਤਨਾ ਹੀ ਆਖ ਸਕਿਆ ਸੀ:

"ਪ੍ਰੀਤੀ ਜੇ ਕਹੇ ਤਾਂ ਖੋਲ਼ੀ ਥਾਂ ਸਵੇਰੇ ਹੀ ਮਹਿਲ ਖੜਾ ਕਰ ਦੇਵਾ।"

ਉਹ ਬੋਲਣ ਦੇ ਮੂਡ 'ਚ ਨਹੀਂ ਸੀ। ਅਸੀਂ ਇੱਕ ਦੂਜੇ 'ਚ ਗੁਆਚ ਗਏ ਸੀ। ਸਹਿਜ ਹੋ ਕੇ ਅਸੀਂ ਨਿੱਕੇ ਕੱਪੜਿਆਂ 'ਚ ਹੀ ਟੇਬਲ ਦੁਆਲ਼ੇ ਬੈਠ ਗਏ ਸੀ। ਬੀਅਰ ਦਾ ਗਲਾਸ ਟਕਰਾਉਂਦਿਆਂ ਉਸ ਬੋਲਣਾ ਸ਼ੁਰੂ ਕੀਤਾ ਸੀ:

"ਕੁਲਤਾਰ ਜੀ ਗੱਲ ਤਾਂ ਮੈਂ ਅੱਗੇ ਵੀ ਕੀਤੀ ਹੈ ਤੁਹਾਡੇ ਨਾਲ਼। ਕਈ ਵਾਰ। ਬੱਸ ਯਾਦ ਹੀ ਕਰਵਾ ਰਹੀ ਹਾਂ ਬਈ ਆਪਣੇ ਸਰੀਰਕ ਸੰਬੰਧਾਂ ਦੀ ਭਿਣਕ ਮੱਖਣ ਨੂੰ ਨੀ ਪੈਣੀ ਚਾਹੀਦੀ। ਨਹੀਂ ਤਾਂ ਉਹਦਾ ਢਿੱਡ ਦੁਖਣ ਲੱਗ ਪੈਣਾ। ਤਿੰਨ ਮਹੀਨੇ ਹੋ ਗੇ ਪੂਛ ਹਿਲਾਉਂਦੇ ਨੂੰ, ਪੈਸਾ ਇੱਕ ਨੀ ਇਨਵੈਸਟ ਕੀਤਾ। ਪਹਿਲੇ ਕਹਿੰਦਾ ਸੀ ਦੋ ਲੱਖ ਕਰਵਾਊ। ਹਰਾਮੀ ਤੇਰੇ ਵਾਲ਼ੇ ਵੀ ਆਪਣੇ ਖਾਤੇ ਗਿਣੀ ਜਾਂਦਾ। ਅਖੇ ਕੁਲਤਾਰ ਮੈਂ ਹੀ ਟਕਰਾਇਆ ਸੀ। ਇੱਕ ਤੂੰ ਸ਼ੇਰ... ਪਹਿਲੇ ਹੱਲੇ ਹੀ ਡੂਢ ਲੱਖ ਕਰਵਾ ਦਿੱਤਾ। ਬੈਜ੍ਹਾ ਬੈਜ੍ਹਾ ਕਰਵਾ ਦਿੱਤੀ ਮੇਰੀ ਦਫ਼ਤਰ ਵਿੱਚ। ਉਹ ਮੱਖਣ ਤੇਰੇ ਪਾ... ਪਾਂਸਕ ਵੀ ਨਹੀਂ।"

ਮੱਖਣ ਮੇਰਾ ਆੜ੍ਹਤੀਆ ਏ। ਦੋਸਤ ਵੀ। ਹਮਜਾਤ-ਹਮਜ਼ਮਾਤੀ-ਹਮ-ਉਮਰ। ਆ ਮੋਟਰ ਤੇ ਤਿੰਨ ਖਣ ਦਾ ਚੁਬਾਰਾ ਵੀ ਓਹਦੇ ਜ਼ੋਰ ਦੇਣ ਤੇ ਬਣਾਇਆ ਸੀ। ਸੋਲ਼ਾ ਸਤਾਰਾਂ ਸਾਲ ਪਹਿਲੇ। ਜਦੋਂ ਬਾਪੂ ਪੂਰਾ ਹੋਇਆ ਸੀ। ਉਦੋਂ ਇਹ ਚੁਬਾਰਾ ਸਾਡਾ ਮੱਕਾ ਹੁੰਦਾ ਸੀ। ਪੰਜੀ-ਸੱਤੀ ਆਈ ਦਾ ਸੀ ਇੱਥੇ ਰਾਤ ਕੱਟਣ। ਮੱਖਣ ਦੇ ਨਾਲ਼ ਉਸਦੀ ਕੋਈ ਨਾ ਕੋਈ ਸਹੇਲੀ ਹੁੰਦੀ। ਮੁੱਲ ਦੀ। ਮੁੱਲ ਭਾਵੇ ਬਹੁਤੀ ਵਾਰੀ

ਮੱਖਣ ਮੇਰੇ ਖਾਤੇ ਹੀ ਲਿਖਦਾ। ਪਰ ਅਸੀਂ ਅਸਮਾਨੀ ਉੱਡਦੇ। ਇੱਕ ਦੂਜੇ ਦੇ ਸਾਹੀ ਜੀਂਦੇ।

ਪਰ ਅੱਜ ਮੱਖਣ ਦੀ ਯਾਦ ਨਾਲ਼ ਹੀ ਮੂੰਹ ਬਕਬਕਾ ਹੋ ਗਿਆ ਏ।

ਅਸਲ 'ਚ ਇਹ ਬਕਬਕਾਹਟ ਤਾਂ ਪਿਛਲੇ ਕਈ ਦਿਨਾਂ ਤੋਂ ਏ। ਇਸ ਦੀ ਸ਼ੁਰੂਆਤ ਵੀ ਮੱਖਣ ਦੀ ਆੜ੍ਹਤ ਉੱਤੇ ਹੀ ਹੋਈ ਸੀ। ਉਸ ਦਿਨ ਤੋਂ ਘਰ ਜਾਣ ਨੂੰ ਜੀਅ ਨੀ ਕਰਦਾ। ਜਿਆਦਾਤਰ ਬਾਹਰ ਹੀ ਰਹਿੰਦਾ ਹਾਂ। ਸਵੇਰ ਤੋਂ ਹੀ ਥੋੜ੍ਹੀ ਥੋੜ੍ਹੀ ਪੀ ਹੋਣ ਲੱਗ ਪੈਂਦੀ ਹੈ।

ਹਾਂ ਤੀਹ ਅਪਰੈਲ ਸੀ ਉੱਦਣ। ਕਣਕ ਦੀ ਮਗਰਲੀ ਟਰਾਲੀ ਸੁੱਟਣ ਗਿਆ ਸੀ। ਪੰਜ ਸੱਤ ਜੱਟ ਹੋਰ ਸਨ। ਕੇਂਦਰ ਵਲੋਂ ਕਿਸਾਨਾਂ ਦੇ ਸੱਠ ਹਜ਼ਾਰ ਕਰੋੜ ਦੇ ਮੁਆਫ ਕੀਤੇ ਕਰਜ਼ੇ ਤੇ ਟੀਕਾ ਟਿੱਪਣੀ ਹੋ ਰਹੀ ਸੀ। ਕੋਈ ਬਾਦਲ ਦੀਆਂ ਹੀ ਸਿਫ਼ਤਾਂ ਕਰੀ ਜਾ ਰਿਹਾ ਸੀ। ਕੋਈ ਪੁੱਛ ਰਿਹਾ ਸੀ "ਆਪਣਾ ਕਿਸੇ ਦਾ ਹੋਇਆ?" ਇੱਕ ਕਿਸਾਨ ਯੂਨੀਅਨ ਦੇ ਕਿਸੇ ਗਰੁੱਪ ਦਾ ਮੈਂਬਰ ਲਗਦਾ ਸੀ। ਉਸ ਨੇ ਸਰਕਾਰ ਵਿਰੁੱਧ ਬੋਲਦੇ ਬੋਲਦੇ ਨੇ ਲੱਖੋਵਾਲ ਤੇ ਸੂਈ ਟਿਕਾ ਦਿੱਤੀ ਸੀ:

"ਮੁੱਲ ਵੱਟ ਗਿਆ ਬਾਦਲ ਨੂੰ ਵੋਟਾਂ ਪੁਆ ਕੇ। ਕੁਰਸੀ ਮਿਲ਼ ਗਈ। ਸੰਸਦ ਮੂਹਰੇ ਨੰਗੇ ਹੋ ਹੋ ਧਰਨੇ ਦੇਣ ਨੂੰ ਅਸੀਂ।"

ਜਦੋ ਉਹ ਸ਼ੁਰੂ ਹੋ ਗਿਆ ਸੀ। ਟੇਪ ਵਾਂਗ। ਚੇਤੰਨ ਸਿੰਘ ਸੀ ਨਾਂ ਉਸਦਾ। ਪਹਿਲੇ ਮੈਂ ਉਨੂੰ ਕਦੇ ਵੀ ਨੀ ਸੀ ਦੇਖਿਆ। ਬਾਹਰਲੇ ਏਰੀਏ ਦਾ ਸੀ। ਕਿਸੇ ਰਿਸ਼ਤੇਦਾਰ ਦੀ ਕਣਕ ਵੇਚਣ ਆਇਆ ਹੋਇਆ ਸੀ।

"ਨਾ ਸੰਸਦ ਮੂਹਰੇ ਹੀ ਨੰਗੇ ਹੋਏ ਸੀ? ਕੀ ਹੁਣ ਆਪਾਂ ਕੱਪੜੇ ਪਾਈ ਬੈਠੇ ਹਾਂ? ਓ ਆਪਾਂ ਤਾਂ ਹੁਣ ਵੀ ਨੰਗੇ ਹਾਂ। ਆਪਣੀਆਂ ਅੱਖਾਂ ਤੇ ਹੀ ਪੱਟੀ ਬੱਧੀ ਹੋਈ ਹੈ। ਫੋਕੀ ਹੈਂਕੜ ਦੀ... ਅਗਿਆਨਤਾ ਦੀ... ਫੋਕੀ ਟੌਰ੍ਹ ਦੀ... ਜੱਟ ਪੁਣੇ ਦੀ... ਤਾਂ ਹੀ ਤਾਂ ਆਪਾਂ ਨੂੰ ਆਪਣਾ ਨੰਗ ਦੀਹਦਾ ਨੀ...। ਤੁਹਾਡੇ ਕੱਪੜੇ ਪਤਾ ਕੀਹਨੇ ਕੀਹਨੇ ਲਾਹੇ ਹਨ?"

ਇਹ ਚੇਤਨੂੰ ਮੇਤਨੂੰ ਸਾਲ਼ਾ ਹਰ ਗੱਲ ਮੈਨੂੰ ਹੀ ਲਾ ਲਾ ਕਿਉਂ ਕਰ ਰਿਹਾ ਸੀ ਜਾਂ ਮੈਨੂੰ ਐਵੇਂ ਲੱਗਦਾ ਹੋਊ। ਉਹਨੂੰ ਮੇਰੀ ਹਾਲਤ ਦਾ ਕਿੱਥੋਂ ਪਤਾ ਹੋਣਾ। ਪਰ ਗੱਲਾਂ ਸਾਲ਼ਾ ਸੱਚੀਆਂ ਕਰਦਾ ਸੀ। ਲੈ ਸੱਚੀਆਂ ਕਿੱਥੋਂ ਸਨ? ਕਹਿੰਦਾ ਸੀ: "ਹੱਥੀਂ ਕੰਮ ਕਰਨਾ ਛੱਡਤਾ ਆਪਾਂ ਨੇ।"

ਐਮੇਂ ਭਕਾਈ ਮਾਰਦਾ ਸੀ ਕੁੱਤਾ। ਭਲਾ ਮੇਰੇ ਵਰਗਾ ਅੱਸੀ ਨੱਬੇ-ਖੇਤ ਦੀ ਖੇਤੀ ਵਾਲ਼ਾ ਬੰਦਾ ਹੱਥੀ ਕੰਮ ਕੀ ਕਰੂ? ਉੱਪਰਲਾ ਕੰਮ ਹੀ ਨੀ ਮੁੱਕਦਾ। ਨੌਕਰਾ ਮਗਰ ਗੇੜ੍ਹਾ। ਕਦੇ ਕੋਈ ਮੋਟਰ ਸੜਗੀ ਕਦੇ ਕੋਈ ਬੋਰ ਪਾਣੀ ਛੱਡ ਗਿਆ। ਕਦੀ ਕੋਈ ਟਰੈਕਟਰ ਖਰਾਬ ਹੋ ਗਿਆ- ਕਦੀ ਕੋਈ ਮੱਝ ਫਿਰਗੀ ਤੇ ਕਦੇ ਕੋਈ ਗਾਂ ਤੂਗੀ। ਉੱਤੋਂ ਛੇ ਪਿੰਡਾਂ 'ਚ ਖਿਲਰੀ ਖੇਤੀ। ਫਿਰ ਕੋਈ ਜੰਮਣ-ਮਰਨ, ਵਿਆਹ-ਕੁੜਮਾਈ, ਕੋਈ ਭੋਗ ਪਾਰਟੀ। ਸਾਲ਼ਾ ਇੱਕ ਬੰਦਾ ਤਾਂ ਪੱਕਾ ਇਸੇ ਕੰਮ ਲਈ ਚਾਹੀਦਾ।

-ਨਾਲੇ ਭਈਆ ਵਾਲ਼ੇ ਕੰਮ ਵੀ ਹੁਣ ਆਪ ਕਰੀਏ? ਕੀ ਸਾਰੀ ਉਮਰ ਬੰਦਾ

ਘਾਹ ਹੀ ਖੋਤਦਾ ਰਹੇ? ਬਥੇਰਾ ਕੰਮ ਕੀਤਾ ਹੱਥੀਂ। ਸਕੂਲੋਂ ਆ ਕੇ ਬਾਪੂ ਨਾਲ਼ ਸਾਰਾ ਕੰਮ ਕਰਵਾਉਣਾ। ਹੱਥੀਂ ਪੱਠੇ ਵੱਢਣੇ, ਹੱਥੀਂ ਕੁਤਰਨੇ। ਫਸਲ ਸਾਂਭਣ ਤੇ ਬੀਜਣ ਸਮੇਂ ਅੱਡ ਛੁੱਟੀਆਂ ਲੈਣੀਆਂ। ਫਿਰ ਉਦੋਂ ਅਜੇ ਦਸਵੀਂ 'ਚ ਤਾਂ ਸੀ ਜਦੋਂ ਬਾਪੂ ਨੇ ਟਰੈਕਟਰ ਲੈ ਲਿਆ ਸੀ। ਫਰਵਰੀ ਉੱਨੀ ਸੌ ਕਹੱਤਰ 'ਚ। ਸਕੌਟ ਸੈਂਤੀ। ਲੈਂਡ ਮਾਰਗੇਜ਼ ਬੈਂਕ ਤੋਂ ਲੋਨ ਲੈ ਕੇ- ਪੂਰਾ ਪੱਚੀ ਹਜ਼ਾਰ। ਵੀਹ ਹਜ਼ਾਰ ਸੱਤ ਸੌ ਦਾ ਟਰੈਕਟਰ ਤੇ ਬਾਕੀ ਦਿਆਂ ਦੇ ਹਲ਼ ਤਵੀਆਂ ਲੈਣੇ ਪਏ ਸਨ- ਕੰਪਨੀ ਤੋਂ ਹੀ। ਮਜਬੂਰੀ ਵੱਸ। ਬਾਹਰੋਂ ਪੱਚੀ ਸੌ 'ਚ ਮਿਲਣ ਵਾਲ਼ਾ ਸਮਾਨ ਕਪੰਨੀ ਵਾਲ਼ਿਆਂ ਨੇ ਬਤਾਲ਼ੀ ਸੌ 'ਚ ਦਿੱਤਾ ਸੀ। ਹੋਰ ਸੰਦ ਵਲ਼ੇਵਾਂ ਬਣਾਉਣ ਤੇ ਅੱਡ ਲੱਗੇ ਸਨ।

ਸਾਰੇ ਪੈਸੇ ਚੁੱਕ ਕੇ ਹੀ ਤਾਂ ਲਾਏ ਸਨ। ਭੈਂ ਚੋਂ ਲੋਕਾਂ ਕਹਿਣਾ- ਸਰਮੁੱਖ ਦਾ ਵਾਲ਼ ਵਾਲ਼ ਵਿੰਨਿਆ ਪਿਆ ਕਰਜ਼ੇ ਨਾ।

ਆ ਧਤਲ਼ਿਆਂ ਦੀ ਧੰਤੀ ਤਾਂ ਗੱਲੀਂ ਗੱਲੀਂ ਇਹ ਗੱਲ ਮੂੰਹ ਤੇ ਵੀ ਆਖ ਜਾਂਦੀ ਹੁੰਦੀ ਸੀ।

ਉੱਧਰ ਬਾਪੂ ਨੇ ਵੀ ਅਕਸਰ ਇੱਕੋ ਗੱਲ ਕਹਿ ਛੱਡਣੀ, "ਜੂਆ ਤਾਂ ਨ੍ਹੀ ਖੇਡਿਆ। ਬਾਹਲ਼ੀ ਗੱਲ ਹੋਊ ਦੋ ਘੁਮਾ ਫੂਕ ਦਿਆਂਗੇ।"

ਪਰ ਘੁਮਾ ਫੂਕਣ ਤਾਈਂ ਨੌਬਤ ਨਹੀਂ ਸੀ ਆਈ। ਆਪਾ ਕੰਮ ਦੀ ਪੁਦੀੜ ਕੱਢ ਸੁੱਟੀ ਸੀ। ਅਸਲ 'ਚ ਕੰਮ ਉਦੋਂ ਸੀ ਈ ਬਹੁਤ...। ਪਿੰਡ 'ਚ ਟਰੈਕਟਰ ਪਹਿਲਾਂ ਇੱਕ ਹੀ ਸੀ... ਵਲੈਤੀਏ ਜਿੰਦਰ ਹੁਰਾਂ ਕੋਲ਼... ਪਰ ਉਹ ਕਿਸੇ ਦਾ ਕੰਮ ਕਰਨ ਨਹੀਂ ਜਾਂਦੇ ਸਨ... ਉਹਨਾਂ ਨੂੰ ਕਿਰਾਏ ਤੇ ਕੰਮ ਕਰਨ ਦੀ ਲੋੜ ਵੀ ਕੀ ਸੀ... ਸਾਲ਼ੀ ਕੰਮ ਕਰਾਉਣ ਵਾਲ਼ਿਆਂ ਦੀ ਲੈਨ ਲੱਗੀ ਰੈਣ੍ਹੀ... ਮਹੀਨਾਂ ਮਹੀਨਾਂ ਤਾਂ ਕਣਕ ਦੀ ਕਢਾਈ ਚੱਲ ਜਾਂਦੀ ਸੀ... ਦਾਣਿਆਂ ਨਾਲ਼ ਦਲਾਨ ਭਰ ਜਾਣਾ। ਦਲਾਨ ਭਰਕੇ ਵੀ ਕਿਹੜਾ ਕੁਛ ਬਣਦਾ ਸੀ। ਪੰਜ ਹਜ਼ਾਰ ਦੀ ਕਿਸ਼ਤ ਭਰਕੇ ਖਾਲੀ ਦੇ ਖਾਲੀ। ਬਾਹਲ਼ੀ ਗੱਲ ਕੋਈ ਥਿਆਰ, ਤਰੌਂਜਾ ਜਾਂ ਛੱਕ ਭੁਗਤ ਜਾਂਦੀ ਕਿਸੇ ਭੈਣ ਭੂਆ ਦੀ। ਮੂਹਰਲੀ ਫਸਲ ਨੂੰ ਖਾਦ ਕਰਜ਼ੇ ਤੇ ਚੁੱਕ ਕੇ ਹੀ ਪਾਉਣੀ ਪੈਂਦੀ... ਪਿੰਡ ਦੀ ਸੁਸਾਇਟੀ 'ਚੋਂ।

ਭਾਅ ਵੀ ਸੁਆਹ ਹੁੰਦਾ ਸੀ ਉਦੋਂ; ਪਞੱਤਰੀ-ਛਿਅੱਤਰੀ ਤਾਂ ਕਣਕ ਹੁੰਦੀ ਸੀ ਸਾਰੀ।

ਉੱਦਾਂ ਫ਼ਸਲ ਤੇ ਵੀ ਕੀ ਲਗਦਾ ਹੁੰਦਾ ਸੀ? ਦੋ ਸੋ 'ਚੋਂ ਪੈਸੇ ਬਚ ਜਾਂਦੇ ਹੁੰਦੇ ਸੀ ਡੀਜ਼ਲ ਦਾ ਢੋਲ ਭਰਾ ਕੇ ਤੇ ਸਤਾਰਾਂ ਰੁਪਏ ਦੀ ਮੁਬਲਿਲ ਦੀ ਪੀਪੀ... ਪੂਰੀ ਪੰਜ ਲਿਟਰ-- HP ਦੀ। ਬਿਜਲੀ ਕਦੇ ਮੁੱਕਦੀ ਹੀ ਨ੍ਹੀ ਸੀ ਹੁੰਦੀ...।

ਹਾਂ ਜੇ ਫੋਡ ਨਾ ਲੈਂਦੇ ਤਾਂ ਕਰਜ਼ੇ ਦਾ ਝੰਜਟ ਨਵੇਂ ਸਿਰੇ ਤੋਂ ਨਾ ਸ਼ੁਰੂ ਹੁੰਦਾ... ਸਕੌਟ ਵਾਲ਼ਾ ਤਾਂ ਲਹਿ ਹੀ ਗਿਆ ਸੀ... ਬੱਸ ਮਗਰਲੀ ਕਿਸ਼ਤ ਰਹਿ ਗਈ ਸੀ...

ਲੈ ਲੈਂਦੇ ਕਿੱਦਾ ਨਾ?... ਸਕੌਟ ਤਾਂ ਫ਼ੇਲ ਹੋ ਗਏ ਸੀ। ਨਾਲ਼ੇ ਜਿਸ ਘਰ ਸਕੌਟ ਸੈਂਤੀ ਖੜ੍ਹਾ ਹੁੰਦਾ ਓਹਦਾ ਨਿਆਣਾ ਕਿਹੜਾ ਸੌਖਾ ਮੰਗ ਵਿਆਹ ਹੁੰਦਾ। ਸੈਂਤੀ ਦੀ ਮਸ਼ੀਨਰੀ ਸੀ ਵੀ ਮਾੜੀ... ਆਪਾਂ ਤਾਂ ਫੇਰ ਵੀ ਛੇ ਸੱਤ ਸਾਲ ਵਾਹ ਲਿਆ ਸੀ

ਕਈਆਂ ਤਾਂ ਸਾਲ ਸਾਲ ਬਾਦ ਹੀ ਹੱਡ ਗੰਗਾ ਪਾ 'ਤੇ ਸੀ... ਨਾਲ਼ੇ ਫੋਡ ਦੀ ਕੋਈ ਰੀਸ ਆ... ਉੱਤੋਂ ਖੇਤ ਵੀ ਪੰਜਾਹ ਸੱਠ ਚੁੱਕ ਲਏ ਸੀ ਮਾਮਲੇ 'ਤੇ... ਨੌ ਘਰ ਦੇ... ਸੈਂਤੀ ਸਕੋਟ ਕਿੱਥੋਂ ਕਰ ਲੈਂਦਾ ਸੱਠ-ਸੱਤਰ ਖੇਤਾਂ ਦੀ ਖੇਤੀ? ਰਾਮ-ਰਾਮ... ਇਹ ਤੌਫ਼ੀਕ ਫੋਡ ਨੂੰ ਈ ਸੀ। ਅਖੇ ਸੀਟੀ ਮੈਸੀ ਦੀ ਫਰਾਟਾ ਫੋਡ ਦਾ ਕਿਸੇ ਨੂੰ ਕੀ ਪਤਾ ਜੱਟਾਂ ਦੇ ਜ਼ੋਰ ਦਾ। ਬੱਲਾ ਬੱਲਾ ਕਹਿ... ਖੇਤ ਦੇ ਏਸ ਬੰਨੇ... ਕਹਿ ਓਸ... ਪਰ ਜੇ 'ਕੱਲੇ ਫੋਡ ਨਾਲ਼ ਸਰ ਜਾਂਦਾ ਤਾਂ ਵੀ ਕੁਝ ਬਚਾਅ ਹੋ ਜਾਂਦਾ। ਸਾਰਾ ਸੰਦ ਵੇਧ ਹੀ ਨਵੇਂ ਸਿਰਿਓ ਬਣਾਉਣਾ ਪਿਆ। ਫੋਡ ਮੇਚ ਦਾ। ਕਰਜ਼ਾ ਤਾਂ ਸ਼ੈਦ ਕਾਬੂ ਆ ਜਾਂਦਾ ਥੋੜ੍ਹੇ ਸਾਲਾਂ 'ਚ ਪਰ ਕਈ ਖਰਚੇ ਅਵੱਲੇ ਜੂ ਉੱਠਦੇ ਰਹੇ। ਪਹਿਲਾ ਆਪਣਾ ਵਿਆਹ ਕਰਾਇਆ। ਦੋ ਸਾਲਾਂ ਮਗਰੋਂ ਛੋਟੀ ਭੈਣ ਕੰਤੀ ਦਾ।

ਹਾਂ ਕੰਤੀ ਦੇ ਵਿਆਹ ਤੇ ਜ਼ੋਰ ਜਰਾ ਜਿਆਦਾ ਲੱਗਾ ਸੀ... ਮੁੰਡਾ ਵਲੈਤੋਂ ਜੂ ਆਇਆ ਸੀ... ਚੱਲ ਚਾਰ ਕੌਡਾਂ ਵੱਧ ਲੱਗ ਗੀਆਂ ਤਾਂ ਕੀ ਕੁੜੀ ਤਾਂ ਰੰਗੀ ਵਸਦੀ ਆ।

ਨਾ ਵਿਆਹਾਂ ਛਿਆਹਾਂ ਨਾਲ਼ ਕਿੰਨਾ ਕੁ ਫਰਕ ਪਿਆ ਹੋਊ। ਬੇੜੀ ਤਾਂ ਅਗਲੇ ਸਾਲ ਬੈਠਣੀ ਸ਼ੁਰੂ ਹੋਈ। ਗੜ੍ਹੇਮਾਰੀ ਨਾਲ਼... ਪੰਜਾਹ ਸੱਠ ਖੇਤ ਦੋਧੀ ਕਣਕ... ਤੌਬਾ-ਤੌਬਾ ਜਮ੍ਹਾਂ ਧਰਤੀ ਤੇ ਵਿਛਾਅ 'ਤੀ... ਵਾਖਰੂ ਵਾਖਰੂ... ਜੱਟਾ ਦਾ ਤਾਂ ਤ੍ਰਾਹ ਕੱਢ ਸੁੱਟਿਆ ਸੀ... ਬੜਾ ਭਿਆਨਕ ਸਮਾਂ ਸੀ...। ਪੱਠਿਆਂ ਲਈ ਵੀ ਤਰਸ ਗਏ ਸਨ ਸੌ ਸਵਾ ਸੌ ਪਿੰਡਾਂ ਦੇ ਲੋਕ।

ਬਾਪੂ ਦੀ ਤਾਂ ਸੁਰਤੀ ਹਿੱਲ ਗਈ ਸੀ; ਉਹ ਰੋਜ਼ ਹੀ ਤਬਾਹ ਹੋਏ ਖੇਤਾਂ 'ਚ ਬੈਠਾ ਰਿਹਾ ਕਰੇ... ਲੰਮੇ ਪਏ ਤੀਲੇ ਚੁੱਕ ਚੁੱਕ ਦੇਖੀ ਜਾਇਆ ਕਰੇ... ਕਦੇ ਉਹਨਾਂ ਨਾਲ਼ ਗੱਲਾਂ ਕਰੀ ਜਾਇਆ ਕਰੇ ਤੇ ਕਦੇ ਘੁੱਟਕੇ ਹਿੱਕ ਨਾਲ਼ ਲਾ ਲਿਆ ਕਰੇ ਤੇ ਫਿਰ ਫੁਟ-ਫੁਟ ਰੋ ਪੈਣਾ... ਘੰਟਿਆਂ ਬੱਧੀ ਖੇਤਾਂ 'ਚ ਹੀ ਫਿਰਦੇ ਰਹਿਣਾ... ਫੜ-ਫੜ ਘਰ ਨੂੰ ਲਿਆਉਣਾ...। ਡਾਕਟਰੀ 'ਲਾਜ ਨਾਲ਼ ਕੁਝ ਸੰਭਲ਼ਿਆ ਸੀ... ਪਰ ਠੀਕ ਨੀ ਸੀ ਹੋਇਆ ਪੂਰਾ।

ਠੀਕ ਸੁਆਹ ਹੁੰਦਾ... ਮਸੀਂ ਸੱਤ ਅੱਠ ਮਹੀਨੇ ਤਾਂ ਲੰਘੇ ਹੋਣਗੇ... ਜਦੋਂ ਘਰ ਸੱਥਰ ਵਿਛ ਗਿਆ ਸੀ... ਬਿਨਾਂ ਬੰਦਾ ਮਰੇ ਤੋਂ... ਆ ਦਰੀ ਦੀ ਥਾਂ ਮੰਜੇ ਕੁਰਸੀਆਂ ਸਨ ਪਰ ਅਫਸੋਸ ਵਾਲ਼ੇ ਤਾਂ ਪੰਜ ਸੱਤ ਤੁਰੇ ਹੀ ਰਹਿੰਦੇ ਸਨ।

"ਸਰਮੁੱਖ ਸਿੰਹਾਂ ਇਹ ਭਾਣਾ ਕਿੱਦਾ ਵਰਤਿਆ? ਨਾ ਤੁਸੀ ਕੋਲ਼ ਨੀ ਸੀ?" ਹਰ ਆਉਣ ਵਾਲ਼ਾ ਇਹ ਸਵਾਲ ਜ਼ਰੂਰ ਕਰਦਾ।

ਪਰ ਸਰਮੁੱਖ ਸੂੰਹ ਕਿੱਥੇ ਜੁਆਬ ਦਿੰਦਾ ਸੀ... ਬਸ ਅਗਲੇ ਦੇ ਚਿਹਰੇ ਵੱਲ ਮੁਤਰ ਮੁਤਰ ਦੇਖਦਾ ਰਹਿੰਦਾ ਜਾਂ ਫਿਰ ਲੰਮਾ ਜਿਹਾ ਹਉਕਾ ਲੈ ਛੱਡਦਾ। ਹਰ ਇੱਕ ਦਾ ਜੁਆਬ ਦੇਣ ਲਈ ਮੈਨੂੰ ਹੀ ਦਿਨ 'ਚ ਕਈ-ਕਈ ਵਾਰ ਆਖਣਾ ਪੈਂਦਾ, "ਅਸੀਂ ਕਾਹਨੂੰ ਕੋਲ਼ ਸੀ, ਮੈਂ ਤਾਂ ਗਿਆ ਹੋਇਆ ਸੀ ਸ਼ਹਿਰ... ਐਮ.ਐਲ.ਏ ਦੇ ਮੁੰਡੇ ਦੇ ਵਿਆਹ ਦੀ ਪਾਰਟੀ ਸੀ। ਬਾਪੂ ਸੀ ਮੰਡੀ। ਥੋੜ੍ਹਾ ਝੋਨਾ ਸੀ... ਛਾਣ 'ਚੋਂ ਕੱਢਿਆ ਹੋਇਆ। ਮੈਂ ਤਾਂ ਅੱਗੇ ਛਾਣ ਵੇਚ ਆਉਂਦਾ ਸੀ ਬਾਜ਼ੀਗਰਨੀਆਂ ਨੂੰ ਮਹਿੰਗਾ

ਸਸਤਾ... ਪਰ ਐਤਕਾਂ ਬਾਪੂ ਨੇ ਸਾਰਾ ਛਾਣ ਚੁੱਕ ਲਿਆਦਾਂ... ਉੱਦਾਂ ਬਾਪੂ ਦੀ ਗੱਲ ਠੀਕ ਸੀ... ਦਾਣਿਆਂ ਦੀ ਪੂਰੀ ਵਿੱਢ ਵਾਲੀ ਟਰਾਲੀ ਨਿਕਲ਼ ਆਈ ਪਰ ਸਾਡੇ ਨਾਲ਼ ਗੱਲ ਓਹੀ ਹੋਈ:

'ਅਖੇ ਬੰਦਾ ਜੋੜੇ ਪਲ਼ੀ-ਪਲ਼ੀ ਰਾਮ ਰੁੜ੍ਹਾਵੇ ਕੁੱਪਾ।'

"ਮੈਂ ਤਾਂ ਸਮਝਾ ਕੇ ਗਿਆ ਸੀ ਬੜੇ ਭਈਏ ਤਿਆਗੀ ਨੂੰ ਬਈ ਕਮਾਦ ਦੇ ਨਾਲ਼ੋ ਨਾਲ਼ੋ ਦੋ ਕਰਮਾਂ ਪਰਾਲ਼ੀ ਪਿਛਾਂਹ ਹਟਾਕੇ... ਫਿਰ ਟਰੈਕਟਰ ਮਗਰ ਹਲ਼ ਪਾ ਕੇ ਦੋ ਤਿੰਨ ਗੇੜੇ ਲਾ ਕੇ ਵਹਾਈ ਕਰਨੀ ਹੈ... ਮਗਰੋਂ ਹਵਾ ਦਾ ਰੁੱਖ ਦੇਖ ਕੇ ਦੋ ਬੰਦੇ ਕੋਲ਼ ਖੜਾ ਕੇ ਅੱਗ ਲਾਵਾਂਗੇ... ਉਹਨੀਂ ਭੇਜਤਾ ਨਵਾਂ ਆਇਆ 'ਬੱਲੀ'... ਕਹਿੰਦੇ ਉਸ ਨੇ ਹੱਥ ਹੱਥ ਪਰਾਲ਼ੀ ਪਰ੍ਹੇ ਕਰਕੇ ਅੱਗ ਲਾ 'ਤੀ।"

"ਨਾ ਪੁੱਤ ਕਿੰਨੇ ਕਿੱਲੇ ਸੀ ਕਮਾਦ?" ਦੂਜੀ ਪੱਤੀ ਤੋਂ ਆਏ ਬੰਤਾ ਸਿੰਘ ਨੇ ਇਕ ਦਿਨ ਪੁੱਛਿਆ ਸੀ।

"ਪੰਦਰਾਂ ਆਪਣੇ ਸੀ ਤਾਇਆ ਤੇ ਤੇਰਾਂ ਨਾਲ਼ ਲਗਦੇ ਕੈਲ਼ਿਆ ਦੇ।"

"ਵਾਖਰੂ ਵਾਖਰੂ... ਅਠਾਈ ਕਿੱਲੇ... ਤੋਬਾ ਤੋਬਾ... ਕੀ ਵਿਧ ਬਣਾਈ ਡਾਢੇ ਨੇ... ਲੱਖਾਂ ਦੀ ਫ਼ਸਲ ਘੜੀ ਪਲਾਂ 'ਚ ਤਬਾਹ, ਨਾ ਲੋਕ ਟੁੱਟ ਕੇ ਨੀ ਪਏ ਸੀ ਅੱਗ ਬਝੌਣ ਲਈ?" ਬੰਤਾ ਸਿੰਘ ਲੱਖਪੁਰ ਦੇ ਲੋਕਾਂ 'ਤੇ ਵੀ ਗਿਲਾ ਕਰ ਰਿਹਾ ਸੀ।

"ਦੂਜਾ ਪਿੰਡ ਸੀ ਕੋਈ ਝਲਦਾ ਦੂਜੇ ਨੂੰ ਰੋਟੀ ਖਾਂਦੇ ਨੂੰ। ਕਮਾਦ ਸੀ ਕਿਤੇ ਕੰਧ ਦੀ ਕੰਧ।" ਤੇਜਾ ਸਿੰਘ ਨੇ ਵੀ ਆਪਣੀ ਹਮਦਰਦੀ ਜ਼ਾਹਰ ਕੀਤੀ ਸੀ।

"ਨਹੀਂ ਇਹ ਗੱਲ ਨੀ ਚਾਚਾ! ਲੋਕੀਂ ਤਾਂ ਭਜ ਲੇ ਸੀ ਬਾਲਟੀਆਂ ਡੋਲੂ ਲੈ ਕੇ ਗੁਅਦੁਆਰੇ ਤੇ ਅਨਾਉਂਸਮੈਂਟ ਹੁੰਦੇ ਸਾਰ। ਪਰ ਪਾਣੀ ਕਿਥੋਂ ਲੈਂਦੇ? ਇੱਕ ਤਾਂ ਬਿਜਲੀ ਬੰਦ। ਦੂਜੀ ਧੁੱਪ ਵੀ ਸੁਹਣੀ ਸੀ। ਤੀਜੇ ਹਵਾ ਵੀ ਕਾਫੀ ਸੀ। ਚੌਥੇ ਕਮਾਦ ਮੋਢਾ ਹੋਣ ਕਾਰਨ ਖੋਰੀ ਵੀ ਵਾਹਵਾ ਪੈ ਚੁੱਕੀ ਸੀ। ਫਿਰ ਭਈਏ ਨੇ ਰੌਲ਼ਾ ਵੀ ਨਹੀਂ ਪਾਇਆ, ਡਰਦੇ ਮਾਰੇ ਖਿਸਕ ਹੀ ਗਿਆ। ਇਹ ਤਾਂ ਕੈਲ਼ਿਆਂ ਦਾ ਮੁੰਡਾ ਹੀ ਸ਼ਹਿਰੋਂ ਆਇਆ ਸੀ। ਓਨੇ ਹੀ ਦੇਖਿਆ। ਉਤੋਂ ਪਿੰਡ ਲੱਖਪੁਰ ਦੀ ਜ਼ਮੀਨ ਕਿਤੇ ਥੋੜੀ ਆ? ਬਾਰਾਂ ਪਿੰਡਾਂ ਨਾਲ਼ ਬਸੀਵਾਂ ਲਗਦਾ। ਮੇਰਾ ਮਤਲਵ ਪਿੰਡੋਂ ਦੂਰ ਏ। ਫਿਰ ਜਦੋਂ ਤਾਈਂ ਲੋਕ ਪਹੁੰਚੇ ਅੱਗ ਤਾਂ ਧੁਰ ਕਮਾਦ ਦੇ ਅੰਦਰ ਤਾਈਂ ਫੈਲ ਚੁੱਕੀ ਸੀ।" ਪਿੰਡੋਂ ਲੱਖਪੁਰ ਪੜ੍ਹਾਉਣ ਜਾਂਦੇ ਮਾਸਟਰ ਹਰਬੰਤ ਨੇ ਇੱਕ ਤਰ੍ਹਾਂ ਲੱਖਪੁਰ ਵਾਲ਼ੇ ਲੋਕਾਂ ਦੇ ਹੱਕ 'ਚ ਸਫਾਈ ਦਿੱਤੀ ਸੀ।

"ਨਾ ਸਰਕਾਰ ਨਾ ਕਰੂ ਮਦਾਦ ਕੁਛ?" ਮੱਘਰ ਆਪਣੇ ਦਿਲ ਦੀ ਆਖ ਗਿਆ ਸੀ।

"ਸਰਕਾਰ ਦੇਊ ਛਣਕਣਾ... ਪਿੱਛੇ ਗੜੇਮਾਰੀ ਹੋਈ ਦਾ ਕੀ ਮਿਲ਼ਿਆ? ਬਸ ਪੰਜ ਸੌ ਤੇਰਾਂ ਰੁਪਏ ਇੱਕ ਏਕੜ ਲਈ। ਉਹ ਵੀ ਐਨ.ਪੀ. ਕੇ ਖਾਦ। ਸੌ ਖੱਜਲ਼ ਖੁਆਰੀ ਮਗਰੋਂ... ਉਹ ਸੀ ਕੁਦਰਤੀ ਕਰੋਪੀ... ਇਹ ਹੈ ਮਨੁੱਖੀ ਗਲਤੀ। ਹਾਂ ਏਦ੍ਹਾ ਕੈਲ਼ਿਆਂ ਦੀ ਸ਼ਕੈਤ ਤੇ ਸਰਮੁੱਖ ਹੁਰਾਂ ਵਿਰੁੱਧ ਅਣਗਹਿਲੀ ਦਾ ਪਰਚਾ ਜ਼ਰੂਰ ਦਰਜ ਹੋ ਜਾਂਦਾ ਜੇ ਆਪਾਂ ਪੰਚੈਤੀ ਤੌਰ ਤੇ ਉਹਨਾਂ ਨੂੰ ਬਾਰਾਂ ਹਜ਼ਾਰ ਪ੍ਰਤੀ ਏਕੜ ਨਾ ਦਿੰਦੇ।

ਹਾਂ ਕਿਸਮਤ ਚੰਗੀ ਨੂੰ ਜੇ ਕੋਈ ਮਿੱਲ ਚਲਦੀ ਹੁੰਦੀ ਤਾਂ ਕੁਝ ਨਾ ਕੁਝ ਪੱਲੇ ਪੈ ਜਾਂਦਾ। ਐਤਕਾਂ ਗੰਨੇ ਦੀ ਫ਼ਸਲ ਥੋੜ੍ਹੀ ਹੈ। ਮਿੱਲਾਂ ਲੇਟ ਹੀ ਚਲਣੀਆਂ ਨੇ। ਆਪਣੀ ਮਿੱਲ ਤਾਂ ਹੋਰ ਵੀ ਲੇਟ ਚੱਲੂ। ਵਰਕਰ ਹੜਤਾਲ ਦੀ ਤਿਆਰੀ ਕਰ ਰਹੇ ਹਨ।" ਮਾਸਟਰ ਹਰਬੰਤ ਨੇ ਸਰਕਾਰ ਤੇ ਵੀ ਗੁੱਸਾ ਕੱਢ ਮਾਰਿਆ ਸੀ।

"ਦੇਖੋ ਰੰਗ ਕਰਤਾਰ ਦੇ ਕੈਲ਼ਿਆਂ ਦੀ ਨਜਿੱਠੀ ਗਈ ਨਾ ਦਿਹਾੜੀ 'ਚ... ਲੈ ਉੱਦਣ ਪੰਦਰਾਂ ਹਜ਼ਾਰ ਤੋਂ ਨਾ ਘਟੇ ਉਹਨਾਂ ਦਾ ਬੜਾ ਬੁੜਾ... ਮਸੀਂ ਸਾਰਿਆਂ ਦੇ ਕਹਿਣ ਸੁਣਨ ਤੇ ਬਾਰਾਂ ਹਜ਼ਾਰ ਨੂੰ ਦੱਬਵੀ ਜਹ੍ਹੀ ਹਾਂ ਨਿਕਲ਼ੀ ਸੀ... ਲੇਖੇ ਜੋਖੇ ਆ ਭਾਈ।" ਘਰ ਨੂੰ ਜਾਣ ਲਈ ਬੰਤਾ ਸਿੰਘ ਹਮਦਰਦੀ ਦੇ ਬੋਲ ਬੋਲਦਾ ਉੱਠ ਖੜ੍ਹੋਤਾ ਸੀ।

ਸੱਚੀ ਉਸੇ ਰਾਤ ਬਾਪੂ ਆਪਣਾ ਲੇਖਾ ਜੋਖਾ ਪੂਰਾ ਕਰ ਗਿਆ ਸੀ। ਸਵੇਰੇ ਬੇਬੇ ਦੀ ਚੀਕ ਨੇ ਸਭ ਦੇ ਸੀਨੇ ਧੜਕਾ ਦਿੱਤੇ ਸਨ।

ਅਫਸੋਸ ਮੰਜੇ ਕੁਰਸੀਆਂ ਤੋਂ ਦਰੀ ਤੇ ਉਤਰ ਆਇਆ ਸੀ।

ਗੜ੍ਹੇਮਾਰੀ ਦਾ ਭੰਨਿਆ ਬਾਪੂ ਕਮਾਦ ਦੀ ਅੱਗ ਨੇ ਪੂਰਾ ਕਰ ਦਿੱਤਾ ਸੀ।

ਰਤਨੂੰ ਮਜ਼ਬੀ ਤਾਂ ਅੱਜ ਵੀ ਇਹੀ ਆਖੂ, "ਲੈ ਸਰਮੁੱਖ ਅਜੇ ਕਿਤੇ ਬੁੜਾ ਹੋਇਆ ਸੀ... ਉਹ ਤਾਂ ਲੈ ਲਿਆ ਲੱਖਪੁਰ ਵਾਲ਼ੀ ਕਮਾਦੀ ਨੇ।"

ਇਹ ਰਤਨੂੰ ਵੀ ਅਜ਼ੀਬ ਸ਼ੈਅ ਏ... ਜਦ ਬੋਲਣ ਲੱਗੂ ਫਿਰ ਬੋਲੀ ਈ ਜਾਊ... ਪਹਿਲੀਆਂ ਕੀਤੀਆਂ ਹੀ ਦੁਹਰਾਈ ਜਾਊ... ਅੱਜ ਦੁਪਹਿਰੇ ਹੀ ਦਾਰੂ ਨਾਲ਼ ਗੱਦਰ ਜਿਹਾ ਹੋਇਆ ਠੇਕੇ ਨਾਲ਼ ਦੇ ਢਾਬੇ 'ਚ ਆਣ ਟੱਕਰਿਆ ਸੀ:

"ਓ ਬੱਲਾ ਬੱਲਾ... ਛੋਟੇ ਲੰਬੜਦਾਰ ਜੀ ਬੈਠੇ ਨੇ... ਪਰ ਆ ਕੀ ਬਈ?

ਐਵੇਂ ਮੂਤ ਜਿਹੇ ਨਾਲ਼ ਢਿੱਡ ਭਰੀ ਜਾਂਦੇ ਆ।" ਮੇਰੀ ਬੀਅਰ ਦੀ ਖਾਲੀ ਹੋਣ ਵਾਲ਼ੀ ਬੋਤਲ ਕੋਲ਼ ਆਪਣੀ ਬਿੰਨੀ ਦੀ ਬੋਤਲ ਟਿਕਾਉਂਦਾ ਗਲੋਟੇ ਵਾਂਗ ਉੱਧੜਨ ਲੱਗ ਪਿਆ ਸੀ।

"ਲੈ... ਸਰਦਾਰਾ ਪੱਕੀ ਪੀ... ਅੱਜ ਮੈਂ ਬੌਤ੍ਹ ਖੁਸ਼ ਹਾਂ... ਬੌਤ੍ਹ ਹੀ... ਤੂੰ ਪੁੱਛ ਕਿੱਦਾਂ? ...ਲੈ ਮੈਂ ਦਸਨਾਂ ਵਾਂ ...ਆ ਗੱਲ ਆ ਕੋਈ ਢਾਈ ਕੁ ਮਹੀਨੇ ਪੈਲ੍ਹਾਂ ਦੀ... ਮੇਰੀ ਆਟੋ ਰਿਕਸ਼ਾ ਬਜ਼ਾਰ 'ਚ ਖੜੀ ਭੰਨ ਸੁੱਟੀ ਇੱਕ ਟਰੈਕਟਰ ਵਾਲ਼ੇ ਨੇ... ਉੱਤੋਂ ਫੁਕਰਾ ਜੱਟ ਆਕੜਾਂ ਦਿਖਾਵੇ... ਅਸੀਂ ਭਲਾ ਡਰਦੇ ਆਂ? ...ਘੇਰ ਲਿਆ ਪੁੱਤ ਨੂੰ 'ਕੱਠੇ ਹੋ ਕੇ... ਸਾਡੇ ਇੱਕ ਦੋ ਮੁੰਡੇ ਤਾਂ ਬਾਲ੍ਹੇ ਹੀ ਤੱਤੇ... ਕੈਂਦ੍ਹੇ ਲਾ ਦਿਉ ਟਰੈਕਟਰ ਨੂੰ ਅੱਗ... ਕੱਢ ਤਾਂ ਜੀ ਮੂਤ ਖੜੇ ਦਾ... ਜਦੇ ਤੁਹਾਡੇ ਵਰਗੇ ਦੋ ਕੁ ਸਰਦਾਰ ਵਿੱਚ ਪੈ ਗਏ... ਕਰਾਤਾ ਜੀ ਫ਼ੈਸਲਾ... ਦੋ ਹਜ਼ਾਰ ਲਿਆ ਨਗਦ... ਮਿੰਤ ਕਰਾਈ ਵਾਧੇ ਦੀ... ਸੋਲ਼ਾਂ ਸੌ 'ਚ ਹੋਗੀ ਸੀ ਗੱਡੀ ਟਿਚਨ ਤੇ ਅੱਜ ਪੰਦਰਾਂ ਸੌ ਪੈਂਤੀ ਦਾ ਚੈੱਕ ਦੇ 'ਤਾ ਬੀਮੇ ਵਾਲ਼ਿਆਂ... ਹੋ ਗੀ ਨਾ ਬੈਜ੍ਹਾ ਬੈਜ੍ਹਾ। ਔਹ ਖੜੀ ਹੈ ਯਾਰਾਂ ਦੀ 'ਮਰਸਰੀ'... ਮੈਂ ਤਾਂ ਕਹਿੰਨਾ ਅੱਜ ਫੇ ਕੋਈ ਭੰਨ ਦੇਵੇ... ਫੁੱਲ ਬੀਮਾ ਫੁੱਲ... ਆਹੋ ਸੱਚ ਮੈਂ ਤੇਰੀ ਜਿਪਸੀ ਵੀ ਦੇਖੀ ਆ ਸੈਣੀ ਦੀ ਵਰਕਸ਼ਾਪੇ ਖੜੀ... ਕੋਈ ਗੱਲ ਨੀ ਜੇ ਠੀਕ ਨਾ ਹੋਈ ਤਾਂ ਤੂੰ ਵੀ ਮੇਰੇ ਨਾਲ਼ ਚੱਲੀਂ ਸਰਦਾਰਾ।

"ਓ ਸਰਦਾਰਾ ਤੂੰ ਤਾਂ ਪਹਿਲਾ ਪੈੱਗ ਵੀ ਨੀ ਚੁੱਕਿਆ... ਐਵੇਂ ਨਾਂਹ ਨਾ ਕਰ... ਪੀਣੀ ਤਾਂ ਤੈਨੂੰ ਪਊ ਪਊ... ਅਕਸਰ ਸਾਡੇ ਯਾਰ ਦਾ ਮੁੰਡਾ ਏ... ਸਰਮੁੱਖ ਯਾਰ ਦਾ।

"ਬਈ ਸਰਦਾਰਾ ਮੈਂ ਤੇਰੇ ਤੋਂ ਵੀ ਬੜਾ ਖੁਸ਼ ਆਂ। ਤੂੰ ਸਰਮੁੱਖ ਦੇ ਨਾਂ ਨੂੰ ਚਾਰ ਚੰਨ ਲਾ 'ਤੇ। ਕਮਲ਼ਿਆ ਤਿੰਨ ਤਿੰਨ ਟਰੈਕਟਰ, ਟਰਾਲੀਆਂ, ਕੋਠੀਆਂ, ਕਾਰਾਂ ਨੌਕਰ ਚਾਕਰ। ਮੇਰਾ ਘੁੱਦਾ ਪੂਰਾ ਨਿਕੰਮਾ ਨਿਕਲ਼ਿਆ। ਸਿਰੇ ਦਾ ਦਲਿੱਦਰੀ। ਚੌਥੀ 'ਚ ਹੀ ਬੈਕ੍ਹ ਗਿਆ। ਉੱਲੂ ਦਾ ਪੱਠਾ- ਜੇ ਕਿੱਧਰੇ ਚਾਰ ਅੱਖਰ ਪੜ੍ਹ ਜਾਂਦਾ... ਖੌਰੇ ਕੋਈ ਨੌਕਰੀ ਨਾਕਰੀ ਮਿਲ਼ ਹੀ ਜਾਂਦੀ। ਆ ਤੇਰੇ ਨਾਲ਼ ਹੀ ਤਾਂ ਪੜ੍ਹਦਾ ਹੁੰਦਾ ਸੀ।

"ਲੈ ਪੜ੍ਹਾਈ ਦੀ ਕੋਈ ਰੀਸ ਏ। ਮੇਰੇ ਕਰੀਮਪੁਰ ਵਾਲ਼ੇ ਸਾਂਢੂ ਮੂਲ਼ੇ ਦਾ ਮੁੰਡਾ ਏ ਨਾ ਰਾਮਾ... ਬੱਸ ਥੋਡਾ ਹੀ ਹਾਣੀ ਏ। ਪੜ੍ਹ ਗਿਆ ਰੁੜ ਖੁੜਕੇ। ਨੌਕਰੀ ਮਿਲ਼ਗੀ ਥੋਡੀਆਂ ਜਿਣਸਾਂ ਦੇ ਭਾਅ ਲੌਣ ਦੀ... ਮੰਡੀਆਂ 'ਚ। ਬੈਜਾ ਬੈਜਾ ਕਰਾਂ 'ਤੀ ਮੁੰਡੇ ਨੇ। ਦਸ ਤਾਂ ਖੇਤ ਲੈ 'ਤੇ ਮੂਲ਼ੇ ਨੂੰ ਪਿੰਡ 'ਚ। ਕਹਿੰਦੀ ਕਹਾਉਂਦੀ ਪਾ 'ਤੀ ਕੋਠੀ। ਮੂਲ਼ੇ ਨੂੰ ਹੁਣ ਲੋਕੀਂ ਸਰਦਾਰ ਮੂਲ਼ਾ ਸੂੰ ਕਹਿ ਕੇ ਬਲਾਉਂਦੇ ਨੇ।

"ਆ ਮੈਨੂੰ ਵੀ ਪੈਡਲ ਮਾਰਨੋ ਰਾਮੇ ਨੇ ਹੀ ਹਟਾਇਆ। ਕੁੱਛ ਮੱਦਤ ਕਰ'ਤੀ ਤੇ ਕੁਝ ਲੋਨ ਲੈ 'ਤਾ ਸਫਰਾਸ਼ ਕਰਕੇ। ਪਰ ਘੁੱਦਾ-ਘੁੱਦੂ ਹੀ ਨਿਕਲ਼ਿਆ। ਤੀਮੀਂ ਮਗਰ ਲੱਗ ਕੇ ਸੌਹਰੀਂ ਜਾ ਬੈਠਾ। ਹੈ ਨਾ ਮੂਰਖਾਂ ਦਾ ਸਰਦਾਰ। ਓ ਉੱਲੂਆ ਜੇ ਗੋਹਾ ਹੀ ਚੁੱਕਣਾ ਤਾਂ ਪਿੰਡ ਥੋੜ੍ਹਾ। ਚੱਲ ਦਫਾ ਕਰ। ਆਪਾਂ ਪੈੱਗ ਹੋਰ ਲਾਈਏ।"

"ਹੂੰ ਪੈੱਗ", ਮੇਰੇ ਮੂੰਹੋਂ ਨਿਕਲ਼ ਗਿਆ ਏ। ਮੈਂ ਤਾਂ 'ਕੱਲਾ ਬੈਠਾ ਹਾਂ। ਚੁਬਾਰੇ 'ਚ। ਰਤਨੂੰ ਤਾਂ ਇੱਥੇ ਕਿਤੇ ਵੀ ਨਹੀਂ। ਮੈਂ ਪੈੱਗ ਪਾ ਕੇ ਪੀ ਲਿਆ ਹੈ।

ਰਤਨੂੰ ਦੀ ਅਵਾਜ਼ ਫਿਰ ਸੁਣਾਈ ਦੇਣ ਲੱਗੀ ਏ:

"ਉੱਦਾ ਕੁਲਤਾਰ ਤੂੰ ਵੀ ਰਾਮੇ ਆਂਗੂੰ ਸਰਮੁੱਖ ਦਾ ਸਰਵਣ ਪੁੱਤ ਨਿਕਲ਼ਿਆਂ। ਆ ਜੇੜ੍ਹੀ ਤੂੰ ਸਰਪੰਚ ਦੀ ਗੋਡੀ ਲੁਆਈ ਆ ਨਾ... ਲੰਬੜਦਾਰੀ ਵਾਲ਼ੇ ਕੇਸ 'ਚ ਏਤੋਂ ਮੈਂ ਇੰਨਾ ਖੁਸ਼ ਆਂ ਨਾ- ਪੁੱਛ ਨਾ। ਸਰਮੁੱਖ ਦੀ ਆਤਮਾ ਵੀ ਖੁਸ਼ ਹੋਊ। ਮੈਂ ਅੱਗੇ ਵੀ ਗੱਲ ਕਰਦਾ ਹੁੰਨਾਂ ਬਈ ਜਦ ਮੈਨੂੰ ਪਤਾ ਲੱਗਾ ਕਿ ਸਰਮੁੱਖ ਵਾਲ਼ੀ ਲੰਬੜਦਾਰੀ ਤੇ ਸਰਪੰਚ ਨੇ ਵੀ ਹੱਕ ਜਤਾਇਆ ਮੇਰੇ ਤਾਂ ਲੱਗ ਗੀ ਅੱਗ। ਮੈਂ ਝੂਠ ਨੀ ਬੋਲਦਾ ਸਰਦਾਰਾ... ਆ ਹੱਥ 'ਚ ਸ਼ਰਾਬ ਨੀ। ਮਰਦ ਰਿਜ਼ਕ ਏ ਮਰਦ... ਮੈਨੂੰ ਏਦੀ ਕਸਮ... ਮੈਂ ਗਿਆ ਨੱਠਾ ਨੱਠਾ ਪੱਠਿਆਂ ਦੇ ਬਹਾਨੇ। ਗੱਲੀਂ ਗੱਲੀਂ ਮੈਂ ਕਿਹਾ ਬਈ ਸਰਪੰਚ ਸਾਬ੍ਹ ਉਹਨਾਂ ਦੀ ਤੁਰੀ ਔਂਦੀ ਏ ਜੱਦੀ ਚੌਹ ਪੁਸ਼ਤਾਂ ਤੋਂ। ਤੂੰ ਕੀ ਲੈਣਾ ਕੁੱਤ ਖਾਨੇ ਤੋਂ। ਕੁਲਤਾਰ ਨੂੰ ਬਣਾ ਦੇ ਹੱਥੀਂ। ਦਸ ਪੜ੍ਹਿਆ ਮੁੰਡਾ। ਫਿਰਿਆ ਤੁਰਿਆ। ਨਾਲ਼ੇ ਤੇਰੀ ਹੋਊ ਸੋਭਾ। ਪਤਾ ਕੀ ਕੈਂਦ੍ਹਾ ਕੁੱਤੇ ਦਾ ਪੁੱਤ...., 'ਨਾ ਦਸ ਪੜ੍ਹ ਗਿਆ ਕਿ 'ਐਮਾ' ਕਰ ਗਿਆ। ਨਾ ਓਨਾ ਨੂੰ ਸੁੱਖੀ ਹੋਈ ਆ ਹਰੇਕ ਪੁਸ਼ਤ ਨੂੰ? ਹੁਣ ਤਾਂ ਮੈਂ ਕਰੂੰ ਕਰੂੰ ਲੰਬੜਦਾਰੀ। ਸਰਾ ਸੰਮਤੀ ਨਾਲ਼ ਛੱਡ ਦੇਵੇ ਤਾਂ ਚੰਗਾ ਏ। ਇੱਜ਼ਤ ਰੈਜੂ... ਵਜ਼ੀਰ ਮੇਰਾ ਆਪਣਾ। ਕੋਟ ਕਚਿਹਰੀ ਮੈਂ ਪੈਰ ਨੀ ਲੱਗਣ ਦੇਣੇ।'

"ਲੈ ਕੁਲਤਾਰ ਯਕੀਨ ਮੰਨੀਂ... ਮੈਂ ਹਜ਼ਾਰ ਗਾਲ੍ਹ ਕੱਢੀ ਕੁੱਤੇ ਨੂੰ... ਮਨ 'ਚ।

ਐਡਾ ਹੰਕਾਰੀ ਸਾਲ਼ਾ ਮੇਰਾ 'ਐਮਾ' ਦੱਸੇ। ਗੂਠਾ ਛਾਪ। ਬੁੱਢੜ। ਪਰ ਪੁੱਤ ਤੂੰ ਸੁਆਦ ਕਰ 'ਤਾ। ਭਜਾਇਆ ਪੁੱਤ ਨੂੰ ਹਾਈਕੋਟ ਤਾਈਂ। ਉੱਦਾ ਪੈਸੇ ਬਥੇਰੇ ਲੱਗਗੇ ਤੇਰੇ। ਹਾਂ ਤੂੰ ਹੀ ਦੱਸਿਆ ਸੀ ਬਈ ਦੋ ਲੱਖ ਤੋਂ ਉਪਰ ਲੱਗਿਆ। ਪਰ ਰੱਖ ਲੀ... ਪੇ ਦਾਦੇ ਦੀ ਪੱਗ ਦੀ ਇੱਜ਼ਤ। ਨਾ ਇੱਜ਼ਤ ਨਾਲੋਂ ਪੈਸਾ ਉੱਤੇ ਹੋਜੂ? ਸ਼ਾ-ਬਾਸ਼ ਪੁੱਤਰਾ ਸ਼ਬਾਸ਼। ਕਰਾ 'ਤੀ ਚੌਰੇ ਸਰਪੰਚ ਦੀ ਘੀਸੀ। ਸਾਲ਼ੇ ਦੇ ਪੁੱਤ ਪੋਤੇ ਵੀ ਯਾਦ ਰੱਖਣਗੇ।"

ਮੇਰਾ ਹੱਥ ਮੁੱਛ ਤੇ ਚਲੇ ਗਿਆ ਹੈ। ਪੈੱਗ ਹੋਰ ਖਿੱਚਿਆ ਏ। ਖੰਘੂਰਾ ਜਿਹਾ ਵੱਜਾ ਏ। ਰੌਲ਼ਾ ਜਿਹਾ ਪੈਂਦਾ ਲੱਗਾ ਏ। ਚਿਕਨ ਦਾ ਪੀਸ ਚੁੱਕ ਬਾਹਰ ਨਿਕਲ਼ ਆਇਆ ਹਾਂ। ਦੋ ਕੁ ਖੇਤ ਦੀ ਵਿੱਥ ਤੇ ਪੈਂਦੀ ਵਲੈਤੀਏ ਜਿੰਦਰ ਹੁਰਾਂ ਦੀ ਮੋਟਰ 'ਤੇ ਭਈਏ ਝਗੜ ਰਹੇ ਹਨ। ਠੇਕੇਦਾਰ ਰਾਮ ਸੇਵਕ ਦਾ ਭਰਾ ਸਤਰੂਹਨ ਉੱਚੀ ਉੱਚੀ ਬੋਲ ਰਿਹਾ ਹੈ। ਉਸ ਦੀ ਸ਼ਰਾਬ ਪੀਤੀ ਲਗਦੀ ਹੈ। ਇਹ ਅੱਜ ਕਲ ਰਾਮ ਸੇਵਕ ਦੇ ਵਿਰੁੱਧ ਬਹੁਤ ਬੋਲਦਾ ਹੈ। ਇੱਕ ਦਿਨ ਦਿਹਾੜੀ ਆਏ ਨੂੰ ਮੈਂ ਕਿਸੇ ਗੱਲ ਤੇ ਕਹਿ ਬੈਠਾ ਸੀ ਕਿ ਤੁਹਾਡਾ ਭਾਈ ਰਾਮ ਸੇਵਕ ਚੰਗਾ ਬੰਦਾ ਹੈ। ਸਤਰੂਹਨ ਤਾਂ ਜਿਵੇਂ ਪਹਿਲਾਂ ਹੀ ਫਿਸਣ ਲਈ ਭਰਿਆ ਹੋਵੇ:

"ਦੇਖੋ ਨੰਬਰਦਾਰ ਜੀ- ਉਸ ਕਾ ਨਾਮ ਹੀ ਰਾਮ ਸਵੇਕ ਹੈ। ਪਰ ਹੈ ਪੂਰਾ ਬੇਮਾਨ। ਸਾਲ਼ਾ ਠੱਗੀ ਮਾਰਤਾ ਏ। ਹਮਰੀ ਪਾਰਟੀ ਸੇ। ਭਾਈਓ ਸੇ ਵੀ। ਸ਼ਹਿਰ ਸੇ ਚਾਵਲ ਲੇਤਾ ਹੈ ਬੀਸ ਕਿਲੋ। ਕਾਂਪੀ ਪਰ ਜੋੜਤਾ ਹੈ ਪੱਚੀਸ ਕਿਲੋ। ਸ਼ਹਿਰ ਸੇ ਸੌਦਾ ਲੇਤਾ ਹੈ ਦੂ ਸੂ ਕਾ। ਕਾਂਪੀ ਪਰ ਜੋੜਤਾ ਹੈ ਅਢਾਈ ਸੂ। ਜ਼ਿਮੀਦਾਰੋਂ ਸੇ ਪੈਸਾ ਅਲੱਗ ਲੇ ਲੇਤਾ ਹੈ। ਪਾਰਟੀ ਮੇ ਠੇਕੇਦਾਰੀ ਕਾ ਹਿੱਸਾ ਵੀ ਲੇਤਾ ਹੈ। ਪਿਛਲੇ ਸਾਲ ਬਾਪ ਮਰਾ, ਭੋਜ ਕੀਆ, ਸਾਲਾ ਉਸ ਮੇਂ ਵੀ ਠੱਗੀ ਮਾਰ ਗਿਆ। ਮੈਂ ਇਸ ਕੇ ਸਾਥ ਹੀ ਬਾਰਾਂ ਸਾਲ ਸੇ ਨਿਪਾਲ ਸੇ ਆਤਾ ਹੂੰ। ਇਸਨੇ ਪੀਛੇ ਸੂਦ ਪਰ ਪੈਸਾ ਦੀਆ ਹੈ। ਹਮਰੇ ਸਰ ਪਰ ਕਰਜ਼ ਹੈ।"

ਸਾਲ਼ੇ ਭਈਏ ਵੀ ਕਰਜ਼ਾਈ? ਪਰਾਲ਼ੀ ਤੇ ਸੌਂ ਕੇ ਵੀ। ਚੱਲ ਆਪਣੀ ਤਾਂ ਹੋਰ ਗੱਲ ਆ। ਕਈ ਸਾਲ ਤਾਂ ਝੋਨੇ ਦੀ 'ਰੁਲ਼' ਹੀ ਪੈਗੀ ਸੀ। ਆ ਦੋ ਹਜ਼ਾਰ ਦੋ ਤਾਈਂ ਬੜਾ ਮੰਦਾ ਹਾਲ ਰਿਹਾ। ਸਾਲ਼ੇ ਮੋਤੀਆਂ ਵਰਗੇ ਦਾਣੇ ਹੋਣੇ। ਕੁੜੀ ਚੋ ਇੰਸਪੈਕਟਰ ਦੇ ਨੱਕ ਥੱਲੇ ਹੀ ਨਾ ਆਉਣੇ। ਸ਼ੈਲਰਾਂ ਵਾਲ਼ਿਆਂ ਸੌ ਡੂਢ ਸੌ ਘੱਟ ਰੇਟ ਲਾ ਕੇ ਵੀ ਜੱਟ ਤੇ ਅਹਿਸਾਨ ਕੀਤਾ ਸਮਝਣਾ। ਪਿਛਲੇ ਪੰਜ ਛੇ ਸਾਲਾਂ ਤੋਂ ਜ਼ਰਾ ਕੰਮ ਸੂਤ ਬੈਠਾ। ਆ ਇਲੈਕਸ਼ਨ ਵਾਲ਼ੇ ਸਾਲ ਤਾਂ ਬਾਲ਼ਾ ਹੀ ਕੰਮ ਲੋਟ ਰਿਹਾ। ਕਹਿ ਢੇਰੀ ਕਰੋ ਕਹਿ ਵਿਹਲੇ। ਸਭ ਕਰਾਮਾਤ ਵੋਟਾਂ ਦੀ ਏ। ਸਾਲ਼ੀਆਂ ਵੋਟਾਂ ਹੀ ਆ ਜਾਇਆ ਕਰਨ ਹਰ ਸਾਲ।

ਕੰਮ ਤਾਂ ਐਤਕੀ ਵੀ ਲੋਟ ਰਿਹਾ। ਪਰ ਕੁੜੀ ਦੇਣੇ ਮੀਂਹ ਨੇ ਲੇਖੇ ਲੈ ਲਏ। ਨਾ ਗੁੱਡੀਆਂ ਫੂਕਣ ਨਾਲ਼ ਮੰਨਿਆ ਨਾ ਦਲ਼ੀਏ ਦੇਣ ਨਾਲ਼। ਵੱਖ ਵੱਖ ਮੋਟਰਾਂ ਤੇ ਅੱਠ ਦਸ ਖੇਤ ਖਾਲੀ ਹੀ ਪਏ ਰਹਿ ਗਏ। ਮੀਂਹ ਬਿਨਾਂ ਸੱਤ ਅੱਠ ਘੰਟੇ ਬਿਜਲੀ ਵੀ ਕੁਝ ਨੀ ਕਰਦੀ। ਉੱਤੋਂ ਡੀਜ਼ਲ ਨੇ ਅੱਡ ਕੜ੍ਹਿਲ ਕੱਢ 'ਤੇ। ਜਿਹੜਾ ਲੱਗ ਗਿਆ

ਓਨੂੰ ਕਿਹੜੇ ਰੰਗ ਲੱਗਗੇ। ਜੇ ਦਸ ਖੇਤ ਚੰਗੇ ਹੋ ਗਏ ਤਾਂ ਪੰਦਰਾਂ ਅੱਧੋ ਡੂਢ। ਚੰਦਰੀ ਕਿਸਮਤੋਂ ਫੁੱਟਗੀ।

ਸਾਲ਼ਾ ਕਿਸਮਤ ਦਾ ਵੀ ਹੈ ਕੋਈ ਚੱਕਰ। ਆ ਮੱਖਣ ਹੀ ਦੇਖ ਲਓ। ਮੇਰੇ ਨਾਲ਼ ਹੀ ਕੀਤੀ ਏਨ੍ਹੇ ਦਸਵੀਂ। ਇਹ ਮਸੀਂ ਪਾਸ ਮੈਂ ਸਕੂਲ ਚੋ ਟਾਪਰ। ਮੈਂ ਉਸੇ ਸਾਲ ਟਰੈਕਟਰ ਤੇ ਬੈਠ ਗਿਆ। ਇਹ ਸ਼ਹਿਰ ਇੱਕ ਅੜ੍ਹਤੀਏ ਦੇ ਮੁਨੀਮ ਦਾ ਸਹਾਇੱਕ ਲੱਗ ਗਿਆ। ਥੋੜ੍ਹੇ ਸਾਲੀਂ ਕਿਸੇ ਰਿਸ਼ਤੇਦਾਰ ਨੂੰ ਨਾਲ਼ ਲਾ ਕੇ ਛੋਟੀ ਜਿਹੀ ਆੜ੍ਹਤ ਖੋਲ੍ਹ ਲਈ। ਫਿਰ ਖਾਦ ਤੇ ਦੁਆਈਆਂ ਦੀ ਦੁਕਾਨ। ਛੇਤੀ ਵੱਡਾ ਆੜ੍ਹਤੀਆ ਬਣ ਗਿਆ। ਹੁਣ ਪੰਜ ਸਾਲ ਪਹਿਲਾਂ ਸ਼ੈਲਰ ਖਰੀਦ ਲਿਆ। ਹੈ ਨਾ ਰੱਬ ਦੀ ਮਿਹਰ।

ਲੈ ਚੇਤੰਨ ਤਾਂ ਕਹਿੰਦਾ ਸੀ ਕਿ ਤੁਹਾਨੂੰ ਲੁੱਟਣ ਵਾਲ਼ਿਆਂ 'ਚ ਡੇਰਿਆ 'ਚ ਬੈਠਾ ਰੱਬ ਵੀ ਸ਼ਮਿਲ ਹੈ। ਪੱਕਾ ਕਾਮਰੇਡ ਲਗਦਾ। ਓ ਬੁੱਧੂਆ ਲੁੱਟੂ ਵੀ ਓਹੋ ਜੀਹਦੀ ਕਿਸਮਤ 'ਚ ਹੋਊ।

ਆ ਰਤਨੂੰ ਹੀ ਦੱਸਦਾ ਹੁੰਦਾ ਬਈ ਕਰੀਮਪੁਰੀਏ ਮੂਲ਼ੇ ਨੂੰ ਕੋਈ ਝੋਕਣ ਨੀ ਸੀ ਲੌਂਦਾ ਹੁੰਦਾ। ਆਖੇ ਮਾੜ ਹਾਰਾ ਏ। ਪਰ ਅੱਜ ਰਾਮੇ ਕਰਕੇ ਗੁੱਡੀ ਚੜ੍ਹੀ ਪਈ ਏ। ਦਿਨ ਫਿਰਦਿਆਂ ਕਿਤੇ ਪਤਾ ਲਗਦਾ?

ਦਿਨ ਤਾਂ ਆਪਣੇ ਵੀ ਫਿਰ ਜਾਣੇ ਸਨ ਜੇ ਆਪਣਾ ਕਾਕਾ ਸ਼ੇਰਾ ਇੰਗਲੈਂਡ 'ਚ ਟਿਕ ਜਾਂਦਾ। ਸੌਰ੍ਹਾ ਛੇਈਂ ਮਹੀਨੀਂ ਹੀ ਫੜਿਆ ਗਿਆ। ਫੜਾਇਆ ਉੱਦਾਂ ਸਰਪੰਚ ਨੇ ਹੀ ਸੀ। ਜਿੰਦਰ ਹੁਰਾਂ ਦੇ ਬੰਦਿਆਂ ਰਾਹੀਂ। ਇਹ ਪੱਕਾ ਏ। ਨੰਬਰਦਾਰੀ ਵਾਲ਼ਾ ਸੇਕ ਜੂ ਲੱਗਾ ਸੀ ਮੇਰੇ ਸਾਲ਼ੇ ਨੂੰ। ਲਵਾ ਏਦ੍ਹੀ ਨਿੱਕੀ ਨਾਲ਼ ਫੇਰੇ। ਆ।

ਮੈਤੋਂ ਲਲਕਾਰਾ ਜਿਹਾ ਵੱਜ ਗਿਆ ਏ।

ਸਹੁਰੇ ਸ਼ੇਰੇ ਦਾ ਵੀ ਅੰਨਜਲ ਹੈ ਨੀ ਸੀ ਬਾਹਰਲਾ। ਦੂਜੀ ਵਾਰ ਚੁੱਕਣ ਚੁੱਕਿਆ 'ਮਰੀਕਾ ਦਾ ਤਾਂ ਭੈਣ ਦੇਣਾ ਅਜੰਟ ਪਾਸਪੋਰਟ ਤੇ ਪੰਜ ਲੱਖ ਲੈ ਕੇ ਤਿੱਤਰ ਹੋਇਆ। ਅੱਜ ਬੌਹੜਦਾ।

ਸਰੀਰ ਨੂੰ ਝੂਟਾ ਜਿਹਾ ਆਇਆ ਏ।

ਮੈਂ ਅੰਦਰ ਆ ਗਿਆ ਹਾਂ।

ਬੋਤਲ ਅੱਧੋਂ ਥੱਲੇ ਹੋ ਚੁੱਕੀ ਏ। ਛੋਟਾ ਜਿਹਾ ਪੈੱਗ ਹੋਰ ਬਣਾ ਲਿਆ ਹੈ। ਚੇਤੰਨ ਸੂੰ ਦੇ ਬੋਲ ਫਿਰ ਕੰਨੀ ਗੁੰਜੇ:

"ਖੇਤੀ ਨੀ ਭਾਰ ਚੁੱਕ ਸਕਦੀ... ਆ ਕਾਰ੍ਹਾਂ, ਕੋਠੀਆਂ, ਸ਼ਰਾਬਾਂ ਤੇ ਮਾੜੀਆਂ ਬੈਬਤਾਂ ਦਾ।"

ਐਵੇਂ ਭੌਂਕਦਾ ਸੀ ਧਗੜਾ। ਬੰਦੇ ਨੂੰ ਸਮੇਂ ਸਾਰ ਚਾਰ ਖਣ ਤਾਂ ਚਾਹੀਦੇ ਈ ਆ। ਰੈਣ੍ਹ ਵਾਸਤੇ। ਨਾਲ਼ੇ ਜੇ ਹੁਣ ਖੇਤੀ ਕਰਦੇ ਆ ਤਾਂ ਬਣਾਉਣੇ ਵੀ ਨਾ ਏਦ੍ਹੇ ਵਿੱਚੋਂ ਈ ਆਂ। ਹੋਰ ਡਾਕਾ ਮਾਰਕੇ ਬਣਾਈਏ? ਰਹੀ ਗੱਲ ਸ਼ਰਾਬ ਦੀ। ਸ਼ਰਾਬ ਭਲਾ ਕੌਣ ਨੀ ਪੀਂਦਾ? ਏਦ੍ਹੇ ਵਿਰੁੱਧ ਰੌਲ਼ਾ ਪਾਉਣ ਵਾਲ਼ੇ ਚੋਰੀ ਪੀਈ ਜਾਂਦੇ ਆ। ਨਾਲ਼ੇ ਇਹ ਪੀਣ ਲਈ ਤਾਂ ਬਣੀ ਆ। ਹੋਰ ਈਦ੍ਹੇ ਨਾਲ਼...।

ਹਾਂ-ਹਾਂ ਸਭ ਪੀਂਦੇ ਨੇ ਸਭ। ਚੋਰ ਵੀ ਤੇ ਸਾਧ ਵੀ। ਪਰ ਆ ਤਾਏ ਹਰੀ ਸੂੰ ਨੇ ਕਹਿੰਦੇ ਸ਼ੁਰੂ ਤੋਂ ਹੀ ਹੱਥ ਨੀ ਲਾਇਆ। ਤਾਏ ਦਾ ਛੋਟਾ ਮੁੰਡਾ ਗੁਰਮੁੱਖ ਵੀ ਕਦੇ ਦੇਖਿਆ ਸੁਣਿਆ ਨੀ ਖਾਂਦਾ ਪੀਂਦਾ। ਚੱਲ ਵੱਡੇ ਦਰਸ਼ਣ ਤੇ ਫੁੰਮਣ ਬਥੇਰੇ ਫੱਟੇ ਚੱਕ ਦੇ ਨੇ... ਆ ਪੀ ਕੇ ਕਈ ਵਾਰੀ ਰੌਣਕ ਵੀ ਲਾ ਦਿੰਦੇ ਹਨ... ਧੀਆਂ ਨੂੰਹਾਂ ਨੂੰ ਪੁਣਦੇ ਆ ਰੱਜ ਕੇ। ਆ 'ਬੁੱਚਿਆਂ' ਦੇ ਬੁੜੇ ਦੇ ਕੱਠ ਵਾਲ਼ੇ ਦਿਨ ਮੁਫ਼ਤ ਦੀ ਡੱਫ ਕੇ ਬਥੇਰਾ ਰੰਗ ਬੰਨ 'ਤਾ ਸੀ।

ਹਾਂ ਗੱਲ ਵੀ ਦਰਸ਼ਣ ਦੇ ਭਈਏ ਤੋਂ ਵਿਗੜੀ ਸੀ। ਮੋਤੀ ਮੰਡਲ ਤੋਂ। ਫੁੰਮਣ ਦੇ ਮੁੰਡੇ ਤੀਰਥ ਨੇ ਮੋਤੀ ਨੂੰ ਅਜੇ ਗੁਲ਼ਾਮੇ ਤੋਂ ਫੜਿਆ ਹੀ ਸੀ ਕਿ ਨਸ਼ੇ 'ਚ ਟੁੰਨ ਹੋਇਆ ਦਰਸ਼ਣ ਆ ਬੜਕਿਆ ਸੀ:

"ਓਏ... ਓਏ... ਕਿਓ ਮਾਰੰਦਾ ਆਪਣੇ...।"

"ਤਾਇਆ ਏਨੇ ਮੇਰਾ ਮੋਬਾਇਲ ਚੋਰੀ ਕੀਤਾ ਏ।" ਤੀਰਥ ਹਰਖਿਆ ਪਿਆ ਸੀ।

"ਕਦੋਂ ?"

"ਅੱਜ ਦੁਪਹਿਰੇ ਬਾਰਾਂ ਕੁ ਵਜੇ। ਮੈਂ ਆਇਆ ਸੀ 'ਕੇਹਰੂ' ਹੁਰਾਂ ਵਾਲ਼ੇ ਖੇਤੀਂ ਨੱਕਾ ਮੋੜ ਕੇ। ਮੈਂ ਮੋਟਰ ਸਾਈਕਲ ਤੁਹਾਡੀ ਡੇਕ ਦੀ ਛਾਵੇਂ ਖੜ੍ਹਾ ਕਰਕੇ ਤੁਹਾਡੀ ਮੋਟਰ ਤੇ ਹੀ ਨੌਣ੍ਹ ਲੱਗ ਪਿਆ। ਮੈਂ ਕੱਪੜੇ ਵੀ ਮੋਟਰ ਸਾਇਕਲ ਤੇ ਰੱਖ ਆਇਆ ਤੇ ਹੈਂਡਲ ਨਾਲ਼ ਮੋਬਾਇਲ ਵੀ ਟੰਗ ਆਇਆ। ਇਹ ਤੁਹਾਡਾ ਮੋਤੀ ਇੱਥੇ ਹੀ ਫਿਰਦਾ ਸੀ। ਜਦੋਂ ਮੈਂ ਨ੍ਹਾ ਕੇ ਆਇਆ ਤਾਂ ਮੋਬਾਇਲ ਹੈਨਾਂ ਤੇ ਨਾ ਦਿਸੇ ਕਿੱਧਰੇ ਤੁਹਾਡਾ ਮੋਤੀ। ਮੈਂ ਜਦੇ ਦਾ ਏਨੂੰ ਟੋਲ਼ਦਾ ਫਿਰਦਾਂ। ਹੁਣ ਲੱਭਾ ਤਿੰਨੀਂ ਘੰਟੀਂ।"

"ਨਾ ਸਰਦਾਰ ਜੀ... ਮੈਂ ਨਾ ਚੋਰੀ ਕੀਆ... ਜਦੋਂ ਤੀਰਥ ਪਾ ਜੀ ਨਹਾਨੇ ਲੱਗਾ ਨਾ... ਮੈਂ ਤਾਂ ਉਸੀ ਵਕਤ ਚਲਾ ਗਿਆ ਥਾ ਸੈਕਲ ਲੈ ਕੇ... ਮੁਕੰਦਪੁਰ... ਚਪਲ ਕੀਨਨੇ ਕੇ ਲੀਏ... ਮਾਂ ਕਸਮ ਮੈਨੇ ਚੋਰੀ ਨਾ ਕੀਆ।" ਭਈਆ ਨਵੀਆਂ ਚਪਲਾਂ ਦਿਖਾਉਂਦਾ ਹੋਇਆ ਬੋਲਿਆ ਸੀ।

"ਦੇਖ ਤੀਰਥਾ.... ਮੋਤੀ ਪਿਛਲੇ ਅੱਠ ਸਾਲਾਂ ਤੋਂ ਮੇਰੇ ਕੰਮ ਕਰਦਾ ਆ.... ਏਨ੍ਹੇ ਕਦੇ ਪੈਸੇ ਦੀ ਚੋਰੀ ਨ੍ਹੀ ਕੀਤੀ। ਇਹ ਕਿਹੜਾ ਨਵਾਂ ਆਇਆ?" ਨਸ਼ੇ 'ਚ ਹੁੰਦਾ ਹੋਇਆ ਵੀ ਦਰਸ਼ਣ ਠਰੰਮੇ 'ਚ ਆ ਗਿਆ ਸੀ।

"ਨਾ ਤਾਇਆ ਹੋਰ ਮੋਬਾਇਲ ਨੂੰ ਧਰਤੀ ਨਿਗਲ਼ਗੀ?" ਤੀਰਥ ਮੋਤੀ ਤੇ ਬਰਾਬਰ ਭਾਰੂ ਹੋਈ ਜਾ ਰਿਹਾ ਸੀ।

ਨਸ਼ੇ 'ਚ ਗੱਦਰ ਜਿਹਾ ਹੋਇਆ ਫੁੰਮਣ ਵੀ ਪਹੁੰਚ ਗਿਆ। ਸਾਈਕਲ ਤੋਂ ਉੱਤਰਦਾ ਹੀ ਦਰਸ਼ਣ ਵੱਲ ਕੌੜ ਕੌੜ ਦੇਖਣ ਲੱਗ ਪਿਆ।

ਖੇਤਾਂ 'ਚ ਵਸੇ ਤਿੰਨੇ ਘਰਾਂ ਦੀਆ ਔਰਤਾਂ ਬੋਲ ਬੁਲਾਰਾ ਸੁਣ ਕੇ ਦਰਾਂ ਤਾਕੀਆਂ 'ਚੋ ਝਾਕਣ ਲੱਗ ਪਈਆਂ।

"ਕਹੀ ਮਾਰ ਕੇ ਸਿਰ ਵੱਢ ਸਾਲ਼ੇ ਦਾ! ਪੈਲ੍ਹਾਂ ਸਾਲ਼ੇ ਨੇ ਸਾਡਾ ਭਈਆ ਸਿਖਾ ਕੇ ਭਜਾ 'ਤਾ। ਇੱਕ ਅਸੀਂ ਭਈਏ ਖੁਣੋਂ ਔਖੇ ਆਂ... ਦੂਜਾ ਭੈਣ ਦੇ ਖਸਮ ਨੇ ਫੂਨ

ਚੱਕ ਲਿਆ।" ਮਾਮਲੇ ਨੂੰ ਸਮਝਦਾ ਹੋਇਆ ਫੁੰਮਣ ਆਪੇ 'ਚੋਂ ਬਾਹਰ ਹੋ ਗਿਆ ਸੀ।

"ਨਾ ਸਿਰ ਵੱਢਣਾਂ ਖੇਲ ਪਿਆ? ਆਇਆ ਵੱਢਾ ਨਾਢੂ ਖਾਂ... ਤੂੰ ਹੱਥ ਲਾ ਕੇ ਤਾਂ ਦੇਖ... ਨੰਗ ਜ਼ਮਾਨੇ ਦਾ।" ਕੁਰਤੇ ਦੀਆਂ ਬਾਹਵਾਂ ਟੰਗਦਾ ਹੋਇਆ ਦਰਸ਼ਣ ਤੈਸ਼ 'ਚ ਆ ਗਿਆ ਸੀ।

"ਨਾ ਤੂੰ ਬੌੜ੍ਹ ਜਗੀਰਦਾਰ ਏਂ? ਮੈਨੂੰ ਨੰਗ ਦੱਸਦਾਂ, ਅਜੇ ਪਿਛਲੇ ਹਫ਼ਤੇ ਤਾਂ ਚਾਰ ਕਨਾਲ਼ੀਂ ਬੈਅ ਕਰਕੇ ਅਇਆ ਤੂੰ.... ਸ਼ਰਮ ਤਾਂ ਨੀ ਮੰਨਦਾ।" ਫੁੰਮਣ ਦਾ ਪਾਰਾ ਹੋਰ ਚੜ੍ਹ ਗਿਆ ਸੀ।

"ਨਾ ਮੈਂ ਤੇਰੀ ਬੈਅ ਕਰ 'ਤੀ? ਮੇਰੀ ਚੀਜ਼ ਹੈ ਭਾਵੇਂ ਸਾਰੀ ਵੇਚ ਦੇਵਾਂ, ਤੇਰੀ ਵੀ ਤਾਂ ਸਾਰੀ ਗਹਿਣੇ ਪਈ ਹੋਈ ਆ ਬੈਂਕ ਕੋਲ....।"

"ਜੇ ਗਹਿਣੇ ਪਈ ਆ ਤਾਂ ਕੀ? ਘਰੇ D.1.585 ਟਰੈਕਟਰ ਵੀ ਖੜ੍ਹਾ; ਤੇਰੇ ਆਂਗੂ ਤਾਂ ਨੀ ਜ਼ੀਟਰ ਰੱਖਿਆ ਹੋਇਆ ਸਿੱਖਾਂ ਦੇ ਰਾਜ ਦਾ... ਜਿਹੜਾ ਬੰਨਾ ਟੱਪਣ ਲੱਗਾ ਹੀ ਰੋਣ ਲਗ ਪੈਂਦਾ...। ਭਈਏ ਤੇਰੇ ਦੀ ਲੱਤ ਮੈਂ ਵੱਢੂੰ ਵੱਢੂੰ... ਤੀਜਾ ਭਈਆ ਭਜਾਇਆ ਏਨ੍ਹੇ ਮੇਰਾ....।" ਫੁੰਮਣ ਭਈਏ ਦੁਆਲ਼ੇ ਫਿਰ ਹੋ ਗਿਆ।

"ਨਾ ਭਈਆ ਤੇਰੇ ਕਿੱਥੋਂ ਰਹੇ? ...ਕਦੇ ਰੋਟੀ ਵੀ ਰੱਜਵੀਂ ਦਿੱਤੀ ਆ? ...ਪੰਜੀ ਸੱਤੀਂ ਗਾਲ੍ਹਾਂ ਤੇ ਧੌਲ਼ ਧੱਫੇ ਦਾ ਪ੍ਰਸ਼ਾਦ ਜ਼ਰੂਰ ਦੇ ਦੇਨਾ... ਦਾਰੂ ਪੀ ਕੇ...। ਦਰਸ਼ਣ ਗੁਸੈਲ਼ੀਆਂ ਦਲੀਲਾਂ 'ਤੇ ਉੱਤਰ ਆਇਆ ਸੀ।

"ਨਾ ਰੋਟੀ ਤੂੰ ਦਿਨਾਂ... ਮੇਰੇ ਨੌਕਰਾਂ ਨੂੰ?"

"ਨਾ ਮੇਰਾ ਨ੍ਹੀ ਭੱਜਦਾ? ...ਪਿਛਲੇ ਅੱਠ ਸਾਲਾਂ ਤੋਂ ਟਿਕਿਆ ਹੋਇਆ। ਨੌਕਰ ਰੱਖਣਾ ਆਵੇ ਤਾਂ ਰਵੇ।"

"ਆਹੋ ਨੌਕਰ ਰੱਖਣ ਦਾ ਕੋਰਸ ਤਾਂ ਤੂੰ ਹੀ ਕੀਤਾ ਹੋਇਆ। ਲੋਕ ਸੌ ਸੌ ਗੱਲਾਂ ਕਰਦੇ ਨੇ... ਅਖੇ ਦਰਸ਼ਣ ਦਾ ਨੌਕਰ ਚੌਂਕੇ 'ਚ ਬੈਠ ਕੇ ਰੋਟੀ ਖਾਂਦਾ.... ਜੁਆਨ ਨੂੰਹਾਂ ਧੀਆਂ ਵਿੱਚ। ਬੇਸ਼ਰਮਾਂ.... ਸਾਨੂੰ ਸੁਣਨੀਆਂ ਔਖੀਆਂ ਹੋ ਜਾਂਦੀਆਂ....।" ਫੁੰਮਣ ਸਿਰੇ ਦੀ ਗੱਲ ਆਖ ਗਿਆ ਸੀ।

"ਖੜ ਜਾ ਤੇਰੀ ਧੀ ਨੂੰ... ਮੈਂ ਕਰਦਾ ਤੇਰਾ ਮੂੰਹ ਬੰਦ.... ਲਿਆ ਮੋਤੀ ਅੰਦਰੋਂ ਡਾਂਗ....।" ਦਰਸ਼ਣ ਫੌਹੜੇ ਨੂੰ ਹੱਥ ਪਾਉਂਦਾ ਗਰਜਿਆ ਸੀ।

ਤੀਰਥ ਵੀ ਆਪਣੇ ਅੰਦਰੋਂ ਕੋਈ ਹਥਿਆਰ ਲੈਣ ਦੌੜਿਆ।

ਗੁਰਮੁੱਖ ਦੇ ਅੰਦਰੋਂ ਹਰੀ ਸੂਹ ਲੰਙ ਮਾਰਦਾ ਭੱਜਾ ਆਇਆ ਤੇ ਦੋਹਾਂ ਵਿੱਚ ਖੜੋਂਦਾ ਬੋਲਿਆ ਸੀ:

"ਓ ਕਾਹਤੋਂ ਮਰਨ ਡਿਓ ਆ ਇਨ੍ਹਾਂ ਭਈਆਂ ਖਾਤਰ.... ਪਹਿਲਾਂ ਵੀ ਤੁਹਾਡੀ ਸੱਤ-ਕਵੰਜਾ ਹੋ ਚੁੱਕੀ ਹੈ ਇਨ੍ਹਾਂ ਪਿੱਛੇ.... ਹੁਣ ਖ਼ੂਨ ਹੋਣਗੇ.... ਕਾੜ੍ਹੇ ਰੱਖੇ ਹੋਏ ਨੇ ਏਹ.... ਜੇ ਗੁਰਮੁੱਖ ਨੀ ਰੱਖਦਾ ਤਾਂ ਓਹਦਾ ਨ੍ਹੀ ਸਰਦਾ?"

"ਜਦ ਦੇਖੋ ਗੁਰਮੁੱਖ-ਗੁਰਮੁੱਖ-ਗੁਰਮੁੱਖ। ਗੁਰਮੁੱਖ ਨਾ ਹੋਇਆ ਮਮੀਰੇ ਦੀ ਗੱਠੀ... ਕਦੇ ਬੋਰਾ ਭਿੰਡੀਆਂ ਦਾ ਅੱਪਰੇ ਨੂੰ ਲੈ ਜਾਊ.... ਕਦੇ ਬਤਾਊਆਂ ਦਾ ਔੜ ਨੂੰ... ਸਾਲ਼ੇ ਦੀ ਤੀਮੀਂ ਦੀ ਸੁੱਥਣ ਵੀ ਮਿੱਟੀ ਨਾਲ਼ ਭਰੀ ਰਹਿੰਦੀ ਆ; ਸਾਰਾ ਦਿਨ

ਸਬਜ਼ੀ ਗੁੱਡਦੀ ਦੀ.... ਸਾਥੋਂ ਨੀ ਹੁੰਦੇ ਰਾਈਆਂ ਵਾਲ਼ੇ ਕੰਮ; ਫੁੰਮਣ ਨੇ ਨਵਾਂ ਮੁਹਾਜ ਖੋਲ੍ਹ ਲਿਆ ਸੀ।

"ਨਾ ਓਹ ਤੁਹਾਡੇ ਆਂਗੂੰ ਜ਼ਮੀਨ ਤਾਂ ਨ੍ਹੀ ਧਰੀ ਜਾਂਦਾ। ਸਬਰ ਸਬੂਰੀ ਦੀ ਰੋਟੀ ਖਾਂਦਾ ਏ। ਨਿਆਣੇ ਵਧੀਆ ਸਕੂਲੇ ਪੜ੍ਹਾ ਰਿਹਾ ਏ।" ਹਰੀ ਸੂੰਹ ਵੀ ਹਰਖ ਪਿਆ ਸੀ।

"ਜ਼ਮੀਨ ਸਭ ਤੋਂ ਪੈਲ੍ਹੇ ਬੁੜ੍ਹਿਆ ਤੂੰ ਵੇਚੀ ਸੀ... ਸੂਏ ਤੋਂ ਪਾਰਲੀ ਤਿੰਨੇ ਖੇਤ... ਅਸੀਂ ਕੋਈ ਅਲੋਕਾਰੀ ਗੱਲ ਨ੍ਹੀ ਕੀਤੀ।" ਦਰਸ਼ਣ ਨੂੰ ਵੀ ਜਿਉਂ 'ਪੇ' ਸਾਂਝਾ ਦੁਸ਼ਮਣ ਮਿਲ਼ ਗਿਆ ਹੋਵੇ।

"ਸੂਏ ਤੋਂ ਪਾਰ ਵਾਲ਼ੀ ਬਕੌਣ ਵਾਲ਼ੇ ਵੀ ਤੁਸੀਂ ਹੀ ਹੋ। ਤੁਸੀਂ ਰੱਟ ਲਾਈ ਹੋਈ ਸੀ ਪਈ ਪਿੰਡ ਵਾਲ਼ੀ ਅੱਡ ਅੱਡ ਸਾਡੇ ਨਾਂ ਕਰਾ। ਅਸੀਂ ਆਪੋ ਆਪਣੀਆਂ ਬੈਂਕ ਲਿਮਟਾਂ ਬਣੌਣੀਆਂ। ਅੱਡ ਅੱਡ ਮੋਟਰਾਂ ਲੌਣੀਆਂ। ਅੱਡ ਅੱਡ ਟਰੈਕਟਰ ਲੈਣੇ ਨੇ। ਅਸੀਂ ਲੋਨ ਲੈਣੇ ਨੇ। ਸਾਡੇ ਕਾਰੋਬਾਰ ਰੁਕੇ ਪਏ ਏ। ਉੱਤੋਂ ਕਬੀਲਦਾਰੀ ਦੇ ਖਰਚੇ। ਤਿੰਨ ਕੁੜੀਆਂ ਦੇ ਵਿਆਹ। ਫਿਰ ਗੁਰਮੁੱਖ ਦੀ ਬਿਮਾਰੀ 'ਤੇ ਵੀ ਖਰਚਾ... ਜੇ ਤੁਸੀਂ ਕਾਰੀ ਦੇ ਹੁੰਦੇ ਤਾਂ...।"

"ਹਿੱਸਾ ਤਾਂ ਫਿਰ ਵੀ ਗਰਮੁੱਖ ਦਾ ਬਰੋਬਰ ਰੱਖ ਲਿਆ। ਵੱਟੇ ਪੈਸਿਆਂ 'ਚੋਂ। ਆਪਣਾ ਵੀ ਲੈ ਕੇ ਓਦੇ ਨਾਲ਼ ਜਾ ਰਲ਼ਿਆ ਏ।" ਫੁੰਮਣ ਵੀ ਪਿੱਛੇ ਨਹੀਂ ਸੀ ਰਹਿਣਾ ਚਾਹੁੰਦਾ।

"ਨਾ ਹਿੱਸਾ ਤਾਂ ਮੈਂ ਇੱਥੋਂ ਵੀ ਰੱਖ ਸਕਦਾ ਸੀ। ਫਿਰ ਤੁਹਾਨੂੰ ਦੋ-ਦੋ ਖੇਤ ਦੀ ਥਾਂ ਡੂਢ-ਡੂਢ ਔਣਾ ਸੀ। ਰਹੀ ਗੱਲ ਗਰਮੁੱਖ ਨਾਲ਼ ਰਲਣ ਦੀ। ਜੇ ਮੈਨੂੰ ਓਥੇ ਮਾਣ-ਇੱਜ਼ਤ ਮਿਲ਼ੇ ਹਨ ਤਾਂ ਹੀ ਰਲ਼ਿਆ। ਤੁਸੀਂ ਰੋਟੀ ਵੀ ਨਾ ਦੇਵੋ ਤਾਂ ਰਹਾਂ ਵੀ ਤੁਹਾਡੇ ਨਾਲ਼। ਇਹ ਕਿਵੇਂ ਹੋ ਸਕਦਾ?"

"ਸਾਡੀ ਤੀਮੀਆਂ ਦੀ ਪਕਾਈ ਰੋਟੀ ਤੈਨੂੰ ਸੁਆਦ ਲਗਦੀ ਏ? ਪਤਾ ਨੀ ਉਸ ਗਿੱਠ ਕੁ ਦੀ ਭਮੀਰੀ ਜਿਹੀ ਨੇ ਤੇਰੇ ਸਿਰ ਕੀ ਪਾ ਲਿਆ। ਜਿਹੜੇ ਦੋ ਗਹਿਣੇ ਸਨ ਉਹ ਵੀ ਓਦੇ ਬੋਝੇ ਪਾ ਤੇ।" ਫੁੰਮਣ ਨੇ ਗੁਰਮੁੱਖ ਦੇ ਘਰ ਵਾਲ਼ੀ ਵੀ ਨਾ ਬਖਸ਼ੀ।

"ਹੈ ਤੇਰੀ ਬਲੱਜਾ! ਤੇਰੀ ਜਬਾਨ 'ਚ ਕੀੜੇ ਪੈਣ... ਤੂੰ ਮੇਰੀ ਦਾੜ੍ਹੀ 'ਚ ਵੀ ਗੰਦ ਪਾ ਦਿੱਤਾ... ਓ ਰੱਬਾ ਤੂੰ ਮੈਨੂੰ ਚੁੱਕ ਕਾਹਤੋਂ ਨੀ ਲੈਂਦਾ.... ਏਸ ਗੰਦੀ ਔਲਾਦ ਨਾਲ਼ੋਂ ਮੈਂ ਔਂਤ ਹੀ ਚਲਾ ਜਾਂਦਾ.... ਨੀ ਬਸੰਤ ਕੁਰੇ ਜੇ ਤੂੰ ਨਾ ਮਰਦੀ ਤਾਂ ਮੈਨੂੰ ਇਹ ਗੱਲਾਂ ਤਾਂ ਸੁਣਨੀਆਂ ਨਾ ਪੈਂਦੀਆਂ। ...ਓ ਰੱਬਾ ਜੱਟ ਦੇ ਬੌੜ੍ਹੇ ਪੁੱਤ ਨਾ ਹੋਣ... ਸਰਮੁੱਖ ਦੇ ਕੱਲੇ ਕੁਲਤਾਰ ਨੇ ਰੰਗ ਬੰਨਿਆ ਪਿਆ। ਏਨੀ ਤਾਂ ਮੈਨੂੰ ਜੀਂਦੇ ਨੂੰ ਮਾਰ 'ਤਾ ਓਏ।" ਤਾਇਆ ਕੀਰਨੀ ਉੱਤਰ ਆਇਆ ਸੀ।

"ਕੁਲਤਾਰ ਦੀ ਘਿੱਗੀ ਵੀ ਬੋਲੀ ਲਈਂ। ਬੌੜ੍ਹਾ ਚਿਰ ਨੀ ਲਗਦਾ ਹੁਣ। ਓਦੀ ਸੰਘੀ ਮੱਖਣ ਹੱਥ ਏ।" ਫੁੰਮਣ ਬੋਲਿਆ ਸੀ।

"ਹੈਂ! ਮੇਰੀ ਸੰਘੀ ਮੱਖਣ ਹੱਥ?" ਮੇਰਾ ਖੱਬਾ ਹੱਥ ਆਪਣੀ ਘੰਡੀ ਤੇ ਫਿਰਨ ਲੱਗ ਪਿਆ ਹੈ।

ਮੇਰੀਆਂ ਅੱਖਾਂ ਮੂਹਰੇ ਮੱਖਣ ਆ ਬੈਠਾ ਹੈ। ਤੀਹ ਅਪਰੈਲ ਵਾਲ਼ਾ ਮੱਖਣ। ਉਸ ਦਿਨ ਚੇਤੰਨ ਸੂ ਦੀਆਂ ਗੱਲਾਂ ਸੁਣਦੇ ਸਮੇਂ ਹੀ ਮੱਖਣ ਦਾ ਫ਼ੂਨ ਆਇਆ ਸੀ:

"ਯਾਰ ਕੁਲਤਾਰ ਤੂੰ ਬਾਲ੍ਹਾ ਹੀ ਨਿਰਮੋਹੀ ਹੋਈ ਜਾਂਦਾ ਏ। ਕਦੀ ਮਿਲ਼ਦਾ ਹੀ ਨਹੀਂ। ਅੱਜ ਕਣਕ ਤੁਲਾ ਕੇ ਸ਼ੈਲਰ ਤੇ ਨੂੰ ਆ ਜਾਈਂ। 'ਕੱਠਿਆਂ ਪੈੱਗ ਲਾਏ ਨੂੰ ਬਹੁਤ ਚਿਰ ਹੋ ਗਿਆ। ਨਾਲ਼ੇ ਇਕ ਜ਼ਰੂਰੀ ਗੱਲ ਕਰਨੀ ਆਂ। ਅੱਛਾ। ਤਗੀਦ ਹੈ।"

ਸਾਢੇ ਕੁ ਅੱਠ ਵਜੇ ਮੈਂ ਸ਼ੈਲਰ ਤੇ ਚਲੇ ਗਿਆ ਸੀ। ਮੱਖਣ ਬੜੀ ਗਰਮ ਜੋਸ਼ੀ ਨਾਲ਼ ਮਿਲ਼ਿਆ ਸੀ। ਜੱਫੀ ਪਾ ਕੇ। ਪਰ ਮੇਰੇ 'ਚ ਉਤਸ਼ਾਹ ਨਹੀਂ ਸੀ। ਪਤਾ ਨਹੀਂ ਕਿਉਂ?

ਅਸੀਂ ਮੱਖਣ ਦੇ ਏ ਸੀ ਕਮਰੇ 'ਚ ਬੈਠ ਗਏ ਸੀ। ਨਿਪਾਲੀ ਨੌਕਰ ਨੇ ਰਾਇਲ ਸਟੈਗ ਦੀ ਬੋਤਲ,ਖਾਰਾ ਸੋਢਾ, ਬਰਫ਼, ਪਾਣੀ ਤੇ ਸਲਾਦ ਵਗੈਰਾ ਵਾਰੋ ਵਾਰੀ ਟਿਕਾਅ ਦਿੱਤੇ ਸਨ। ਮੱਖਣ ਨੇ ਪੈੱਗ ਬਣਾਏ ਸਨ। ਮੋਟੇ ਜਹੇ ਰੱਖਕੇ। ਖਾਰਾ ਤੇ ਬਰਫ ਪਾ ਕੇ ਥੋੜ੍ਹਾ ਥੋੜ੍ਹਾ ਪਾਣੀ ਪਾਇਆ ਸੀ। ਇੱਧਰ ਉੱਧਰ ਦੀਆਂ ਚਾਰ ਕੁ ਗੱਲਾਂ ਕਰਕੇ ਉਹ ਗਲਾਸ ਚੁੱਕ ਕੇ ਮੈਨੂੰ ਫੜਾਉਂਦਾ ਹੋਇਆ ਬੋਲਿਆ ਸੀ:

"ਚੱਲ ਕੁਲਤਾਰ ਪਹਿਲਾਂ ਮਾੜੇ ਜਹੇ ਤਰਾਰੇ 'ਚ ਹੋਈਏ। ਫਿਰ ਕਰਦੇ ਆਂ ਗੱਲਾਂ।"

ਗਲਾਸ ਆਪਸੀ ਟੱਕਰੇ ਤੇ ਮੂੰਹਾਂ ਨੂੰ ਜਾ ਲੱਗੇ। ਪੁਰਾਣੀ ਆਦਤ ਮੁਤਾਬਕ ਮੈਂ ਪਹਿਲਾ ਖਾਲ੍ਹੀ ਨਹੀਂ ਕਰ ਸਕਿਆ ਸੀ। ਇਸਦੇ ਉਲਟ ਉਸ ਨੇ ਖਾਲ੍ਹੀ ਕਰਕੇ ਮੇਜ਼ ਤੇ ਰੱਖਦੇ ਨੇ ਖੜਕਾ ਕੀਤਾ ਸੀ। ਮੈਂ ਤੀਜਾ ਕੁ ਹਿੱਸਾ ਪੀਣੋਂ ਛੱਡ ਗਲਾਸ ਮੇਜ਼ ਤੇ ਰੱਖ ਦਿੱਤਾ। ਪਰ ਮੱਖਣ ਨੇ ਗਲਾਸ ਮੁੜ ਮੇਰੇ ਹੱਥ ਫੜਾਉਂਦਿਆ ਕਿਹਾ ਸੀ:

"ਹਮੇਸ਼ਾ ਮਿੱਦੀ ਰਹਿਣ ਵਾਲ਼ਾ ਕੁਲਤਾਰ ਅੱਜ ਫਾਡੀ ਕਿਉਂ? ਪੀ ਪਹਿਲਾਂ ਏਸ ਨੂੰ। ਪਤਾ ਜਦੋਂ ਕਦੇ ਮੈਂ ਮਾਲ ਤੇਰੇ ਚੁਬਾਰੇ ਲੈ ਕੇ ਆਉਂਦਾ ਹੁੰਦਾ ਸੀ ਤਾਂ ਵਾਹ ਲਗਦੀ ਤੂੰ ਹੀ ਪਹਿਲਾਂ ਨੰਬਰ ਲਾ ਜਾਂਦਾ ਹੁੰਦਾ ਸੀ। ਪੈੱਗ ਦੀ ਗੱਲ ਤਾਂ ਇੱਕ ਪਾਸੇ ਰਹੀ ਸੀ।"

ਮੱਖਣ ਪੁਰਾਣੇ ਇਸ਼ਕ ਦੇ ਕਿੱਸੇ ਛੋਹ ਕੇ ਸੁਆਦ ਲੈਣਾ ਚਾਹੁੰਦਾ ਸੀ। ਪਰ ਮੇਰਾ ਅੰਦਰ ਸੁੰਗੜਦਾ ਜਾ ਰਿਹਾ ਸੀ। ਇਹ ਪਹਿਲੀ ਵਾਰ ਸੀ ਕਿ ਮੈਨੂੰ ਆਪਾ ਮੱਖਣ ਸਾਹਮਣੇ ਬੌਣਾ ਲੱਗ ਰਿਹਾ ਸੀ। ਸ਼ਾਇਦ ਇਹ ਚੇਤੰਨ ਸੂੰ ਦੀਆਂ ਗੱਲਾਂ ਦਾ ਅਸਰ ਸੀ।

ਤਿੰਨ ਤਿੰਨ ਪੈੱਗ ਲਾਉਣ ਮਗਰੋਂ ਨਸ਼ਾ ਜਿਹਾ ਹੋ ਗਿਆ ਸੀ। ਮੈਂ ਮੱਖਣ ਦੀ 'ਜ਼ਰੂਰੀ' ਗੱਲ ਸੁਣਨ ਲਈ ਉਤਾਵਲਾ ਸੀ। ਪਰ ਉਹ ਅਜੇ ਵੀ ਇੱਧਰ ਉੱਧਰ ਦੀਆਂ ਕਰੀ ਜਾ ਰਿਹਾ ਸੀ। ਚੌਥਾ ਪੈੱਗ ਬਣਾਕੇ ਉਸ ਆਪਣੀ ਗਿੱਚੀ ਦੁਆਲ਼ੇ ਹੱਥਾਂ ਦੀ ਕੜੰਗੀ ਪਾ ਲਈ ਤੇ ਮੇਰੇ ਚਿਹਰੇ ਤੇ ਨਿਗਾਹ ਟਿਕਾਅ ਕੇ ਬੋਲਿਆ ਸੀ:

"ਕੁਲਤਾਰ ਕਣਕ ਦੇ ਕੁਲ ਕਿੰਨੇ ਖੇਤ ਸਨ?"

"ਪੈਂਹਟ।"

"ਚਲੋ ਸੱਠ ਦੀ ਮੰਡੀ 'ਚ ਆਈ ਹੋਊ। ਅੱਜ ਵਾਲ਼ੀ ਪਾ ਕੇ ਤੇਰੀ ਸਵਾ ਕੁ ਦਸ ਲੱਖ ਦੀ ਬਣਦੀ ਹੈ। ਮੇਰਾ ਮਤਲਵ ਸਤਾਰਾਂ ਕੁ ਹਜ਼ਾਰ ਦਾ ਖੇਤ ਨਿਕਲ਼ਿਆ ਫਿਰ। ਇਹ ਵੀ ਭਾਅ ਹਜ਼ਾਰ ਰੁਪਏ ਕੁਇੰਟਲ ਕਰਕੇ ਹੋ ਗਈ। ਵੈਸੇ ਵੀਹ ਕੁ ਹਜ਼ਾਰ ਕਿੱਲੇ ਦੀ ਔਸਤ ਚਾਹੀਦੀ ਸੀ। ਕੁਮੌਕੇ ਦੇ ਮੀਂਹ ਤੇ ਝੱਖੜ ਨਾਲ਼ ਕਣਕ ਡਿੱਗ ਪੈਣ ਕਾਰਨ ਝਾੜ ਨੂੰ ਫ਼ਰਕ ਪੈ ਗਿਆ ਲਗਦਾ। ਖੈਰ ਮੈਂ ਤੇਰਾ ਖਾਤਾ ਚੈੱਕ ਕੀਤਾ ਸੀ। ਸਵਾ ਕੁ ਲੱਖ ਖੜ੍ਹਾ ਖਾਦ ਤੇ ਦਵਾਈ ਦਾ। ਨੱਬੇ ਹਜ਼ਾਰ ਪੰਪ ਵਾਲ਼ੇ ਲਾਲੇ ਦਾ ਤੇਲ ਦਾ ਹੈ। ਪੰਜਾਹ ਹਜ਼ਾਰ ਤੂੰ ਫੜੇ ਆ ਕੰਬਾਇਨ ਵਾਲ਼ੇ ਲਈ। ਡੇਢ ਕੁ ਲੱਖ ਤੂੰ ਉੱਦਾ ਲਿਜਾ ਚੁੱਕਾ ਥੋੜ੍ਹੇ ਥੋੜ੍ਹੇ ਕਰਕੇ। ਸੋ ਚਾਰ ਪੰਦਰਾਂ ਹੋ ਗਿਆ। ਵਿਆਜ ਵੀ ਪੈ ਗਿਆ ਵੀਹ ਕੁ ਹਜ਼ਾਰ। ਕਟ ਕਟਾ ਕੇ ਤੇਰੇ ਛੇ ਲੱਖ ਤੋਂ ਘੱਟ ਬਚਦੇ ਹਨ। ਫਿਰ ਛੇ ਲੱਖ ਤੂੰ ਮੰਗਦਾ ਕਿ ਪਹਿਲਾ ਵਾਰੀ ਵਾਰੀ ਬੈਂਕਾਂ ਦੀਆਂ ਲਿਮਟਾਂ ਮੌੜਨੀਆਂ ਹਨ ਤੇ ਮਗਰੋਂ ਮਾਮਲਾ ਦੇਣਾ ਅੱਧਾ ਅਡਵਾਂਸ। ਇਸ ਤਰ੍ਹਾ ਵੀਰਨਾ ਤੇਰਾ ਜਿਹੜਾ ਵੱਡਾ ਕਰਜ਼ਾ ਚਾਲ਼ੀ ਲੱਖ ਜੋ ਜ਼ਮੀਨ ਦੇ ਬਿਆਨੇ ਦੇ ਰੂਪ ਵਿੱਚ ਹੈ ਉਸ ਵਿੱਚੋਂ ਤਾਂ ਪੈਸਾ ਵੀ ਨੀ ਮੁੜਦਾ। ਤੈਂ ਹੋਰ ਵੀ ਕਿਸੇ ਹੱਟੀ ਭੱਠੀ ਦੇ ਦੇਣੇ ਹੋਣੇ ਨੇ।

"ਚਾਲ਼ੀ ਲੱਖ ਦਾ ਅਗਰ ਦੁਬਾਰਾ ਪੇਪਰ ਬਣਾਈਏ ਇੱਕ ਸਾਲ ਲਈ ਤਾਂ ਬਾਰਾਂ ਲੱਖ ਤਾਂ ਇਸ ਤੇ ਵਿਆਜ ਪੈ ਜਾਊ। ਢਾਈ ਪ੍ਰਤੀਸ਼ਤ ਨਾਲ਼। ਇਹ ਵੀ ਤੇਰੇ ਨਾਲ਼ ਯਾਰੀ ਦੋਸਤੀ ਕਰਕੇ ਢਾਈ ਲਾਈਦਾ ਹੈ। ਹੋਰਨਾਂ ਤੋਂ ਤਾਂ ਤਿੰਨ ਪ੍ਰਤੀਸ਼ਤ ਤੋਂ ਇੱਕ ਪੈਸਾ ਵੀ ਘੱਟ ਨੀ ਲਈਦਾ। ਵਧ ਭਾਵੇਂ ਜਾਵੇ।

"ਦੇਖ ਕੁਲਤਾਰ ਤੇਰੇ ਨਾਲ਼ ਯਾਰੀ ਹੀ ਨਹੀਂ ਭਰਾਵਾਂਚਾਰੀ ਵੀ ਹੈ। ਬੁਰਾ ਨਾ ਮਨਾਈਂ। ਮੈਂ ਤੈਨੂੰ ਇੱਕ ਸਲਾਹ ਦੇਣ ਲੱਗਾ ਹਾਂ। ਤੂੰ ਪਿੰਡ ਵਾਲ਼ੇ ਖੇਤ ਵੇਚਦੇ। ਚੱਲ ਕੋਠੀ, ਹਵੇਲੀ ਤੇ ਨਾਲ਼ ਲਗਦਾ ਥੋੜ੍ਹਾ ਹੋਰ ਰੱਖਕੇ ਇੱਕ ਖੇਤ ਰੱਖ ਲੈ। ਪੰਜ ਵੇਚਦੇ। ਪਰ ਮਸਲਾ ਇਹ ਕਿ ਪਿੰਡਾਂ 'ਚ ਜ਼ਮੀਨ ਦੀ ਕਦਰ ਨੀ ਰਹੀ। ਬਾਹਰਲੇ ਖਰੀਦਣੋ ਹੱਟ ਗਏ। ਸਗੋਂ ਆਪਣੀਆਂ ਵੇਚਣ ਲੱਗ ਪਏ ਨੇ। ਇਸ ਤਰ੍ਹਾਂ ਜ਼ਮੀਨ ਵਿਕਾਊ ਵੱਧ ਹੈ ਤੇ ਗਾਹਕ ਘੱਟ ਹੈ। ਦੋ ਸਾਲਾਂ ਨੂੰ ਹੋਰ ਮੰਦਾ ਹੋ ਜਾਊ। ਦੇਖ ਬਿਆਨੇ 'ਚ ਭਾਵੇਂ ਆਪਾਂ ਤੇਰੇ ਸਾਢੇ ਅੱਠ ਖੇਤ ਲਿਖੇ ਹੋਏ ਹਨ। ਕੋਠੀ ਤੇ ਹਵੇਲੀ ਵਾਲ਼ਾ ਚਾਰ ਕਨਾਲ਼ੀਂ ਛੱਡਿਆ ਹੋਇਆ ਹੈ। ਭਾਅ ਵੀ ਆਪਾਂ ਛੇ ਲੱਖ ਲਿਖਿਆ ਹੋਇਆ ਹੈ। ਚੱਲ ਉਹ ਤਾਂ ਇੱਕ ਫਾਰਮੈਲਿਟੀ ਹੈ। ਮਗਰ ਤੂੰ ਮੈਨੂੰ ਵੇਚੇ ਤਾਂ ਸੱਤ ਲੱਖ ਰੇਟ ਲਾ ਦਊਂਗਾ। ਮਤਲਬ ਸੱਤੋ ਪਾਂਜਾ ਪੈਂਤੀ ਲੱਖ। ਬਾਕੀ ਰਹਿ ਗਿਆ ਪੰਜ ਲੱਖ। ਉਹ ਸੂਏ ਤੋਂ ਪਾਰ ਵਾਲ਼ੀ ਤੇ ਚਲਦਾ ਰਹਿ ਜੂ। ਪੈਂਤੀ ਲੱਖ ਦਾ ਵਿਆਜ ਸਾਢੇ ਦਸ ਲੱਖ ਬਣ ਜਾਂਦਾ ਹੈ। ਜੋ ਤੈਨੂੰ ਬਚ ਜਾਊ। ਹਾਂ ਅਗਰ ਤੂੰ ਮੈਨੂੰ ਖੇਤ ਲਿਖਾਏ ਤਾਂ ਵਾਹੀ ਭਾਵੇਂ ਤੂੰ ਹੀ ਜਾਈਂ। ਮੈਂ ਖੇਤ ਪੈਰ ਨੀਂ ਪਾਉਂਦਾ। ਮਾਮਲਾ ਵੀ ਭਾਵੇਂ ਦਸ ਹਜ਼ਾਰ ਦੇ ਭਾਅ ਦੇ ਦੇਈਂ ਦੋ ਸਾਲ। ਮਤਲਬ ਪੰਜਾਂ ਖੇਤਾਂ ਦਾ ਕੁਲ ਪੰਜਾਹ ਹਜ਼ਾਰ। ਉੱਦਾ ਤਾਂ ਮਾਮਲੇ ਹੁਣ ਪੰਦਰਾਂ ਪੰਦਰਾਂ, ਅਠਾਰਾਂ ਅਠਾਰਾਂ ਹਜ਼ਾਰ ਹੋ ਗਏ ਨੇ। ਫੇ ਵੀ ਬਚਪਨ ਦੇ ਯਾਰ ਹਾਂ। ਇਹ ਮਾਮਲਾ ਵੀ ਮੈਂ ਫਸਲ 'ਚੋਂ ਕੱਟ ਲਿਆ ਕਰੂ। ਤੇਰੀ ਵਹਾਈ ਓਨੀਓ ਰਹਿਜੂ। ਦਸ ਲੱਖ ਦੀ ਬੱਚਤ ਵੀ ਹੋ ਜੂ।

"ਹਾਂ ਯਾਰ ਅਗਰ ਕੋਈ ਵੱਧ ਰੇਟ ਲਉਂਦਾ ਤਾਂ ਬੇਸ਼ਕ ਅਗਲੇ ਨੂੰ ਦੇ ਦੇ। ਅਸਲ 'ਚ ਮੈਂ ਜ਼ਮੀਨ ਲਊ ਨੀ। ਮੈਂ ਤਾਂ ਜਦੋਂ ਦਾ ਸ਼ੈਲਰ ਖਰੀਦਿਆ ਨਾਸੀਂ ਧੂੰਆਂ ਆਇਆ ਪਿਆ ਏ। ਉੱਪਰੋਂ ਛੋਟੇ ਮੁੰਡੇ ਨੇ ਰੱਟ ਲਾਈ ਹੋਈ ਏ ਕਿ 'ਮਰੀਕਾ ਭੇਜੋ। ਸਾਲ਼ਾ ਬੀ.ਏ 'ਚੋਂ ਤਿੰਨ ਵਾਰੀ ਫੇਲ ਹੋ ਗਿਆ। 'ਮਰੀਕਾ ਜਾ ਕੇ ਸਾਰੀਆਂ ਪੂਰੀਆਂ ਪਾਊ। ਮੈਂ ਕਿਹਾ ਬਈ ਇੱਥੇ ਕਿਤੇ ਮਾਡਲ ਸਕੂਲ ਖੋਲ੍ਹ ਲੈ... ਜਿੰਨੀ ਮਰਜ਼ੀ ਕਮਾਈ ਕਰ ਲਈ। ਪੈਸੇ ਮੈਂ ਲਾ ਦਿੰਨਾ। ਸਾਲ਼ੇ ਦੇ ਦਿਮਾਗ 'ਚ ਗੱਲ ਹੀ ਨਹੀਂ ਪੈਂਦੀ।

"ਹੋਰ ਸੱਜਣਾ ਮੇਰੀਆਂ ਗੱਲਾਂ ਦਾ ਗੁੱਸਾ ਨਾ ਕਰੀਂ। ਮੈਨੂੰ ਤੇਰੇ ਛੁਟਕਾਰੇ ਕਿਸੇ ਹੋਰ ਢੰਗ ਨਾਲ਼ ਹੁੰਦੇ ਨੀ ਲਗਦੇ। ਹਾਂ ਇੱਕ ਵਾਅਦਾ ਰਿਹਾ। ਜੇ ਜ਼ਮੀਨ ਮੈਨੂੰ ਲਿਖਾਈ ਤਾਂ ਆਪਾਂ ਕਿਸੇ ਕੋਲ਼ ਧੂ ਨੀ ਕੱਢਦੇ। ਪਰ ਜੇ ਕੋਈ ਵੱਧ ਰੇਟ ਦਿੰਦਾ ਹੈ ਤਾਂ ਵੀ ਮੈਨੂੰ ਖੁਸ਼ੀ ਹੋਵੇਗੀ। ਮੇਰੇ ਪੈਸੇ ਮੁੜ ਆਉਣਗੇ। ਹਾਂ ਪੰਦਰਾਂ ਜੂਨ ਆਖਰੀ ਤਰੀਕ ਹੈ ਬਿਆਨੇ ਦੀ, ਓਦੋਂ ਪਹਿਲਾਂ ਪਹਿਲਾਂ ਕੁਝ ਕਰਨਾ ਹੀ ਪਊ।"

ਪੰਦਰਾਂ ਜੂਨ। ਅੱਜ ਹੋ ਗਈ ਦਸ ਮਈ। ਦਿਨ ਰਹਿ ਗਏ ਪੈਂਤੀ। ਹੁਣ ਕੀ ਹੋਊ? ਮੱਖਣ ਆਪਣੇ ਥਾਂ ਸੱਚਾ ਹੈ। ਅਗਰ ਚਾਲ਼ੀ ਲੱਖ ਦਾ ਕਾਗ਼ਜ਼ ਨਵੇਂ ਸਿਰੇ ਤੋਂ ਲਿਖਿਆ ਤਾਂ ਬਾਰਾਂ ਲੱਖ ਪੈ ਜਾਊ ਵਿਆਜ। ਸਾਲ ਭਰ ਦਾ। ਫਿਰ ਬਵੰਜਾ ਲੱਖ ਦਾ ਲਿਖ ਹੋਊ। ਇਹ ਚਾਲ਼ੀ ਲੱਖ ਹੋ ਕਿਵੇਂ ਗਿਆ?ਚਾਰ ਕੁ ਸਾਲ ਪਹਿਲੇ ਦਸ ਬਾਰਾਂ ਲੱਖ ਹੁੰਦਾ ਸੀ ਸਾਰਾ। ਫਿਰ ਫਸਲ ਚੰਗੀ ਹੁੰਦੀ ਰਹੀ। ਪਰ ਫਸਲ ਤਾਂ ਇੱਧਰਲੇ ਉੱਧਰਲੇ ਖਰਚ 'ਚ ਹੀ ਖਪ ਜਾਂਦੀ ਰਹੀ। ਇਹ ਬਿਆਨੇ ਵਾਲ਼ੇ ਕਰਜ਼ੇ 'ਚੋਂ ਤਾਂ ਪੈਸਾ ਵੀ ਨੀ ਮੁੜਿਆ ਕਦੇ। ਇਹ ਸਾਲ ਦੀ ਸਾਲ ਵੱਧਦਾ ਹੀ ਗਿਆ। ਅਜੇ ਦਸ ਲੱਖ ਦੋਹਾਂ ਬੈਂਕ ਲਿਮਟਾਂ ਦਾ ਹੈ। ਇੱਕ ਟਰੈਕਟਰ ਦਾ ਲੋਨ ਵੀ ਖੜ੍ਹਾ। ਪਿੰਡ ਦੀ ਸੁਸਾਇਟੀ ਦਾ ਵੀ ਅੱਸੀ ਪਚਾਸੀ ਹਜ਼ਾਰ ਹੋਣਾਂ। ਆ ਖੜ੍ਹੇ ਪੈਰ ਜਿਹੜੇ ਦੋ ਸਮਰਸੀਬਲ ਬੋਰ ਕਰਾਏ ਉਹਨਾਂ ਦਾ ਵੀ ਪੌਣੇ ਦੋ ਲੱਖ ਖੜ੍ਹਾ ਜਗਦੰਬੇ ਵਾਲ਼ਿਆਂ ਦਾ। ਉਹਨਾਂ ਨਾਲ਼ ਵੀ ਕਣਕ ਦਾ ਇਕਰਾਰ ਹੈ। ਸਾਲ਼ੇ ਜੇ ਗੰਨੇ ਦੇ ਮਿਲ਼ ਜਾਂਦੇ ਤਾਂ ਜਗਦੰਬੇ ਵਾਲ਼ਿਆਂ ਨੂੰ ਹੀ ਦੇ ਦਿੰਦੇ। ਦੋ ਲੱਖ ਤੋਂ ਉਪਰ ਹੈ ਮਿੱਲ ਵਾਲ਼ਿਆਂ ਵੱਲ। ਕੁੜੀ ਜਾਵ੍ਹਿਆ ਹੁਣ ਅੱਠਵੇਂ ਮਹੀਨੇ ਦੀ ਤਰੀਕ ਪਾ ਦਿੱਤੀ। ਦੋ ਲੱਖ ਬਿੱਟੂ ਸਰਾਫ ਤੋਂ ਫੜ੍ਹਿਆ ਸੀ। ਦੋ ਸਾਲ ਪਹਿਲੇ। ਪਪਲਪ੍ਰੀਤ ਦੀ ਲੋਹੜੀ ਪਾਉਣ ਵੇਲੇ। ਉਹ ਵੀ ਤਿੰਨ ਲੱਖ ਹੋ ਗਿਆ ਹੋਣਾ। ਬਜਾਜੀ ਵਾਲ਼ਿਆਂ ਦਾ ਵੀ ਪੰਜਾਹ ਸੱਠ ਹਜ਼ਾਰ ਹੋਣਾਂ। ਉੱਤੋਂ ਬੀਬੋ ਦਾ ਵਿਆਹ ਭਵਾ ਸਵੇਰੇ ਕਰ ਦੇਈਏ। ਪੰਦਰਾਂ ਸੋਲ੍ਹਾਂ ਲੱਖ ਉਹ ਵੀ ਚਾਹੀਦਾ ਘੱਟੋ ਘੱਟ। ਸਾਲ਼ੀ ਮਹਿੰਗਾਈ ਬਹੁਤ ਹੈ। ਦਸ ਹਜ਼ਾਰ ਨੂੰ ਤਾਂ ਤੋਲ਼ਾ ਸੋਨਾ ਈ ਏ ਉਹ ਵੀ ਦਸ ਗ੍ਰਾਮ। ਜਾਣੀ ਕਰੋੜ ਹੋਵੇ ਤਾਂ ਸਾਰੇ ਧੋਣੇ ਧੋ ਹੋਣਗੇ।

ਹੁਣ ਕੁਲਤਾਰ ਜ਼ਮੀਨ ਵੇਚੇ ਬਿਨਾਂ ਗੁਜ਼ਾਰਾ ਨੀਂ। ਪਰ ਜ਼ਮੀਨ ਦਾ ਰੇਟ ਮੱਖਣ ਸੁਆਹ ਲਾਉਂਦਾ। ਸੱਤ ਲੱਖ ਖੇਤ ਦਾ। ਉਹ ਵੀ ਪਿੰਡ ਵਾਲ਼ੀ ਦਾ। ਸੱਤੂ ਪਾਂਜਾ ਪੈਂਤੀ। ਅੱਠ ਨੂੰ ਲਵੇ ਤਾਂ ਚਾਲ਼ੀ ਜੇ ਨੌਂ ਹੋਵੇ ਤਾਂ ਪੰਤਾਲ਼ੀ ਬਣੂ। ਪਰ ਉਨ ਸਾਲ਼ੇ ਨੇ ਅੱਠ ਨੌ ਲੱਖ ਕਿੱਥੇ ਲਾਉਣਾ। ਸੱਤ ਲੱਖ ਤੋਂ ਦਸ ਵੀ ਵੱਧ ਨੀ ਦਿੰਦਾ। ਹੋਰ ਨਾਲ਼ ਤਾਂ ਜਗੀਰੇ ਹੁਰੀਂ ਲਗਦੇ ਹਨ। ਉਹ ਤਾਂ ਕਨਾਲ਼ ਵੀ ਖਰੀਦਣ ਜੋਗੇ ਨੀ। ਰੇਟ ਤਾਂ ਜਿੰਦਰ

ਹੁਰੀਂ ਵੱਧ ਲਾ ਸਕਦੇ ਹਨ। ਓਹਨਾਂ ਨੂੰ ਤਾਂ ਮਰਲਾ ਵੀ ਨਾ ਦੇਵਾ। ਤਿੰਨ ਪੀੜ੍ਹੀਆਂ ਤੋਂ ਦੁਸ਼ਮਣੀ ਚਲੀ ਆਉਂਦੀ ਏ। ਦੁਸ਼ਮਣ ਦੀ ਲੱਤ ਥੱਲੇ ਦੀ ਲੰਘਣ ਨਾਲ਼ੋਂ ਤਾਂ ਮੌਤ ਚੰਗੀ ਏ ਮੌਤ।

ਮੈਨੂੰ ਕੁਝ ਚੇਤੇ ਆਇਆ ਏ। ਕੁਝ ਸਾਲ ਪਹਿਲੇ ਸਿਹਤ ਵਿਭਾਗ ਵਾਲ਼ੇ ਸੱਦੇ ਸਨ। ਪਿੰਡ ਦੇ ਅਵਾਰਾ ਕੁੱਤੇ ਮਾਰਨ ਲਈ। ਮੇਰੇ ਘਰ ਹੀ ਕੜਾਹ ਬਣਾਇਆ ਸੀ ਦੁਆਈ ਮਿਲਾਉਣ ਲਈ। ਬੈਠਕ 'ਚ ਹੀ ਪਈ ਸੀ ਸਾਰੀ ਦੁਆਈ। ਮੈਂ ਪੰਜ ਛੇ ਗੋਲ਼ੀਆਂ ਪਾਸੇ ਕਰ ਲਈਆਂ ਸਨ। ਜਿੰਦਰ ਹੁਰਾਂ ਦੇ ਜਰਮਨ ਸ਼ੈਫਰਡ ਕੁੱਤਿਆਂ ਦੀ ਜੋੜੀ ਮਾਰਨ ਲਈ। ਉਹ ਮੈਨੂੰ ਸੁਖਾਂਦੇ ਨਹੀਂ ਸੀ। ਪਰ ਦਾਅ ਨੀ ਸੀ ਲੱਗਾ। ਮੈਂ ਉੱਠਿਆ ਹਾਂ। ਅਲਮਾਰੀ ਦੀ ਇੱਕ ਨੁੱਕਰੋਂ ਇੱਕ ਡੱਬੀ ਚੁੱਕੀ ਏ। ਇਸ ਨੂੰ ਬੜੀ ਸਾਵਧਾਨੀ ਨਾਲ਼ ਖੋਲ੍ਹਿਆ ਹੈ। ਰੂੰ 'ਚ ਵਲੇਟ ਕੇ ਰੱਖੀਆਂ ਸਟਿਕਨੀ ਦੀਆਂ ਛੇ ਗੋਲ਼ੀਆਂ ਉਵੇਂ ਦੀ ਉਵੇਂ ਪਈਆਂ ਹਨ। ਮੇਰੀ ਅੱਖਾਂ 'ਚ ਚਮਕ ਆ ਗਈ ਹੈ। ਜਿਵੇਂ ਸਭ ਰੋਗਾਂ ਦਾ ਇਲਾਜ ਲੱਭ ਪਿਆ ਹੋਵੇ। ਹਾਂ ਕੱਲ ਰਾਤ ਜਦੋਂ ਘਰ ਦੇ ਦੁੱਧ ਗਰਮ ਕਰਨਗੇ। ਉਦੋਂ ਸੁੱਟੂ ਵਿੱਚ। ਸਾਰੇ ਇੱਕਠੇ ਤਾਂ ਪੀਂਦੇ ਹੁੰਨੇ ਆ ਟੀ.ਵੀ ਮੂਹਰੇ ਬੈਠ ਕੇ। ਨੌਂ ਵਜੇ। ਜਦੋਂ ਮਹਾਂ-ਭਾਰਤ ਚੱਲ ਰਿਹਾ ਹੁੰਦਾ। ਇੱਕ ਵਾਰ ਫਾਹਾ ਵੱਢ ਹੋ ਜਾਊ ਸਭ ਦਾ। ਲਈ ਜਾਵੇ ਮੱਖਣ ਪੰਦਰਾਂ ਜੂਨ ਨੂੰ ਕਰਜ਼ਾ।

ਪਰ ਪਰਿਵਾਰ ਦਾ ਕੀ ਕਸੂਰ ਏ? ਜੇ ਕੁਲਤਾਰ ਮਰਨਾ ਹੈ ਤਾਂ ਤੂੰ ਮਰ। ਖਬਰੇ ਗੋਲ਼ੀਆਂ ਦੀ ਮਿਆਦ ਹੀ ਲੰਘ ਚੁੱਕੀ ਹੋਵੇ? ਖਾ ਕੇ ਦੇਖ ਲਾ? ਜੇ ਇੱਥੇ ਹੀ ਮਰ ਗਿਆ? ਚੱਲ ਕੰਮ ਮੁੱਕੂ। ਜਮੀਨ ਫਿਰ ਵੀ ਮੱਖਣ ਲੈ ਜਾਊ। ਉਸ ਕੋਲ਼ ਬਿਆਨਾ ਜੂ ਹੈ। ਹੋ ਸਕਦਾ ਛੇ ਲੱਖ ਦੇ ਭਾਅ ਸਾਰੀ ਹੀ ਲੈ ਜਾਵੇ। ਮੈਨੂੰ ਤਾਂ ਲਗਦਾ ਬਿਆਨਾ ਵੀ ਉਸ ਕੋਰਾ ਹੀ ਰੱਖਿਆ ਹੋਣਾ। ਉਦੋਂ ਕੋਰਿਆਂ ਤੇ ਹੀ ਕੀਤੇ ਸਨ ਦਸਤਖ਼ਤ। ਫਿਰ ਸ਼ੇਰੇ ਹੁਰੀ ਕੀ ਕਰਨਗੇ? ਬੀਬੋ ਦਾ ਵਿਆਹ ਕਿਵੇਂ ਹੋਊ? ਰੋਟੀ ਕਿੱਥੋਂ ਖਾਣਗੇ? ਕੋਰੇ ਬਿਆਨੇ 'ਤੇ ਭਾਵੇਂ ਕੋਠੀ ਤੇ ਹਵੇਲੀ ਵੀ ਭਰ ਲਵੇ। ਇਹ ਸਾਲ਼ੇ ਮੱਖਣ ਦਾ ਹੀ ਕੰਡਾ ਨਾ ਕੱਢ ਸਿੱਟਾ ਕਿਸੇ ਤਰ੍ਹਾਂ। ਪਰ ਬਿਆਨਾ ਉਸ ਦੇ ਵਾਰਸਾਂ ਦੇ ਹੱਕ ਵਿੱਚ ਭੁਗਤੂ। ਜੇ ਸਾਲ਼ੇ ਦੇ ਸਾਰੇ ਟੱਬਰ ਦਾ ਹੀ ਘੋਗਾ ਚਿੱਤ ਹੋ ਜਾਵੇ। ਪਰ ਵੱਡਾ ਮੁੰਡਾ ਤਾਂ ਕਨੇਡਾ ਬੈਠਾ। ਫਿਰ ਧੀ ਜੁਆਈ ਵੀ ਹੈਗੇ। ਹਾਏ ਰੱਬਾ ਮੈਨੂੰ ਕੁਝ ਵੀ ਸਮਝ ਨੀ ਆ ਰਹੀ।

ਇੱਕ ਸਾਲ ਹੋਰ ਨਾ ਵੇਖ ਲਾਂ। ਐਂਤਕੀ ਕਹਿੰਦੇ ਝੋਨੇ ਦਾ ਭਾਅ ਵੀ ਹਜ਼ਾਰ ਰੁਪਏ ਹੋਣ ਦੀ ਆਸ ਹੈ। ਇਹਦੇ ਨਾਲ਼ ਵੀ ਕਿੰਨਾ ਕੁ ਫ਼ਰਕ ਪਊ? ਚਾਰ ਪੰਜ ਹਜ਼ਾਰ ਖੇਤ ਦਾ ਵੱਧ ਨਿਕਲ਼ ਜਾਊ। ਖੇਤਾਂ ਵਾਲ਼ੇ ਮਾਮਲਾ ਵਧਾਉਣ ਦੇ ਵੀ ਸੁਨੇਹੇ ਲਾਈ ਜਾਂਦੇ ਹਨ। ਲੇਬਰ ਦੀ ਘਾਟ ਹੈ। ਮਜ਼ਦੂਰੀ ਵੀ ਵੱਧ ਜਾਣੀ ਹੈ। ਕੀਟ ਨਾਸ਼ਕ ਤੇ ਨਦੀਨ ਨਾਸ਼ਕ ਵੀ ਲਾਜ਼ਮੀ ਮਹਿੰਗੇ ਹੋਣਗੇ। ਡੀਜ਼ਲ ਨੂੰ ਤਾਂ ਪਹਿਲੇ ਹੀ ਅੱਗ ਲੱਗੀ ਹੋਈ ਹੈ। ਲੱਗਦਾ ਫੈਦੇ ਨਾਲ਼ੋਂ ਨੁਕਸਾਨ ਹੀ ਹੋਊ। ਜੇ ਕਿੱਲੇ ਮਗਰ ਪੰਜ ਸੱਤ ਸੌ ਵੱਧ ਬਚ ਵੀ ਜਾਊ ਤਾਂ ਵੀ ਕੀ ਸੌਰ ਜਾਊ?

ਵੈਸੇ ਜੇ ਸਭ ਕੁਝ ਵੇਚ ਦਿਆਂ। ਸਾਰੀ ਮਸ਼ੀਨਰੀ ਵੀ। ਸਾਰੀ ਜ਼ਮੀਨ। ਕੋਠੀ ਵੀ। ਫਿਰ ਤਾਂ ਸਾਰਾ ਕਰਜਾ ਉੱਤਰ ਜਾਊ। ਕੁਝ ਬਚ ਵੀ ਜਾਊ। ਮੱਖਣ ਨਾਲ਼ ਗੱਲ

ਕਰਕੇ ਦੇਖਾ। ਉਹ ਸਾਰੀ ਨੀ ਲਊਗਾ। ਜੇ ਲਊਗਾ ਤਾਂ ਕੌਡੀਆਂ ਦੇ ਭਾਅ। ਫਸੇ ਬੰਦੇ ਦੀ ਪੂਰੀ ਛਿੱਲ ਲਾਹੁੰਦਾ। ਰੇਟ ਤਾਂ ਸਿਰਫ਼ ਜਿੰਦਰ ਹੁਰੀਂ ਲਾ ਸਕਦੇ ਹਨ। ਉਹ ਸਭ ਸਮਾਨ ਦਾ ਕਰੋੜ ਤੋਂ ਵੀ ਵੱਧ ਦੇ ਦੇਣਗੇ। ਪਰ ਉਹਨਾਂ ਨੂੰ ਆਪਾ ਜੀਂਦੇ ਜੀ ਦੇ ਨੀ ਸਕਦੇ। ਇਕ ਇੰਚ ਵੀ ਨੀ। ਮੱਖਣ ਸਾਲ਼ਾ ਮੇਤੋਂ ਸਸਤੀ ਲੈ ਕੇ ਜਿੰਦਰ ਹੁਰਾਂ ਨੂੰ ਮਹਿੰਗੀ ਵੇਚ ਸਕਦਾ। ਮੱਖਣ ਨਾਲ਼ ਪਹਿਲਾਂ ਗੱਲ ਕਰੂੰ ਬਈ ਹੋਰ ਭਾਵੇਂ ਜੀਹਨੂੰ ਮਰਜ਼ੀ ਵੇਚ ਦੇਵੇ ਪਰ ਜਿੰਦਰ ਹੁਰਾਂ ਨੂੰ ਨਾ ਦੇਵੇ। ਪਰ ਜਦੋਂ ਹੋ ਹੀ ਉਹਦੇ ਨਾਂ ਗਈ ਤਾਂ ਉਹ ਆਪਣਾ ਮੁਨਾਫਾ ਹੀ ਦੇਖੂ। ਸਾਲ਼ਾ ਬਾਣੀਆਂ ਬਣਿਆ ਬੈਠਾ ਪੂਰਾ।

ਕਾਸ਼ ਇਹਨਾਂ ਨੌ ਖੇਤਾਂ 'ਚੋਂ ਇੱਕ ਖੇਤ ਹੀ ਕਿਸੇ ਸ਼ਹਿਰ ਲਾਗੇ ਹੁੰਦਾ। ਜਾਂ ਫਿਰ ਇਹ ਟੋਕਰੇ 'ਚ ਪਾ ਕੇ ਵੇਚਣ ਵਾਲ਼ੀ ਚੀਜ਼ ਹੁੰਦੀ। ਮੌਜਾਂ ਲੱਗ ਜਾਂਦੀਆਂ। ਚਲੋ ਸ਼ਹਿਰ ਕਰਦਾ ਕਿਸੇ ਪ੍ਰਾਪਰਟੀ ਡੀਲਰ ਨਾਲ਼ ਗੱਲ। ਹੋ ਸਕਦਾ ਕੋਈ ਚੰਗਾ ਗਾਹਕ ਲੱਗ ਜਾਵੇ। ਚੁਪ ਚੁਪੀਤੇ ਸਭ ਕੁਝ ਵੇਚ ਦੇਣਾ। ਕਰਜਾ ਲਹਿਜੇ ਸਾਰਾ, ਕੁਝ ਪੈਸੇ ਬਚ ਜਾਣ। ਇੱਥੋਂ ਦੂਰ ਨਿਕਲ਼ ਜਾਣਾ। ਦਿੱਲੀ ਜਾਂ ਬੰਬੇ। ਕਿਤੇ ਦੂਰ ਪਾਰ ਦੀ ਬਸਤੀ 'ਚ ਮਾੜਾ ਮੋਟਾ ਮਕਾਨ ਖਰੀਦ ਲਵਾਂਗੇ। ਮੈਂ ਤੇ ਸ਼ੇਰਾ ਕਿਸੇ ਕਾਰਖਾਨੇ 'ਚ ਨੌਕਰੀ ਕਰ ਲਵਾਂਗੇ। ਬੀਬੋ ਤੇ ਨੂੰਹ ਹਰਦੀਪ ਪੜ੍ਹੀਆਂ ਲਿਖੀਆਂ ਨੇ। ਉਹ ਵੀ ਕਿਸੇ ਦਫਤਰ ਵਿੱਚ ਮਾੜੀ ਮੋਟੀ ਨੌਕਰੀ ਕਰ ਲੈਣਗੀਆਂ। ਚਾਰ ਜਣੇ ਥੋੜੇ ਥੋੜੇ ਪੈਸੇ ਵੀ ਲਿਆਵਾਂਗੇ ਤਾਂ ਵੀ ਕਿੰਨੇ ਹੋ ਜਾਇਆ ਕਰਨਗੇ। ਘਰਵਾਲ਼ੀ ਘਰ ਸੰਭਾਲ਼ਿਆ ਕਰੂ।

ਮੈਂ ਤੇ ਸ਼ੇਰਾ ਭਈਆਂ 'ਚ ਕੰਮ ਕਰਿਆ ਕਰਾਂਗੇ? ਕਾਰਖਾਨਿਆਂ 'ਚ ਅੱਜ ਕਲ ਭਈਏ ਹੀ ਕੰਮ ਕਰਦੇ ਹਨ। ਬੀਬੋ ਤੇ ਹਰਦੀਪ ਬਿਗਾਨੇ ਬੰਦਿਆਂ 'ਚ ਕੰਮ ਕਰਿਆ ਕਰਨਗੀਆਂ?

...ਹੈਂ ਇਹ ਕੀ? ਬੀਬੋ ਦਾ ਚਿਹਰਾ ਪ੍ਰੀਤੀ ਨਾਲ਼ ਕਿਉਂ ਰਲ਼ਗੱਡ ਹੋਈ ਜਾ ਰਿਹਾ ਹੈ? ਲੈ ਹਰਦੀਪ ਦਾ ਵੀ। ਬੀਬੋ ਕਿਸੇ ਦੇ ਬੈੱਡ ਤੋਂ ਨੋਟ, ਕੱਠੇ ਕਰ ਰਹੀ ਹੈ। ਕੋਈ ਓਪਰਾ ਮਰਦ ਉਸ ਵਲ ਬਾਹਾਂ ਫੈਲਾਈ ਵਧ ਰਿਹਾ ਹੈ।

'...ਨਈ ...ਈਂ ...ੀ।' ਮੇਰੇ ਮੂੰਹੋਂ ਜੋਰ ਨਾਲ਼ ਨਿਕਲ਼ਿਆ ਏ ਤੇ ਉਨੀਂ ਹੀ ਜ਼ੋਰ ਨਾਲ਼ ਮੇਜ਼ ਤੇ ਮੁੱਕਾ ਵੱਜਾ ਏ।

ਮੈਨੂੰ ਸਾਹ ਚੜ੍ਹ ਗਿਆ ਏ। ਇੱਕ ਚੰਗਾ ਪੈੱਗ ਪਾ ਕੇ ਮੈਂ ਨੀਟ ਹੀ ਪੀ ਗਿਆ ਹਾਂ।

ਜਿੰਦਰ ਦੀ ਮੋਟਰ ਤੇ ਬੈਠੇ ਭਈਆਂ ਦੀ ਕੁੱਤੀ ਮੇਰੇ ਸਾਹਮਣੇ ਆਣ ਖੜੀ ਹੈ।

'ਹੂੰ! ਤੈਨੂੰ ਮੀਟ ਦੀ ਗੰਧ ਆ ਗਈ ਲਗਦੀ ਏ?' ਮੈਂ ਕੁੱਤੀ ਨੂੰ ਸੰਬੋਧਨ ਹੋਇਆ ਹਾਂ।

ਮੈਂ ਇਕ ਪੀਸ ਉਸ ਵੱਲ ਸੁੱਟਿਆ ਏ। ਇਹ ਉੱਪਰੋਂ ਹੀ ਬੋਚ ਗਈ ਏ। ਮੈਂ ਇੱਕ ਇੱਕ ਕਰਕੇ ਸਾਰੇ ਪੀਸ ਸੁੱਟ ਦਿੱਤੇ ਹਨ। ਇਹ ਸਭ ਚਟਮ ਕਰ ਗਈ ਏ। ਇਹ ਫਿਰ ਖੜੀ ਮੇਰੇ ਵੱਲ ਦੇਖੀ ਜਾਂਦੀ ਏ। ਮੈਨੂੰ ਇੱਕ ਖਿਆਲ ਆਇਆ ਹੈ। ਮੈਂ ਬਰਫ਼ੀ ਦੇ ਡੱਬੇ 'ਚੋਂ ਇੱਕ ਪੀਸ ਬਰਫ਼ੀ ਦਾ ਲਿਆ ਏ। ਬੜੀ ਸਫਾਈ ਨਾਲ਼ ਸਟਿਕਨੀ ਦੀ

ਇਕ ਗੋਲ਼ੀ ਇਸ ਵਿੱਚ ਛੁਪਾ ਦਿੱਤੀ ਹੈ। ਹੌਲ਼ੀ ਦੇਣੀ ਇਸ ਅੱਗੇ ਰੱਖ ਦਿੱਤਾ ਹੈ। ਇਹ ਬਿਨਾਂ ਦੇਰੀ ਖਾ ਗਈ ਏ। ਇਹ ਹੋਰ ਬਰਫ਼ੀ ਦੀ ਝਾਕ 'ਚ ਮੇਰੇ ਵੱਲ ਝਾਕੀ ਜਾ ਰਹੀ ਹੈ।

...ਹਾਂ ਕੁਲਤਾਰ ਅਗਰ ਦੁਆਈ ਦਾ ਅਸਰ ਬਰਕਰਾਰ ਹੋਇਆ ਤਾਂ ਲੈ ਚੱਲ ਬਾਕੀ ਗੋਲ਼ੀਆਂ ਘਰ ਨੂੰ। ਕੱਲ੍ਹ ਰਾਤ ਨੂੰ ਕੰਮ ਨਿਬੇੜ। ਉੱਦਾਂ ਕਿਹੜਾ ਸਦਾ ਇੱਥੇ ਬੈਠ ਰਹਿਣਾ। ਮਰਨਾ ਹੀ ਹੈ ਇੱਕ ਦਿਨ।

-ਨਾ ਕੁਲਤਾਰ ਨਾ -ਏਨਾ ਕਹਿਰ ਨਾ ਗੁਜਾਰ। ਵੇਚ ਪਰ੍ਹਾ ਸਭ ਕੁਝ। ਮਹਿੰਗਾ ਸਸਤਾ। ਜੋ ਬਚਦਾ ਹੈ ਉਹਦੇ ਨਾਲ਼ ਜ਼ਿੰਦਗੀ ਨਵੇਂ ਸਿਰੇਂ ਤੋਂ ਸ਼ੁਰੂ ਕਰ। ਜਾਣੀ ਜ਼ੀਰੋ ਤੋਂ। ਪਰ ਰਿਸ਼ਤੇਦਾਰ ਕੀ ਸੋਚਣਗੇ? ਲੋਕ ਕੀ ਕਹਿਣਗੇ? ਸਰਦਾਰ ਤੋਂ ਕੰਮੀ ਬਣ ਦੂਜਿਆਂ ਮੂਹਰੇ ਕਿਵੇਂ ਕੰਮ ਕਰੂੰ ? ਨਹੀਂ- ਨਹੀਂ- ਇੰਦਾਂ ਦੀ ਜ਼ਿੰਦਗੀ ਨਾਲ਼ੋ ਮੌਤ ਚੰਗੀ ਏ। ਲੱਖ ਦਰਜੇ।

ਕੁੱਤੀ ਦੇ ਸਰੀਰ 'ਚ ਕੰਪਣ ਆਈ ਏ। ਇਹ ਥੱਲੇ ਨੂੰ ਭੱਜ ਉੱਠੀ ਏ। ਮੈਂ ਵੀ ਮਗਰ ਹੋ ਲਿਆ ਹਾਂ। ਇਹ ਕੁਝ ਪੌਂਢੇ ਰਹਿੰਦੇ ਹੀ ਡਿੱਗ ਪਈ ਏ। ਇਸਦੀ ਕੰਪਣ ਵੱਧ ਗਈ ਏ। ਮੇਰਾ ਮਨ ਕੰਬਣ ਲੱਗਾ ਏ। ਮੇਰੀਆਂ ਅੱਖਾਂ 'ਚ ਪਾਣੀ ਦੀ ਤਹਿ ਬਣ ਗਈ ਏ। ਮੈਨੂੰ ਸਾਫ਼ ਦਿਸ ਵੀ ਨਹੀ ਰਿਹਾ। ਮੈਂ ਝੁਕ ਕੇ ਏਦ੍ਹੀਆਂ ਅੱਖਾਂ 'ਚ ਝਾਕਦਾ ਹਾਂ। ਇਹ ਮੈਨੂੰ ਘੂਰ ਰਹੀ ਲਗਦੀ ਹੈ।

...ਹੈਂ! ਇਹ ਤਾਂ ਘਰ ਵਾਲ਼ੀ ਦੀਆਂ ਅੱਖਾਂ ਨੇ... ਲੈ ਚਿਹਰਾ ਵੀ ਓਦ੍ਹਾ ਏ। ਨਹੀਂ ਨਹੀਂ ਹਰਦੀਪ ਦਾ... ਐਵੇਂ ਬੀਬੋ ਦਾ... ਸ਼ੇਰੇ ਦਾ... ਨਹੀਂ ਪਪਲਪ੍ਰੀਤ ਦਾ।

ਇੱਕ ਜ਼ੋਰ ਦੀ ਕੰਬਣੀ ਨਾਲ਼ ਕੁੱਤੀ ਸ਼ਾਂਤ ਹੋ ਗਈ ਹੈ।

ਮੈਨੂੰ ਪਪਲਪ੍ਰੀਤ ਦਾ ਇੱਕ ਪਾਸੇ ਨੂੰ ਲੁੜਕਿਆ ਚਿਹਰਾ ਦਿਸਿਆ ਏ। ਮੇਰੀ ਧਾਹ ਨਿਕਲ਼ ਗਈ ਏ।

ਮੈਂ ਭੁੱਬਾਂ ਮਾਰਦਾ ਚੁਬਾਰੇ ਚੜ੍ਹ ਆਇਆ ਹਾਂ। ਮੇਰਾ ਰੋਣ ਥੰਮ ਨਹੀਂ ਰਿਹਾ। ਹਟਕੋਰੇ ਤੇ ਹਟਕੋਰਾ ਆ ਰਿਹਾ ਹੈ।

ਹੌਲ਼ੀ ਹੌਲ਼ੀ ਰੋਣ ਥੰਮ ਗਿਆ ਹੈ। ਹਟਕੋਰੇ ਮੁੱਕ ਗਏ ਹਨ। ਮਨ ਬੋਲਿਆ ਹੈ:

ਮੈਂ ਇਹ ਕੰਮ ਨਹੀਂ ਕਰਾਂਗਾ। ਨਹੀਂ ਕਰਾਂਗਾ। ਨਹੀਂ...।

...ਹੋਰ ਕੀ ਕਰੇਂਗਾ?

ਚੇਤੰਨ ਤਾਂ ਕਹਿੰਦਾ ਸੀ ਸੰਘਰਸ਼ ਕਰੋ। ਦੋਹਰਾ ਸੰਘਰਸ਼... ਆਪੇ ਨਾਲ਼ ਵੀ ਤੇ ਸਰਕਾਰਾਂ ਨਾਲ਼ ਵੀ।

ਐਵੇਂ ਗਿਆਨ ਝਾੜੀ ਜਾਂਦਾ ਸੀ। ਕੀਦ੍ਹੇ ਡਾਂਗ ਮਾਰ ਦੇਈਏ?

...ਹੁਣ ਕੀ ਬਣੂੰ? ਕੋਈ ਰਾਹ ਨੀ ਦਿਸ ਰਿਹਾ।

ਮਨ 'ਚ ਕੁਝ ਆਇਆ ਹੈ। ਮੈਂ ਸਟਿੱਕਨੀ ਵਾਲ਼ੀ ਡੱਬੀ ਚੁੱਕ ਲਈ ਹੈ। ਹਾਂ ਇਹ ਹੀ ਠੀਕ ਰਹੂ। ਜਦੋਂ ਕੱਲ ਸਾਰੇ ਦੁੱਧ ਪੀਣ ਬੈਠਣਗੇ। ਟੀ.ਵੀ ਮੂਹਰੇ। ਜਦੋਂ ਮਹਾਂ-ਭਾਰਤ ਸ਼ੁਰੂ ਹੋਵਗਾ। ਮੈਂ ਕਰੂੰ ਗੱਲ ਸਭ ਨਾਲ਼। ਸਾਰੀ ਦੀ ਸਾਰੀ। ਸਭ ਦੀ ਰਾਇ ਸੁਣੂੰ।

ਮੈਂ ਕੰਬਦੇ ਹੱਥਾਂ ਨਾਲ ਸਟਿੱਕਨੀ ਵਾਲ਼ੀ ਡੱਬੀ ਅਲਮਾਰੀ 'ਚ ਰੱਖ ਦਿਤੀ ਹੈ।

ਮਈ 2008

ਵੇਦਨਾ

ਪਿੰਡ ਦੇ ਬਾਹਰਵਾਰ ਬਣੀ ਨਵੀਂ ਬਸਤੀ ਦੀ ਅਖ਼ੀਰਲੀ ਗਲ਼ੀ ਵਿੱਚ ਅਖ਼ੀਰਲਾ ਘਰ ਸੀ ਉਸਦਾ। ਗਾਰੇ ਨਾਲ਼ ਚਿਣੀ ਚਾਰ ਦੀਵਾਰੀ ਵਿਚ ਅੱਧੋਰਾਣਾ ਜਿਹਾ ਦਰਵਾਜਾ ਲੱਗਾ ਹੋਇਆ ਸੀ। ਮੈਂ ਬਾਰੂ ਦਾ ਘਰ ਪੁੱਛਦਾ ਪੁੱਛਦਾ ਉਸ ਅੱਗੇ ਪਹੁੰਚ ਗਿਆ।

ਦਰਅਸਲ ਵਾਢੀਆਂ ਦੇ ਦਿਨ ਹੋਣ ਕਾਰਨ ਮੈਨੂੰ ਬਸਤੀ ਵਿਚ ਜਵਾਨ ਜਾਂ ਅੱਧਖੜ ਉਮਰ ਦੇ ਨਰ ਨਾਰੀ ਬਿਲਕੁਲ ਨਹੀਂ ਸਨ ਮਿਲ਼ੇ। ਮਿਲ਼ੇ ਸਨ ਜਾਂ ਤਾਂ ਡੰਗੋਰੀ ਨਾਲ਼ ਤੁਰਨ ਵਾਲ਼ੇ ਬੁੱਢੇ ਬੁੱਢੀਆਂ ਜਾਂ ਫਿਰ ਢਿਲਕ ਦੀਆਂ ਕੱਛੀਆਂ ਨੂੰ ਹੱਥ ਨਾਲ਼ ਵਾਰ ਵਾਰ ਉੱਪਰ ਖਿੱਚਦੇ ਨੰਗ ਧੜੰਗੇ, ਨੱਚਦੇ ਟੱਪਦੇ, ਛੋਟੇ ਛੋਟੇ ਬਾਲ। ਖੈਰ ਇੱਕ ਅਜਿਹਾ ਹੀ ਬਾਲ ਮੈਨੂੰ ਬਾਰੂ ਦੇ ਘਰ ਤੱਕ ਲੈ ਗਿਆ ਸੀ। ਉਸਨੂੰ ਮੈਂ ਸਕੂਟਰ ਅੱਗੇ ਖਲਿਆਰ ਲਿਆ ਸੀ। ਬੜਾ ਚਾਅ ਸੀ ਉਸਨੂੰ ਸਕੂਟਰ 'ਤੇ ਚੜ੍ਹਨ ਦਾ।

ਦਰਵਾਜ਼ੇ ਨੂੰ ਪੋਲਾ ਜਿਹਾ ਧੱਕਿਆ ਤਾਂ ਉਹ ਖੁੱਲ੍ਹ ਗਿਆ। ਅਸਲ ਵਿੱਚ ਤਖਤਿਆਂ ਦੀ ਵਿਰਲ ਥਾਣੀਂ ਮੈਂ ਪਹਿਲਾਂ ਹੀ ਝਾਕ ਲਿਆ ਸੀ ਤੇ ਕੰਧ ਦੇ ਪਰਛਾਵੇਂ-ਮੰਜੀ ਤੇ ਬੈਠਾ ਇਕ ਬੁਜ਼ਰਗ ਮੇਰੀ ਨਜ਼ਰੀਂ ਪੈ ਗਿਆ ਸੀ। ਵੜਦਿਆਂ ਹੀ ਵਿਹੜੇ ਦੇ ਸੱਜੇ ਹੱਥ ਨਲ਼ਕਾ ਸੀ। ਜਿਸ ਦੁਆਲ਼ੇ ਬਿਨ੍ਹਾਂ ਸੀਮੈਂਟ ਤੋਂ ਇੱਟਾਂ ਦਾ ਖ਼ੁਰਾ ਬਣਿਆ ਹੋਇਆ ਸੀ। ਇਸੇ ਪਾਸੇ ਨਲ਼ਕੇ ਤੋਂ ਚਾਰ ਕੁ ਗਜ਼ ਪਰ੍ਹੇ ਕੰਧ ਨਾਲ਼ ਗੱਡੇ ਕਿੱਲੇ 'ਤੇ ਇੱਕ ਔਂਸਰ ਝੋਟੀ ਬੰਨ੍ਹੀ ਹੋਈ ਸੀ। ਦਰਵਾਜ਼ੇ ਦੇ ਖੱਬੇ ਹੱਥ ਇੱਕ ਛੱਤੜਾ ਸੀ। ਬਿਲਕੁਲ ਕੱਚਾ। ਸਫੈਦੇ ਦੇ ਤੋੜੇ, ਕੜੀਆਂ ਤੇ ਕਾਨ੍ਹੇ ਪਾ ਕੇ ਇਸ ਤੇ ਤਿੰਨ ਖਣ ਬਣਾਏ ਹੋਏ ਸਨ। ਮੈਂ ਸਮਝ ਗਿਆ ਸੀ ਕਿ ਇਹ ਧੁੱਪ ਤੇ ਪਾਲ਼ੇ ਤੋਂ ਬਚਾਉਣ ਲਈ ਇਸ ਝੋਟੀ ਲਈ ਹੀ ਹੈ। ਇਸ ਛੱਤੜੇ ਨਾਲ਼ ਅੱਗੇ ਦੋ ਕੁ ਖ਼ਣ ਦੀ ਰਸੋਈ ਬਣੀ ਹੋਈ ਸੀ। ਇਹ ਵੀ ਕੱਚੀ ਤੇ ਛੱਤੜੇ ਵਾਂਗੂੰ ਬਿਨਾਂ ਦਰ ਦਰਵਾਜ਼ੇ ਹੀ ਸੀ। ਸਾਹਮਣੀ ਕੰਧ ਨਾਲ਼ ਬਣੇ ਚੁੱਲ੍ਹਾ-ਭੱਠੀ ਤੇ ਇਸ ਵਿਚ ਬਾਲਣ ਤੇ ਕੁਝ ਖਿਲਰੇ ਭਾਂਡੇ ਹੀ ਇਸ ਨੂੰ ਰਸੋਈ ਦਾ ਦਰਜਾ ਦੇ ਰਹੇ ਸਨ। ਇਸੇ ਦੀ ਪਰਛਾਵੇਂ ਬੈਠਾ ਸੀ ਬਾਰੂ, ਜਿਸ ਨੂੰ ਮਿਲਣ ਮੈਂ ਗਿਆ ਸੀ। ਬਾਰੂ ਦੇ ਖੱਬੇ ਪਾਸੇ ਟੀਪ ਕੀਤੀ ਕੰਧ ਵਿਚ ਲੱਗੇ ਦੋ ਦਰਵਾਜ਼ੇ, ਦੋ ਕਮਰੇ ਹੋਣ ਦੀ ਸ਼ਾਹਦੀ ਭਰਦੇ ਸਨ।

ਕੱਚੇ ਵਿਹੜੇ ਵਿੱਚੀਂ ਤੁਰਦਾ-ਤੁਰਦਾ ਮੈਂ ਬਜ਼ੁਰਗ ਕੋਲ਼ ਪਹੁੰਚ ਗਿਆ।

"ਪੈਰੀ ਪੈਨਾਂ ਬਾਪੂ" ਆਖ ਉਸ ਅੱਗੇ ਸਿਰ ਝੁਕਾ ਦਿੱਤਾ।

"ਜੀਊਂਦਾ ਰਹੁ ਪੁੱਤ..... ਪਰ ਮੈਂ ਤੈਨੂੰ ਸਿਆਣਿਆਂ ਨੀ।" ਉਹ ਧੀਮੀ ਪਰ ਸਾਫ਼ ਆਵਾਜ਼ 'ਚ ਬੋਲਿਆ। ਨਾਲ਼ੇ ਉਸ ਮੰਜੀ ਦੇ ਸਿਰਹਾਣੇ ਹੱਥ ਮਾਰ ਕੇ ਤੇ ਉੱਥੋਂ ਆਪਣੇ ਮੈਲ਼ੇ ਜਿਹੇ ਕੱਪੜੇ ਪਰ੍ਹੇ ਕਰਕੇ ਮੈਨੂੰ ਬੈਠਣ ਲਈ ਆਖ ਦਿੱਤਾ।

"ਤੂੰ ਜੁਆਨਾ ਕਿੱਥੋਂ ਆਇਆਂ? ਮੈਂ ਤੇਰੀ ਕੀ ਖਿਦਮਤ ਕਰਾਂ?" ਉਹ ਮੈਨੂੰ ਬੈਠਦੇ ਬੈਠਦੇ ਨੂੰ ਹੀ ਪੁੱਛ ਗਿਆ।

"ਬਾਪੂ ਜੀ ਮੈਂ ਅਖ਼ਬਾਰ ਵਾਲ਼ਾ ਹਾਂ। ਸੱਚ ਏਦਾਂ ਕਹੋ ਕਿ ਮੈਂ ਇੱਕ ਪੰਜਾਬੀ ਅਖ਼ਬਾਰ ਲਈ ਕੰਮ ਕਰਦਾ ਹਾਂ। ਮੈਂ ਇੱਕ ਫੀਚਰ ਲਿਖ ਰਿਹਾ ਹਾਂ ਜਿਸ ਵਿੱਚ ਮੈਂ ਉਨ੍ਹਾਂ ਬਜ਼ੁਰਗ ਮਰਦ-ਔਰਤਾਂ ਦੇ ਇੰਟਰਵਿਊ ਛਾਪਣੇ ਹਨ ਜਿਨ੍ਹਾਂ ਦੀ ਉਮਰ ਸੌ ਸਾਲ ਤੋਂ ਉਤੇ ਹੋ ਗਈ ਹੋਵੇ। ਮੈਨੂੰ ਪਤਾ ਲੱਗਾ ਤੁਸੀਂ ਤਾਂ ਏਸ ਵੇਲੇ ਤੀਸਰੀ ਸਦੀ 'ਚ ਸਾਹ ਲੈ ਰਹੇ ਹੋ।"

"ਅੱਛਾ।" ਆਖ ਬੁੱਢਾ ਸਹਿਜ ਭਾਅ ਹੀ ਮੰਜੇ ਤੋਂ ਉੱਠ ਖੜੋਤਾ ਤੇ ਸਾਹਮਣੇ ਵਾਲ਼ੇ ਬੰਦ ਦਰਵਾਜ਼ਿਆਂ ਵਿੱਚੋਂ ਇੱਕ ਖੋਲ੍ਹ ਦਿੱਤਾ ਤੇ ਮੈਨੂੰ ਅੰਦਰ ਲੰਘ ਆਉਣ ਲਈ ਕਿਹਾ। ਇਹ ਦੋ ਕੁ ਖਣ ਦਾ ਇੱਕ ਕਮਰਾ ਸੀ। ਇਸ ਦੀਆਂ ਕੰਧਾਂ 'ਤੇ ਕਾਂਡੀ ਪਲੱਸਤਰ ਕੀਤਾ ਹੋਇਆ ਸੀ ਤੇ ਉਪਰ ਹਰਾ ਰੰਗ। ਪਤਲੀ ਗਾਡਰੀ 'ਤੇ ਵਿੰਗੇ ਟੇਢੇ ਬਾਲਿਆਂ ਨਾਲ਼ ਇਸ ਦੀ ਛੱਤ ਬਣੀ ਹੋਈ ਸੀ। ਇੱਕ ਮੰਜਾ, ਦੋ ਕੁਰਸੀਆਂ ਤੇ ਇੱਕ ਨਿੱਕਾ ਜਿਹਾ ਮੇਜ਼ ਇਸ ਵਿੱਚ ਫਰਨੀਚਰ ਸੀ। ਇੱਕ ਸ਼ੈਲਫ 'ਤੇ ਕੁਝ ਫੋਟੋ ਤੇ ਇੱਕ ਟੇਪ ਰਿਕਾਰਡਰ ਪਿਆ ਸੀ। ਕੰਧਾਂ ਤੇ ਬਾਲਕ ਨਾਥ, ਰਵਿਦਾਸ, ਨਾਨਕ ਤੇ ਕੁਝ ਫਿਲਮੀ ਐਕਟਰਾਂ ਦੇ ਕਲੰਡਰ ਲੱਗੇ ਹੋਏ ਸਨ। ਮੇਰੇ ਬੈਠਣ ਲਈ ਇੱਕ ਕੁਰਸੀ ਨੂੰ ਝਾੜਦਾ ਹੋਇਆ ਉਹ ਬੋਲਿਆ:

"ਲੈ ਜੁਆਨਾ ਰਤਾ ਰਮਾਨ ਕਰ। ਮੈਂ ਉਸ ਬੇਜ਼ੁਬਾਨ ਨੂੰ ਛਾਂਵੇ ਕਰ ਦੇਵਾਂ।"

ਮੈਂ ਹੈਰਾਨ ਸਾਂ ਕਿ ਇਹ ਏਨੀ ਉਮਰ ਵਿੱਚ ਵੀ ਏਨਾ ਸੌਖਾ ਚੱਲ ਫਿਰ ਤੇ ਦੇਖ ਸੁਣ ਸਕਦਾ ਹੈ। ਜਿਨ੍ਹਾਂ ਬੁੱਢੇ ਬੁੱਢੀਆਂ ਨੂੰ ਮੈਂ ਪਹਿਲਾਂ ਮਿਲ਼ ਚੁੱਕਾ ਹਾਂ ਉਨ੍ਹਾਂ ਵਿੱਚੋਂ ਤਾਂ ਕਈ ਸਾਫ਼ ਬੋਲ ਵੀ ਨਹੀਂ ਸੀ ਸਕਦੇ ਤੇ ਚੱਲਣਾ ਫਿਰਨਾ ਤਾਂ ਇੱਕ ਪਾਸੇ ਰਿਹਾ, ਉਨ੍ਹਾਂ ਬਾਰੇ ਲਿਖਣ ਲਈ ਉਨ੍ਹਾਂ ਦੇ ਪਰਿਵਾਰਕ ਮੈਂਬਰਾਂ ਦੀ ਸਹਾਇਤਾ ਲੈਣੀ ਪੈਂਦੀ ਰਹੀ।

ਮੈਂ ਕਮਰੇ ਤੋਂ ਬਾਹਰ ਆ ਕੇ ਉਸ ਨੂੰ ਕੰਮ ਕਰਦੇ ਨੂੰ ਦੇਖਣ ਲੱਗਾ। ਉਸ ਆਪਣੇ ਗਲ਼ ਦੀ ਕਮੀਜ਼ ਉਤਾਰ ਕੇ ਬਾਹਰ ਪਏ ਮੰਜੇ 'ਤੇ ਰੱਖ ਦਿੱਤੀ ਤੇ ਇੱਕ ਕੰਧ ਨਾਲ਼ੋਂ ਕੜ੍ਹਾਈਆ ਚੁੱਕ ਨਲ਼ਕੇ ਅੱਗੇ ਧਰ ਲਿਆ। ਦੋਹਾਂ ਹੱਥਾਂ ਨਾਲ਼ ਨਲ਼ਕਾ ਗੇੜਨ ਲੱਗ ਪਿਆ। ਕੜ੍ਹਾਈਆ ਇੱਕ ਪਾਸੇ ਨੂੰ ਟੇਢਾ ਹੋ ਗਿਆ। ਉਸ ਰੋੜੇ ਦੀ ਸਹਾਇਤਾ ਨਾਲ਼ ਉਸ ਦਾ ਬੈਲੈਂਸ ਕੀਤਾ ਤੇ ਭਰ ਲਿਆ। ਝੋਟੀ ਕੋਲ਼ ਗਿਆ, ਹੱਥ ਫੇਰਿਆ, ਥਾਪੀ ਦਿੱਤੀ ਤੇ ਖੋਲ੍ਹ ਕੇ ਨਲ਼ਕੇ ਕੋਲ਼ ਲੈ ਆਇਆ। ਉਹ ਨਲ਼ਕਾ ਗੇੜਦਾ ਰਿਹਾ, ਝੋਟੀ ਪਾਣੀ ਪੀਂਦੀ ਰਹੀ ਤੇ ਮੈਂ ਸੋਚਦਾ ਰਿਹਾ।

-ਕਿੰਨਾ ਸਖ਼ਤ ਜਾਨ ਏ ਬੁੱਢਾ। ਕਿੰਨਾ ਜ਼ੋਰ ਹੋਵੇਗਾ ਇਸ ਵਿੱਚ ਜੁਆਨੀ ਵੇਲੇ। ਪਰ ਹੁਣ ਤਾਂ ਹੱਡੀਆਂ ਤੇ ਮਾਸ ਇੱਕ ਦੂਜੇ ਨਾਲ਼ ਰੁੱਸ ਗਏ ਲੱਗਦੇ ਨੇ, ਸੁੱਕਾ

ਕਰੰਗ ਜਿਹਾ। ਪਰ ਉਸ ਦੇ ਹਠ ਮੂਹਰੇ ਤੇ ਰੱਬ ਦੇ ਰੰਗਾਂ ਮੂਹਰੇ ਮੇਰਾ ਸਿਰ ਝੁਕ ਝੁਕ ਜਾ ਰਿਹਾ ਸੀ।

ਉਸ ਇੱਕ ਡੱਬਾ ਲੈ ਝੋਟੀ ਉੱਪਰ ਪੰਜ ਸੱਤ ਡੱਬੇ ਪਾਣੀ ਪਾਇਆ। ਫਿਰ ਉਹ ਹੱਥ ਫੇਰਦਾ ਫੇਰਦਾ ਝੋਟੀ ਦੇ ਲੇਵੇ ਵਾਲ਼ੀ ਜਗ੍ਹਾ ਨੂੰ ਟਟੋਲਣ ਲੱਗਾ। ਮੇਰੇ ਖਿਆਲ ਵਿੱਚ ਉਹ ਉਸ ਦੇ ਗੱਭਣ ਹੋਣ ਜਾਂ ਨਾ ਹੋਣ ਬਾਰੇ ਟੋਹ ਲਾ ਰਿਹਾ ਸੀ।

ਝੋਟੀ ਨੂੰ ਛਾਂਵੇਂ ਬੰਨ੍ਹ ਤੇ ਉਸ ਮੂਹਰੇ ਥੋੜ੍ਹਾ ਅੱਧ ਸੁੱਕਾ ਜਿਹਾ ਘਾਹ ਸੁੱਟ ਉਹ ਮੁੜ ਨਲ਼ਕੇ 'ਤੇ ਆ ਗਿਆ। ਮੋਟੇ ਮੋਟੇ ਹੱਥ ਪੈਰ ਧੋ ਉਸ ਦੁਬਾਰਾ ਆਪਣਾ ਕੁੜਤਾ ਪਾ ਲਿਆ। ਦੂਜੇ ਕਮਰੇ ਦਾ ਅਰਲ ਖੋਲ੍ਹਿਆ ਤੇ ਇੱਕ ਵੱਡਾ ਸਾਰਾ ਗਿਲਾਸ ਲੈ ਵਾਪਿਸ ਨਲ਼ਕੇ 'ਤੇ ਆ ਗਿਆ। ਧੋ ਸੁਆਰ ਕੇ ਉਸ ਪਾਣੀ ਦਾ ਭਰ ਲਿਆ।

ਮੈਂ ਵਾਪਿਸ ਅੰਦਰ ਆ ਬੈਠਾ।

"ਲੈ ਪੁੱਤ ਪਾਣੀ ਪੀ। ਪਹਿਲਾਂ ਮੈਂ ਤਾਂ ਨੀ ਸੀ ਲਿਆਇਆ ਪਈ ਝੋਟੀ ਨੂੰ ਪਾਣੀ ਪਲੌਣ ਲੱਗਿਆਂ ਜ਼ਰਾ ਠੰਡਾ ਨਿਕਲ਼ ਆਊ। ਜ਼ਰਾ ਦੇਰ ਜ਼ਰੂਰ ਹੋਗੀ।" ਬਾਰੂ ਦੀ ਜ਼ੁਬਾਨ ਵਿੱਚ ਇੱਕ ਖ਼ਾਸ ਰਸ ਸੀ। ਉਸਨੂੰ ਗੱਲ ਕਰਨ ਦਾ ਸਲੀਕਾ ਸੀ। ਇਹ ਮੇਰੇ ਲਈ ਹੈਰਾਨੀ ਵਾਲ਼ੀ ਗੱਲ ਸੀ। ਉਸ ਬਾਹਰੋਂ ਇੱਕ ਕਿੱਲੀ ਤੋਂ ਮੈਲ਼ੀ ਜਿਹੀ ਚਿੱਟੀ ਪੱਗ ਲਾਹ ਕੇ ਸਿਰ ਤੇ ਲਪੇਟ ਲਈ ਤੇ ਮੇਰੇ ਕੋਲ਼ ਆ ਕੇ ਮੰਜੇ ਤੇ ਬੈਠ ਗਿਆ।

"ਲੈ ਪੁੱਛ ਲੈ ਜੋ ਪੁੱਛਣਾ ਜਕੀਂ ਨਾ।"

"ਬਾਪੂ ਜੀ ਤੁਹਾਡੀ ਉਮਰ ਕਿੰਨੀ ਹੈ?"

"ਹਿਸਾਬ ਤੂੰ ਲਾ ਲੈ... ਮੈਂ ਗੌਲ਼ਿਆ ਵੇਲੇ ਪੰਜਾਹ ਕੁ ਦਾ ਸੀ।"

"ਤੁਹਾਡਾ ਆਰ ਪਰਿਵਾਰ ਕੀ ਹੈ?"

"ਇਸ ਵੇਲੇ 'ਕਲੌਤੇ ਪੜਪੋਤੇ ਤਾਰੇ, ਉਸ ਦੇ ਘਰਵਾਲ਼ੀ ਛਿੰਨੋ ਤੇ ਉਨ੍ਹਾਂ ਦੇ ਦੋ ਬੱਚਿਆਂ ਨਾਲ਼ ਇਸ ਕੁੱਲੀ ਵਿੱਚ ਰਹਿ ਰਿਹਾ ਹਾਂ। ਬਾਕੀ ਕੁੜੀਆਂ ਕੱਤਰੀਆਂ ਦੇ ਪਰਿਵਾਰ ਆਪਣੇ ਘਰੀਂ ਵਸਦੇ ਨੇ।"

"ਕੁੱਲੀ? ਬਾਪੂ ਜੀ ਤੁਸੀ ਸ਼ਾਇਦ ਦੇਖੇ ਹੀ ਹੋਣਗੇ ਕਿ ਸ਼ਹਿਰਾਂ ਕਸਬਿਆਂ ਲਾਗੇ ਲੋਕ ਸੜਕਾਂ ਦੇ ਆਸ ਪਾਸ ਝੁੱਗੀਆ ਬਣਾ ਕੇ ਰਹਿੰਦੇ ਨੇ। ਉਨ੍ਹਾਂ ਨੂੰ ਕੁੱਲੀਆਂ ਕਹਿੰਦੇ ਨੇ। ਤੁਸੀ ਤਾਂ ਚੰਗੇ ਭਲੇ ਘਰ 'ਚ ਰਹਿੰਦੇ ਹੋ ਜੋ ਅੱਧੋ ਵੱਧ ਇੱਟਾਂ ਦਾ ਬਣਿਆ ਹੋਇਆ ਹੈ। ਵੱਡਿਆਂ ਸ਼ਹਿਰਾਂ ਵਿੱਚ ਤਾਂ ਲੋਕਾਂ ਕੋਲ਼ ਝੁੱਗੀਆਂ ਵੀ ਨੀ ਹੁੰਦੀਆਂ ਫੁੱਟਪਾਥਾਂ 'ਤੇ ਹੀ ਪੈ ਜਾਂਦੇ ਹਨ।"

"ਪੁੱਤਰਾ! ਇਹੀ ਗੱਲ ਤਾਂ ਸਮਝ ਨੀ ਔਂਦੀ। ਦਸ ਕੁ ਸਾਲ ਪੈਲ੍ਹਾਂ ਤਾਰਾ ਵੱਡੇ ਸ਼ਹਿਰ ਲੈ ਗਿਆ ਸੀ ਕਿਸੇ ਰਿਸ਼ਤੇਦਾਰੀ 'ਚ ਵਿਆਹ 'ਤੇ, ਉੱਥੇ ਐਡੀਆਂ ਵੱਡੀਆਂ-ਵੱਡੀਆਂ ਕੋਠੀਆਂ ਦੇਖੀਆਂ ਬਈ ਸੁਰਤ ਗੁੰਮ-ਗੁੰਮ ਜਾਵੇ। 'ਸਮਾਨ ਨੂੰ ਛੂੰਹਦੀਆਂ। ਉੱਪਰ ਦੇਖਣ ਲਈ ਪੱਗ ਨੂੰ ਹੱਥ ਨਾਲ਼ ਫੜਨਾ ਪਵੇ। ਮਨ ਵਿੱਚ ਖਿਆਲ ਉੱਠੇ ਬਈ ਗੌਲ਼ਿਆਂ ਤੋਂ ਬਾਅਦ ਦੇ ਸਾਲਾਂ 'ਚ ਇਹ ਲੋਕ ਕੀ ਕੰਮ ਕਰਦੇ ਰਹੇ? ਕਿੰਨੀ ਕੁ ਸਖ਼ਤ ਮਿਹਨਤ ਕੀਤੀ ਹੋਊ ਏਹਨਾਂ? ਮੈਂ ਤਾਂ ਸੱਤ-ਅੱਠ ਸਾਲ ਦੇ ਨੇ ਡੰਗਰ ਚਾਰਨੇ ਸ਼ੁਰੂ ਕਰ ਦਿੱਤੇ ਸਨ। ਹੋਰ ਦੋ-ਤਿੰਨ ਸਾਲਾਂ ਤਾਈਂ ਰੰਬਾ ਕਹੀ ਚੁੱਕ ਲਏ ਸਨ।

ਮੈਂ ਬਾਪੂ ਨਾਲ਼ ਕੰਮ ਕਰਦਾ ਰਿਹਾ। ਮੇਰਾ ਮੁੰਡਾ ਉੱਠ ਕੇ ਮੇਰੇ ਨਾਲ਼ ਜੁੱਟ ਗਿਆ। ਹੁਣ ਤਾਰੇ ਹੁਰਾਂ ਵੱਲ ਹੀ ਦੇਖ, ਨਿੱਕੇ-ਨਿੱਕੇ ਜੁਆਕ ਲੈ ਕੇ ਸਵਖਤੇ ਦੇ ਕਣਕ ਵੱਢਣ ਗਏ ਨੇ। ਸ਼ਾਮੀ ਜਦੋਂ ਨਿੱਕੇ ਬੱਚੇ ਦੋ-ਦੋ ਸੇਰ ਕਣਕ ਦੀਆਂ ਬੱਲੀਆਂ ਸਿਰੀਂ ਚੁੱਕੀ ਔਂਦੇ ਨੇ ਤਾਂ ਕਾਲ਼ਜਾ ਮੂੰਹ ਨੂੰ ਔਂਦਾ। ਖੇਡਣ ਮਲ੍ਹਣ ਦੀ ਉਮਰ ਆ। ਅਸੀਂ ਵੀ ਏਸ ਉਮਰੇ ਡੰਗਰਾਂ ਮਗਰ ਸੋਟੀ ਫੜ ਲਈ ਸੀ। ਉੱਤੋਂ ਵੈਲ ਵੀ ਕੋਈ ਨੀ ਕੀਤਾ ਅੱਜ ਤੋੜੀ। ਟੱਬਰ ਵੀ ਰੱਬੋਂ ਛੋਟਾ ਰਿਹਾ ਪਰ ਮੈਂ ਸੌ ਸਾਲਾਂ ਵਿੱਚ ਇਸ ਅੱਧ ਕੱਚੀ ਪੱਕੀ ਕੋਠੜੀ ਤਾਈਂ ਪਹੁੰਚਿਆਂ ਹਾਂ ਤੇ ਇਹ ਲੋਕ ਕਾਰਾਂ ਕੋਠੀਆਂ ਤੇ ਲੌ-ਲਸ਼ਕਰ ਕਿੱਦਾਂ ਬਣਾਗੇ? ਪੁੱਤ ਇਹ ਗੱਲ ਮਨ 'ਚ ਹੁਣ ਵੀ ਉੱਠਦੀ ਰਹਿੰਦੀ ਆ ਪਰ ਲੜ-ਸਿਰਾ ਨੀਂ 'ਥਿਆਉਂਦਾ। ਕੀ ਤੂੰ ਕੁਝ ਦੱਸੇਂਗਾ?"

"ਬਾਪੂ ਕੋਠੀਆਂ ਤਾਂ ਤੇਰੇ ਪਿੰਡ ਵੀ ਹੁਣ ਬਣੀਆਂ ਹੋਈਆਂ ਨੇ। ਆਹ ਤੁਹਾਡੀ ਕਲੋਨੀ ਦੇ ਦੂਜੇ ਸਿਰੇ ਵੀ ਇੱਕ ਕੋਠੀ ਬਣ ਰਹੀ ਹੈ। ਕੀ ਇਹਨਾਂ ਬਾਰੇ ਕਦੇ ਸੋਚਿਆ ਕਿ ਕਿੱਦਾਂ ਬਣੀਆਂ?"

"ਪਹਿਲੀ ਗੱਲ ਤਾਂ ਜੁਆਨਾਂ ਇਹ ਕੋਠੀਆਂ ਸ਼ਹਿਰਾਂ ਵਾਲ਼ੀਆਂ ਕੋਠੀਆਂ ਦੇ ਪੈਰਾਂ ਅਰਗੀਆਂ ਵੀ ਨੀਂ। ਦੂਜੀ ਮੈਂ ਇੱਕ ਦਿਨ ਪਿਆ ਸੋਬਤੀ ਹੀ ਹਿਸਾਬ ਲੌਂਦਾ ਸੀ ਬਈ ਇਹ ਚਾਰ ਖਣ ਜੇ ਕਿਸੇ ਨੇ ਚੱਜ ਦੇ ਬਣਾ ਲਏ ਤਾਂ ਏਥੇ ਦੀ ਮੇਹ੍ਨਤ ਮਜੂਰੀ ਨਾਲ਼ ਨੀ ਬਣੇ। ਇਨ੍ਹਾਂ ਸਾਰੇ ਘਰਾਂ ਦੇ ਇੱਕ-ਇੱਕ ਦੋ-ਦੋ ਮੈਂਬਰ ਵਲੈਤੀਂ ਗਏ ਹੋਏ ਆ। ਆਹ ਜਿਹੜੀ ਸਾਡੀ ਕਲੋਨੀ 'ਚ ਬਣਦੀ ਏ... ਇਨ੍ਹਾਂ ਦੇ ਦੋ ਮੁੰਡੇ ਵੀ ਪਿਛਲੇ ਕਈ ਸਾਲਾਂ ਤੋਂ ਡਬਈ-ਡਬੂਈ ਗਏ ਹੋਏ ਆ। ਇਹ ਬਾਹਰਲੇ ਮੁਲਖਾਂ 'ਚ ਕੀਤੀ ਮਜੂਰੀ ਤੇ ਵੱਡੇ ਸੰਨ ਦੀਆਂ ਕਰਾਮਾਤਾਂ ਪੁੱਤਰ। ਪਰ ਸ਼ੈਹਰੀ ਕੋਠੀਆਂ ਦੀ ਸ਼ਾਨੋ-ਸ਼ੌਕਤ ਤਾਂ ਨਿਆਰੀ ਹੀ ਹੈ। ਲਗਦੈ ਉਨ੍ਹਾਂ ਕੋਠੀਆਂ 'ਚ ਪਿਆ ਸਬਾਬ ਏਨ੍ਹਾਂ ਦੀ ਕੀਮਤ ਤੋਂ ਵੱਧ ਹੋਊ।"

ਬਾਰੂ ਦੀਆਂ ਗੱਲਾਂ ਤਰਕ ਭਰੀਆ ਸਨ ਪਰ ਮੈਂ ਜਾਣਦਾ ਹੋਇਆ ਵੀ ਇਨ੍ਹਾਂ ਗੱਲਾਂ ਦੇ ਵਿਸਥਾਰ ਵਿੱਚ ਨਹੀਂ ਸੀ ਜਾਣਾ ਚਾਹੁੰਦਾ।

"ਅੱਛਾ ਬਾਪੂ, ਦੱਸ ਜੁਆਨੀ ਵੇਲੇ ਜ਼ੋਰ ਕਿੰਨਾ ਕੁ ਸੀ?" ਮੈਂ ਗੱਲ ਬਦਲੀ।

"ਲੈ ਗੱਭਰੂਆ ਜ਼ੋਰ ਦਾ ਕੀ ਅੰਤ ਸੀ। ਜਦ ਲੰਬੜਾਂ ਦਾ ਬੇਰੀਆਂ ਵਾਲ਼ਾ ਖੂਹ ਲੱਗਾ ਤਾਂ ਮੈਂ ਉਦੋਂ ਵੀਹ ਬਾਈ ਦਾ ਹੋਊਂ। ਪਾੜ ਦੀ ਪਟਾਈ ਵੇਲੇ ਧੁਰ ਥੱਲਿਓਂ ਮਿੱਟੀ ਦਾ ਜੇਡਾ ਟੋਕਰਾ ਲੈ ਕੇ ਮੈਂ ਉਪਰ ਚੜ੍ਹ ਆਉਂਦਾ ਸੀ, ਉਹ ਕਿਸੇ ਜੱਟਾਂ ਦੇ ਮੁੰਡੇ ਤੋਂ ਵੀ ਨੀ ਸੀ ਨਿਕਲ਼ਦਾ। ਬਥੇਰਿਆਂ ਜਿੱਦ ਜਿੱਦ ਸ਼ਰਤਾਂ ਲਾਈਆਂ ਪਰ ਬਾਰੂ ਅੱਗੇ ਕਿਸੇ ਦੀ ਪੇਸ਼ ਨੀ ਗਈ। ਉਦੋਂ ਮੈਂ ਸਾਰੇ ਪਿੰਡ 'ਚੋਂ ਜ਼ੋਰ ਆਲ਼ਾ ਗਿਣਿਆ ਜਾਂਦਾ ਸੀ।"

"ਬਾਪੂ ਤੁਹਾਡੀ ਖੁਰਾਕ ਕੀ ਹੁੰਦੀ ਸੀ?"

"ਸੁਆਹ, ਜੱਟਾਂ ਦੇ ਘਰਾਂ ਦੀ ਲੱਸੀ, ਸਿਆਲ਼ਾਂ ਨੂੰ ਗੰਨੇ ਤੇ ਸਾਗ। ਹੋਰ ਕੀ ਬਦਾਮ ਚੱਬਣ ਨੂੰ ਮਿਲ਼ਦੇ ਸੇ। ਬਸ ਅੰਦਰ ਮਸ਼ੀਨਰੀ ਹੀ ਏਹੋ ਜਿਹੀ ਫਿੱਟ ਕਰ 'ਤੀ ਸੀ ਰੱਬ ਨੇ ਬਈ ਕਣਕੋਂ ਘੇ ਕੱਢਦੀ ਰਹੀ।"

"ਅੱਛਾ ਬਾਪੂ ਕੋਈ ਐਸੀ ਘਟਨਾ ਸੁਣਾ ਜੋ ਅੱਜ ਤੱਕ ਵੀ ਦੁੱਖ ਦਿੰਦੀ ਹੋਵੇ।"

ਉਸ ਦੇ ਅੱਖੀਂ ਦੁੱਖ ਤੇ ਮੂੰਹ 'ਤੇ ਚੁੱਪ ਉਤਰ ਆਈ।

"ਹਾਂ-ਹਾਂ ਬਾਪੂ ਮੇਰਾ ਮਤਲਬ ਜੀਵਨ ਦੀ ਕੋਈ ਕੌੜੀ ਯਾਦ।"

ਉਸ ਦੀ ਝਾਕਣੀ ਹੀ ਬਦਲ ਗਈ। ਚਿਹਰਾ ਉਦਾਸਿਆ ਤੇ ਪ੍ਰੇਸ਼ਾਨਿਆ ਗਿਆ। ਮੈਂ ਪਛਤਾਉਣ ਲੱਗਾ ਇਹ ਸਵਾਲ ਕਰਕੇ ਪਰ ਮੈਥੋਂ ਕੋਸ਼ਿਸ਼ ਫਿਰ ਕੀਤੀ ਗਈ।

"ਦੱਸ ਬਾਪੂ ਦੱਸ। ਝਕ ਨਾ। ਆਪਾਂ ਇੱਕ ਦੂਜੇ ਦੇ ਦੁੱਖ ਦਰਦਾਂ ਦੇ ਸਾਂਝੀ। ਇੱਕ ਜਾਤ-ਬਿਰਾਦਰੀ।"

ਉਹ ਮਾੜਾ ਜਿਹਾ ਮੁਸਕਰਾਇਆ। ਸ਼ਾਇਦ ਮੇਰੀ ਮਗਰਲੀ ਗੱਲ 'ਤੇ। ਤਿਰਛਾ ਜਿਹਾ ਝਾਕਿਆ ਤੇ ਬੋਲ ਪਿਆ। ਇੱਕ ਡੂੰਘੇ ਸਾਹ ਤੋਂ ਬਾਅਦ।

"ਉਂਜ ਤਾਂ ਪੁੱਤਰਾ ਸਾਰੀ ਉਮਰ ਹੀ ਕੌੜੀ ਯਾਦ ਬਣੀ ਪਈ ਐ... ਅਨੇਕਾਂ ਘਰ ਦੇ ਜੀ... ਰਿਸ਼ਤੇਦਾਰ... ਮਿੱਤਰ ਪਿਆਰੇ... ਹੱਥੀਂ ਜੰਮੇ ਪਲ਼ੇ... ਅੱਖਾਂ ਸਾਹਵੇਂ ਚੱਲ ਵੱਸਦੇ ਰਹੇ... ਬੜਾ ਭਾਰ ਢੋਇਆ ਏਨ੍ਹਾਂ ਮੋਢਿਆਂ ਨੇ ਅਰਥੀਆਂ ਦਾ ਪਰ...।"

ਉਹ ਫਿਰ ਚੁੱਪ ਦੇ ਵਿਹੜੇ ਜਾ ਵੜਿਆ।

"ਹਾਂ-ਹਾਂ ਬਾਪੂ ਦੱਸ... ਬੇਖ਼ੌਫ਼ ਦੱਸ।" ਮੈਂ ਉਸ ਨੂੰ ਉਤਸ਼ਾਹਿਤ ਕਰਨਾ ਚਾਹੁੰਦਾ ਸੀ।

"ਹਾਂ ਪੁੱਤ... ਲੰਬੜਾਂ ਦੇ ਟੱਬਰ ਨਾਲ਼ ਮੁੱਢ ਤੋਂ ਸੀਰ ਸੀ ਸਾਡਾ। ਸੱਚ ਪੁੱਛੇ ਤਾਂ ਉਹਨਾਂ ਦੇ ਡੰਗਰਾਂ ਮਗਰ ਹੀ ਮੇਰਾ ਬਚਪਨ ਬੀਤਿਆ। ਸਾਨੂੰ ਵੀ ਉਨ੍ਹਾਂ ਦਾ ਬਹੁਤ ਆਸਰਾ ਸੀ। ਜੀ ਤੋੜ ਕੇ ਕੰਮ ਕੀਤਾ ਉਨ੍ਹਾਂ ਦੇ ਖੇਤੀਂ। ਜਦੋਂ ਬੇਰੀਆਂ ਵਾਲ਼ਾ ਖੂਹ ਲੱਗਾ ਤਾਂ ਸਾਰਿਆਂ ਨਾਲ਼ੋਂ ਵੱਧ ਜੂੜ ਮੈਂ ਮਾਰਿਆ। ਦਿਨ ਰਾਤ ਇੱਕ ਕਰਾ'ਤਾ। ਉਦੋਂ ਜਾਨ ਸੀ ਇਸ ਦੇਹ 'ਚ। ਥਕੇਵਾਂ ਤਾਂ ਲਾਗੇ ਵੀ ਨੀ ਸੀ ਢੁੱਕਦਾ। ਲੰਬੜਾਂ ਦਾ ਕਰਮਾ ਮੇਰੇ ਨਾਲ਼ੋਂ ਸਾਲ ਕੁ ਛੋਟਾ ਸੀ। ਪਰ ਸਾਡੀ ਆੜੀ ਸੀ। ਮੋਹ ਸੀ। ਸਕੇ ਭਰਾਵਾਂ ਤੋਂ ਵੱਧ।"

ਇੱਥੇ ਆ ਕੇ ਉਹ ਫਿਰ ਚੁੱਪ ਕਰ ਗਿਆ। ਉਸ ਦਾ ਗਲ਼ਾ ਥੋੜ੍ਹਾ-ਥੋੜ੍ਹਾ ਭਰਿਆ ਲੱਗਾ। ਮੈਂ ਸਮਝਿਆ ਜ਼ਰੂਰ ਕੋਈ ਗਹਿਰ ਗੰਭੀਰ ਗੱਲ ਹੋਵੇਗੀ। ਕਿਸੇ ਧੀ ਭੈਣ ਨਾਲ਼ ਸੀਨਾ ਜ਼ੋਰੀ ਦੀ ਗੱਲ ਹੋਵੇਗੀ। ਸੰਭਵ ਹੈ ਉਹ ਕਰਮੇ ਵੱਲੋਂ ਹੀ ਹੋਵੇ। ਮੇਰੇ ਅੰਦਰਲਾ ਕਿਆਫੇ ਲਾ ਰਿਹਾ ਸੀ।

"ਫੇਰ ਕੀ ਹੋਇਆ ਬਾਪੂ?" ਮੇਰਾ ਜੀ ਕਾਹਲ਼ਾ ਪਿਆ ਹੋਇਆ ਸੀ।

"ਫੇ ਕੀ ਪੁੱਤਰਾ... ਜਦੋਂ ਬੇਰੀਆਂ ਵਾਲ਼ਾ ਖੂਹ ਫਿਸ ਗਿਆ ਤਾਂ ਸਾਡਾ ਉਸ 'ਤੇ ਚੜ੍ਹਨਾ ਬੰਦ ਹੋ ਗਿਆ। ਬਾਰੂ ਦੀ ਆਵਾਜ਼ ਘਗਿਆ ਗਈ। ਉਸ ਦੀਆਂ ਡੂੰਘੀਆਂ ਅੱਖਾਂ 'ਚੋਂ ਅੱਥਰੂ ਵਗ ਤੁਰੇ। ਉਸ ਪੱਗ ਦਾ ਲੜ ਅੱਖਾਂ 'ਤੇ ਧਰ ਲਿਆ।

"ਉਹ ਕਿਉਂ?" ਮੈਂ ਤਿਲਮਿਲਾ ਉੱਠਿਆ।

"ਬਸ ਖੂਹ ਵਗ ਪਿਆ ਸੀ। ਉਨ੍ਹਾਂ ਦੀ ਕਿਸੀ ਸਿਆਣੀ ਬੁੜ੍ਹੀ ਨੇ ਕਿਸੇ

ਸੁੱਚੇ ਖੂਹ ਦੇ ਪਾਣੀ ਦਾ ਛਿੱਟਾ ਦੇ ਉਸ ਨੂੰ ਸੁੱਚਾ ਕਰ ਲਿਆ ਸੀ। ਇਹ ਗੱਲ ਮੈਨੂੰ ਦੱਸੀ ਵੀ ਮੇਰੇ ਆੜੀ ਕਰਮੇ ਨੇ ਹੀ ਸੀ। ਏਸ ਗੱਲ ਨੇ ਰੂਹ ਨੂੰ ਐਸਾ ਫੱਟ ਲਾਇਆ ਬਈ ਪੁੱਛ ਨਾ। ਇਸ ਗੱਲ ਦੀ ਯਾਦ ਅੱਜ ਵੀ ਰੋਣ ਕੱਢ ਦੇਂਦੀ ਆ।"

"ਇਹ ਤਾਂ ਸ਼ਰੇਆਮ ਧੱਕਾ ਸੀ।" ਮੈਂ ਕੁਝ ਗੁੱਸੇ 'ਚ ਆ ਗਿਆ।

"ਧੱਕਾ-ਧੁੱਕਾ ਕਾਹਦਾ... ਮੈਂ ਕਰਮੇ ਦੀ ਥਾਂ ਹੁੰਦਾ, ਮੇਰੇ ਕੋਲ਼ੋਂ ਵੀ ਏਹੋ ਹੋਣਾ ਸੀ।"

"ਬਾਪੂ ਜੀ ਜਾਤ ਪਾਤ ਤੇ ਛੂਆ ਛਾਤ ਬਾਰੇ ਅੱਜ ਕੀ ਵਿਚਾਰ ਨੇ ਤੁਹਾਡੇ?" ਮੈਂ ਗੱਲ ਬਦਲਣ ਲਈ ਆਖਿਆ। ਪਰ ਮੈਨੂੰ ਅੰਦਰੋਂ ਔਖ ਅਨੁਭਵ ਹੋਈ ਜਾ ਰਹੀ ਸੀ।

"ਓ ਮੱਖਣਾ ਵਿਚਾਰ-ਵਚੂਰ ਕਾਹਦੇ। ਛੂਆ-ਛਾਤ ਜਾਂ ਸੁੱਚ-ਭਿੱਟ ਵਿਹਾਰ 'ਚ ਤਾਂ ਨੀ ਰਹੀ ਬੌਤ੍ਰੀ। ...ਸਾਡੇ ਪਿੰਡੀਂ ਤਾਂ ਹੈ ਹੀ ਨੀਂ... ਪਰ ਜਾਤ ਪਾਤ ਦਾ ਵਿਖੇੜਾ ਤਾਂ ਵਧਦਾ ਹੀ ਜਾ ਰਿਹਾ ਏ ਉਮੀਦ ਨਹੀਂ ਬਈ ਮੁੱਕ ਜੂ... ਵਧ ਭਾਵੇਂ ਜੂ... ਏਹ ਲੋੜ ਵੀ ਬਣਦੀ ਜਾ ਰਹੀ ਆ।"

ਕਿਵੇਂ ਬਾਪੂ? ਕਹਿਣ ਦੀ ਮੇਰੀ ਹਿੰਮਤ ਨਾ ਪਈ। ਮੈਨੂੰ ਲੱਗਾ ਜਿਵੇਂ ਮੇਰੀ ਆਖੀ ਹੋਈ ਗੱਲ "...ਆਪਣੀ ਜਾਤ ਬਰਾਦਰੀ ਤਾਂ ਇੱਕ ਹੈ।" 'ਤੇ ਉਸ ਟਕੋਰ ਕਰ ਦਿੱਤੀ ਹੋਵੇ।

"ਬਾਪੂ ਜ਼ਿੰਦਗੀ ਦੀ ਕੋਈ ਅਜਿਹੀ ਘਟਨਾ ਜੋ ਅੱਜ ਤਾਈਂ ਖ਼ੁਸ਼ੀ ਦਿੰਦੀ ਹੋਵੇ।"

"ਓ ਸੋਹਣਿਆ! ਐਡੀ ਵੱਡੀ ਜ਼ਿੰਦਗਾਨੀ 'ਚ ਐਹੋ ਜਿਹੀਆਂ ਗੱਲਾਂ ਵੀ ਬਥੇਰੀਆਂ ਨੇ ਜੇਨ੍ਹਾਂ ਨੇ ਖੁਸ਼ੀ ਦਿੱਤੀ ਪਰ ਕਈ ਤਾਂ ਮਗਰੋਂ ਸੌਰ੍ਹੀਆਂ ਛਲ਼ਾਵਾ ਹੀ ਨਿਕਲ਼ੀਆਂ। ਸਾਡੇ ਲੋਕ ਪਹਿਲਾਂ-ਪਹਿਲ ਜੇਨ੍ਹਾ ਜੱਟ ਕਿਸਾਨਾਂ ਨਾਲ਼ ਕੰਮ ਕਰਦੇ ਹੁੰਦੇ ਸੀ। ਉਨ੍ਹਾਂ ਤੋਂ ਛਮਾਹੀ ਮਗਰੋਂ ਕੁਝ ਦਾਣੇ ਮਿਲ਼ਦੇ ਹੁੰਦੇ ਸੀ। ਜਾਂ ਫੇ ਵੇਲੇ ਕੁਵੇਲੇ ਪੱਠਾ ਦੱਥਾ। ਫੇ ਹੌਲ਼ੀ-ਹੌਲ਼ੀ ਖੇਤੀਂ ਕੰਮ ਕਰਨ ਦੀ ਦਿਹਾੜੀ ਨਕਦ ਮਿਲਣ ਲੱਗ ਪਈ। ਸਾਡੇ ਵੇੜ੍ਹਿਆਂ 'ਚ ਖੁਸ਼ੀ ਦੀ ਲੈਰ੍ਹ ਦੌੜ ਗੀ ਕਿ ਲਓ ਹੁਣ ਤਾਂ ਗ਼ਰੀਬੀ ਗਈ ਕਿ ਗਈ। ਹਰ ਰੋਜ਼ ਕੰਮ ਕਰਨ ਦੇ ਪੈਸੇ ਨਕਦ। ਮੈਂ ਬੌਤ੍ਹ ਖੁਸ਼ ਸੀ। ਪਰ ਅੱਜ ਤਾਈਂ ਦਿਹਾੜੀ ਵੀ ਵਧਦੀ ਗਈ ਤੇ ਗ਼ਰੀਬੀ ਉਸ ਤੋਂ ਤੇਜ਼ੀ ਨਾਲ। ਏਸ ਤਰ੍ਹਾਂ ਇਹ ਖੁਸ਼ੀ ਵੀ ਛਲ਼ਾਵਾ ਹੀ ਨਿਕਲ਼ੀ।"

"ਨਹੀਂ ਬਾਪੂ... ਕੋਈ ਇਹੋ ਜਿਹੀ ਗੱਲ ਜੋ ਅੱਜ ਤਾਈਂ ਵੀ ਮਨ ਨੂੰ ਖੁਸ਼ ਕਰ ਦਿੰਦੀ ਹੋਵੇ। ਮੈਂ ਛਲ਼ਾਵੇ ਦੀ ਗੱਲ ਨੀਂ ਕਰਦਾ।"

"ਪੁੱਤਰਾ ਏਹ ਗੱਲ ਅੱਜ ਤਾਈਂ ਸਾਂਝੀ ਤਾਂ ਨੀ ਕੀਤੀ ਕਿਸੇ ਨਾ... ਪਰ ਤੂੰ ਵੀ 'ਖਬਾਰ 'ਚ ਸਿੱਧੀ ਨਾ ਠੋਕ ਦੀਂ।"

ਉਸ ਗਹੁ ਨਾਲ਼ ਮੇਰੇ ਵੱਲ ਦੇਖਿਆ। ਅੰਦਰ ਧਸੀਆਂ ਅੱਖਾਂ 'ਚ ਚਮਕ ਜਿਹੀ ਆ ਗਈ। ਪਰ ਬੁੱਲ੍ਹ ਖੁੱਲ੍ਹਦੇ-ਖੁੱਲ੍ਹਦੇ ਰਹਿ ਗਏ।

"ਹਾਂ-ਹਾਂ ਬਾਪੂ , ਬੇਖੌਫ ਦੱਸ। ਨਾ ਛਾਪਣ ਵਾਲ਼ੀ ਹੋਈ ਤਾਂ ਮੈਂ ਨਾ ਛਾਪੂੰ।"

ਮੈਂ ਬੇਸਬਰਾ ਹੋਈ ਜਾ ਰਿਹਾ ਸਾਂ।

"ਇਹ ਗੱਲ ਪੁੱਤਰਾ ਉਸੇ ਵਰ੍ਹੇ ਦੀ ਹੈ ਜਿਸ ਵਰ੍ਹੇ ਲੰਬੜਾਂ ਦਾ ਬੇਰੀਆਂ ਵਾਲ਼ਾ ਖੂਹ ਲੱਗਾ ਸੀ। ਲੰਬੜਾਂ ਦੇ ਘਰ ਤੇ ਹਵੇਲੀ ਦੀ ਕੰਧ ਸਾਂਝੀ ਸੀ। ਮੈਂ ਪੱਠਾ ਦੱਥਾ ਕਰਨ ਤਾਂ ਹਵੇਲੀ ਜਾਇਆ ਹੀ ਕਰਦਾ ਸੀ। ਸਰੀਰ ਉਦੋਂ ਮੇਰਾ ਪੂਰੀ ਤਰ੍ਹਾਂ ਫਿਟ ਸੀ। ਬਸ ਇੱਕ ਖੰਭ ਲੱਗਣੋਂ ਹੀ ਰਹਿੰਦੇ ਸਨ। ਪੱਟਾਂ 'ਤੇ ਛੱਲੀਆਂ ਏਹੋ ਜਿਹੀਆਂ ਪੈਂਦੀਆਂ ਸਨ ਜਿੱਦਾਂ ਕਿਸੇ ਰਾਜ ਮਿਸਤਰੀ ਚੂਨੇ ਨਾਲ਼ ਬਣਾਤੀਆਂ ਹੋਣ।

"ਕਰਮੇ ਦਾ ਬਾਬਾ ਰਤਨਾ ਚੌਵੀ ਘੰਟੇ ਹਵੇਲੀ ਹੀ ਰਹਿੰਦਾ ਹੁੰਦਾ ਸੀ। ਉਹ ਬੜੇ-ਬੜੇ ਤੇ ਬਾਹਰ ਨੂੰ ਨਿਕਲ਼ੇ ਗੋਡਿਆਂ ਵਾਲ਼ਾ ਬੁੱਢਾ ਕੋਈ ਨਾ ਕੋਈ ਹੁਕਮ ਚਾੜ੍ਹੀ ਰੱਖਦਾ।

"ਇੱਕ ਦਿਨ ਰਤਨਾ ਹਵੇਲੀ ਨੀ ਸੀ। ਮੈਂ ਪਸ਼ੂਆਂ ਨੂੰ ਪੱਠੇ ਵਗ਼ੈਰਾ ਪਾ ਰਿਹਾ ਸੀ।ਤੇੜ ਸਿਰਫ਼ ਇੱਕ ਲੰਗੋਟਾ ਸੀ ਮੇਰੇ। ਹਵੇਲੀ 'ਚ ਏਧਰ ਉੱਧਰ ਜਾਂਦੇ ਦੀ ਮੇਰੀ ਨਿਗਾਹ ਮੁੜ-ਮੁੜ ਪੱਟਾਂ ਤੇ ਪਈ ਜਾਵੇ। ਕਦੀ ਡੌਲ਼ੇ ਅਕੜਾ-ਅਕੜਾ ਦੇਖ ਹੋਈ ਜਾਣ। ਕਦੇ-ਕਦੇ ਮੇਰਾ ਹੱਥ ਆਪ ਮੁਹਾਰਾ ਪੱਟ 'ਤੇ ਉਪਰ ਥੱਲੇ ਹੋ ਰਹੀ ਮਛਲੀ 'ਤੇ ਫਿਰ ਜਾਇਆ ਕਰੇ।"

ਇਹ ਕਹਿੰਦਿਆਂ ਹੀ ਉਹ ਠਠੰਬਰ ਗਿਆ ਜਿਵੇਂ ਸ਼ਾਟ ਲੱਗਾ ਹੋਵੇ। ਮੈਂ ਧਿਆਨ ਨਾਲ਼ ਦੇਖਿਆ ਤਾਂ ਉਸ ਦੇ ਸੱਜੇ ਹੱਥ ਸੱਜੇ ਪੱਟ ਦੀ ਮਾਸ ਛੱਡ ਚੁੱਕੀ ਨਲ਼ੀ ਸੀ। ਮੈਂ ਸਮਝ ਗਿਆ ਕਿ ਉਹ ਸੱਚਮੁੱਚ ਹੀ ਅਤੀਤ ਦੇ ਵਿਹੜੇ ਜਾ ਵੜਿਆ ਸੀ ਤੇ ਸੁੱਕੇ ਪੱਟ ਦੀ ਹੱਡੀ ਨੇ ਉਸ ਨੂੰ ਅਸਲੀਅਤ ਦੇ ਬੂਹੇ ਲੈ ਆਂਦਾ ਸੀ। ਉਹ ਬਿਟ-ਬਿਟ ਆਪਣੇ ਪੱਟ ਵੱਲ ਦੇਖ ਰਿਹਾ ਸੀ। ਮੈਂ ਉਹਨੂੰ ਅੱਗੇ ਗੱਲ ਤੋਰਨ ਲਈ ਪ੍ਰੇਰਿਆ।

ਉਸ ਇੱਕ ਲੰਮੇ ਹਉਕੇ ਮਗਰੋਂ ਗੱਲ ਸ਼ੁਰੂ ਕੀਤੀ, "...ਚਾਣਚੱਕ ਮੇਰੀ ਨਜ਼ਰ ਲੰਬੜਾਂ ਦੇ ਦਲਾਨ ਦੀ ਬਾਰੀ 'ਚ ਪੈਗੀ। ਉੱਥੇ ਕਰਮੇ ਦੀ ਛੋਟੀ ਭੈਣ ਗਿਆਨੋ ਖੜ੍ਹੀ ਸੀ। ਮੱਲਿਆ ਜਦ ਮੇਰੀਆਂ ਅੱਖਾਂ ਉਸ ਨਾ' ਮਿਲ਼ੀਆਂ ਤਾਂ ਕੀ ਦੱਸਾਂ...। ਸਾਡੀਆਂ ਅੱਖਾਂ ਝੁਕ ਗਈਆਂ। ਰੂਹ ਸੁਆਦ-ਸੁਆਦ ਹੋ ਗਈ। ਆਏ ਹਾਏ। ਇਸ ਛਿਣ ਭੰਗਰੀ ਤੱਕਣੀ 'ਚ ਉਹ ਸੁਆਦ ਸੀ ਪਈ ਦੱਸ ਨੀ ਹੋ ਸਕਦਾ। ਅੱਜ ਵੀ ਉਹ ਘੜੀ ਦੀ ਯਾਦ ਆ ਕੇ ਰੂਹ ਖਿੜ ਜਾਂਦੀ ਏ।"

"ਬਾਪੂ ਅੱਗੇ ਕੀ ਹੋਇਆ?" ਮੇਰੀ ਦਿਲਚਸਪੀ ਬਣ ਗਈ ਸੀ।

"ਬਸ ਸੁਆਦ ਦੇਣ ਵਾਲ਼ੀ ਤਾਂ ਇਹੀ ਘੜੀ ਸੀ।"

"ਨਹੀਂ ਬਾਪੂ ਅੱਗੇ ਦੱਸ ਫਿਰ ਕੀ ਹੋਇਆ?"

"ਫੇ ਕੀ ਹੋਣਾ ਸੀ। ਕੁੜੀ ਦਾ ਵੀ ਮੇਰੇ ਵਾਲ਼ਾ ਹਾਲ ਹੋਣਾ। ਪਰ ਉਹ ਬਾਰੀ ਬੰਦ ਕਰਕੇ ਖਿਸਕ ਗਈ ਸੀ। ਮੈਂ ਸਾਰੀ ਰਾਤ ਸੌਂ ਨਾ ਸਕਿਆ। ਜਿੱਧਰ ਦੇਖਾਂ ਬੱਸ ਗਿਆਨੋ ਹੀ ਦਿਸੇ। ...ਦਿਲ ਕਰੇ ਉਸਨੂੰ ਬਾਹਾਂ 'ਚ ਘੁਟ ਆਸਮਾਨੀ ਉੱਡ ਜਾਂ। ਦਿਨ ਚੜ੍ਹਨ 'ਚ ਨਾ ਆਵੇ ਚਿੱਤ ਕਰੇ ਕਿ ਮੈਂ ਹਵੇਲੀ ਹੀ ਪੈ ਜਇਆ ਕਰਾਂ। ਮਨ ਸਹੁਰਾ ਸਕੀਮਾਂ 'ਚ ਹੀ ਸੁਆਦ-ਸੁਆਦ ਹੋਈ ਜਾਏ।

"ਸਵੇਰੇ ਸਵੱਖਤੇ ਹੀ ਮੈਂ ਹਵੇਲੀ ਜਾ ਵੱਜਾ। ਪਰ ਉੱਥੇ ਯਮ ਰਤਨਾ ਲਾਂਗੜ

ਲਮਕਾਈ ਫਿਰੇ। ਮੇਰੀ ਨਜ਼ਰ ਮੁੜ-ਮੁੜ ਦਲਾਨ ਦੀ ਬਾਰੀ ਨਾਲ਼ ਟਕਰਾਵੇ। ਰੂਹ ਤਰਸ-ਤਰਸ ਜਾਵੇ, ਕੁੜੀ ਦੀਆਂ ਅੱਖਾਂ 'ਚ ਅੱਖਾਂ ਪਾਉਣ ਲਈ। ਪਰ ਬਾਰੀ ਨਾ ਖੁੱਲ੍ਹੀ। ਸਗੋਂ ਰਤਨੇ ਦੇ ਹੁਕਮ ਮਿਲਣੇ ਸ਼ੁਰੂ ਹੋ ਗਏ।"

"ਓਏ ਘੋੜੀ ਦੀ ਲਿੱਦ ਠਾ... ਚੱਪੇ ਦਾ ਰੱਸਾ ਜ਼ਰਾ ਖੁੱਲ੍ਹਾ ਕਰ... ਮੱਝਾਂ ਅੱਜ ਲੱਸੀ ਨਾ ਨਲ੍ਹਾਈਂ...।"

"ਅੱਜ ਉਸਦੇ ਹੁਕਮ ਮੈਨੂੰ ਚੁੱਭ ਰਹੇ ਸਨ। ਪਹਿਲਾਂ ਮੈਂ ਕਦੇ ਗੌਲ਼ੇ ਨਹੀਂ ਸਨ। ਖੈਰ ਦੂਜੀ ਰਾਤ ਵੀ ਨੀਂਦ ਨਾ ਆਈ ਚੱਜ ਨਾਲ਼। ਪਰ ਦਿਨੇ ਧਰਤੀ ਪੱਬ ਨਾ ਲੱਗਦੇ ਜਦੋਂ ਗਿਆਨੋ ਦੇ ਚਿਹਰੇ ਦੀ ਉਹ ਹਲਕੀ ਜਿਹੀ ਮੁਸਕਾਨ ਚੇਤੇ ਔਂਦੀ... ਧਰਮ ਨਾਲ਼ ਰੂਹ ਬਾਗੋ ਬਾਗ ਹੋ ਜਾਂਦੀ।

"ਪਰ ਬਾਰੀ ਤੀਜੇ ਦਿਨ ਵੀ ਨਾ ਖੁੱਲ੍ਹੀ। ਖੁੱਲ੍ਹਣੀ ਵੀ ਕਿੱਥੋਂ ਸੀ... ਨਾ ਰਤਨਾ ਉੱਜੜੇ ਨਾ ਖੁੱਲ੍ਹੇ... ਮੈਂ ਉਨ੍ਹਾਂ ਦੇ ਘਰ ਜਾਣ ਦੇ ਬਹਾਨੇ ਸੋਚੀ ਜਾਵਾਂ ਪਰ ਕਿੱਥੇ... ਬਿਨ੍ਹਾਂ ਕੰਮੋਂ ਉੱਥੇ ਚਿੜੀ ਵੀ ਨੀ ਸੀ ਫੜਕ ਸਕਦੀ। ...ਹਾਂ ਦੂਰੋਂ ਦੂਜੇ ਕੋਠੇ ਤੋਂ ਕੁੜੀ ਨੇ ਹੱਥ ਹਿਲਾ ਕੇ ਦਿਲ 'ਚ ਖਲਬਲੀ ਮਚਾ 'ਤੀ।

"ਤੀਜੀ ਰਾਤੇ ਵੀ ਮੈਂ ਬੇਸਬਰੀਆਂ ਨਾ' ਪਰਚਿਆ ਰਿਹਾ। ਕਿਤੇ ਤੜਕ ਸਾਰ ਊਂਘ ਆਈ।

"ਕਰਮੇ ਨੇ ਮੈਨੂੰ ਹਵੇਲੀ 'ਚ ਢਾਅ ਲਿਆ। ਉਹ ਮੇਰੀਆਂ ਲੱਤਾਂ ਤੇ ਟੋਕੀ ਵਾਹੁਣ ਲੱਗਾ। ਨਾਲ਼ੇ ਉਹ ਮਾਰੀ ਜਾਵੇ ਨਾਲ਼ੇ ਰੋਈ ਜਾਵੇ ਤੇ ਨਾਲ਼ੇ ਕਹੀ ਜਾਵੇ, ਚੰਗੀ ਯਾਰੀ ਪਾਲ਼ੀ ਕੁੱਤਿਆ, ਜਿਸ ਥਾਲ਼ੀ ਵਿੱਚ ਖਾਧਾ ਉਸੇ ਵਿੱਚ ਛੇਕ...।

"ਕਰਮੇ ਦਾ ਪੇ ਸਾਧਾ ਸੂੰ ਕਰਪਾਨ ਘੁਮਾਉਂਦਾ ਆਪਣੇ ਸਰੀਕੇ ਨੂੰ ਵੰਗਾਰੇ... ਲਿਆਓ ਕੁੱਤੇ ਦੀ ਤੀਵੀਂ ਨੂੰ ਇੱਥੇ... ਵਿੱਚੇ ਇਹਦੀ ਮਾਂ ਨੂੰ... ਹਵੇਲੀ ਲਿਆ ਕੇ ਕਰੋ ਨੰਗੀਆਂ... ਇਸ ਕੁੱਤੇ ਦੇ ਬੀ ਨੂੰ ਸਬਕ ਸਿਖਾਈਏ।

"ਉਹ ਮੇਰੀ ਮਾਂ ਨੂੰ ਫੜ ਲਿਆਏ... ਜਣੇਪੇ ਨੇੜੇ ਪਹੁੰਚੀ ਜਨਾਨੀ ਨੂੰ ਵੀ... ਮੇਰੇ ਸਾਹਮਣੇ ਨੰਗੀਆਂ ਕਰ ਉਨ੍ਹਾਂ ਨੂੰ ਢਾਹ ਲਿਆ।

"ਮੇਰੀ ਚੀਕ ਨਿਕਲ਼ ਗਈ। ਮੈਂ ਵਾਖਰੂ-ਵਾਖਰੂ ਕਹਿੰਦਾ ਉੱਠ ਪਿਆ। ਦਿਲ ਧੜਕ-ਧੜਕ ਕਰ ਰਿਹਾ ਸੀ। ਸਰੀਰ ਪਸੀਨੋ-ਪਸੀਨੀ ਹੋਇਆ ਪਿਆ ਸੀ। ਮੈਂ ਆਪਣੀਆਂ ਲੱਤਾਂ ਨੂੰ ਹੱਥ ਲਾ ਲਾ ਦੇਖਾਂ। ਇਹ ਸਾਬਤ ਸਨ। ਉਂਦਾਂ ਲੱਗੇ ਜਿੱਦਾਂ ਟੋਕੀ ਦੀਆਂ ਸੱਟਾਂ ਦੁੱਖ ਰਹੀਆਂ ਹੋਣ।

"ਭਿਆਨਕ ਦ੍ਰਿਸ਼ ਚਿਤਵ-ਚਿਤਵ ਸਰੀਰ 'ਚ ਧੁੜ ਧੜੀ ਜਿਹੀ ਛਿੜੀ ਜਾਵੇ। ਪਰ ਜਿਵੇਂ-ਜਿਵੇਂ ਮਨ ਟਿਕਾਣੇ ਆਈ ਜਾਵੇ ਤਾਂ ਇਹ ਫੇਰ ਗਿਆਨੋ 'ਆਲੇ ਘੁੰਮਣ ਲੱਗੇ। ਉਹੀ ਸੁਆਦੀ ਘੜੀ ਮੁੜ ਚੇਤੀਂ ਵਸੇ। ਉੱਧਰ ਕਰਮਾ ਰੋਂਦਾ ਦਿਸੇ। ਮਿੰਨਤਾਂ ਕਰਦੀਆਂ ਮਾਂ ਤੇ ਜਨਾਨੀ ਦਿਸਣ... ਗੱਲ ਕਾਹਦੀ ਜਵਾਨਾ ਡਰ ਕਾਰਨ ਰੱਖ ਜਾਂ ਫਿਰ ਕਰਮੇ ਦੀ ਯਾਰੀ ਕਰਕੇ ਰੱਖ... ਮੈਂ ਸੰਭਲ਼ ਗਿਆ। ਮੈਂ ਮਨ ਮਾਰਨਾ ਸ਼ੁਰੂ ਕਰਤਾ।"

"ਫਿਰ ਬਾਪੂ?" ਮੈਂ ਅੱਗੇ ਜਾਨਣ ਲਈ ਉਤਸੁਕ ਸੀ।

"ਫੇ ਕੀ ਪੁੱਤਰਾ... ਮਹੀਨੇ ਮਗਰੋਂ ਗਹਾਈ ਆ ਗਈ। ਕਣਕ ਦਾ ਗੱਡਾ ਲੱਦ ਕੇ ਕਰਮੇ ਦੇ ਘਰੇ ਲਹਾਉਣ ਆ ਗਏ... ਮੈਂ ਪੰਜ-ਪੰਜ ਸੱਤ-ਸੱਤ ਮਣ ਭਾਰੀਆਂ ਪੰਡਾਂ ਕਰਮੇ ਦੇ ਦਲਾਨ 'ਚ ਢੇਰੀ ਕਰੀ ਜਾਵਾਂ। ਕਰਮਾਂ ਗੱਡੇ ਤੇ ਖੜਾ ਚੁਕਾਈ ਜਾਵੇ। ਚੌਥੀ ਕੁ ਪੰਡ ਢੇਰੀ ਕਰ ਕੇ ਜਦੋਂ ਮੁੜਨ ਲੱਗਾ ਤਾਂ ਇੱਕ ਤਖਤੇ ਉਹਲਿਓਂ ਨਿਕਲ਼ ਗਿਆਨੋ ਨੇ ਮੈਨੂੰ ਜੱਫੀ ਪਾ ਲਈ। 'ਗਿਆਨੋ ਕਰਮਾ ਆ ਜੂ... ਗਿਆਨੋ ਕਰਮਾ ਆ ਜੂ' ਮੇਰੇ ਮੂੰਹੋਂ ਡਰ ਜਿਹੇ 'ਚ ਆਪ ਮੁਹਾਰੇ ਨਿਕਲ਼ੀ ਜਾਵੇ। ਮਸੀਂ ਕੁੜੀ ਨੂੰ ਗਲ਼ੋਂ ਲਾਹਿਆ।

"ਗੱਡੇ ਤਾਈਂ ਪਹੁੰਚਣ ਤੱਕ ਵੀ ਮੇਰਾ ਦਿਲ ਧੜਕੀ ਗਿਆ। ...ਕਰਮੇ ਕੋਲ਼ ਔਂਦਿਆਂ ਮੇਰਾ ਖੱਬਾ ਹੱਥ ਧੌਣ ਦੇ ਖੱਬੇ ਪਾਸੇ ਪਹੁੰਚ ਗਿਆ ਕਰਮਿਆਂ ਮੇਰੀ ਧੌਣ ਦੀ ਨਾੜ ਖਿਚੀ ਗਈ ਓਏ... ਦਰਦ ਬਾਲ੍ਹਾ ਹੀ ਹੁੰਦਾ ਐ... ਬਾਕੀ ਪੰਡਾਂ ਤੂੰ ਢੋਅ... ਵੀਰ ਬਣ ਕੇ... ਉਹ ਛਾਲ਼ ਮਾਰ ਕੇ ਗੱਡੇ ਤੋਂ ਥੱਲੇ ਆ ਗਿਆ ਤੇ ਮੈਂ ਉੱਤੇ। ਪੁੱਤਰਾ ਗੱਲ ਤਾਂ ਇਹ ਸੀ ਕਿ ਮੈਂ ਵੀ ਅੰਦਰੋਂ ਗਿਆਨੋ ਲਈ ਖਿਚਿਆ ਗਿਆ ਸੀ। ਉਸ ਦੀ ਪਾਈ ਜੱਫੀ ਸਰੂਰ ਦਈ ਜਾਵੇ। ਮੈਨੂੰ ਆਪੇ ਤੋਂ ਉਹਦੇ ਬਦਨ ਦੀ ਮਹਿਕ ਜਿਹੀ ਆਈ ਜਾਵੇ। ਏਦਾਂ ਲੱਗੇ ਜਿਵੇਂ ਮੈਂ ਗੱਡੇ ਤੇ ਖੜਾ ਸਾਰੇ ਪਿੰਡ ਤੋਂ ਉੱਚਾ ਹੋ ਗਿਆ ਹੋਵਾਂ। ਬਦਨ ਸਾਲ਼ਾ ਹਵਾ 'ਚ ਤੈਰਦਾ ਲੱਗੇ। ਦਿਲ ਕਰੇ ਕਰਮੇ ਦੀ ਦਾਦੀ ਧੰਤੀ ਨੂੰ ਪੁੱਛਾਂ ਬਈ ਖੂਹ ਉੱਪਰ ਤਾਂ ਚੜ੍ਹਨੋਂ ਰੋਕ ਤਾ ਸੀ ਸਾਨੂੰ। ਹੁਣ ਏਸ ਲਾਡਲੀ ਨੂੰ ਵੀ ਮਾਰ ਛਿੱਟੇ ਕਿਸੇ ਗੰਗਾ ਜਲੀ ਦੇ... ਬੱਬ... ਮੇਰਾ ਸੱਜਾ ਹੱਥ ਬੁੱਲ੍ਹਾਂ ਨੂੰ ਜਾ ਲੱਗਾ ਤੇ ਮੇਰੇ ਮੂੰਹੋਂ ਮੱਗਾ ਵੱਜਦਾ-ਵੱਜਦਾ ਰੁਕ ਗਿਆ ਸੀ। ਪਰ ਪੁੱਤਰਾ ਨਈਂ... ਬਾਰੂ ਨੇ ਸਿਆਣਪ ਤੋਂ ਕੰਮ ਲਿਆ। ਉਦੋਂ ਤਾਈਂ ਕਰਮੇ ਦੇ ਘਰ ਆਉਣ-ਜਾਣ ਘੱਟ ਕਰਤਾ ਜਦ ਤੱਕ ਗਿਆਨੋ ਸੁਹਰੇ ਨੀ ਤੁਰਗੀ।" ਬਾਰੂ ਨੇ ਇੱਧਰ ਉੱਧਰ ਸਿਰ ਹਿਲਾਉਂਦੇ ਗੱਲ ਪੂਰੀ ਕੀਤੀ।

ਬਾਰੂ ਮਨ ਦੀ ਗੱਲ ਕਹਿ ਕੇ ਕਾਫ਼ੀ ਹਲਕਾ ਹਲਕਾ ਮਹਿਸੂਸ ਕਰ ਰਿਹਾ ਪ੍ਰਤੀਤ ਹੋ ਰਿਹਾ ਸੀ। ਪਰ ਮੈਂ ਉਸ ਦੇ ਅੰਦਰਲੀ ਪੀੜ ਨੂੰ ਅਨੁਭਵ ਕਰ ਰਿਹਾ ਸੀ ਤੇ ਮੇਰੇ ਮਨ ਉੱਤੇ ਸਦੀ ਤੋਂ ਵੀ ਵੱਡੀ ਉਮਰ ਦੇ ਬੁਜ਼ਰਗ ਦੇ ਬੀਤੇ ਵਿੱਚ ਲੁਕੇ ਤਲਖ਼ ਸੱਚ ਨੂੰ ਵੇਖ ਕੇ ਇੱਕ ਭਾਰ ਜਿਹਾ ਜ਼ਰੂਰ ਪੈ ਰਿਹਾ ਸੀ। ਮੈਨੂੰ ਬਾਰੂ ਛੋਟੀ ਜਿਹੀ ਉਮਰ ਦਾ ਡੰਗਰ ਚਾਰਦਾ ਦਿਸਣ ਲੱਗਾ। ਕਦੇ ਗੱਭਰੂ ਖੂਹ ਤੇ ਪਾੜ 'ਚੋਂ ਟੋਕਰਾ ਚੁੱਕੀ ਉੱਪਰ ਚੜ੍ਹਦਾ 'ਤੇ ਥਾਪੀ ਮਾਰ ਸਾਥੀਆਂ ਨੂੰ ਲਲਕਾਰਦਾ ਨਜ਼ਰ ਆਵੇ। ਕਦੇ ਵਗਦੇ ਖੂਹ ਨੂੰ ਦੂਰੋਂ ਹਸਰਤ ਭਰੀਆਂ ਨਜ਼ਰਾਂ ਨਾਲ਼ ਤੱਕਦਾ ਦਿਸੇ। ਕਦੇ ਉਸਨੂੰ ਲਿਪਟੀ ਗਿਆਨੋ ਦਿਸੇ ਤੇ ਕਦੇ ਉਹ ਗੱਡੇ ਤੇ ਖੜਾ ਪਿੰਡ ਵੱਲ ਨੂੰ ਮੂੰਹ ਕਰਕੇ ਬੱਕਰਾ ਬਲਾਉਂਦਾ ਦਿਸੇ। ...ਕਦੇ ਕਰਮਾ ਟੋਕੀ ਵਾਹੁੰਦਾ ਦਿਸੇ... ਤੇ ਕਦੇ...।

"ਪੁੱਤਰਾ, ਕੀ ਸੋਚਦਾ ਪਿਆਂ?" ਉਹ ਮੈਨੂੰ ਸੋਚਾਂ 'ਚ ਡੁੱਬੇ ਨੂੰ ਹਲੂਣ ਗਿਆ, "ਤੂੰ ਤਾਂ ਖਬਾਰ ਵਾਲ਼ਾ ਨਾ... ਇੱਥੇ ਪਰੇ 'ਚ ਬੈਠਾ ਮਾਸਟਰ ਤੋਚੀ ਇੱਕ ਦਿਨ 'ਖਬਾਰ ਪੜ੍ਹ ਕੇ ਸੁਣਾਉਂਦਾ ਸੀ ਭਲਾ ਜਿਹਾ ਨਾਂ ਲੈਂਦਾ ਸੀ ਉਸ ਮੁਲਖ ਦਾ... ਆ ਚੱਲ ਛੱਡ ਨਾਂ ਨੂੰ... ਨਾਂ 'ਚ ਕੀ ਪਿਆ... ਹਾਂ ਉੱਥੇ ਅਖੇ ਬੁੱਢਿਆਂ ਲਈ ਵੱਖਰੇ

ਘਰ ਹੁੰਦੇ ਨੇ... ਬੜਾ ਪ੍ਰਬੰਧ ਹੁੰਦਾ ਉੱਥੇ ਉਨ੍ਹਾਂ ਦੀ ਸੰਭਾਲ਼ ਦਾ... ਅਖੇ ਕਈ ਬੁੱਢੇ-ਬੁੱਢੀਆਂ ਤਾਂ ਸੌ ਸਾਲ ਦੀ ਉਮਰ 'ਚ ਵਿਆਹ ਕਰਵਾ ਲੈਂਦੇ ਆ ਉੱਥੇ... ਕੀ ਇਹ ਸੱਚ ਹੈ?" ਉਹ ਇੱਕੋ ਸਾਹੇ ਕਹਿ ਗਿਆ।

"ਬਾਪੂ ਅਜਿਹੇ ਪ੍ਰਬੰਧ ਤਾਂ ਕਈ ਮੁਲਕਾਂ 'ਚ ਹੈਨ। ਵਿਰਲਾ-ਵਿਰਲਾ ਤਾਂ ਆਪਣੇ ਮੁਲਕ 'ਚ ਵੀ ਸੁਣਿਆ। ਤੁਸੀਂ ਕਿਉਂ ਸੋਚਦੇ ਇਸ ਤਰ੍ਹਾਂ? ਤੁਹਾਡੇ ਕੋਲ਼ ਤਾਂ ਘਰ ਹੈ?"

"ਪੁੱਤਰਾ। ਭਲਾ ਮੈਂ ਕਦ 'ਨਕਾਰੀ ਹਾਂ ਕਿ ਮੇਰੇ ਕੋਲ਼ ਘਰ ਨੀਂ। ਪਰ ਕਈ ਵਾਰੀ ਰੂਹ ਸਾਲ਼ੀ ਤੰਗ ਜਿਹੀ ਹੋ ਜਾਂਦੀ ਏ। ਖਾਸ ਕਰਕੇ ਸਿਆਲਾਂ ਨੂੰ। ਏਸ ਅੰਦਰ ਜਿੱਥੇ ਬੈਠੇ ਆਂ ਬੱਚੇ ਪੜ੍ਹਦੇ ਹੁੰਦੇ ਆਂ। ਨਾਲ਼ ਦੇ ਸਬਾਬ ਵਾਲ਼ੇ ਕਮਰੇ 'ਚ ਤਾਰਾ ਤੇ ਬਹੂ। ਮੈਂ ਤੇ ਝੋਟੀ ਉਸ ਛੱਤੜੇ 'ਚ। ਫੇ ਪਹਾੜ ਜੇਡੀ ਗੁਜ਼ਾਰੀ ਜ਼ਿੰਦਗੀ ਦੀਆਂ ਯਾਦਾਂ... ਸਿਆਲ਼ਾਂ ਦੀਆਂ ਰਾਤਾਂ ਨੂੰ ਹੋਰ ਲੰਮੇਰਾ ਕਰ ਦਿੰਦੀਆਂ ਨੇ। ਤੇ...।"

ਉਹ ਬੋਲਦਾ-ਬੋਲਦਾ ਰੁਕ ਗਿਆ। ਮੇਰੇ 'ਚ ਹੋਰ ਸਵਾਲ ਕਰਨ ਦੀ ਹਿੰਮਤ ਵੀ ਨਾ ਰਹੀ।

ਅਗਸਤ 1998

ਤੰਦਾਂ

ਬਾਹਰ ਹਨੇਰਾ ਪਸਰ ਗਿਆ ਏ। ਆਪਣੇ ਬੈੱਡਰੂਮ 'ਚ ਆਣ ਵੜੀ ਹਾਂ। ਰਜਾਈ ਖਿਚ ਲੱਤਾਂ 'ਤੇ ਕਰ ਲਈ ਹੈ। ਭਾਵੇਂ ਸਵੇਰੇ ਕਾਫੀ ਰੋ ਲਿਆ ਸੀ। ਪਰ ਮਨ ਹੁਣ ਫਿਰ ਭਰ-ਭਰ ਆਉਂਦਾ ਹੈ।

ਇਸ ਮਨ ਔਂਤਰੇ ਦਾ ਕੋਈ ਕੀ ਕਰੇ। ਇਹਦੀ ਵੀ ਅਜੀਬ ਤ੍ਰਾਸਦੀ ਹੈ। ਬਹੁਤ ਕੁਝ ਜੀ ਜਾਨ ਤੋਂ ਚਾਹ ਕੇ ਵੀ ਪ੍ਰਾਪਤ ਨਹੀਂ ਹੁੰਦਾ ਤੇ ਬਹੁਤ ਕੁਝ ਅਣਚਾਹਿਆ ਹੀ ਪੱਲੇ ਪੈ ਜਾਂਦਾ ਹੈ ਏਸ ਦੇ। ਅਸਲ ਵਿੱਚ ਇਹ ਮਨ ਜ਼ਿੰਦਗੀ ਵਿੱਚ ਤਪਾਉਂਦਾ ਵੱਧ ਏ ਤੇ ਠੰਢੇ ਘੱਟ ਰੱਖਦਾ ਹੈ। ਮੈਂ ਇੰਜ ਸੋਚਦੀ ਹਾਂ, ਹੋ ਸਕਦਾ ਗਲਤ ਹੋਵਾਂ।

ਮਰਦ ਮਨ ਨਾਲ਼ੋਂ ਔਰਤ ਮਨ ਦੀ ਤ੍ਰਾਸਦੀ ਹੋਰ ਵੀ ਭਿਅੰਕਰ ਜਾਪਦੀ ਹੈ ਮੈਨੂੰ। ਖਾਸ ਕਰਕੇ ਭਾਰਤੀ ਤਰਜ਼ ਦੇ ਸਮਾਜ ਵਿੱਚ। ਜਿੱਥੇ ਔਰਤ ਦੇ ਹੱਸਣ ਤੇ ਰੋਣ ਦੇ ਅਰਥ ਵੀ ਬਦਲ ਦਿੱਤੇ ਜਾਂਦੇ ਹਨ।

ਚੌਗਿਰਦੇ ਪ੍ਰਤੀ ਥੋੜ੍ਹੀ ਜਿਹੀ ਚੇਤੰਨ ਪਰ ਡਰੂ ਮਾਨਸਿਕਤਾ ਵਾਲ਼ੀ ਔਰਤ ਦੀ ਰੂਹ ਨੂੰ 'ਕੋਈ ਕੀ ਕਹੂ?' 'ਕੋਈ ਕੀ ਸੋਚੂ?' ਦਾ ਭੈਅ ਪੱਛੀ ਰੱਖਦਾ ਹੈ ਹਮੇਸ਼ਾ। ਏਸੇ ਕਰਕੇ ਮੈਨੂੰ ਕਈ ਵਾਰੀ ਢੀਠਾਂ ਦੀ ਦੁਨੀਆਂ ਚੰਗੀ ਲੱਗਣ ਲੱਗ ਪੈਂਦੀ ਹੈ। ਪਰ ਮੈਂ ਚਾਹ ਕੇ ਵੀ ਆਪ ਢੀਠ ਨਾ ਬਣ ਸਕੀ।

ਜਦੋਂ ਮੈਂ ਚਾਹਿਆ ਸੀ ਕਿ ਖੁੱਲ੍ਹ ਕੇ ਮਨ ਆਇਆ ਹਾਸਾ ਹੱਸਾਂ, ਤਾਂ ਹੱਸ ਨਹੀਂ ਸੀ ਸਕੀ ਤੇ ਅੱਜ... ਅੱਜ... ਰੋ ਵੀ ਨਹੀਂ ਸਕਦੀ।

ਸੁਮਨ ਉਹ ਤੇਰਾ ਕੌਣ ਸੀ? ਕਿਥੋਂ ਆਇਆ ਸੀ? ਕੀ ਲੱਗਦਾ ਸੀ ਤੇਰਾ? ਆਦਿ ਸਵਾਲ ਅੱਜ ਫਿਰ ਮਨ ਦੇ ਦੁਆਰ ਉਸੇ ਤਰ੍ਹਾਂ ਖਲੋ ਗਏ ਨੇ ਜਿਵੇਂ ਕਈ ਸਾਲ ਪਹਿਲਾਂ ਖੜ੍ਹੇ ਹੁੰਦੇ ਸਨ। ਬੱਸ ਉਦੋਂ 'ਸੀ' ਦੀ ਥਾਂ 'ਹੈ' ਹੁੰਦਾ ਸੀ ਤੇ 'ਦੋਸਤ' ਉੱਤਰ ਨਾਲ਼ ਭਾਵਨਾਵਾਂ ਦੀ ਸੰਤੁਸ਼ਟੀ ਕਦੇ ਵੀ ਨਹੀਂ ਸੀ ਹੋਈ।

ਨਾ ਹੁਣ ਤੇ ਨਾ ਲਗਪਗ ਪੰਦਰਾਂ ਸਾਲ ਪਹਿਲੇ... ਹੋਊ ਉਮਰ ਉਦੋਂ ਮੇਰੀ... ਚਾਲ਼ੀਆਂ ਤੋਂ ਪੰਜ ਕੁ ਵਰ੍ਹੇ ਉੱਤੇ।

ਜ਼ਿਲ੍ਹਾ ਕਚਹਿਰੀਆਂ ਵਿੱਚ ਅਨੰਦ ਸਾਹਿਬ ਦੀ ਵਕਾਲਤ ਪੂਰੀ ਚਮਕ ਚੁੱਕੀ ਸੀ। ਫੌਜਦਾਰੀ ਦੇ ਕੇਸ ਲੜਨ ਵਿੱਚ ਉਹ ਸ਼ੋਹਰਤ ਦੀਆਂ ਬੁਲੰਦੀਆਂ ਛੋਹ ਚੁੱਕੇ ਸਨ। ਚੋਟੀ ਦੇ ਗਿਣਵੇਂ ਪੰਜ ਚਾਰ ਵਕੀਲਾਂ ਵਿੱਚ ਉਹਨਾਂ ਦਾ ਨਾਂ ਸ਼ੁਮਾਰ ਸੀ। ਦੋਵੇਂ ਬੱਚੇ

ਕਾਲਜ ਜਾਂਦੇ ਸਨ। ਉਹਨਾਂ ਦੀ ਆਪਣੀ ਦੁਨੀਆਂ ਉਸਰ ਰਹੀ ਸੀ। ਮੇਰੇ ਸੁਭਾਅ 'ਚ ਚਿੜਚਿੜਾਪਨ ਮੱਲੋਮੱਲੀ ਆਈ ਜਾ ਰਿਹਾ ਸੀ। ਅੰਦਰ ਇੱਕ ਖਲਾਅ ਜਿਹਾ ਪੈਦਾ ਹੋਈ ਜਾਂਦਾ ਸੀ। ਕਈ ਵਾਰੀ ਸਭ ਕੁਝ ਬੇ-ਮਤਲਬ ਲੱਗਣ ਲੱਗ ਪੈਂਦਾ। ਪਰ ਘਰ 'ਚ ਖ਼ੁਸ਼ੀ ਸੀ। ਕਿਉਂਕਿ ਬਾਪੂ ਜੀ ਦਾ 'ਲਕਸ਼' ਪੂਰਾ ਹੋ ਚੁੱਕਾ ਸੀ। ਲੰਬੇ ਸੰਘਰਸ਼ ਤੇ ਉਡੀਕ ਤੋਂ ਬਾਅਦ। ਇਸ ਲਕਸ਼ ਦਾ ਪਤਾ ਮੈਨੂੰ ਵਿਆਹ ਤੋਂ ਛੇਤੀ ਮਗਰੋਂ ਲੱਗ ਗਿਆ ਸੀ।

ਇੱਕ ਦਿਨ ਮੈਂ ਤੇ ਅਨੰਦ ਰੋਟੀ ਟੁੱਕ ਤੋਂ ਵਿਹਲੇ ਹੋ ਕੇ ਵਿਹੜੇ 'ਚ ਹੀ ਬੈਠੇ ਸਾਂ। ਬਾਪੂ ਰੋਟੀ ਖਾ ਕੇ ਹਵੇਲੀ ਨੂੰ ਤੁਰ ਗਿਆ ਸੀ। ਮੌਸਮ 'ਚ ਗਰਮੀ ਇੱਕ ਦਮ ਵਧ ਗਈ ਸੀ। ਅਨੰਦ ਮੰਜੀਆਂ ਕੋਠੇ ਚਾੜ੍ਹਨ ਲਈ ਕਹਿ ਰਿਹਾ ਸੀ। ਨ੍ਹੇਰੀ ਨੂਰ੍ਹੀ ਦੇ ਡਰੋਂ ਮੈਂ ਉਹਨਾਂ ਨੂੰ ਵਿਹੜੇ 'ਚ ਪੈਣ ਲਈ ਆਖ ਰਹੀ ਸੀ। ਤਪਦੇ ਸਰੀਰਾਂ 'ਤੇ ਮੌਸਮਾਂ ਦੀ ਗਰਮੀ ਬੌਹਤੀ ਕਾਟ ਨੀ ਕਰਿਆ ਕਰਦੀ। ਉਹ ਛੇਤੀ ਮੰਨ ਗਏ ਸਨ। ਬਾਪੂ ਉਹਨੀਂ ਪੈਰੀਂ ਮੁੜ ਆਇਆ। ਮੈਂ ਇਸ ਛੋਟੇ ਜਿਹੇ ਵਿਹੜੇ ਦਾ ਅਜੇ ਕੁੰਡਾ ਵੀ ਨਹੀਂ ਸੀ ਲਾਇਆ। ਅਸੀਂ ਠਠੰਬਰ ਜਿਹੇ ਗਏ। ਬਾਪੂ ਪੂਰੇ ਮੂਡ 'ਚ ਸੀ। ਬੜੇ ਵਿਸ਼ਵਾਸ ਨਾਲ਼ ਬੋਲਿਆ ਸੀ:

"ਪੁੱਤਰ ਅਨੰਦ ਸਿੰਘ ਜੀ ਤੇ ਬੇਟੀ ਸੁਮਨਜੀਤ ਕੌਰ ਜੀ ਹੁਣ ਤੁਸੀਂ ਮੇਰੇ ਦੋ ਪੁੱਤਰ ਹੋ ਗਏ ਹੋ। ਕਮਾਊ ਪੁੱਤਰ। ਬਸ ਇੱਕ ਗੱਲ ਯਾਦ ਰੱਖਣੀ ਏ, ਬਸੰਤੇ ਕਿਆਂ ਦੀ ਸਾਰੀ ਖਰੀਦਣੀ ਏਂ। ਇਹਨਾਂ ਸਾਲ਼ਿਆਂ ਨੇ ਖੂਹ ਦੀ ਵਾਰੀ ਤੋਂ ਮੈਨੂੰ ਢਾਅ ਕੇ ਕੁੱਟਿਆ ਸੀ। ਪੈੜ੍ਹ ਵਿੱਚ। ਤੇ ਮੈਂ ਕਸਮ ਖਾ ਲਈ ਸੀ ਉਸੇ ਦਿਨ। ਬਈ ਤੁਹਾਨੂੰ ਸਾਲ਼ਿਓ ਪਿੰਡੋਂ ਕੱਢ ਕੇ ਹੀ ਸਾਹ ਲਊਂ। ਬੌਤੁ ਨੀਵਾਂ ਹੋ ਕੇ ਦਿਨ ਕੱਟੇ ਨੇ ਇਹਨਾਂ ਮੋਹਰੇ।"

"ਬਾਪੂ ਭਲਾ ਓਹ ਵੇਚਣਗੇ ਤਾਂ ਹੀ..." ਅਨੰਦ ਹੱਸ ਕੇ ਬੋਲ ਪਏ ਸਨ। ਸ਼ਾਇਦ ਉਹਨਾਂ ਨੇ ਇਸ 'ਲਕਸ਼' ਬਾਰੇ ਪਹਿਲਾਂ ਵੀ ਕਈ ਵਾਰੀ ਸੁਣਿਆ ਹੋਵੇਗਾ।

"ਓ ਵਕੀਲ ਸਾਬ੍ਹ... ਤੁਸੀਂ ਪੈਸੇ ਕੱਠੇ ਕਰੋ। ਵੇਚੂ ਤਾਂ ਇਹਨਾਂ ਦਾ ਬੁੜ੍ਹਾ ਵੀ। ਲੈ ਪੱਥਰ ਤੇ ਲੀਕ ਆ ਮੇਹਰੂ ਵਾਲ਼ੀ ਮੂਹਰਲੇ ਪੰਜ ਛੇ ਸਾਲਾਂ ਤਾਈਂ ਵਿਕੀ ਕਿ ਵਿਕੀ। ਮੇਹਰੂ ਆਪ ਤਾਂ ਅਮਲੀ ਸੀ ਹੀ, ਹੁਣ ਮੁੰਡੇ ਤੁਰਪੇ ਇਸੇ ਰਸਤੇ। ਹਾਂ, ਛੋਟਾ ਜੈਲੋ... ਓਹਨੂੰ ਭਾਵੇਂ ਟੈਮ ਲੱਗ ਜੂ... ਕੋਈ ਗੱਲ ਨੀ, ਤੁਸੀ ਘਾਬਰੋ ਨਾ, ਬਣ ਜੂ ਕੋਈ ਨਾ ਕੋਈ ਜੁਗਾੜ। ਤੂੰ ਵੀ ਜਦੇ ਨੂੰ ਇੰਗੜੀਆਂ-ਬਿੰਗੜੀਆਂ ਬਥੇਰੀਆਂ ਸਿੱਖ ਜੂੰਗਾ...। ਨਹੀਂ ਤਾਂ ਏਸ ਅਨਪੜ੍ਹ ਠਾਕਰ ਸੂੰ ਦਾ ਦਿਮਾਗ਼ ਤਾਂ ਕੰਮ ਕਰੂ... ਕਰੂ... ਹਾਂ ਉਦਾਂ ਮੈਂ ਅੱਧਾ ਮੋਰਚਾ ਤਾਂ ਸਰ ਕਰ ਹੀ ਲਿਆ ਏ...।"

"ਓਹ ਕਿੱਦਾਂ?" ਅਨੰਦ ਸਾਹਿਬ ਫਿਰ ਬੋਲ ਪਏ।

"ਤੂੰ ਸੁਹਰਿਆ ਕਮਲਾ ਰੈਣ੍ਹਾ। ਆ ਵਕੀਲੀ ਪਤਾ ਨੀ ਕਿੱਦਾਂ ਕਰ ਲ਼ੀ? ਦੇਖ ਏਸ ਪਛੜੇ ਪਿੰਡ 'ਚ ਅੱਜ ਤਾਈਂ ਕਿਸੇ ਦਾ ਜੁਆਕ ਅੱਠਵੀਂ ਨੀ ਨੰਘਿਆ ਪਰ ਆਪਾਂ ਤੈਨੂੰ ਵਕੀਲ ਬਣਾ ਤਾ। ਉਤੋਂ ਮਾਸਟਰਨੀ ਬਹੂ ਲੈ ਆਂਦੀ।

"ਹਾਂ ਪੁੱਤ, ਮੇਰੀ ਲਾਜ ਰੱਖਿਓ... ਮੈਨੂੰ ਸਾਢੇ ਸੱਤ ਕਿੱਲੇ ਆਪਣੀ ਤੇ ਸਾਢੇ

ਸੱਤ ਬੰਸਤੇ ਕਿਆਂ ਦੀ ਇੱਕ ਥਾਂ 'ਕੱਠੀ ਹੋਈ ਰਾਤੀ ਸੁਪਨਿਆਂ 'ਚ ਵੀ ਦੀਂਹਦੀ ਰਹਿੰਦੀ ਏ। ਪੁੱਤ ਮੈਂ ਰੰਡ ਕੱਟ ਲਿਆ ਹੱਥ ਲੂਹ ਲਏ ਆਪ। ਤੈਨੂੰ ਏਥੇ ਤੱਕ ਪੁੱਜਦਾ ਕਰ 'ਤਾ। ਹੁਣ ਕੰਮ ਤੇਰੇ ਗੋਚਰੇ ਏ। ਮੈਂ ਹਰ ਸਵੇਰੇ ਆਪਣੀ ਕਸਮ ਯਾਦ ਕਰਕੇ ਕੰਮ ਸ਼ੁਰੂ ਕਰਦਾ ਆ ਰਿਹਾ ਹਾਂ... ਧਰਮ ਨਾ ਇਹਨਾਂ ਦੇ ਮਾਰੇ ਗੋਡੇ ਅੱਜ ਵੀ ਰੜਕਦੇ ਨੇ ਮੇਰੀਆਂ ਵੱਖੀਆਂ 'ਚ।" ਬਾਪੂ ਦੀ 'ਵਾਜ਼ ਭਾਰੀ ਹੋ ਗਈ ਸੀ।

"ਫ਼ਿਕਰ ਨਾ ਕਰ ਬਾਪੂ... ਤੇਰੇ ਮਨ ਦੀਆਂ ਸੱਧਰਾਂ ਪੂਰੀਆਂ ਕਰੂਗਾ ਤੇਰਾ ਇਹ ਸਰਵਣ ਪੁੱਤ।" ਅਨੰਦ ਦੇ ਲਾਏ ਦੋ ਕੂ ਪੈਗ ਬੋਲ ਪਏ ਸਨ।

ਮੇਰੀ ਬਦਲੀ ਪਿੰਡ ਦੇ ਪ੍ਰਾਇਮਰੀ ਸਕੂਲ ਦੀ ਕਰਾ ਲਈ ਗਈ। ਬਾਪੂ ਖੇਤੀ-ਪੱਤੀ ਦਾ ਕੰਮ ਕਰਦਾ ਰਿਹਾ। ਪੂਰਾ ਜੂੜ ਮਾਰ ਕੇ। ਦਾਲ਼ ਭਾਜੀ ਕਦੇ ਉਸਨੇ ਮੁੱਕਣ ਨਹੀਂ ਸੀ ਦਿੱਤੀ। ਅਨੰਦ ਸਾਹਿਬ ਨੇ ਜ਼ਿਲ੍ਹਾ ਕਚਹਿਰੀਆਂ 'ਚ ਵਕਾਲਤ ਸ਼ੁਰੂ ਕਰ ਲਈ ਸੀ। ਅਨੰਦ ਸਾਹਿਬ ਤਾਂ ਅਰਜਨ ਬਣ ਗਏ ਸੀ ਇਸ ਘਰ ਦੇ। ਤੇ 'ਬਾਪੂ ਦਾ ਲਕਸ਼' ਮੱਛੀ ਦੀ ਅੱਖ।

ਅਨੰਦ ਸਾਹਿਬ ਨੇ ਆਪਣੇ ਕਿੱਤੇ 'ਚ ਪੂਰੀ ਮਿਹਨਤ ਤਾਂ ਕੀਤੀ ਹੀ। ਉੱਤੋਂ ਇੱਕ ਹੋਰ ਵਕੀਲ ਨਾਲ਼ ਰਲ਼ਕੇ ਸ਼ਹਿਰ ਪ੍ਰਾਪਰਟੀ ਡੀਲਰ ਦਾ ਕੰਮ ਵੀ ਕਰ ਲਿਆ। ਪੈਸੇ ਸਾਡੇ ਘਰ ਨੂੰ ਆਉਣ ਲੱਗੇ। ਰਾਤ ਦਿਨ। ਅਨੰਦ ਦਾ ਸਾਈਕਲ ਪਹਿਲਾਂ ਸਕੂਟਰ ਬਣਿਆ ਫਿਰ ਪੁਰਾਣੀ ਕਾਰ। ਤੇ ਉਸ ਤੋਂ ਮਗਰੋਂ ਮਹਿੰਗੀ ਤੇ ਨਵੀਂ ਕਾਰ। ਘਰ ਦਾ ਮਕਾਨ ਕੋਠੀ 'ਚ ਵੱਟ ਗਿਆ। ਨਾਲ਼ ਹੀ ਇਹ ਹਵੇਲੀ ਪਹੁੰਚ ਗਿਆ, ਪਿੰਡ ਦੀ ਨਿਆਈਂ 'ਚ। ਮੇਰੇ ਘਰ ਦੇ ਕੰਮ ਨੌਕਰਾਣੀ ਦੇ ਹੱਥਾਂ 'ਚ ਚਲੇ ਗਏ। ਬਾਪੂ ਦੇ ਭਈਏ ਦੇ।

ਬਾਪੂ ਨੇ ਮੇਹਰੂ ਨਾਲ਼ ਤੇ ਜੈਲੋ ਨਾਲ਼ ਮਿਠੀ ਨੇੜਤਾ ਰੱਖੀ। ਹੌਲ਼ੀ-ਹੌਲ਼ੀ ਮੇਹਰੂ ਦੇ ਅੰਗੂਠਿਆਂ ਦੀ ਸਿਆਹੀ ਸਾਡੇ ਨੋਟਾਂ ਨਾਲ਼ ਵਟ ਗਈ।

ਮੇਰੇ ਨਾਲ਼ ਦੀ ਮੈਡਮ ਸ਼ਹਿਰੋਂ ਆਉਂਦੀ ਹੁੰਦੀ ਸੀ। ਉਸ ਦੀਆਂ ਗੱਲਾਂ ਨੇ ਮੈਨੂੰ ਸ਼ਹਿਰ ਦੀਆਂ ਖ਼ੂਬਸੂਰਤੀਆਂ ਬਾਰੇ ਖਿੱਚ ਲਿਆ। ਮੈਂ ਵੀ ਅਨੰਦ ਸਾਹਿਬ ਨੂੰ ਸ਼ਹਿਰ ਸ਼ਿਫਟ ਕਰਨ ਲਈ ਆਖਣ ਲੱਗੀ। ਦਿਲ ਕਰੇ ਮੈਂ ਵੀ ਸ਼ਾਮੀਂ ਸੁਰਖ਼ੀ ਬਿੰਦੀ ਲਾ ਕੇ ਨਵੇਂ ਤੋਂ ਨਵੇਂ ਸੂਟ ਪਾ ਕੇ ਬਾਜ਼ਾਰ ਜਾਇਆ ਕਰਾਂ।

ਪਰ ਅਨੰਦ ਸਾਹਿਬ ਦਾ ਅੰਦਰ ਬਾਪ ਦੇ ਲਕਸ਼ਾਂ ਨਾਲ਼ ਜੁੜਿਆ ਹੋਇਆ ਸੀ ਤੇ ਬਾਪੂ ਦਾ ਹੁਣ ਜੈਲੋ ਦੀ ਜ਼ਮੀਨ ਨਾਲ਼। ਜੈਲੋ ਮਿਹਨਤੀ ਸੀ। ਪਰ ਮੁੰਡੇ ਨੂੰ ਪੜ੍ਹਾ ਨਾ ਸਕਿਆ। ਕੁੜੀਆਂ ਵਲੋਂ ਕਬੀਲਦਾਰ ਸੀ ਭਾਰਾ। ਅਖੀਰ ਅਨਪੜ੍ਹ ਬਾਪ ਦੀ ਬਰੀਕ ਬੁੱਧੀ ਨੇ ਕੰਮ ਕੀਤਾ। ਜੈਲੋ ਨੂੰ ਬੇਟ 'ਚ ਦੂਣੀ ਜ਼ਮੀਨ ਲੈ ਦਿੱਤੀ ਗਈ ਨਾਲ਼ੇ ਕੁਝ ਨਕਦ ਨਾਮਾ।

ਬਾਪੂ ਦੇ ਬੋਲ ਪੁਗਾ ਦਿੱਤੇ ਸਨ ਅਨੰਦ ਜੀ ਨੇ। ਪਰ ਪੈਸੇ ਦੀ ਧੁਨ ਉਸੇ ਤਰ੍ਹਾਂ ਬਰਕਰਾਰ ਸੀ। ਅਚਾਨਕ ਬਾਪੂ ਜੀ ਦੀ ਜੀਵਨ ਯਾਤਰਾ ਪੂਰੀ ਹੋ ਗਈ। ਘਰ 'ਚ ਸੋਗ ਪੈ ਗਿਆ। ਸਕੂਲੋਂ ਮਹੀਨੇ ਦੀ ਛੁੱਟੀ ਲੈ ਲਈ। ਮੂਹਰੇ ਗਰਮੀਆਂ ਦੀਆਂ ਛੁੱਟੀਆਂ ਆ ਗਈਆਂ। ਮੇਰੇ ਅੰਦਰਲਾ ਖਲਾਅ ਹੋਰ ਵਧਣ ਲੱਗਾ। ਦਿਲ ਕਰੇ ਕਿੱਧਰੇ

ਭੱਜ ਜਾਵਾਂ। ਇਹਨੀਂ ਦਿਨੀਂ ਹੀ ਮੇਰੇ ਆਰਡਰ ਘਰ ਤੋਂ ਅੱਠ ਕਿਲੋਮੀਟਰ ਦੂਰ ਇੱਕ ਮਿਡਲ ਸਕੂਲ ਦੇ ਹੋ ਗਏ। ਪ੍ਰਾਇਮਰੀ ਸਕੂਲ 'ਚ ਬੈਠੀ ਗਿਆਨੀ ਦਾ ਗਰੇਡ ਲੈ ਰਹੀ ਸਾਂ ਪਿਛਲੇ ਕਈ ਸਾਲਾਂ ਤੋਂ। ਸਿੱਖਿਆ ਵਿਭਾਗ ਦੀ ਨਵੀਂ ਨੀਤੀ ਮੁਤਾਬਕ ਮੈਨੂੰ ਪੰਜਾਬੀ ਪੋਸਟ 'ਤੇ ਸ਼ਿਫਟ ਕਰ ਦਿੱਤਾ ਗਿਆ।

ਅਨੰਦ ਸਾਹਿਬ ਨੌਕਰੀ ਛੱਡਣ ਲਈ ਜ਼ੋਰ ਪਾਉਣ ਲੱਗੇ ਪਰ ਮੈਂ ਨਾ ਨਾਂਹ ਕਰਦੀ ਨਾ ਹਾਂ। ਮਨ ਬੁਝਿਆ-ਬੁਝਿਆ ਰਹਿਣ ਲੱਗਾ। ਇਹ ਕੋਠੀ, ਕਾਰਾਂ, ਜ਼ਮੀਨਾਂ ਤੋ ਦੂਰ ਭੱਜ-ਭੱਜ ਜਾਵੇ। ਵਿਚਾਰਾ ਅਨੰਦ ਮੈਨੂੰ ਡਾਕਟਰ ਦੇ ਲੈ ਗਿਆ।

ਮਾਨਸਿਕ ਉਦਾਸੀ ਦੀ ਗੱਲ ਕੀਤੀ ਗਈ। ਡਾ. ਨੇ ਬਿਜ਼ੀ ਰਹਿਣ ਦੀ ਸਲਾਹ ਦਿੱਤੀ। ਫਲਸਰੂਪ ਨੌਕਰੀ ਛੱਡਣ ਦਾ ਖਿਆਲ ਛੱਡ ਦਿੱਤਾ ਗਿਆ।

ਛੁੱਟੀਆਂ ਤੋਂ ਮਗਰੋਂ ਨਵੇਂ ਸਕੂਲ ਜੁਆਇਨ ਕਰ ਲਿਆ।

ਇੱਥੇ ਹੀ ਮਿਲ਼ਿਆ ਸੀ ਉਹ। ਅਜੀਤਪਾਲ ਸਿੰਘ। ਨਿੱਕਚੂ ਜਿਹੇ ਪਿੰਡ ਦੀ ਦਰਮਿਆਨੀ ਕਿਸਾਨੀ ਵਿੱਚੋਂ ਸੀ। ਬੀ.ਐਸ.ਸੀ, ਬੀ.ਐਡ ਹੋਣ ਕਰਕੇ ਭਾਵੇਂ ਉਹ ਸਾਇੰਸ ਮੈਥ ਪੜ੍ਹਾਉਂਦਾ ਸੀ ਪਰ ਪੰਜਾਬੀ ਸਾਹਿਤ ਬਾਰੇ ਕਾਫੀ ਲਗਾਓ ਰੱਖਦਾ ਸੀ। ਪੰਜਾਬੀ ਅਧਿਆਪਕ ਮੈਂ ਸਾਂ ਪਰ ਪੰਜਾਬੀ ਬਾਰੇ ਉਸਦਾ ਗਿਆਨ ਜ਼ਿਆਦਾ ਸੀ। ਬਾਹਰੀ ਦਿੱਖ ਦਰਮਿਆਨੀ ਸੀ ਪਰ ਬੰਦਾ ਦਿਲਚਸਪ। ਉਮਰ ਵਿੱਚ ਮੇਰੇ ਨਾਲ਼ੋਂ ਤਿੰਨ ਚਾਰ ਵਰ੍ਹੇ ਛੋਟਾ ਹੋਣ ਦੇ ਬਾਵਜੂਦ ਵੀ ਦੋ-ਤਿੰਨ ਵਰ੍ਹੇ ਵੱਡਾ ਲਗਦਾ ਸੀ।

ਸੰਪਰਕ 'ਚ ਆਏ ਹਰ ਬੰਦੇ ਨੂੰ ਖੁਸ਼ ਰੱਖਣਾ ਜਿਵੇਂ ਉਸ ਦੀ ਜਾਬ ਦਾ ਹਿੱਸਾ ਹੀ ਸੀ।

ਛੇ ਕੁ ਮੈਂਬਰਾਂ ਦਾ ਨਿੱਕਾ ਜਿਹਾ ਸਟਾਫ਼ ਬਿਲਕੁਲ ਇੱਕ ਪਰਿਵਾਰ ਵਾਂਗ ਵਿਚਰ ਰਿਹਾ ਸੀ। ਅਜੀਤਪਾਲ ਸਿੰਘ ਇਸ ਪਰਿਵਾਰ ਦਾ ਇਹੋ ਜਿਹਾ ਮੈਂਬਰ ਸੀ ਕਿ ਜਿਸਦੀ ਹਾਜ਼ਰੀ ਖੁਸ਼ੀਆਂ ਤੇ ਹਾਸਿਆਂ ਦੀ ਜ਼ਾਮਨ ਹੁੰਦੀ।

ਫਿਰ ਪਤਾ ਹੀ ਨਾ ਰਿਹਾ ਕਿ ਕਦੋਂ ਉਸਦੀ ਗ਼ੈਰ-ਹਾਜ਼ਰੀ ਕਾਰਨ ਮੇਰਾ ਦਿਲ ਕਰਨਾ ਕਿ ਮੈਂ ਵੀ ਛੁੱਟੀ ਲੈ ਕੇ ਚਲੇ ਜਾਵਾਂ। ਕਈ ਵਾਰ ਮੇਰੇ ਕੋਲ਼ੋਂ ਅਜਿਹਾ ਹੋ ਵੀ ਜਾਂਦਾ।

ਸਾਡੇ ਵਿੱਚ ਇੱਕ ਸੂਖ਼ਮ ਜਿਹੇ ਬੰਧਨ ਦੇ ਪੈਦਾ ਹੁੰਦਿਆਂ ਸਾਨੂੰ ਪਤਾ ਹੀ ਨਾ ਲੱਗਾ। ਅਸੀਂ ਇੱਕਠੇ ਬੈਠਿਆਂ ਗੱਲਾਂ ਕਰਦੇ ਰਹਿਣਾ। ਜੀਵਨ, ਜੀਵਨ ਦੀਆਂ ਲੋੜਾਂ, ਮੁਨੱਖੀ ਸੁਭਾਅ, ਸਮਾਜ ਤੇ ਕਬੀਲਦਾਰੀ ਤੇ ਮਜਬੂਰੀਆਂ ਆਦਿ ਟਾਪਿਕਾਂ ਤੇ ਉਹ ਮੇਰੇ ਨਾਲ਼ੋਂ ਵਧੀਆ ਬੋਲ ਲੈਂਦਾ ਸੀ। ਜਦੋਂ ਕਦੇ ਸਾਡੇ ਗੱਲਾਂ ਕਰਦਿਆਂ ਤੇ ਕੋਈ ਹੋਰ ਆ ਜਾਂਦਾ ਤਾਂ ਉਹ ਥੋੜੀ ਜਿਹੀ ਹੇਰ-ਫੇਰ ਨਾਲ਼ ਗੱਲ ਵਿੱਚ ਹੋਰ ਵੀ ਡੂੰਘੇ-ਡੂੰਘੇ ਸ਼ਬਦ ਲਿਆ ਵਾੜਦਾ ਤਾਂ ਕਿ ਆਉਣ ਵਾਲ਼ਾ ਸਮਝੇ ਕਿ ਕਿਸੇ ਗਹਿਰੇ ਟਾਪਿਕ ਤੇ ਗੱਲ ਚੱਲ ਰਹੀ ਹੈ।

ਮੈਨੂੰ ਉਸ ਦੀ ਇਹ ਸ਼ੈਤਾਨੀ, ਚੋਰੀ ਜਿਹੀ ਮਹਿਸੂਸ ਹੁੰਦੀ।

ਫਿਰ ਹੌਲ਼ੀ-ਹੌਲ਼ੀ ਮੈਂ ਮਹਿਸੂਸ ਕੀਤਾ ਕਿ ਉਹ ਆਨੇ-ਬਹਾਨੇ ਮੇਰੇ ਕੋਲ਼ ਬੈਠਾ ਰਹਿਣਾ ਚਾਹੁੰਦਾ ਹੈ। ਕਈ ਵਾਰ ਮੈਨੂੰ ਇੰਝ ਦੇਖਦਾ ਕਿ ਜਿਵੇਂ ਮੇਰੇ ਚਿਹਰੇ 'ਤੇ ਉਸ

ਦਾ ਕੁਝ ਗਵਾਚਾ ਹੋਵੇ। ਉਸਦਾ ਇਸ ਤਰ੍ਹਾਂ ਤੱਕਣਾ ਕਦੀ-ਕਦੀ ਮੈਨੂੰ ਕੰਬਣੀ ਛੇੜ ਦਿੰਦਾ। ਉਸ ਤਰ੍ਹਾਂ ਚੰਗਾ ਵੀ ਲੱਗਦਾ।

ਜੇ ਇਮਾਨਦਾਰੀ ਨਾਲ਼ ਕਹਾਂ ਤਾਂ ਸਾਡੀ ਮਾਨਸਿਕ ਹਾਲਤ ਇੱਕੋ ਜਿਹੀ ਸੀ। ਅਜ਼ੀਬ ਜਿਹੀ ਖਿੱਚੋਤਾਣ ਵਿੱਚੋਂ ਅਸੀਂ ਗੁਜ਼ਰ ਰਹੇ ਸਾਂ।

ਫਿਰ ਮਿਡਲ ਸਕੂਲਾਂ ਦੀ ਜ਼ਿਲ੍ਹਾ ਪੱਧਰੀ ਭਾਸ਼ਣ ਪ੍ਰਤੀਯੋਗਤਾ ਆ ਗਈ। ਬੜੀ ਮਿਹਨਤ ਨਾਲ਼ ਮੈਂ ਬੱਚੇ ਤਿਆਰ ਕੀਤੇ। ਹੈਡਮਾਸਟਰ ਨੂੰ ਆਖ ਮੈਂ ਪਾਲ ਦੀ ਡਿਊਟੀ ਬੱਚਿਆਂ ਦੇ ਨਾਲ਼ ਜਾਣ ਲਈ ਲੁਆ ਲਈ। ਇਸ ਦੇ ਕਈ ਕਾਰਨ ਸਨ। ਇੱਕ ਤਾਂ ਇਹੋ ਜਿਹੇ ਕੁੱਤਖਾਨੇ ਵਿੱਚ ਝਗੜਨ ਲਈ ਕੋਈ ਮਰਦ ਮੈਂਬਰ ਨਾਲ਼ ਜ਼ਰੂਰ ਚਾਹੀਦਾ ਸੀ। ਦੂਜਾ ਪਾਲ ਦਾ ਗਿਆਨ ਵੀ ਇਸ ਪਾਸੇ ਜ਼ਿਆਦਾ ਸੀ। ਤੀਜਾ ਸ਼ਾਮੀਂ ਉਹ ਬੱਚਿਆਂ ਦੇ ਨਾਲ਼ ਵਾਪਿਸ ਆ ਜਾਵੇਗਾ। ਚੌਥਾ ਉਸ ਦਾ ਸਾਥ ਮੈਨੂੰ ਚੰਗਾ ਵੀ ਲੱਗਦਾ ਸੀ।

ਬੱਸ ਵਿੱਚ ਭੀੜ ਸੀ। ਬੱਚੇ ਪਹਿਲਾਂ ਹੀ ਜਾ ਚੜ੍ਹੇ। ਅਗਲੇ ਸਟਾਪ 'ਤੇ ਇੱਕ ਜੋੜਾ ਉੱਤਰਿਆ। ਬੱਚਿਆਂ ਨੇ ਫੁਰਤੀ ਨਾਲ਼ ਸਾਨੂੰ ਇਹ ਸੀਟ ਦੁਆ ਦਿੱਤੀ। ਮੈਂ ਤੇ ਪਾਲ ਪਹਿਲੀ ਵਾਰ ਇੱਕ ਦੂਜੇ ਦੇ ਇੰਨੀ ਨੇੜੇ ਬੈਠੇ ਸਾਂ।

ਗੱਲਾਂ ਕਰਦੇ-ਕਰਦੇ ਮੇਰੇ ਮੂੰਹੋਂ ਸੁਭਾਵਿਕ ਹੀ ਨਿਕਲ਼ ਗਿਆ। "ਪਾਲ, ਐਵੇਂ ਤੇਰੇ ਨਾਲ਼ ਗੱਲਾਂ ਕਰਕੇ ਸਕੂਨ ਜਿਹਾ ਮਿਲ਼ ਜਾਂਦਾ ਹੈ। ਦੋਸਤ ਸਮਝ ਕੇ ਜਾਂ ਭਰਾ ਸਮਝ ਕੇ ਤੇਰੇ ਨਾਲ਼ ਦਿਲ ਦੀ ਗੱਲ ਹੋ ਜਾਂਦੀ ਹੈ।"

ਉਸ ਦਾ ਚਿਹਰਾ ਨਿਰਭਾਵ ਹੋ ਗਿਆ ਜਿਵੇਂ ਕਿਤੇ ਗਵਾਚ ਗਿਆ ਹੋਵੇ।

ਮੂਹਰੇ ਬੱਸ ਸਟੈਂਡ ਆ ਗਿਆ ਤਾਂ ਉਤਰਨ ਲੱਗਾ ਬੋਲਿਆ, "ਅੱਜ ਤੋਂ ਆਪਣੇ ਵਧੀਆ ਦੋਸਤਾਂ ਵਿੱਚ ਆਪ ਨੂੰ ਸ਼ਾਮਲ ਕਰਨ ਦੀ ਮੈਂ ਖ਼ੁਸ਼ੀ ਲੈ ਰਿਹਾ ਹਾਂ।"

'ਭਰਾ' ਸ਼ਬਦ ਸ਼ਾਇਦ ਉਸਦੇ ਗਲ਼ੇ ਵਿੱਚੋਂ ਹੇਠਾਂ ਨਹੀਂ ਸੀ ਲੰਘਿਆ। ...ਜਿਵੇਂ ਹਰ ਓਪਰੀ ਔਰਤ ਵਲੋਂ ਵਰਤਿਆ ਇਹ ਸ਼ਬਦ ਹਰ ਓਪਰੇ ਮਰਦ ਲਈ ਨਿਗਲਣਾ ਔਖਾ ਹੁੰਦਾ ਹੈ। ਮੇਰੇ ਕੋਲ਼ੋਂ ਵੀ ਅਣਚਾਹੇ ਹੀ ਨਿਕਲ਼ ਗਿਆ ਸੀ।

ਮੈਂ ਦੋਸਤ ਸ਼ਬਦ ਕੀ ਵਰਤ ਬੈਠੀ। ਉਸ ਨੂੰ ਤਾਂ ਜਿਵੇਂ ਕੁਝ ਲੱਭ ਗਿਆ ਹੋਵੇ। ਉਸ ਦੀ ਖ਼ੁਸ਼ੀ ਕਾਬੂ ਨਹੀਂ ਸੀ ਆ ਰਹੀ।

ਇੱਕ ਦਿਨ ਬੜੀ ਅਧੀਨਗੀ ਜਿਹੀ ਨਾਲ਼ ਕਹਿਣ ਲੱਗਾ "ਮੈਡਮ, ਮੇਰੇ ਮਨ ਵਿੱਚ ਬਹੁਤ ਕੁਝ ਹੈ... ਦਿਲ ਕਰਦਾ ਕਿ ਸਭ ਕੁਝ ਉਗਲ਼ ਦੇਵਾਂ। ਪਰ ਇਹ ਇੰਨਾ ਸੌਖਾ ਨਹੀਂ। ਕਹੋ ਤਾਂ ਇਹ ਲਿਖ ਕੇ ਦੇ ਦਿਆਂ?"

ਮੇਰੀ ਹਾਂ ਤੇ ਉਸ ਦਾ ਚਿਹਰਾ ਸੂਹਾ ਹੋ ਗਿਆ ਸੀ। ਮੈਂ ਰਸਤੇ ਵਿੱਚ ਵੀ ਤੇ ਸੁਪਨਿਆਂ ਵਿੱਚ ਇਹ ਸੋਚਦੀ ਰਹੀ ਕਿ ਆਖ਼ਿਰ ਉਹ ਕੀ ਦੇਵੇਗਾ ਲਿਖ ਕੇ।

ਦੂਜੇ ਦਿਨ ਸਕੂਲ ਵੜਨ ਲੱਗਿਆ ਮੇਰਾ ਕਾਲ਼ਜਾ ਧੱਕ-ਧੱਕ ਕਰ ਰਿਹਾ ਸੀ। ਜਿਵੇਂ ਕੋਈ ਅਣਹੋਣੀ ਵਾਪਰਨ ਵਾਲ਼ੀ ਹੋਵੇ, ਪਰ ਵਾਪਰਿਆ-ਵੂਪਰਿਆ ਕੁਝ ਵੀ ਨਹੀਂ। ਪਹਿਲਾ ਪੀਰਡ ਲੰਘ... ਦੂਜਾ ਲੰਘ... ਤੀਜਾ ਲੰਘ... ਚੌਥਾ... ਫਿਰ ਅੱਧੀ ਛੁੱਟੀ...।

ਮੇਰਾ ਜੀਅ ਕਾਹਲ਼ਾ ਪਈ ਜਾਵੇ। ਧਿਆਨ ਉੱਖੜ-ਉੱਖੜ ਜਾਵੇ...। ਬਈ ਇਹ ਲਿਖਿਆ ਦਿੰਦਾ ਕਿਉਂ ਨਹੀ।

ਆਖ਼ਿਰ ਮੈਂ ਅੱਧੀ ਛੁੱਟੀ ਨੂੰ ਇਸ਼ਾਰੇ ਜਿਹੇ ਨਾਲ਼ ਪੁੱਛ ਹੀ ਲਿਆ ਤਾਂ ਉਸ ਅੱਗੋਂ ਨਾਂਹ ਵਿੱਚ ਸਿਰ ਮਾਰ ਦਿੱਤਾ, ਜਿਸਦਾ ਮਤਲਬ ਇਹੀ ਸੀ ਬਈ ਜਾਂ ਤਾਂ ਉਹ ਲਿਖ ਨਹੀਂ ਸਕਿਆ ਜਾਂ ਫਿਰ ਉਸ ਇਰਾਦਾ ਬਦਲ ਲਿਆ। ਪਰ ਮੈਨੂੰ ਚੰਗਾ ਨਾ ਲੱਗਾ।

ਨੌਂਵੇਂ ਪੀਰਡ ਬਾਕੀਆਂ ਤੋਂ ਅੱਖ ਬਚਾ ਕੇ ਪਰ ਮੈਨੂੰ ਦਿਖਾ ਕੇ... ਉਸ ਮੇਰੇ ਰੋਟੀ ਵਾਲ਼ੇ ਖਾਲੀ ਡੱਬੇ ਵਿੱਚ ਇੱਕ ਤਹਿ ਮਾਰਿਆ ਕਾਗਜ਼ ਪਾ ਦਿੱਤਾ।

ਮੇਰੇ ਦਿਲ ਨੇ ਧੱਕ-ਧੱਕ ਕੀਤਾ। ਜਿਵੇਂ ਮੈਂ ਕੋਈ ਗੁਨਾਹ ਕਰਨ ਜਾ ਰਹੀ ਹੋਵਾਂ। ਮੈਂ ਛੇਤੀ ਮਗਰੋਂ ਡੱਬਾ ਪਰਸ ਵਿੱਚ ਪਾ ਲਿਆ ਮਤੇ ਕੋਈ ਖੋਲ੍ਹ ਹੀ ਨਾ ਲਵੇ। ਛੁੱਟੀ ਦੀ ਘੰਟੀ ਵੱਜਣ ਵਿੱਚ ਹੀ ਨਾ ਆਵੇ। ਮਸੀਂ ਕਿਤੇ ਛੁੱਟੀ ਹੋਈ।

ਬੱਸ ਵਿੱਚ ਟਿਕਟ ਲੈਣ ਮਗਰੋਂ... ਮੈਂ ਝੱਟ ਦੇਣੀ ਡੱਬਾ ਖੋਲ੍ਹਿਆ। ਨਾਲ਼ ਦੀ ਸਵਾਰੀ ਤੋਂ ਗੋਡੇ ਦਾ ਓਹਲਾ ਕਰਕੇ ਮੈਂ ਤਹਿ ਮਾਰਿਆ ਕਾਗਜ਼ ਸਿੱਧਾ ਕੀਤਾ ਤੇ ਪੜ੍ਹਨਾ ਸ਼ੁਰੂ ਕੀਤਾ। ਮੈਨੂੰ ਲਗਦਾ ਸੀ ਕਿ ਮੇਰੇ ਦਿਲ ਦੀ ਧੜਕਣ ਨਾਲ਼ ਦੀ ਸਵਾਰੀ ਨੂੰ ਵੀ ਸੁਣ ਰਹੀ ਹੋਵੇ। ਮੇਰੇ ਬੁੱਲ੍ਹਾਂ 'ਤੇ ਸਿੱਕਰੀ ਜਿਹੀ ਜੰਮਦੀ ਗਈ। ਤਾਲੂ ਖੁਸ਼ਕ ਹੁੰਦਾ ਗਿਆ। ਅੱਖਾਂ ਅੱਗੇ ਭੱਬੂ ਤਾਰੇ ਚਮਕਣੇ ਸ਼ੁਰੂ ਹੋ ਗਏ। ਨਰਵਸ ਇੰਨੀ ਹੋਈ ਕਿ ਅਰਧ ਬੇਹੋਸ਼ੀ ਦੀ ਹਾਲਤ ਵਿੱਚ ਸਿਰ ਮੂਹਰਲੀ ਸੀਟ ਦੀ ਢੋਅ ਨਾਲ਼ ਜਾ ਲੱਗਾ। ਕਾਗਜ਼ ਮੁੱਠੀਆਂ ਵਿੱਚ ਹੀ ਘੁੱਟਿਆ ਗਿਆ।

'ਚਲੋ ਪਿਪਲ਼ੀ ਵਾਲ਼ਾ ਮੋੜ' ਕੰਡਕਟਰ ਦੀ ਅਵਾਜ਼ ਨਾਲ਼ ਮੇਰੀ ਨੀਂਦ ਜਿਹੀ ਟੁੱਟੀ। ਸਰੀਰ ਮਿੱਟੀ ਜਿਹਾ ਹੋ ਚੁੱਕਾ ਸੀ। ਤੁਰਨ ਦੀ ਹਿੰਮਤ ਨਾ ਰਹੀ। ਮਸੀਂ ਘਰ ਪਹੁੰਚੀ। ਕੋਠੀ ਦਾ ਗੇਟ ਵੜਦਿਆ ਮੈਨੂੰ ਇੰਜ ਲੱਗਾ ਜਿਵੇਂ ਮੈਂ ਇੱਕ ਲਾਸ਼ ਤੁਰੀ ਜਾਂਦੀ ਹੋਵਾਂ। ਪਾਣੀ ਪੀਤਾ। ਬੈੱਡ ਤੇ ਜਾ ਡਿੱਗੀ। ਸਰੀਰ ਵਿੱਚ ਸਾਹ ਨਾ ਸਤ। ਜਿਵੇਂ ਲੰਮੀ ਬਿਮਾਰੀ ਪਿੱਛੋਂ ਉੱਠੀ ਹੋਵਾਂ।

ਸ਼ਾਮ ਤੱਕ ਮੈਂ ਨੌਕਰਾਣੀ ਨਾਲ਼ ਘਰ ਦਾ ਮਾੜਾ ਮੋਟਾ ਕੰਮ ਕਰਦੀ ਰਹੀ। ਖਾਣਾ ਖਾਣ ਤੋਂ ਬਾਅਦ ਬੱਚੇ ਆਪੋ-ਆਪਣਿਆਂ ਕਮਰਿਆਂ ਵਿੱਚ ਚਲੇ ਗਏ ਤੇ ਅਨੰਦ ਸਾਹਿਬ ਮੁੜ ਸਟੱਡੀ ਰੂਮ ਵਿੱਚ। ਜ਼ਰੂਰ ਸਵੇਰੇ ਕੋਈ ਇੰਮਪੌਰਟੈਂਟ ਬਹਿਸ ਹੋਣੀ ਹੋਵੇਗੀ।

ਵਿਹਲੀ ਹੋ ਕੇ ਮੈਂ ਆਪਣੇ ਬੈੱਡਰੂਮ 'ਚ ਜਾ ਕੇ ਫਿਰ ਉਸ ਤਹਿ ਮਾਰੇ ਕਾਗਜ਼ ਨੂੰ ਖੋਲ੍ਹਿਆ ਅਤੇ ਪੜ੍ਹਨਾ ਸ਼ੁਰੂ ਕੀਤਾ।

-ਮੇਰੇ ਕੁੱਤੇ -ਕੰਜਰਾ -ਯਾਰਾ, ਜੀ ਕਰਦਾ ਤੈਨੂੰ ਰੱਜ ਕੇ ਗਾਲ੍ਹਾਂ ਕੱਢਾਂ। ਤੂੰ ਇੰਨਾ ਚਿਰ ਕਿੱਥੇ ਰਿਹਾ ਏ? ਮੈਂ ਤੈਨੂੰ ਬਹੁਤ ਮਿਸ ਕੀਤਾ ਹੈ ਤੇ ਕਰਦਾ ਹਾਂ।...

...ਪਤਾ ਨਹੀਂ ਕਿਉਂ ਰਹਿ ਰਹਿ ਕੇ ਖਿਆਲ ਆਉਂਦਾ ਹੈ ਕਿ ਅਗਰ ਆਪਾਂ ਜੀਵਨ ਸਾਥੀ ਹੁੰਦੇ ਤਾਂ ਜ਼ਿੰਦਗੀ ਬੜੀ ਹੁਸੀਨ ਹੁੰਦੀ ..

....

... ...

ਤੂੰ ਸੱਚਮੁੱਚ ਕੁੱਤਾ ਏਂ... ਆਈ ਲਵ ਯੂ... ਗੁਗੜੇ... ਆਈ ਲਵ ਯੂ...

ਤੇਰਾ ਆਪਣਾ...

ਹੁਣ ਦਿਲ ਨੇ ਇਸਨੂੰ ਜ਼ਰਾ ਸਹਿਜਤਾ ਨਾਲ਼ ਲਿਆ। ਫਿਰ ਵੀ ਰੂਹ ਨੂੰ ਇੱਕ ਅਜੀਬ ਅੱਚਵੀ ਜਿਹੀ ਲੱਗੀ ਰਹੀ। ਦਿਮਾਗ਼ ਵਿੱਚ ਅਕੜਾਅ ਜਿਹਾ ਪੈਦਾ ਹੋ ਗਿਆ। ਸੌਣ ਲਈ ਨੀਂਦ ਦੀਆਂ ਗੋਲ਼ੀਆਂ ਖਾਣੀਆਂ ਪਈਆਂ।

ਸਵੇਰੇ ਨਾ ਸਕੂਲ ਜਾਣ ਨੂੰ ਦਿਲ ਕਰੇ ਨਾ ਹੀ ਘਰ ਰਹਿਣ ਨੂੰ।

ਜੱਕੋ ਤੱਕੀ ਕਰਦੀ ਘੰਟਾ ਕੁ ਲੇਟ ਸਕੂਲ ਪਹੁੰਚੀ। ਪਾਲ ਸਾਹਮਣੇ ਕਲਾਸ ਲਾਈ ਬੈਠਾ ਸੀ। ਉਸ ਦੇ ਕੋਲ਼ ਦੀ ਲੰਘ ਕੇ ਜਾਣਾ ਸੀ। ਮੈਨੂੰ ਲੱਗੇ ਕਿ ਮੈਂ ਦਫ਼ਤਰ ਨਹੀਂ ਪਹੁੰਚ ਸਕਾਂਗੀ। ਇੰਜ ਜਾਪੇ ਕਿ ਮੈਂ ਕੋਲ਼ ਦੀ ਲੰਘਦੀ ਡਿੱਗ ਪਵਾਂਗੀ। ਇੱਕ ਅਜੀਬ ਜਿਹੀ ਹੈਜ਼ੀਟੇਸ਼ਨ ਹੋ ਰਹੀ ਸੀ। ਮੈਨੂੰ ਆਪਣੇ ਆਪ 'ਤੇ ਗੁੱਸਾ ਵੀ ਆ ਰਿਹਾ ਸੀ। ਖ਼ੈਰ ਕੋਲ਼ ਦੀ ਲੰਘਦੀ ਹੋਈ ਸਿਰ ਦੇ ਇਸ਼ਾਰੇ ਨਾਲ਼ ਉਸ ਨੂੰ ਸਤਿ ਸ੍ਰੀ ਅਕਾਲ ਬੁਲਾ ਕੇ ਦਫ਼ਤਰ ਜਾ ਵੜੀ। ਘਬਰਾਹਟ ਇੰਨੀ ਸੀ ਜਿਵੇਂ ਕੋਈ ਔਖੀ ਘਾਟੀ ਲੰਘ ਕੇ ਆਈ ਹੋਵਾਂ।

ਹਾਜ਼ਰੀ ਰਜਿਸਟਰ ਫੋਲਿਆ ਤਾਂ ਪਤਾ ਲੱਗਾ ਕਿ ਸ਼ੀਲਾ ਭੈਣ ਜੀ ਛੁੱਟੀ ਤੇ ਨੇ। ਹੈੱਡ ਮਾਸਟਰ ਤੇ ਪੀ.ਟੀ. ਜ਼ੋਨਲ ਟੂਰਨਾਮੈਂਟ ਦੀ ਮੀਟਿੰਗ ਅਟੈਂਡ ਕਰਨ ਲਈ ਜਾ ਚੁੱਕੇ ਸਨ। ਕਮਲੇਸ਼ ਪੰਦਰਾਂ ਕੁ ਦਿਨ ਪਹਿਲਾਂ ਹੀ ਪ੍ਰਸੂਤੀ ਛੁੱਟੀ ਤੇ ਜਾ ਚੁੱਕੀ ਸੀ। ਇਸ ਦਾ ਮਤਲਬ ਮੈਂ ਤੇ ਪਾਲ ਇੱਕਲੇ ਹੀ ਸਾਂ।

ਉਸ ਕਿਸੇ ਬੱਚੇ ਦੇ ਹੱਥ ਪਾਣੀ ਦਾ ਗਿਲਾਸ ਭੇਜ ਦਿੱਤਾ। ਥੋੜ੍ਹੇ ਚਿਰੀਂ ਦੋ ਘੰਟੀਆਂ ਕਰਵਾ ਆਪ ਵੀ ਦਫ਼ਤਰ ਵੱਲ ਤੁਰ ਪਿਆ। ਮੈਨੂੰ ਫਿਰ ਘਬਰਾਹਟ ਹੋਣੀ ਸ਼ੁਰੂ ਹੋ ਗਈ। ਅੱਗੇ ਉਸ ਕੋਲ਼ ਬੈਠ ਕੇ ਗੱਲਾਂ ਕਰਨ ਨੂੰ ਜੀਅ ਕਾਹਲ਼ਾ ਪੈ ਜਾਂਦਾ ਹੁੰਦਾ ਸੀ ਪਰ ਅੱਜ ਪਹਿਲੀ ਵਾਰ ਘਬਰਾਹਟ ਮਹਿਸੂਸ ਹੋ ਰਹੀ ਸੀ।

ਉਹ ਕੁਰਸੀ ਖਿੱਚ ਕੇ ਬੈਠਦਾ ਹੋਇਆ ਬੋਲਿਆ...

"ਮੈਡਮ, ਮੈਨੂੰ ਅਫਸੋਸ ਹੈ ਕਿ ਮੇਰੇ ਸ਼ਬਦਾਂ ਰਾਹੀਂ ਤੁਹਾਡਾ ਮਨ ਜ਼ਰੂਰ ਦੁਖਿਆ ਹੋਵੇਗਾ। ਦਰਅਸਲ ਜਦੋਂ ਮੈਂ ਲਿਖਣ ਬੈਠਾ ਸੀ ਤਾਂ ਮੈਨੂੰ ਦੂਹਰਾ ਨਸ਼ਾ ਸੀ। ਇੱਕ ਆਪ ਜਿਹੇ ਚੰਗੇ ਦੋਸਤ ਦੀ ਦੋਸਤੀ ਦੇ ਨਿੱਘੇ ਅਹਿਸਾਸ ਦਾ ਤੇ ਦੂਜਾ-ਦੂਜਾ ਮੈਂ ਦੋ ਘੁੱਟਾਂ ਪੀ ਲਈ ਸੀ ਇਸੇ ਖੁਸ਼ੀ ਵਿੱਚ। ਫਿਰ ਜਦੋਂ ਮੈਂ ਸਵੇਰੇ ਉੱਠ ਕੇ ਪੜ੍ਹਿਆ ਤਾਂ ਮੈਨੂੰ ਆਪ ਨੂੰ ਹੋਰ ਤਰ੍ਹਾਂ ਮਹਿਸੂਸ ਹੋਇਆ। ਦਿਲ ਕੀਤਾ ਪਾੜ ਦਿਆਂ। ਪਰ ਪਾੜ ਨਾ ਸਕਿਆ...।

"ਸਕੂਲੇ ਆ ਕੇ ਹਰ ਪੀਰਡ ਪੜ੍ਹਦਾ ਰਿਹਾ ਤੇ ਪਾੜਨ ਦੀ ਅਸਫ਼ਲ ਕੋਸ਼ਿਸ਼ ਕਰਦਾ ਰਿਹਾ। ਮੈਨੂੰ ਲੱਗੇ ਪਈ ਜੇ ਮੈਂ ਇਸ ਨੂੰ ਪਾੜ ਦਿੱਤਾ ਤਾਂ ਤੁਹਾਡੇ ਨਾਲ਼ ਵਿਸ਼ਵਾਸ਼ਘਾਤ ਹੋਵੇਗਾ।"

"ਕਿਉਂ? ਮੇਰੇ ਨਾਲ਼ ਵਿਸ਼ਵਾਸਘਾਤ ਕੇਹਾ?" ਮੇਰੀ ਚੁੱਪ ਆਪ ਮੁਹਾਰੇ ਟੁੱਟ ਗਈ। ਬੜੀ ਕਾਹਲ਼ੀ 'ਚ। ਉਸ ਕੁਝ ਚਿਰ ਰੁਕ ਕੇ ਫਿਰ ਬੋਲਣਾ ਸ਼ੁਰੂ ਕੀਤਾ ਸੀ:

"ਜਦੋਂ ਮੈਂ ਲਿਖਣ ਬੈਠਾ ਸੀ ਤਾਂ ਮੇਰੇ ਮਨ ਦੀ ਅਵਸਥਾ ਸਾਧਾਰਣ ਨਹੀਂ ਸੀ। ਇੰਜ ਲੱਗਦਾ ਸੀ ਜਿਵੇਂ ਦੁਨੀਆਂ ਭਰ ਦਾ ਸਾਰਾ ਪਿਆਰ ਮੇਰੇ ਸੀਨੇ ਅੰਦਰ ਤੇਰੇ ਲਈ ਸਿਮਟ ਗਿਆ ਹੋਵੇ। ਦੁਨੀਆਂ ਦੀਆਂ ਕੁੱਲ ਵਿਸਮਾਦੀ ਧੁਨਾਂ ਮੇਰੇ ਦਿਮਾਗ਼ ਵਿੱਚ ਗੂੰਜ ਰਹੀਆਂ ਹੋਣ। ਇੱਕ ਨਿਰਛਲ ਪਿਆਰ ਦਾ ਹੜ੍ਹ ਤੇਰੀ ਕਦਮ ਬੋਸੀ ਲਈ ਵਗ ਤੁਰਿਆ ਸੀ। ਤੇਰੇ ਪਛੜ ਕੇ ਮਿਲਣ ਦੇ ਉਮਰਾਂ ਜਿੱਡੇ ਹਿਰਖ, ਉਲ਼ਾਂਭੇ, ਪਿਆਰ ਤੇ ਅਪਣੱਤ ਦੀਆਂ ਛੱਲਾਂ ਬਣ ਰਹੇ ਸਨ। ...ਇਸ ਅਪਣੱਤ ਦਾ ਇਜ਼ਹਾਰ ਕਰਨ ਲਈ 'ਤੂੰ' 'ਕੁੱਤਾ' ਤੇ 'ਕੰਜਰ' ਸ਼ਬਦਾਂ ਦੇ ਮੁਕਾਬਲੇ ਬਾਕੀ ਸ਼ਬਦ ਬਣਾਵਟੀ ਜਿਹੇ ਲੱਗੇ। ਸੋ ਇਸ ਤਰ੍ਹਾਂ ਦੀ ਸਥਿਤੀ ਵਿੱਚ ਤੇਰੇ ਪ੍ਰਤੀ ਲਿਖੇ ਚਾਰ ਸ਼ਬਦ ਤੇਰੇ ਹੀ ਪੜ੍ਹੇ ਬਗੈਰ ਪਾੜ ਦੇਵਾਂ... ਸ਼ਾਇਦ ਇਸ ਨਾਲ਼ੋਂ ਵੱਡਾ ਵਿਸ਼ਵਾਸਘਾਤ ਹੋਰ ਕੋਈ ਨਾ ਹੋਵੇ।"

"ਤੇ ਇਹ ਗੁਗੜਾ ਬੁਗੜਾ ਕੀ ਲਿਖਿਆ ਏ?"

"ਬੱਸ ਇਹ ਵੀ ਮੇਰੇ ਸਨੇਹ ਦੀ ਨਿਰਛਲਤਾ ਦਾ ਪ੍ਰਤੀਕ ਹੈ, ਠੀਕ ਜਿਸ ਤਰ੍ਹਾਂ ਇੱਕ ਮਾਂ ਆਪਣੇ ਬੱਚੇ ਪ੍ਰਤੀ ਮਮਤਾ ਦਾ ਸਾਗਰ ਇਸ ਸ਼ਬਦ ਰਾਹੀਂ ਬੱਚੇ ਦੀ ਝੋਲ਼ੀ ਉਲ਼ੱਦ ਦਿੰਦੀ ਹੈ। ਠੀਕ ਉਸੇ ਤਰ੍ਹਾਂ ਹੀ...।"

"ਦੇਖੋ ਪਾਲ... ਮੈਨੂੰ ਤੁਹਾਡੀਆਂ ਕਈ ਗੱਲਾਂ ਸਮਝ ਨਹੀਂ ਪੈਂਦੀਆਂ। ਪਰ ਇੱਕ ਗੱਲ ਸਾਫ਼-ਸਾਫ਼ ਦੱਸ ਦਿਆਂ ਮੈਂ ਤੈਨੂੰ ਦੋਸਤ ਜ਼ਰੂਰ ਬਣਾਇਆ ਹੈ ਪਰ... ਲਵ ਲੁਵ ਦੇ ਚੱਕਰ ਤੇ ਪੁੱਠੇ ਸਿੱਧੇ ਨਾਂ... ਮੈਨੂੰ ਉੱਕਾ ਹੀ ਪਸੰਦ ਨਹੀਂ।"

"ਦੇਖ ਗੁਗੜੇ... ਦੋਸਤੀ ਦਾ ਆਧਾਰ ਨਫ਼ਰਤ ਤਾਂ ਕਦੇ ਵੀ ਨਹੀਂ ਹੁੰਦਾ... ਤੂੰ ਪਿਆਰ ਦੇ ਅਰਥ ਏਨੇ ਛੋਟੇ ਨਾ ਕਰ।"

ਇਸ ਵਾਰ ਉਸ ਦੇ ਮੂੰਹ 'ਗੁਗੜਾ' ਸ਼ਬਦ ਇੰਨਾ ਨੈਚਰੁਲੀ ਨਿਕਲ਼ਿਆ ਕਿ ਮੈਨੂੰ ਬੁਰਾ ਲੱਗਣ ਦੀ ਬਜਾਏ ਚੰਗਾ ਲੱਗਾ। ਸੱਚਮੁੱਚ ਮੋਹ ਦੀ ਆਵਾਜ਼ ਪ੍ਰਤੀਤ ਹੋਈ।

ਮੈਂ ਆਪਣੇ ਆਪ ਨੂੰ ਸੰਭਾਲਣ ਦੀ ਕੋਸ਼ਿਸ਼ ਕਰ ਰਹੀ ਸਾਂ ਕਿ ਅਚਾਨਕ ਹੀ ਮੇਰੇ ਅੰਦਰੋਂ ਇੱਕ ਅਵਾਜ਼ ਉੱਠ ਲਬਾਂ ਤੇ ਆ ਗਈ:

"ਠੀਕ ਏ ਪਾਲ... ਤੂੰ ਮੇਰਾ ਦੋਸਤ ਏਂ। ਦੋਸਤੀ ਰਹੂਗੀ... ਪਰ ਇੱਕ ਸ਼ਰਤ 'ਤੇ"

"ਹਾਂ ਦੱਸ... ਕਿਸ ਸ਼ਰਤ ਦੀ ਗੱਲ ਕਰਦੀ ਏਂ?"

"... ..." ਮੈਂ ਚਾਹ ਕੇ ਵੀ ਬੋਲ ਨਾ ਸਕੀ।

"ਹਾਂ... ਤੂੰ ਇਹੀ ਕਹਿਣਾ ਚਾਹੁੰਦੀ ਹੈਂ... ਬਈ ਸਰੀਰਕ ਰਿਲੇਸ਼ਨ ਤੋਂ ਬਿਨਾ।"

"ਹਾਂ।"

"ਠੀਕ ਹੈ। ਪਰ ਪਤਾ ਨਹੀਂ ਔਰਤ ਇਹ ਖਿਆਲ ਕਿਉਂ ਪਾਲ਼ ਲੈਂਦੀ ਹੈ... ਬਈ ਜੋ ਵੀ ਮਰਦ ਉਸ ਵੱਲ ਪਿਆਰ ਦ੍ਰਿਸ਼ਟੀ ਨਾਲ਼ ਦੇਖਦਾ ਹੈ... ਉਸ ਦਾ ਨਿਸ਼ਾਨਾ ਸਿਰਫ਼ ਸਰੀਰਕ ਸੰਬੰਧ... ਹੁੰਦੇ ਨੇ। ਕਿਸੇ ਹੱਦ ਤਾਈਂ ਉਨ੍ਹਾਂ ਦਾ ਅੰਦਾਜ਼ਾ ਵੀ ਠੀਕ

ਹੁੰਦਾ ਹੋਵੇਗਾ। ਸਾਲ਼ੀ ਮਰਦ ਮਾਨਸਿਕਤਾ ਵੀ...। ਮੇਰਾ ਖ਼ੁਦ ਵੀ ਇਹ ਹਾਲ ਰਿਹਾ ਹੈ। ਤੈਨੂੰ ਮਿਲਣ ਤੋਂ ਪਹਿਲਾਂ। ਅਸੀਂ ਲੋੜੋਂ ਵੱਧ ਹੀ ਇਸ ਰਿਲੇਸ਼ਨ ਨੂੰ ਅਹਿਮੀਅਤ ਦੇ ਦਿੰਦੇ ਹਾਂ। ਪੌਜ਼ਟਿਵ ਤੇ ਨੈਗਟਿਵ ਦੋਹਾਂ ਦਿਸ਼ਾਵਾਂ ਵਿੱਚ।"

ਉਹ ਬੋਲਦਾ ਗਿਆ ਤੇ ਮੇਰਾ ਅਮੂਰਤ ਡਰ ਦੂਰ ਹੁੰਦਾ ਗਿਆ।

ਦਿਨ ਲੰਘਦੇ ਗਏ। ਉਸ ਆਪਣੀ ਜ਼ਿੰਦਗੀ ਬਾਰੇ ਉਹ ਸਭ ਕੁਝ ਕੱਚਾ ਪਿੱਲਾ ਮੇਰੇ ਅੱਗੇ ਫੋਲ ਮਾਰਿਆ ਜੋ ਮੈਂ ਪੁੱਛਿਆ ਵੀ ਨਹੀਂ ਸੀ। ਇੰਜ ਲੱਗਦਾ ਸੀ ਜਿਵੇਂ ਉਹ ਇਹ ਸਭ ਕੁਝ ਕਹਿਣ ਲਈ ਮੁੱਦਤ ਤੋਂ ਭਰਿਆ ਪੀਤਾ ਫਿਰਦਾ ਹੋਵੇ, ਪਰ ਸੁਣਨ ਵਾਲ਼ਾ ਕੋਈ ਨਹੀਂ ਸੀ। ਜੋ ਕੁਝ ਉਸ ਦੱਸਿਆ, ਉਸਦੀ ਨਿੱਤ ਦੀ ਜ਼ਿੰਦਗੀ ਨਾਲ਼ ਮੇਲ਼ ਨਹੀਂ ਸੀ ਖਾਂਦਾ। ਉਸਨੇ ਆਪਣੇ ਸੱਚੇ ਇਸ਼ਕ ਦੇ ਤੇ ਬਜ਼ਾਰੂ ਇਸ਼ਕ ਦੇ ਸਭ ਕਿੱਸੇ ਫੋਲ ਮਾਰੇ। ਮੈਂ ਉਸ ਦੀ ਪਹਿਲੀ ਲਾਈਫ ਬਾਰੇ ਕਦੇ ਪੁੱਛਿਆ ਹੀ ਨਹੀਂ ਸੀ। ਪਰ ਉਹ ਗੱਲਾਂ ਗੱਲਾਂ ਵਿੱਚ ਕੋਈ ਨਾ ਕੋਈ ਕਿੱਸਾ ਛੋਹ ਬੈਠਦਾ। ਕਈ ਵਾਰੀ ਉਸ ਨੂੰ ਚੁੱਪ ਕਰਾਉਣ ਲਈ ਮੈਨੂੰ ਟੋਕਣਾ ਪੈਂਦਾ। ਹੱਥ ਜੋੜਨੇ ਪੈਂਦੇ।

ਮੇਰੇ ਉੱਪਰ ਉਹ ਕਿੰਨਾ ਵਿਸ਼ਵਾਸ ਕਰਦਾ ਹੈ। ...ਇਸ ਖਿਆਲ ਨਾਲ਼ ਮੈਨੂੰ ਆਪਣੇ ਆਪ ਤੇ ਮਾਣ ਵੀ ਮਹਿਸੂਸ ਹੁੰਦਾ। ਪਰ ਕਈ ਵਾਰੀ ਉਸ ਦੇ ਇਹ ਸਭ ਕੁਝ ਕਹਿਣ ਦਾ ਭਾਵ ਬੁਰਾ ਵੀ ਪ੍ਰਤੀਤ ਹੁੰਦਾ। ਜਿਵੇਂ ਉਹ ਮੈਨੂੰ ਅਜਿਹੇ ਕੰਮਾਂ ਲਈ ਪ੍ਰੇਰਿਤ ਕਰ ਰਿਹਾ ਹੋਵੇ। ਫਿਰ ਪੰਜ ਸੱਤ ਦਿਨਾਂ ਬਾਅਦ ਉਸ ਪੱਤਰ ਲਿਖ ਦੇਣਾ ਤੇ ਮੈਨੂੰ ਕਹਿਣਾ:

"ਮੈਂ ਕੁਝ ਲਿਖਿਆ ਏ... ਕਹੋ ਤਾਂ ਦੇਵਾਂ।"

ਮੈਂ ਨਰਵਸ ਜਿਹੀ ਹੋ ਜਾਣਾ। ਜਦੋਂ ਉਸ ਤਹਿ ਮਾਰਿਆ ਕਾਗਜ਼ ਮੇਰੀ ਤਲ਼ੀ ਤੇ ਰੱਖਣਾ ਤਾਂ ਮੇਰੀਆਂ ਲੱਤਾਂ ਕੰਬ ਜਾਣੀਆਂ।

"ਮੈਂ ਕਿੰਨੀ ਕਮਜ਼ੋਰ ਹਾਂ।" ਇੱਕ ਲਾਹਣਤ ਜਿਹੀ ਮੇਰੇ ਅੰਦਰੋਂ ਉੱਠਣੀ।

ਉਸ ਦੇ ਹਰ ਪੱਤਰ ਵਿੱਚ ਕੁਝ ਨਾ ਕੁਝ ਨਵਾਂ ਹੁੰਦਾ। ਪਰ ਉਸਦੀ ਇੱਕ ਚੇਸ਼ਟਾ ਜ਼ਰੂਰ ਸਾਫ਼ ਦਿਸਦੀ ਕਿ ਮੈਂ ਵੀ ਜਵਾਬ ਵਿੱਚ ਉਸ ਨੂੰ ਕੁਝ ਲਿਖ ਕੇ ਦੇਵਾਂ।

ਫਿਰ ਇਸ ਦੀ ਮੰਗ ਉਹ ਜ਼ੁਬਾਨੀ ਵੀ ਕਰਨ ਲੱਗ ਪਿਆ ਸੀ। ਬੱਸ ਬਹਾਨਾ ਇਹੀ ਹੁੰਦਾ ਕਿ ਬੈਠ ਕੇ ਗੱਲਾਂ ਲਈ ਟਾਇਮ ਨਹੀਂ ਹੁੰਦਾ। ਪੱਤਰਾਂ ਰਾਹੀ ਵਿਚਾਰ ਸਾਂਝੇ ਕਰ ਲਿਆ ਕਰੀਏ।

ਮੈਨੂੰ ਉਸਦੀ ਇਹ ਰਾਏ ਕੋਈ ਮਰਦ ਭਿੱਤੀ ਜਾਪਦੀ। ਭਾਵੇਂ ਮੈਂ ਇਸ ਖਿਆਲ ਤੋਂ ਮੁਕਤ ਹੋਣ ਦੀ ਕੋਸ਼ਿਸ਼ ਕਰਦੀ ਪਰ ਸੋਚ ਦੀ ਸੂਈ ਉਸੇ ਥਾਂ ਜਾ ਅੜਦੀ... ਜਿਥੇ ਮੁੰਡੇ ਪਿਆਰ ਮਾਰੀਆਂ ਕੁੜੀਆਂ ਤੋਂ ਫੋਟੋ ਜਾਂ ਚਿੱਠੀਆਂ ਪ੍ਰਾਪਤ ਕਰ ਲੈਂਦੇ ਹਨ। ਪਰ ਮਗਰੋਂ ਆਪਣੇ ਦੋਸਤਾਂ ਵਿੱਚ ਦਿਖਾ ਕੇ ਤੇ ਡੀਂਗਾਂ ਮਾਰ ਕੇ ਆਪਣੀ ਬਹਾਦਰੀ ਦੇ ਝੰਡੇ ਗੱਡਣ ਦਾ ਭਰਮ ਪਾਲ਼ਦੇ ਹਨ। ਇਸ ਭਰਮ ਦੀ ਪੂਰਤੀ ਹਿੱਤ ਜਾਣੇ ਅਣਜਾਣੇ ਕਿਸੇ ਦਾ ਮਸੂਮ ਪਿਆਰ ਵੀ ਸਮਾਜ ਦੀ 'ਤੋਏ-ਤੋਏ' ਦੇ ਛੱਜੀਂ ਚੜ੍ਹ ਜਾਂਦਾ ਹੈ। ਇਸ ਡਰ ਨਾਲ਼ ਮੈਂ ਕੰਬ ਜਾਣਾ।

ਚਾਹ ਕੇ ਵੀ ਉਸ ਦੇ ਕਿਸੇ ਪੱਤਰ ਦਾ ਉੱਤਰ ਨਾ ਦੇ ਸਕੀ। ਕਈ ਪੱਤਰ

ਉਸਦੇ ਇੰਨੇ ਪਿਆਰੇ ਹੁੰਦੇ ਸਨ ਕਿ ਦਿਲ ਕਰਨਾ ਕਿ ਮੈਂ ਵੀ ਭਾਵਨਾਵਾਂ ਦਾ ਪ੍ਰਗਟਾਅ ਕਰਾਂ, ਪਰ ਨਾ ਕਰ ਸਕੀ। ਸ਼ਾਇਦ ਉਮਰ ਦੇ ਇਸ ਪੜਾਅ ਦਾ ਵੀ ਕੋਈ ਰੋਲ ਸੀ।

ਇੱਕ ਦਿਨ ਉਸ ਮੈਨੂੰ ਮਜਬੂਰ ਹੀ ਕਰ ਦਿੱਤਾ। ਗੱਲਾਂ-ਗੱਲਾਂ ਵਿੱਚ ਉਸ ਮੇਰੇ ਕੋਲ਼ੋਂ ਪਰੌਮਿਸ ਵੀ ਲੈ ਲਿਆ। ਪਰ ਦੂਸਰੇ ਦਿਨ ਮੈਂ ਉਸ ਨੂੰ ਕੁਝ ਨਾ ਦਿੱਤਾ ਤਾਂ ਉਹ ਸਾਰਾ ਦਿਨ ਹਸਰਤੀ ਨਜ਼ਰਾਂ ਨਾਲ਼ ਮੇਰੇ ਵੱਲ ਵੇਖਦਾ ਰਿਹਾ।

ਅੱਠਵੇਂ ਪੀਰਡ ਉਸ ਨੂੰ ਇਕੱਲੇ ਦੇਖ ਕੇ ਮੈਂ ਉਸ ਕੋਲ਼ ਗਈ। "ਸੌਰੀ ਪਾਲ ਮੈਂ ਚਾਹ ਕੇ ਵੀ ਕੁਝ ਲਿਖ ਨਹੀਂ ਸਕੀ। ਕਲਮ-ਕਾਗਜ਼ ਚੁੱਕੇ ਸਨ ਪਰ ਹੱਥ ਤਾਂ ਇੱਕ ਪਾਸੇ ਰਹੇ, ਮੇਰਾ ਤਾਂ ਸਾਰਾ ਬਦਨ ਹੀ ਕੰਬ ਗਿਆ ਸੀ। ਰੀਅਲੀ-ਸੌਰੀ ਵੈਰੀ ਸੌਰੀ।"

"ਲੈ ਸੌਰੀ ਵੌਰੀ ਕਾਹਦੀ... ਫਿਰ ਕੀ ਹੋਇਆ?" ਉਸ ਬੜੇ ਠਰੰਮੇ ਨਾਲ਼ ਜਵਾਬ ਦਿੱਤਾ।

ਦੂਜੇ ਦਿਨ ਇਹ ਠਰੰਮਾ ਉਸ ਦੇ ਸਰੀਰ ਦੇ ਕਿਸੇ ਵੀ ਅੰਗ ਤੋਂ ਟੋਲ੍ਹਿਆ ਵੀ ਨਜ਼ਰ ਨਹੀਂ ਸੀ ਆਉਂਦਾ। ਤੀਜੇ ਦਿਨ ਉਸਦੀ ਹਾਲਤ ਹੋਰ ਵੀ ਪਤਲੀ ਲੱਗੀ। ਉਸ ਦੇ ਹਾਸਿਆਂ 'ਚ ਕਮਲਿਆਂ ਦੇ ਹਾਸੇ ਵਰਗਾ ਕੁਝ ਸੀ। ਗੱਲਾਂ ਵਿੱਚ ਬਨਾਵਟੀਪਣ ਤੇ ਉੱਖੜਿਆਪਣ। ਉਸ ਦੀ ਨਜ਼ਰ ਵਿੱਚੋਂ ਸਾਫ਼ ਡਿਪਰੈਸ਼ਨ ਨਜ਼ਰ ਆਉਂਦਾ ਸੀ। ਉਹ ਜਿੱਧਰ ਵੀ ਟਿਕਟਿਕੀ ਲਾ ਲੈਂਦਾ ਉੱਧਰ ਹੀ ਵੇਖਦਾ ਰਹਿੰਦਾ।

ਡਿਪਰੈਸ਼ਨ ਦੇ ਮਰੀਜ਼ਾਂ ਬਾਰੇ ਮੇਰੇ ਕੋਲ਼ ਗਿਆਨ ਸੀ। ਇਹ ਪਹਿਲੀ ਸਟੇਜ ਤੇ ਸੰਭਾਲ਼ੇ ਜਾਣ ਤਾਂ ਠੀਕ ਹੈ ਨਹੀਂ ਤਾਂ ਸੰਗਲ਼ ਜਾਂ ਫਿਰ ਖੁਦਕਸ਼ੀਆਂ।

ਮੈਂ ਧੁਰ ਅੰਦਰੋਂ ਕੰਬ ਗਈ। ਮੈਨੂੰ ਆਪਣਾ·ਆਪ ਦੋਸ਼ੀ ਲੱਗਾ। "ਸੁਮਨ ਤੂੰ ਪੁਆੜੇ ਦੀ ਜੜ੍ਹ ਏ। ਤੂੰ ਉਸ ਨੂੰ ਪਰੌਮਿਸ ਦਿੱਤਾ ਹੀ ਕਿਉਂ? ਜੇ ਚਾਰ ਅੱਖਰ ਝਰੀਟ ਦਿੰਦੀ ਤਾਂ ਕੀ ਫਰਕ ਪੈ ਚੱਲਿਆ ਸੀ? ਅਗਰ ਉਹ ਸੱਚੀਂ ਸ਼ੁਦਾਈ ਹੋ ਗਿਆ?" ਮੇਰੇ ਅੰਦਰਲੀ ਸੁਮਨ ਬੋਲ ਰਹੀ ਸੀ।

ਮੈਨੂੰ ਉਹ ਗਲ਼ੀਆਂ ਵਿੱਚ ਨੰਗ-ਧੜੰਗਾ ਦੌੜਦਾ ਦਿੱਸਿਆ। ਮਗਰ ਬੱਚੇ ਰੌਲ਼ਾ ਪਾਉਂਦੇ ਇਟਾਂ-ਢੀਮਾਂ... ਮਾਰਦੇ ਨਜ਼ਰ ਆਏ।

"ਨਈਂ... ਈਂ..." ਮੇਰੀ ਚੀਕ ਜਿਹੀ ਨਿਕਲ਼ ਗਈ ਤੇ ਦੋਵੇ ਹੱਥ ਕੰਨ੍ਹਾਂ ਉੱਤੇ ਧਰੇ ਗਏ।

"ਮੈਂ ਉਸ ਨੂੰ ਬਰਬਾਦ ਨਹੀਂ ਹੋਣ ਦੇਵਾਂਗੀ।... ਨਹੀਂ ਹੋਣ ਦੇਵਾਂਗੀ... ਨਹੀਂ, ਨਹੀਂ... ਨਹੀਂ...।" ਮੈਂ ਆਲ਼ੇ-ਦੁਆਲ਼ੇ ਦੇਖਿਆ... ਪੀਰਡ ਵਿਹਲਾ ਹੋਣ ਕਾਰਨ ਮੈਂ ਇੱਕਲੀ ਹੀ ਬੈਠੀ ਸੀ। ਸ਼ੁਕਰ ਹੈ ਕਿਸੇ ਨੇ ਮੇਰੀ ਚੀਕ ਤੇ ਬੁੜਬੜਾਹਟ ਨਹੀਂ ਸੀ ਸੁਣੀ।

ਖਿਆਲਾਂ ਦਾ ਰੁਖ਼ ਬਦਲਿਆ:

ਮੈਂ ਲਿਖਾਂਗੀ ...ਹਜ਼ਾਰ ਵਾਰ ਲਿਖਾਂਗੀ। ਮੈਂ ਹੱਥੀਂ ਤਾਂ ਕਿਸੇ ਦੁਸ਼ਮਣ ਨੂੰ ਵੀ ਬਰਬਾਦ ਨਹੀਂ ਕਰ ਸਕਦੀ, ਉਹ ਤਾਂ ਮੇਰਾ ਹੀਰਾ ਦੋਸਤ ਹੈ। ਮੈਨੂੰ ਅਥਾਹ ਪਿਆਰ ਕਰਨ ਵਾਲ਼ਾ ਪਿਆਰਾ ਦੋਸਤ। ਮੈਂ ਉਸ ਦੇ ਬੱਚਿਆਂ ਦੀ ਦੋਸ਼ੀ ਨਹੀਂ ਬਣ ਸਕਾਂਗੀ।

ਮੈਨੂੰ ਹੁਣੇ ਲਿਖਣਾ ਚਾਹੀਦਾ ਹੈ। ਕੱਲ੍ਹ ਐਤਵਾਰ ਹੈ। ਮੰਗਲਵਾਰ 26 ਜਨਵਰੀ ਦੀ ਛੁੱਟੀ ਹੈ। ਸੋਮਵਾਰ ਲੋਕਲ ਲੱਗੀ ਹੋਈ ਹੈ। ਤਿੰਨ ਦਿਨਾਂ ਵਿੱਚ ਉਸਦੀ ਹਾਲਤ ਬਹੁਤ ਖਰਾਬ ਹੋ ਸਕਦੀ ਹੈ। ...ਮੇਰਾ ਮਨ ਬੋਲ ਰਿਹਾ ਸੀ।

ਮੈਂ ਕਿਸੇ ਬੱਚੇ ਕੋਲੋਂ ਕਾਪੀ ਮੰਗਾਈ ਤੇ ਲਿਖਣਾ ਸ਼ੁਰੂ ਕਰ ਦਿੱਤਾ। ਮੈਨੂੰ ਯਾਦ ਹੈ ਕਿ ਬਹੁਤ ਤਾਂ ਨਹੀਂ ਸੀ ਲਿਖ ਸਕੀ। ਜੋ ਮੈਨ ਸੀ ਉਹ ਅੱਜ ਵੀ ਅੱਖਾਂ ਸਾਹਵੇਂ ਉੱਕਰਿਆ ਪਿਆ ਹੈ:

ਪਾਲ ਤੂੰ ਬਹੁਤ ਚੰਗਾ ਏਂ। ਸੱਚ ਮੁੱਚ ਹੀ ਬਹੁਤ ਚੰਗਾ। ਮੈਂ ਤੇਰੀ ਪਹਿਲੇ ਦਿਨ ਤੋਂ ਫੈਨ ਹਾਂ। ਤੂੰ ਸੁੱਚੇ ਸੋਨੇ ਵਰਗਾ ਦੋਸਤ ਏ। ਇੱਕ ਦੋਸਤ ਵਾਲ਼ਾ ਪਿਆਰ ਤੈਨੂੰ ਕਰਦੀ ਹਾਂ। ਸੱਚੇ ਦਿਲੋਂ ਕਰਦੀ ਹਾਂ। ਪਰ ਲਿਖਣਾ ਮੇਰੇ ਵੱਸ ਦਾ ਰੋਗ ਨਹੀਂ।

ਹਾਂ ਪਾਲ, ਮੈ ਆਪਣੇ ਪਤੀ ਨੂੰ ਬਹੁਤ ਪਿਆਰ ਕਰਦੀ ਹਾਂ। ਆਪਣੀ ਜਾਨ ਤੋਂ ਵੀ ਵੱਧ। ਮੈਂ ਉਸ ਲਈ ਆਪਣੀ ਜਾਨ ਵੀ ਦੇ ਸਕਦੀ ਹਾਂ...।

...ਮੈਨੂੰ ਤੇਰੀ ਦੋਸਤੀ ਤੇ ਰੱਬ ਵਰਗਾ ਮਾਣ ਏ। ...ਤੇਰੀ ਆਪਣੀ ਦੋਸਤ...

ਅੱਠਵੇਂ ਪੀਰਡ ਉਹ ਅਕਸਰ ਸਾਇੰਸ ਰੂਮ ਵਿੱਚ ਹੋਇਆ ਕਰਦਾ ਸੀ। ਮੈਂ ਹੌਂਸਲੇ ਨਾਲ਼ ਸਾਇੰਸ ਰੂਮ ਵੱਲ ਤੁਰ ਪਈ। ਮੈਨੂੰ ਇੰਜ ਮਹਿਸੂਸ ਹੋ ਰਿਹਾ ਸੀ ਜਿਉਂ ਮੈਂ ਕੋਈ ਵੱਡਾ ਪੁੰਨ ਕਰਨ ਜਾ ਰਹੀ ਹਾਂ। ਮੈਨੂੰ ਸਾਇੰਸ ਰੂਮ ਵਿੱਚ ਦੇਖ ਕੇ ਉਹ ਹੜਬੜਾ ਗਿਆ। ਕੁਰਸੀ ਤੋਂ ਉੱਠ ਖੜੋਤਾ। ਮੈਂ ਉਸ ਨੂੰ ਬੈਠਣ ਲਈ ਆਖ-ਆਪ ਇੱਕ ਕੁਰਸੀ ਖਿੱਚ ਬੈਠ ਗਈ।

"ਪਾਲ ਮੈਂ ਆਪਣਾ ਪਰੌਮਿਸ ਪੂਰਿਆ ਕਰ ਲਿਆਈ ਹਾਂ, ਪੱਤਰ ਲਿਖ ਕੇ। ਪਰ ਇੱਕ ਪਰੌਮਿਸ ਹੋਰ ਮੰਗਦੀ ਹਾਂ। ਤੂੰ ਇਹ ਮੇਰੀ ਹਾਜ਼ਰੀ ਵਿੱਚ ਪੜ੍ਹਨਾ ਹੋਵੇਗਾ। ਦੂਜਾ ਸੋਮਵਾਰ ਮੇਰੇ ਘਰ ਗਿਆਰਾਂ ਕੁ ਵਜੇ ਫੋਨ ਜ਼ਰੂਰ ਕਰੀਂ। ਤੀਜਾ..." ਮੈਂ ਅੱਗੇ ਬੋਲਦੀ-ਬੋਲਦੀ ਰੁਕ ਗਈ।

"ਹਾਂ-ਹਾਂ ਤੀਜਾ ਕੀ?" ਉਸ ਉਤਸੁਕਤਾ ਨਾਲ਼ ਪੁੱਛਿਆ।

"ਚੱਲ ਛੱਡ, ਲੈ ਪਹਿਲੇ ਪੱਤਰ ਪੜ੍ਹ।" ਮੈਂ ਕੰਬਦੇ ਹੱਥਾਂ ਨਾਲ਼ ਉਸ ਨੂੰ ਪੱਤਰ ਫੜਾ ਦਿੱਤਾ। ਉਹ ਪੱਤਰ ਪੜ੍ਹਦਾ ਗਿਆ। ਮੇਰੇ ਲਿਖਦੀ ਦੇ ਹੱਥ ਕੰਬਦੇ ਸੀ ਤੇ ਉਸਦੇ ਪੜ੍ਹਦੇ ਦੇ। ਪੱਤਰ ਪੜ੍ਹਦੇ ਸਮੇਂ ਉਸਦਾ ਚਿਹਰਾ ਸੂਹਾ ਹੁੰਦਾ ਗਿਆ।

ਪੱਤਰ ਪੜ੍ਹਨ ਤੋਂ ਬਾਅਦ, ਜਿੱਡਾ ਕੁ ਸੰਭਵ ਸੀ, ਉਸ ਹਉਕਾ ਲਿਆ। ਮੇਰੇ ਵੱਲ ਗਹੁ ਨਾਲ਼ ਦੇਖਿਆ। ਉਸ ਦੀਆਂ ਅੱਖਾਂ ਵਿੱਚ ਅਜੀਬ ਚਮਕ ਸੀ। ਉਸਨੇ ਪੱਤਰ ਤੇ ਸਰਸਰੀ ਨਜ਼ਰ ਮਾਰੀ। ਤਹਿ ਲਾ ਕੇ ਅੱਖਾਂ ਨਾਲ਼ ਲਾਇਆ, ਚੁੰਮਿਆ ਤੇ ਜੇਬ ਵਿੱਚ ਪਾਉਣ ਲਈ ਹੱਥ ਵਧਾਇਆ।

ਮੇਰੇ ਸੋਤਰ ਸੁੱਕ ਗਏ। ਅੰਦਰ ਕੰਬ ਗਿਆ। 'ਹਾਏ! ਹੁਣ ਕੀ ਕਰਾਂ?' ਅੰਦਰ ਬੋਲਿਆ।

ਜਦੋ ਉਸ ਪੱਤਰ ਮੇਰੇ ਵੱਲ ਵਧਾ ਦਿੱਤਾ। ਤੇ ਬੋਲਿਆ "ਲੈ ਗੁਗੜੇ, ਸ਼ਾਇਦ ਤੂੰ ਤੀਜਾ ਵਾਅਦਾ ਇਹੀ ਕਰਨਾ ਚਾਹੁੰਦੀ ਸੀ ਕਿ ਪੱਤਰ ਪੜ੍ਹ ਕੇ ਮੋੜ ਦੇਵੀਂ।"

ਮੇਰੀ ਜਾਨ ਵਿੱਚ ਜਾਨ ਆ ਗਈ। ਅੱਖੀਂ ਖੁਸ਼ੀ ਦੇ ਅੱਥਰੂ ਆ ਗਏ।

"ਪਾਲ ਤੂੰ ਕਿੰਨਾ ਚੰਗਾ ਏ।" ਅੰਦਰੋਂ ਅਸੀਸ ਜਿਹੀ ਉੱਠੀ।

"ਗੁਗੜੇ ਪਰਸੋਂ ਤੋਂ ਮੇਰੇ ਮਨ ਤੇ ਇੱਕ ਅਜੀਬ ਜਿਹਾ ਡਰ ਸੀ। ਬੋਝ ਸੀ। ਲੱਖ ਕੋਸ਼ਿਸ਼ ਕਰਨ ਤੇ ਵੀ ਨਹੀਂ ਸੀ ਲਹਿੰਦਾ। ...ਬੱਸ ਇਹੀ ਕਿ ...ਗੁਗੜੇ ਨੇ ਮੇਰੇ ਤੇ ਇਤਬਾਰ ਨਹੀਂ ਕੀਤਾ ਕਿ ਮੈਂ ਉਸ ਦਾ ਪੱਤਰ ਕਿਸੇ ਹੋਰ ਨੂੰ ਦਿਖਾ ਦੇਵਾਂਗਾ। ਮੈਂ ਇਹ ਪੱਤਰ ਕੋਲ਼ ਲਿਜਾ ਕੇ ਤੇਰੇ ਮਨ 'ਤੇ ਅਜਿਹਾ ਬੋਝ ਲੱਦਣਾ ਨਹੀਂ ਚਾਹੁੰਦਾ।"

ਉਸ ਦਿਨ ਮੇਰਾ ਜੀਅ ਕੀਤਾ ਕਿ ਧਾਅ ਕੇ ਉਸ ਨੂੰ ਜੱਫੀ ਪਾ ਲਵਾਂ ਤੇ ਚੁੰਮ ਲਵਾਂ। ਨੌਵੇਂ ਪੀਰਡ ਉਸ ਮੇਰੇ ਸੰਖੇਪ ਜਿਹੇ ਪੱਤਰ ਦਾ ਸੰਖੇਪ ਜਿਹਾ ਉੱਤਰ ਭੇਜ ਵੀ ਦਿੱਤਾ:

ਗੁਗੜੇ ਅਗਰ ਮੇਰੀ ਦੋਸਤੀ ਕਾਰਨ ਤੇਰੇ ਪਤੀ ਪਿਆਰ ਵਿੱਚ ਕੋਈ ਕਮੀ ਆਈ ਹੈ ਤਾਂ ਮੇਰੇ 'ਤੇ ਦੁਨੀਆਂ ਭਰ ਦੀ ਲਾਹਨਤ ਪਵੇ। ਸਗੋਂ ਅਨੰਦ ਜੀ ਨਾਲ਼ ਤੇਰਾ ਪਿਆਰ ਹੋਰ ਵਧਣਾ ਚਾਹੀਦਾ ਸੀ। ਜੇ ਅਜਿਹਾ ਹੋਇਆ ਹੈ ਤਾਂ ਮੇਰੇ ਧੰਨਭਾਗ ਹਨ। ਤੇਰੀ ਦੋਸਤੀ ਦੇ ਅਹਿਸਾਸ ਨਾਲ਼ ਮੇਰੇ ਘਰ ਦੀਆਂ ਤਾਂ ਹਨੇਰੀਆਂ ਨੁੱਕਰਾਂ ਵੀ ਰੁਸ਼ਨਾ ਗਈਆਂ ਹਨ। ਘਰ ਦੇ ਇੱਟਾਂ ਵੱਟਿਆਂ ਨਾਲ਼ ਵੀ ਮੋਹ ਜਾਗ ਪਿਆ ਏ। ਹੁਣ ਮੈਂ ਤੈਨੂੰ ਕਦੇ ਵੀ ਪੱਤਰ ਲਿਖਣ ਲਈ ਮਜ਼ਬੂਰ ਨਹੀਂ ਕਰਾਂਗਾ। ਲਿਖਣ ਲਈ ਕਹਾਂਗਾ ਹੀ ਨਹੀਂ।"

ਸੋਮਵਾਰ ਠੀਕ ਗਿਆਰਾਂ ਵਜੇ ਉਸਦਾ ਫੋਨ ਆ ਗਿਆ। ਮੈਨੂੰ ਖੁਸ਼ੀ ਹੋਈ ਕਿ ਉਹ ਠੀਕ-ਠਾਕ ਸੀ। ਉਸਦੇ ਬੋਲਾਂ ਤੋਂ ਖੁਸ਼ੀ ਝਲਕ ਰਹੀ ਸੀ। ਉਸ ਦੱਸਿਆ ਕਿ ਪਿਛਲੀਆਂ ਦੋ ਰਾਤਾਂ ਉਹ ਚੰਗੀ ਤਰ੍ਹਾਂ ਸੌਂ ਨਹੀਂ ਸੀ ਸਕਿਆ। ਪਰ ਮਗਰਲੀਆਂ ਦੋ ਰਾਤਾਂ ਭਰਪੂਰ ਨੀਂਦ ਲੈ ਸਕਿਆ ਸੀ।

"ਆਈ ਲਵ ਯੂ ਗੁਗੜੇ... ਲਵ ਯੂ... ਸੋ ਮੱਚ ਆਈ ਕਾਂਟ ਐਕਸਪਲੇਨ..." ਉਹ ਪਿਆਰ ਬਹਿਰ 'ਚ ਬੋਲਿਆ।

"ਪਾਲ..." ਮੈਂ ਚਾਹ ਕੇ ਵੀ ਨਾ ਕਹਿ ਸਕੀ ਕਿ ਆਈ ਲਵ ਯੂ ਆਲਸੋ।

ਸਗੋਂ ਇਹੀ ਕਿਹਾ, ਪਾਲ, ...ਸਾਰੀਆਂ ਗੱਲਾਂ ਮੂੰਹੋਂ ਕਹਿਣ ਲਈ ਨਹੀਂ ਹੁੰਦੀਆਂ। ਮਹਿਸੂਸ ਕਰਨ ਤੇ ਵੀ ਉਹਨਾਂ ਦੀ ਸਾਰਥਕਤਾ ਉੱਨੀ ਹੀ ਰਹਿੰਦੀ ਹੈ।

ਦਿਨ ਬੀਤਦੇ ਗਏ।

ਆਪਸੀ ਦੋਸਤੀ ਅਤੇ ਮੋਹ, ਮਨਾਂ ਦੀਆਂ ਸਹਿਜ ਅਵਸਥਾਵਾਂ ਵਿੱਚ ਰਚਦਾ ਗਿਆ। ਇਹ ਸਭ ਕੁਝ ਜ਼ਿੰਦਗੀ ਦਾ ਅਨਮੋਲ ਸਰਮਾਇਆ ਜਾਪਣ ਲੱਗਾ, ਇੰਜ ਜਾਪਣ ਲੱਗਾ ਜਿਵੇਂ ਜ਼ਿੰਦਗੀ ਦੀ ਸੰਪੂਰਨਤਾ ਇਸ ਦੋਸਤੀ ਤੋਂ ਬਿਨਾਂ ਊਣੀ ਹੀ ਸੀ। ਦਿਲ ਕਰਨਾ ਕਿ ਇੱਕਠੇ ਬੈਠ ਕੇ ਢੇਰ ਸਾਰੀਆਂ ਗੱਲਾਂ ਕਰੀਏ। ਪਰ 'ਕੋਈ ਕੀ ਕਹੂ?' ਦਾ ਵਹਿਮ ਪਿੱਛਾ ਨਾ ਛੱਡਦਾ। ਤਾਂ ਹੀ ਸ਼ਾਇਦ ਪਾਲ ਇੱਕ ਦਿਨ ਬੋਲਿਆ ਸੀ:

"ਪਤਾ ਨੀ ਆਪਾਂ 'ਚ ਕੀ ਏ। ਇਹ ਪਿਆਰ ਹੈ ਜਾਂ ਕੁਝ ਹੋਰ। ਪਰ ਇਹਦੇ 'ਚ ਸਕੂਨ ਵੀ ਬਹੁਤ ਹੈ ਤੇ ਤੜਪ ਵੀ। ਦੇਖ ਅੱਜ ਤਾਈਂ ਨਾ ਇੱਕ ਦੂਜੇ ਨੂੰ ਛੂਹਿਆ ਹੈ ਤੇ ਨਾ ਚੁੰਮਿਆ ਏ। ਪਰ ਪਤਾ ਨਹੀਂ ਇੰਜ ਲਗਦਾ ਜਿਵੇਂ ਅਸੀਂ ਸਮਾਜ ਦੇ ਚੋਰ

ਹੋਈਏ।" ਮੈਨੂੰ ਲੱਗਾ ਉਸ ਨੇ ਮੇਰੇ ਦਿਲ ਦੀ ਗੱਲ ਕਹੀ ਹੋਵੇ।

ਪਰ 'ਛੂਹ' ਦੀ ਲਾਲਸਾ ਤੋਂ ਉਹ ਕਦੇ ਵੀ ਮੁਕਤ ਨਹੀਂ ਸੀ ਹੋਇਆ। ਮੂੰਹੋਂ ਭਾਵੇਂ ਇਸ ਬਾਰੇ ਉਹ ਬਹੁਤ ਕੁਝ ਨਹੀਂ ਸੀ ਕਹਿੰਦਾ... ਪਰ ਉਸ ਦੀਆਂ ਨਜ਼ਰਾਂ ਪਿੱਛੇ ਲੁਕਿਆ ਦਰਦ ਦੇਖ ਮੈਂ ਕਈ ਵਾਰੀ ਧੁਰ ਅੰਦਰੋਂ ਝੂਣੀ ਜਾਂਦੀ। ਮੈਨੂੰ ਉਸ ਦੀ ਅਤੇ ਆਪਣੀ ਬੇਵਸੀ 'ਤੇ ਤਰਸ ਆ ਜਾਂਦਾ। ਇਸੇ ਛੋਹ ਦੀ ਲਾਲਸਾ ਤੇ ਬੇਵਸੀ ਵੱਸ ਸ਼ਾਇਦ ਉਸ ਇੱਕ ਦਿਨ ਆਖਿਆ ਸੀ:

"ਗੁਗੜੇ ਮੇਰਾ ਦਿਲ ਕਰਦਾ ਬਈ ਮੈਂ ਮਰ ਜਾਵਾਂ।" ਮੇਰਾ ਦਿਲ ਕੀਤਾ ਕਿ ਉਸਦੇ ਮੂੰਹ ਤੇ ਹੱਥ ਰੱਖ ਦੇਵਾਂ। ਪਰ ਨਹੀਂ ਕਰ ਸਕੀ ਸੀ ਅਜਿਹਾ। ਸਗੋਂ ਘਬਰਾਹਟ ਤੇ ਕਾਹਲ਼ੀ 'ਚ ਕਹਿ ਗਈ ਸਾਂ:

"ਜੇ ਤੁਸੀਂ ਇਸ ਤਰ੍ਹਾਂ ਕਿਹਾ ਤਾਂ ਮੈਂ ਕਦੀ ਵੀ ਨਹੀਂ ਬੋਲਾਂਗੀ। ਕਿਉਂ ਕਿਹਾ ਤੁਸੀਂ ਇਸ ਤਰ੍ਹਾਂ?"

"ਦਿਲ ਕਰਦਾ ਹੈ ਕਿ ਮਰ ਕੇ ਮੈਂ ਨਿੱਕਾ ਜਿਹਾ ਬੱਚਾ ਬਣਕੇ ਤੇਰੀ ਗੋਦੀ ਵਿੱਚ ਆ ਜਾਵਾਂ। ਫਿਰ ਤੂੰ ਮੈਨੂੰ ਚੱਟੇ, ਚੁੰਮੇ, ਲਾਡ ਲਡਾਵੇਂ ਤੇ ਹਿੱਕ ਨਾਲ਼ ਘੁੱਟ ਲਿਆ ਕਰੇਂ। ਰਾਤੀਂ ਤੇਰੀ ਹਿੱਕ ਤੇ ਚੜ੍ਹ ਸੌਂ ਜਾਇਆ ਕਰਾਂ। ਨਿੱਕੀਆਂ-ਨਿੱਕੀਆਂ ਬਾਹਾਂ ਦੁਆਲ਼ੇ ਕੱਸ ਕੇ।"

ਉਸਦੀ ਇਹ ਲੋਚਾ, ਇਸ ਪਿਛਲਾ ਦਰਦ ਤੇ ਬੇਬਸੀ ਮੇਰੇ ਸੀਨੇ ਲਹਿ ਗਏ ਸਨ। ਸ਼ਾਇਦ ਉਸ ਦੀ ਇਸ ਲੋਚਾ ਨੂੰ ਹੋਰ ਕੁਰੇਦਣ ਲਈ ਜਾਂ ਸੁਭਾਵਿਕ ਹੀ ਇੱਕ ਦਿਨ ਮੇਰੇ ਮੂੰਹੋਂ ਨਿਕਲ਼ ਗਿਆ ਸੀ :

"ਪਾਲ, ਮੈਨੂੰ ਪੂਰਾ ਅਹਿਸਾਸ ਹੈ ਕਿ ਤੂੰ ਮੇਰੇ ਨਾਲ਼ ਜਨੂੰਨ ਦੀ ਹੱਦ ਤੱਕ ਪਿਆਰ ਕਰਦਾ ਹੈ। ਪਰ ਕੀ ਕਦੇ...?"

"ਹਾਂ... ਹਾਂ... ਪੁੱਛ ਗੁਗੜੇ... ਬੇਝਿਜਕ ਪੁੱਛ ਲੈ।"

"ਕੀ ਕਦੇ... ਮੇਰੇ ਨਾਲ਼ ਸਰੀਰਕ ਸੰਬੰਧਾਂ... ਇੱਛਾ...।" ਰੁਕ ਰੁਕ ਕੇ ਮੇਰੇ ਮੂੰਹੋਂ ਇੰਨੇ ਕੁ ਸ਼ਬਦ ਹੀ ਨਿਕਲ਼ ਸਕੇ।

ਮੈਂ ਦੇਖਿਆ, ਪਾਲ ਇਕਦਮ ਗੰਭੀਰ ਹੋ ਗਿਆ ਸੀ। ਮੈਂ ਉਸਦੇ ਚਿਹਰੇ ਦੇ ਉਤਰਾਅ-ਚੜ੍ਹਾਅ ਦੇਖ ਰਹੀ ਸਾਂ ਜਿਵੇਂ ਉਹ ਕਿਤੇ ਗੁਆਚ ਚੁੱਕਾ ਹੋਵੇ। ਉਸਨੇ ਵਾਰੀ-ਵਾਰੀ ਆਪਣੇ ਹੱਥਾਂ ਦੀਆਂ ਹਥੇਲ਼ੀਆਂ ਵੱਲ ਵੇਖਿਆ। ਉੱਪਰ ਅਸਮਾਨ ਵੱਲ ਦੇਖਿਆ। ਫਿਰ ਮੇਰੇ ਚਿਹਰੇ ਵੱਲ ਦੇਖਿਆ ਜਿਵੇਂ ਨਜ਼ਰਾਂ ਨਾਲ਼ ਹੀ ਸਭ ਕੁਝ ਦੱਸ ਦੇਣਾ ਚਾਹੁੰਦਾ ਹੋਵੇ। ਫਿਰ ਲੰਮਾ ਜਿਹਾ ਸਾਹ ਲੈ ਕੇ ਉਸ ਬੋਲਣਾ ਸ਼ੁਰੂ ਕੀਤਾ :

"ਪੁਰਾਣ ਸੰਸਕ੍ਰਿਤੀ ਚਾਰ ਯੁੱਗਾਂ ਦੀ ਗੱਲ ਕਰਦੀ ਹੈ। ਪਰ ਮਨੁੱਖੀ ਮਨ ਦੇ ਯੁੱਗਾਂ ਦੀ ਕੋਈ ਥਾਹ ਨਹੀਂ... ਪਲ ਪਲ ਇਸ ਦੇ ਅੰਦਰ ਯੁੱਗ ਬਦਲੀ ਹੁੰਦੀ ਹੈ।" ਉਸ ਦੀਆਂ ਗੱਲਾਂ ਸਮਝਣ ਲਈ ਮੈਂ ਦਿਮਾਗ਼ ਦੇ ਪੂਰੇ ਕਿਵਾੜ ਖੋਲ੍ਹ ਲਏ। "ਮਨੁੱਖੀ ਮਨ ਦਾ ਇੱਕ ਯੁੱਗ... ਕਾਮ ਯੁੱਗ ਹੈ। ਵੈਸੇ ਹਰ ਪ੍ਰਾਣੀ-ਮਨ ਦਾ ਹਿੱਸਾ ਹੈ ਇਹ। ...ਪਰ ਕਾਮ ਯੁੱਗ ਦੇ ਅੱਗੋਂ ਫਿਰ ਦੋ ਯੁੱਗ ਨੇ। ਜੇ ਨਾਂ ਦੇਣੇ ਹੋਣ ਤਾਂ ਸਤਿਯੁਗ ਤੇ ਕਲਯੁਗ ਦੇ ਨਾਂ ਦਿੱਤੇ ਜਾਂ ਸਕਦੇ ਹਨ।"

"ਹੇ ਯੁੱਗ ਪੁਰਸ਼ ਜੀ ਜੋ ਵੀ ਕਹਿਣਾ ਚਾਹੁੰਦੇ ਹੋ, ਸੌਖੀ ਸ਼ਬਦਾਵਲੀ ਵਿੱਚ ਕਹੋ।" ਆਖ ਮੈਂ ਆਪਣੇ ਚਿੱਤੋਂ ਉਸਦੀ ਲੈਅ ਤੋੜ ਦਿੱਤੀ। ਪਰ ਉਹ ਅਪਣੀ ਹੀ ਮਗਨਤਾ ਵਿੱਚ ਬੋਲਦਾ ਗਿਆ:

"ਨਰ ਤੇ ਮਾਦਾ ਇੱਕ ਦੂਜੇ ਦੇ ਪੂਰਕ ਹਨ। ਇਹੀ ਪਹਿਲਾ ਰਿਸ਼ਤਾ ਹੈ। ਬਾਕੀ ਰਿਸ਼ਤਿਆਂ ਦਾ ਵਿਕਾਸ ਬਾਅਦ ਵਿੱਚ ਹੋਇਆ... ਜਦੋਂ ਨਰ ਤੇ ਮਾਦਾ ਕਿਸੇ ਮਜਬੂਰੀ, ਲਾਲਚ, ਡਰ ਜਾਂ ਫਰਜ਼ ਅਧੀਨ ਇਸ ਅਵਸਥਾ (ਸੈਕਸ) ਨੂੰ ਪ੍ਰਾਪਤ ਹੁੰਦੇ ਹਨ ਤਾਂ ਕਾਮਯੁਗ ਦਾ ਕਲਯੁਗ ਹੁੰਦਾ ਹੈ। ਭਾਵੇਂ ਉਹ ਪਤੀ ਪਤਨੀ ਹੀ ਕਿਉਂ ਨਾ ਹੋਣ। ਇਸਦੇ ਉਲਟ ਜਦੋਂ ਇਸ ਕੁਦਰਤੀ ਜਜ਼ਬੇ ਦੀ ਪੂਰਤੀ, ਕੁਦਰਤੀ ਰੂਪ ਵਿੱਚ ਹੋ ਰਹੀ ਹੋਵੇ ਤਾਂ ਸਤਿਯੁਗ ਵਾਲ਼ਾ ਹਿਸਾ ਰੂਪਮਾਨ ਹੋ ਰਿਹਾ ਹੁੰਦਾ ਏ। ਫਿਰ ਭਾਵੇਂ ਨਰ ਤੇ ਮਾਦਾ ਅਜ਼ਨਬੀ ਕਿਉਂ ਨਾ ਹੋਣ।"

ਹੁਣ ਮੈਂ ਉਸਦੀ ਲੈਅ ਤੋੜਨ ਦੀ ਕੋਸ਼ਿਸ਼ ਨਾ ਕੀਤੀ। ਉਹ ਆਪਣੀ ਧੁਨ ਵਿੱਚ ਬੋਲਦਾ ਗਿਆ:

"ਮੈਨੂੰ ਯਾਦ ਹੈ ਸੁਮਨ ਪਿਛਲੀ ਬਸੰਤ ਵਾਲ਼ਾ ਦਿਨ। ਤੂੰ ਬਸੰਤੀ ਕੱਪੜੇ ਪਹਿਨ ਕੇ ਆਈ ਸੀ। ਤੂੰ ਇੱਕ ਕੇਸਰ ਕਿਆਰੀ ਜਾਪ ਰਹੀ ਸੀ। ਲਾਲ ਚਿਹਰਾ ਇੰਜ ਲੱਗ ਰਿਹਾ ਸੀ ਜਿਵੇਂ ਵਿੱਚ ਗੁਲਾਬ ਖਿੜਿਆ ਹੋਵੇ। ਮੈਂ ਦੂਰ ਬੈਠਾ ਵੀ ਟਿਕਟਿਕੀ ਲਾ ਕੇ ਤੇਰੇ ਵੰਨੀ ਦੇਖ ਰਿਹਾ ਸੀ। ਦੇਖਦੇ-ਦੇਖਦੇ ਮੈਂ ਕਿਸੇ ਹੋਰ ਹੀ ਦੁਨੀਆਂ ਵਿੱਚ ਪਹੁੰਚ ਗਿਆ।

"ਇੱਕ ਸਜਿਆ ਧਜਿਆ ਕਮਰਾ ਸੀ। ਰੇਸ਼ਮੀ ਕਾਲੀਨ ਵਿਛੇ ਹੋਏ ਸਨ। ਪੌਣਾਂ ਵਿੱਚ ਦੁਨੀਆਂ ਦੀ ਕੁੱਲ ਮਾਦਕਤਾ ਘੁਲ਼ੀ ਹੋਈ ਮਹਿਸੂਸ ਹੋ ਰਹੀ ਸੀ। ਮਨੁੱਖੀ ਮਨ ਨੂੰ ਨਚਾ ਦੇਣ ਵਾਲ਼ੀਆਂ ਸੰਗੀਤਕ ਧੁਨਾਂ ਮੈਨੂੰ ਸੁਣਾਈ ਦੇ ਰਹੀਆਂ ਸਨ। ਫਿਰ ਇੱਕ ਪਾਸਿਓਂ ਤੂੰ ਪ੍ਰਗਟ ਹੋਈ। ਤੇਰਾ ਅੰਗ-ਅੰਗ ਸੰਗੀਤਕ ਧੁਨਾਂ 'ਤੇ ਥਿਰਕ ਰਿਹਾ ਸੀ। ...ਮੈਂ ਤੇਰਾ ਸਾਥ ਦੇਣਾ ਸ਼ੁਰੂ ਕੀਤਾ। ਬਾਹਾਂ ਵਿੱਚ ਬਾਹਾਂ ਪਾਈ ਆਪਾਂ ਨੱਚਦੇ ਰਹੇ ...ਨੱਚਦੇ-ਨੱਚਦੇ ਹਾਲੋਂ ਬੇਹਾਲ ਹੋ ਗਏ... ਫਿਰ ਉਸ ਪਾਸੇ ਚਲੇ ਗਏ ਜਿਧਰੋਂ ਤੂੰ ਪ੍ਰਗਟ ਹੋਈ ਸੀ। ਮਦਹੋਸ਼ ਹੋਏ... ਆਪਾਂ ਕਾਮ ਦੇ ਸਤਿਯੁੱਗ ਨੂੰ ਸਮਰਪਿਤ ਹੋ ਗਏ।"

"ਪਾ-ਲ...।" ਮੇਰੀ ਚੀਕ ਜਿਹੀ ਨਿਕਲ਼ ਗਈ। ਮੇਰੀਆਂ ਮੁੱਠੀਆਂ ਮੀਚੀਆਂ ਗਈਆਂ। ਦਿਲ ਦੀ ਧੜਕਣ ਘੰਟੀ ਵਾਂਗ ਖੜਕਣ ਲੱਗੀ।

"ਕਮੀਨਾ... ਲੁੱਚਾ..." ਸ਼ਬਦ ਮੇਰੇ ਦੰਦਾਂ ਦੀ ਦੇਹਲੀ ਤਾਂ ਨਾ ਟੱਪ ਸਕੇ ਪਰ ਅੰਦਰੋਂ ਪੈਦਾ ਜ਼ਰੂਰ ਹੋ ਗਏ ਸਨ। ...ਮੈਂ ਵਾਹੋਦਾਹੀ ਉੱਠ ਕੇ ਚਲੀ ਗਈ।

ਕਲਾਸ ਵਿੱਚ ਜਾ ਕੇ ਵੀ ਮੈਂ ਉੱਖੜੀ-ਉੱਖੜੀ ਰਹੀ। ਪਾਣੀ ਮੰਗਵਾ ਕੇ ਪੀਤਾ। ਸਾਹ ਇੱਕ ਦੂਜੇ ਨਾਲ਼ ਰਲ਼ ਨਹੀਂ ਸੀ ਰਹੇ। ਬੱਚਿਆਂ ਨੂੰ ਕੰਮ ਲਾ ਕੇ ਮੈਂ ਅੱਖਾਂ ਮੀਟ, ਆਪਣੇ ਆਪ ਨੂੰ ਸਹਿਜ ਕਰਨ ਦੀ ਕੋਸ਼ਿਸ਼ ਕੀਤੀ।

ਜਦੋਂ ਸਾਹਾਂ ਦੀ ਗਤੀ ਧੀਮੀ ਹੋਈ ਤਾਂ ਆਪਣੇ ਹੁਣੇ-ਹੁਣੇ ਦੇ ਘਬਰਾਹਟ ਭਰੇ ਵਰਤਾਰੇ ਬਾਰੇ ਅਫਸੋਸ ਤੇ ਸ਼ਰਮਿੰਦਗੀ ਜ਼ਿਹਨ ਵਿੱਚ ਉੱਗਣ ਲੱਗੇ। ਪਾਲ ਦੇ

ਹੱਕ ਵਿੱਚ ਖਿਆਲਾਂ ਦੀ ਇੱਕ ਲਹਿਰ ਜਿਹੀ ਉੱਠ ਖੜ੍ਹੀ ਹੋਈ। ਮੇਰੀ ਅੰਦਰਲੀ ਅਵਾਜ਼ ਮਨ ਦੇ ਕੰਨਾਂ ਨਾਲ਼ ਟਕਰਾਉਣ ਲੱਗੀ:

ਸੁਮਨ ਤੂੰ ਇੰਨੀ ਪਜ਼ਲ ਕਿਉਂ ਹੋ ਗਈ ਸੀ? ਕੀ ਕਹਿ ਦਿੱਤਾ ਸੀ ਉਸਨੇ? ਬੱਸ ਇਹੀ ਨਾ ਕਿ ਖਿਆਲਾਂ ਖਿਆਲਾਂ ਵਿੱਚ ਉਸਨੇ ਤੇਰੇ ਨਾਲ਼ ਸਰੀਰਕ ਸੰਬੰਧ ਬਣਾ ਲਏ ਸਨ। ਖ਼ਿਆਲਾਂ ਤੇ ਸੁਪਨਿਆਂ ਦਾ ਕੀ ਏ? ਹਰ ਜਿਊਂਦੇ ਬੰਦੇ ਦੇ ਖਿਆਲਾਂ ਵਿੱਚ ਬਹੁਤ ਕੁਝ ਵਾਪਰ ਜਾਂਦਾ ਹੈ। ਜੇ ਇਹ ਕੋਈ ਦੋਸ਼ ਹੈ ਤਾਂ ਈਮਾਨਦਾਰੀ ਨਾਲ਼ ਤੈਨੂੰ ਮੰਨਣਾ ਪਏਗਾ ਕਿ ਤੂੰ ਵੀ ਦੋਸ਼-ਮੁਕਤ ਨਹੀਂ।

ਯਾਦ ਹੈ ਸੁਮਨ-ਜਦੋਂ ਇੱਕ ਵਾਰ ਅਨੰਦ ਸਾਹਿਬ ਨੇ ਅਕਾਰਣ ਹੀ ਤੈਨੂੰ ਝਿੜਕ ਦਿੱਤਾ ਸੀ ਤਾਂ ਤੂੰ ਬੈੱਡ 'ਤੇ ਪਈ ਕਿੰਨਾ ਚਿਰ ਰੋਂਦੀ ਰਹੀ ਸੀ। ਰਹਿ ਰਹਿ ਕੇ ਤੈਨੂੰ ਖਿਆਲ ਆਉਂਦਾ ਸੀ ਕਿ ਅਗਰ ਪਾਲ ਕੋਲ਼ ਹੋਵੇ ਤਾਂ ਉਸਦੇ ਗਲ਼ ਲੱਗ ਰੱਜ-ਰੱਜ ਰੋ ਲਵਾਂ। ਫਿਰ ਖਿਆਲਾਂ ਵਿੱਚ ਹੀ ਪਾਲ ਸਿਰ ਦੇ ਵਾਲ਼ਾਂ ਵਿੱਚ ਹੱਥ ਫੇਰ ਫੇਰ ਵਰਾਉਂਦਾ ਪ੍ਰਤੀਤ ਹੁੰਦਾ ਰਿਹਾ ਸੀ ਤੇ ਇਸੇ ਖਿਆਲੀ ਸੁਖ ਵਿੱਚ ਹੰਝੂ ਸੁੱਕ ਗਏ ਸਨ।

ਸੁਮਨ ਤੈਨੂੰ ਯਾਦ ਹੋਵੇਗਾ ਕਿ ਇੱਕ ਵਾਰ ਅਨੰਦ ਸਾਹਿਬ ਦੀ ਅੰਤਰਮੁਖੀ ਸ਼ਖ਼ਸੀਅਤ ਨਾਲੋਂ ਤੈਨੂੰ ਪਾਲ ਦੀ ਬਾਹਰਮੁਖੀ ਸ਼ਖ਼ਸੀਅਤ ਜ਼ਿਆਦਾ ਚੰਗੀ ਲੱਗਣ ਲੱਗ ਪਈ ਸੀ।

ਸੁਮਨ ਤੂੰ ਯਾਦ ਕਰ, ਇੱਕ ਵਾਰ ਤੈਨੂੰ ਪਾਲ ਇੰਨਾ ਚੰਗਾ ਲੱਗਣ ਲੱਗ ਪਿਆ ਸੀ ਕਿ ਤੇਰੀ ਸੋਚ ਦੀ ਸੂਈ ਇੱਕ ਥਾਂ ਆਣ ਰੁੱਕਦੀ... ਕਾਸ਼, ਪਾਲ... ਅਨੰਦ ਜੀ ਦਾ ਛੋਟਾ ਭਰਾ ਹੁੰਦਾ। ਅਨੰਦ... ਪਾਲ ਤੇ ਮੈਂ ਇੱਕ ਛੱਤ ਦੇ ਥੱਲੇ ਜੀਵਨ ਜੀਊਂਦੇ। ...ਸਾਂਝਾ ਜੀਵਨ ...ਠੀਕ ਜਿਸ ਤਰ੍ਹਾਂ ਦਰੋਪਤੀ ਤੇ ਪੰਜ ਪਾਂਡਵ ਜਿਊਂਦੇ ਰਹੇ। ਫਿਰ ਸੋਚਾਂ ਵਿੱਚ ਕੀ-ਕੀ ਦੇਖਿਆ-ਕੀ-ਕੀ ਕੀਤਾ... ਇਸ ਤੇ ਆਪ ਸ਼ਰਮ ਆ ਗਈ ਸੀ।

ਸੁਮਨ ਤੈਨੂੰ ਇਹ ਵੀ ਭੁੱਲਿਆ ਨਹੀਂ ਹੋਵੇਗਾ ਕਿ ਇੱਕ ਵਾਰੀ ਤੂੰ ਪਾਲ ਨੂੰ ਆਖ ਹੀ ਦਿੱਤਾ ਸੀ ਕਿ ਕਾਸ਼! ਤੂੰ ਅੱਲ੍ਹੜ ਉਮਰੇ ਟੱਕਰ ਪੈਂਦਾ ਮੈਂ ਤੇਰੀ ਹੀ ਹੋ ਜਾਂਦੀ। ਬਿਨਾਂ ਦੁਨੀਆਂ ਦੀ ਪ੍ਰਵਾਹ ਕੀਤਿਆਂ। ਤੇ ਪਾਲ ਨੇ ਅੱਗਿਓ ਆਖਿਆ ਸੀ ਕਿ ਅਗਲੇ ਜਨਮ ਖਿਆਲ ਰੱਖੀਂ।

ਸੁਮਨ ਮੰਨ ਭਾਵੇਂ ਨਾ ਮੰਨ। ਮਨ ਸਤੀ ਸਵਿਤਰੀ ਹੋ ਹੀ ਨਹੀਂ ਸਕਦੇ। ਤਨ ਜ਼ਰੂਰ ਹੁੰਦੇ ਹੋਣਗੇ।

ਇਨ੍ਹਾਂ ਖਿਆਲਾਂ ਨਾਲ਼ ਹੀ ਪਾਲ ਪ੍ਰਤੀ ਮਨ ਦੀ ਕੜਵਾਹਟ ਢਿੱਲੀ ਪੈ ਗਈ ਤੇ ਅਗਲੇ ਪੀਰਡ ਹੀ ਮੈਂ ਪਸ਼ਚਾਤਾਪ ਦੀ ਦ੍ਰਿਸ਼ਟੀ ਅੱਖਾਂ ਵਿੱਚ ਸੰਜੋਈ ਉਸ ਮੂਹਰੇ ਜਾ ਬੈਠੀ। ਤੇ ਮਿੱਠੀਆਂ-ਮਿੱਠੀਆਂ ਗੱਲਾਂ ਨਾਲ਼ ਉਸ ਨੂੰ ਜਿਤਲਾ ਦਿੱਤਾ ਸੀ ਕਿ ਮੇਰੇ ਮਨ ਵਿੱਚ ਉਸ ਪ੍ਰਤੀ ਕੋਈ ਗਿਲ੍ਹਾ ਨਹੀਂ।

ਸੂਰਜ ਉੱਗਦੇ ਤੇ ਡੁੱਬਦੇ ਰਹੇ। ਰੁੱਤਾਂ ਬਦਲਦੀਆਂ ਰਹੀ॰ਾਂ। ਸਾਡੀ ਦੋਸਤੀ ਨਿੱਕੀਆਂ-ਨਿੱਕੀਆਂ ਸ਼ਰਾਰਤਾਂ, ਹਾਸਿਆਂ, ਠੱਠਿਆਂ, ਪਿਆਰ-ਪ੍ਰਗਟਾਊ ਅਦਾਵਾਂ ਦੇ ਬਾਗੀਂ ਪਲ਼ਦੀ ਰਹੀ। ਲੋਕਾਂ ਦੀਆਂ ਨਜ਼ਰਾਂ ਤੋਂ ਇਸ ਨੂੰ ਬਚਾਉਂਦੇ ਰਹੇ। ਪਰ ਕਈ

ਵਾਰੀ ਇਸ ਬੰਦਸ਼ਾਂ ਭਰੀ ਸਥਿਤੀ ਤੋਂ ਦਿਲ ਉਕਤਾ ਜਾਂਦੇ। ਤੇ ਅਸਮਾਨਾਂ ਜਿੱਡੀ ਖੁੱਲ੍ਹ ਮਾਨਣੀ ਲੋਚਦੇ। ਪਰ ਸੰਸਕਾਰਾਂ ਦੇ ਤਾਣੇ-ਬਾਣੇ ਤੋਂ ਨਾ ਨਿਕਲ਼ ਸਕੇ।

ਰੋਜ਼ ਸਕੂਲ ਆਉਣਾ ਜਿਵੇਂ ਸਾਡੇ ਲਈ ਇਬਾਦਤ ਬਣ ਗਿਆ ਸੀ। ਅਚਾਨਕ ਸਾਡੀਆਂ ਖੁਸ਼ੀਆਂ ਨਜ਼ਰਾਈਆਂ ਗਈਆ। ਪਾਲ ਇੱਕ ਕਤਲ ਕੇਸ ਵਿੱਚ ਫਸ ਗਿਆ। ਦਰਅਸਲ ਫਸਾ ਦਿੱਤਾ ਗਿਆ। ਲੜਾਈ ਮਿਟਾਉਂਦਾ ਆਪ ਫਸ ਗਿਆ। ਸ਼ਰੀਕਾਂ ਕੋਈ ਪੁਰਾਣੀ ਕਿੜ ਕੱਢੀ ਸੀ। ਪਾਲ ਨਿਰਦੋਸ਼ ਸੀ। ਅਨੰਦ ਸਾਹਿਬ ਨੇ ਪੂਰੀ ਤਨ ਦੇਹੀ ਨਾਲ਼ ਕੇਸ ਲੜਿਆ ਪਰ ਮਿਹਨਤ ਸਕਾਰਥ ਨਾ ਹੋਈ। ਪਾਲ ਤੇ ਉਸਦੇ ਕਾਤਲ ਦੋਸਤ ਨੂੰ ਉਮਰ ਕੈਦ ਦੀ ਸਜ਼ਾ ਹੋ ਗਈ। ਉਸ ਦਿਨ ਮੇਰਾ ਦਿਲ ਕਰੇ ਕਿ ਮੈਂ ਉੱਚੀ-ਉੱਚੀ ਰੋਵਾਂ ਪਰ ਜੱਗ ਕੋਲੋਂ ਅੱਥਰੂ ਵੀ ਛਪਾਉਣੇ ਪਏ ਸਨ।

ਮੈਨੂੰ ਸਕੂਲ ਵੱਢ-ਵੱਢ ਖਾਣ ਲੱਗ ਪਿਆ। ਦਿਲ ਕਰੇ ਸਵੇਰੇ ਬਦਲੀ ਕਰਵਾ ਲਵਾਂ ਪਰ 'ਲੋਕ ਕੀ ਸੋਚਣਗੇ' ਦੇ ਵਹਿਮ ਨੇ ਪੈਰੀਂ ਬੇੜੀ ਪਾ ਦਿੱਤੀ।

ਫਿਰ ਅਗਲੀਆਂ ਆਮ ਬਦਲੀਆਂ ਵਿੱਚ ਮੈਂ ਹੋਰ ਸਕੂਲ ਦੀ ਬਦਲੀ ਕਰਵਾ ਲਈ। ਜ਼ਿੰਦਗੀ ਹੋਰ ਰੁਝੇਵਿਆਂ ਵਿੱਚ ਵਿਅਸਤ ਹੋਣ ਲੱਗੀ। ਪਾਲ ਦੀ ਯਾਦ ਹੌਲ਼ੀ-ਹੌਲ਼ੀ ਧੁੰਦਲੀ ਹੁੰਦੀ ਗਈ। ਪਰ ਕਈ ਵਾਰੀ ਉਸ ਦੀ ਯਾਦ ਦਿਲ ਦੇ ਕਿਸੇ ਕੋਨਿਓਂ ਟੀਸ ਬਣ ਉੱਠਦੀ।

ਕਿਸੇ ਮੋਹ ਭਿੱਜੀ ਅਵਾਜ਼ ਵਿੱਚ 'ਗੁਗੜਾ' ਸ਼ਬਦ ਸੁਣਨ ਲਈ ਕੰਨ ਤਰਸ ਗਏ... ਤੇ ਅੱਜ... ਜਦੋਂ ਸਵੇਰੇ-ਸਵੇਰੇ ਅਖ਼ਬਾਰ ਦੇ ਮੁੱਖ ਪੰਨੇ ਤੇ ਖਬਰ ਪੜ੍ਹੀ ਤਾਂ ਮੇਰਾ ਦਿਲ ਦਹਿਲ ਗਿਆ। ਘਬਰਾਹਟ ਭਰੀ ਕਾਹਲ਼ੀ ਵਿੱਚ ਮੈਂ ਖ਼ਬਰ ਪੜ੍ਹਨੀ ਸ਼ੁਰੂ ਕੀਤੀ:

ਫਿਰੋਜ਼ਪੁਰ ਦੀ ਕੇਂਦਰੀ ਜੇਲ੍ਹ ਵਿੱਚ ਕੈਦੀਆਂ ਤੇ ਸੁਰੱਖਿਆ ਕਰਮਚਾਰੀਆਂ ਵਿੱਚ ਝਗੜਾ। ਪੁਲਿਸ ਫਾਇਰਿੰਗ। ਸੱਤ ਕੈਦੀ ਹਲਾਕ। ਪੰਜ ਜ਼ਖਮੀ। ਤਿੰਨ ਦੀ ਹਾਲਤ ਗੰਭੀਰ। ਮਰਨ ਵਾਲਿਆਂ ਦੇ ਨਾਂ ਇਸ ਪ੍ਰਕਾਰ ਹਨ:

1. ਅਜੀਤ ਪਾਲ ਸਿੰਘ ਪੁੱਤਰ ਹਰੀ ਸਿੰਘ...
2. ... ...

ਹੱਥੋਂ ਅਖਬਾਰ ਡਿੱਗ ਪਈ ਸੀ। ਦਿਲ ਨੂੰ ਘੇਰ ਜਿਹੀ ਪਈ ਸੀ। ਜੀਅ ਕਰੇ ਉੱਚੀ-ਉੱਚੀ ਰੋਵਾਂ। ਪਰ ਨਹੀਂ। ਇਸ ਕੰਮ ਲਈ ਵੀ ਬਾਥਰੂਮ ਵਿੱਚ ਵੜਨਾ ਪਿਆ ਸੀ।

ਸਵਾਲੀਆ ਚਿੰਨ੍ਹ

ਗੁਆਂਢੀ ਗੁਰਮੇਲ ਅਜੇ ਤਾਈਂ ਆਇਆ ਨਹੀਂ। ਮੇਰੀ ਨਜ਼ਰ ਵਾਰ-ਵਾਰ ਹੱਥ ਘੜੀ 'ਤੇ ਜਾ ਰਹੀ ਹੈ। ਮੈਨੂੰ ਖਿਝ ਆਈ ਜਾਂਦੀ ਏ। ਕਦੇ ਗੁਰਮੇਲ 'ਤੇ ਕਦੇ ਆਪਣੇ ਆਪ 'ਤੇ।

"ਸ਼ਕਲਾਂ ਸੂਰਤਾਂ ਤਾਂ ਕੀ ਰੁਚੀਆਂ ਵੀ ਬਦਲ ਜਾਂਦੀਆਂ ਨੇ... ਉਮਰਾਂ ਦੇ ਵਧਾਰੇ ਨਾਲ਼ ਤੇ ਸਮੇਂ ਦੇ ਫੇਰ ਨਾਲ਼।" ਬੁੱਢੇ ਨੀਲੋਂ ਦੀ ਸੱਥ 'ਚ ਵੀਹ ਵਰ੍ਹੇ ਪਹਿਲਾ ਆਖੀ ਗੱਲ ਮੈਨੂੰ ਯਾਦ ਆਉਣ ਲੱਗ ਪਈ ਹੈ।

ਸਮੇਂ ਦਾ ਫੇਰ ਹੀ ਹੈ। ਚੰਗਾ ਭਲਾ ਆਪਣੀ ਸਾਈਡ ਤੇ ਆ ਰਿਹਾ ਸੀ, ਪਿੰਡ ਨੂੰ। ਕੋਈ ਕਾਰ ਸਾਈਡ ਮਾਰ ਗਈ। ਸਾਈਕਲ ਕਿਤੇ ਤੇ ਮੈਂ ਕਿਤੇ। ਰਗੜਾਂ ਬਗੜਾਂ ਦਾ ਤਾਂ ਸੁੱਖ ਸੀ। ਪਰ ਆਹ ਜਿਹੜਾ ਖੱਬੀ ਲੱਤ ਨੂੰ ਮੋਛਾ ਪੈ ਗਿਆ ਇਹਨੇ ਤਾਂ ਜ਼ਿੰਦਗੀ ਦੀ ਤਾਣੀ ਬਾਣੀ ਹੀ ਉਲ਼ਝਾ ਦਿੱਤੀ। ਘਰ ਦੀ ਗਰੀਬੀ ਫੱਟੀਆਂ ਵਾਲ਼ੇ ਦੇਸੀ ਇਲਾਜ ਦੀ ਵਡਿਆਈ ਨਾਲ਼ ਪਰਚ ਗਈ। ਤਿੰਨ ਮਹੀਨੇ ਹੋ ਚਲੇ ਨੇ ਘਰ ਵਿੱਚ ਹੁਬੜੇ ਨੂੰ। ਵਿੰਗੀ ਸਿੱਧੀ ਜੁੜ ਤਾਂ ਗਈ ਹੈ। ਪਰ ਅਜੇ ਭਾਰ ਨਹੀਂ ਸਹਾਰਦੀ। ਹਲਕਾ ਹਲਕਾ ਭਾਰ ਦੇਣ ਦੀ ਕੋਸ਼ਿਸ਼ ਕਰਦਾ ਹਾਂ। ਪਰ ਡਰ ਤੇ ਝਿਝਕ ਨਾਲ਼ ਪਹਿਲਾਂ ਹੀ ਦਰਦ ਹੋ ਉੱਠਦਾ ਹੈ।

ਜਨਵਰੀ ਦੇ ਅੰਤਲੇ ਦਿਨ ਹਨ। ਮਹੀਨਾ ਭਰ ਧੁੰਦ ਨੇ ਮੱਤ ਹੀ ਮਾਰ ਰੱਖੀ। ਪੀਤੂ ਅਮਲੀ ਇਨ੍ਹੀਂ ਦਿਨੀ ਹੀ ਆਖਿਆ ਕਰਦਾ ਸੀ, "ਓ ਲੋਕੋ ਸੂਰਜ ਵਿਗੜ ਗਿਆ ਏ... ਪੁਰਜ਼ੇ ਨਹੀ ਮਿਲ਼ਦੇ... 'ਮਰੀਕਾ ਵਾਲ਼ੇ ਕੋਸ਼ਿਸ਼ ਕਰ ਰਹੇ ਨੇ ਬਣੌਣ ਦੀ।"

ਹਫ਼ਤੇ ਕੁ ਤੋਂ ਬਣਿਆਂ ਏ ਸੂਰਜ। ਮੈਨੂੰ ਵੀ ਕੋਠੇ ਤੇ ਚੜ੍ਹ ਕੇ ਧੁੱਪ ਜਿਹੀ ਸੇਕਣ ਦੀ ਆਦਤ ਪੈ ਗਈ। ਇਹ ਤਾਂ ਭਲਾ ਹੋਵੇ ਗੁਆਂਢੀ ਗੁਰਮੇਲ ਦਾ। ਪਤਾ ਨਹੀਂ ਉਹਨੂੰ ਕੀ ਸੁਝੀ। ਪਹਿਲੇ ਦਿਨ ਹੀ ਜਦੋਂ ਧੁੱਪ ਨਿਕਲ਼ੀ ਤਾਂ ਆ ਵੱਜਾ ਸਿੱਧਾ ਮੇਰੇ ਕੋਲ਼।

"ਚੱਲ ਉੱਠ ਤੈਨੂੰ ਕੋਠੇ ਛੱਡ ਕੇ ਆਵਾਂ। ਧੁੱਪ ਨਿਕਲ਼ੀ ਹੈ। ਬਹਿ ਜਾ ਬਹਿ ਜਾ। ਐਂਵੇ ਥੱਲੇ ਦੜਿਆ ਬੈਠਾ ਰੈਨ੍ਹਾ ਸਾਰਾ ਦਿਨ।" ਪਹਿਲਾਂ ਮੰਜੀ ਛੱਡ ਆਇਆ ਤੇ ਫਿਰ ਘਨੇੜੀ ਚੁੱਕ ਤੰਗ ਜਿਹੀ ਪੌੜੀ 'ਚੀ ਮੈਨੂੰ ਕੋਠੇ ਲਾਹ ਗਿਆ ਸੀ।

ਬੱਸ ਪਹਿਲੇ ਦਿਨ ਹੀ ਬਿਮਾਰੀ ਪੈ ਗਈ ਸੀ ਇਹ। ਰੋਲ਼ੂ ਦੇ ਵਿਹੜੇ ਝਾਕਣ ਦੀ। ਪੜ੍ਹਨ ਪੜ੍ਹਾਣ ਨੂੰ ਦਿਲ ਹੀ ਨਹੀ ਕਰਦਾ। ਇਹ ਦਿਮਾਗ਼ ਦੀ ਕੀ ਪੁੱਠੀ ਭੌਂਣੀ ਘੁੰਮੀ ਏ? ਸਮਝ ਹੀ ਨਹੀਂ ਲੱਗਦੀ। ਕਈ ਵਾਰ ਆਪੇ 'ਤੇ ਸ਼ਰਮ ਜਿਹੀ ਆ ਜਾਂਦੀ

ਹੈ। ਜਿਵੇਂ ਮੈਂ ਆਪੇ ਮੂਹਰੇ ਨੰਗਾ ਹੋ ਗਿਆ ਹੋਵਾਂ। ਕਈ ਵਾਰੀ ਮਹਿਸੂਸ ਹੋਣ ਲੱਗਦਾ ਹੈ ਕਿ ਹਰ ਬੰਦਾ ਕਦੇ ਨਾ ਕਦੇ ਆਪੇ ਮੂਹਰੇ ਨੰਗਾ ਜ਼ਰੂਰ ਹੁੰਦਾ ਹੋਊ... ਪਰ ਸ਼ਰਮ ਵਾਲ਼ੀ ਗੱਲ ਦਾ ਪਤਾ ਨ੍ਹੀਂ।

ਰੋਲੂ ਦੇ ਘਰ ਦੀ ਤੇ ਸਾਡੇ ਘਰ ਦੀ ਕੰਧ ਸਾਂਝੀ ਹੈ। ਸਾਡਾ ਕੋਠਾ ਉਸਦੇ ਘਰ ਨਾਲ਼ ਲੱਗਦਾ ਹੈ। ਉਹਦੇ ਵਿਹੜੇ ਦੇ ਬਰਾਬਰ ਅਸੀਂ ਤਿੰਨ-ਚਾਰ ਫੁੱਟ ਅਗੜਾ-ਦੁਗੜਾ ਇੱਟਾਂ ਦਾ ਗਾਰੇ ਨਾਲ਼ ਪੜਦਾ ਕੀਤਾ ਹੋਇਆ ਹੈ। ਪਰ ਵਿੱਚ-ਵਿੱਚ ਕਈ ਵਿਰਲਾਂ ਹਨ। ਕਈ ਮੈਂ ਆਪ ਬਣਾ ਲਈਆਂ ਨੇ। ਅਪਣੀ ਸਹੂਲਤ ਵਾਸਤੇ। ਇਸਦੇ ਆਟਲ਼ੇ ਹੀ ਮੇਰੀ ਮੰਜੀ ਗੁਰਮੇਲ ਡਾਹ ਮੈਨੂੰ ਛੱਡ ਗਿਆ ਸੀ ਤੇ ਤਰਕਸ਼ੀਲਾਂ ਦੇ ਇੱਕ ਦੋ ਰਸ਼ਾਲੇ ਸੁੱਟ ਗਿਆ ਸੀ।

ਅਚਾਨਕ ਹੀ ਇੱਕ ਵਿਰਲ ਥਾਣੀ ਮੇਰੀ ਨਜ਼ਰ ਪੈ ਗਈ ਸੀ। ਰੋਲੂ ਦੇ ਵਿਹੜੇ... ਰੋਲੂ ਦੀ ਘਰਵਾਲ਼ੀ ਰਤਨੀ ਉੱਤੇ। ਮੁੱਗਦਰ ਵਰਗਾ ਗਠੀਲਾ ਸਰੀਰ। ਪੱਕਾ ਰੰਗ। ਚੌੜਾ ਪਰ ਚਿਹਰੇ ਤੇ ਫੱਬਦਾ ਨੱਕ। ਵਿੱਚ ਚਾਂਦੀ ਦਾ ਚਮਕਦਾ ਕੋਕਾ। ਦੁਧੀਆ ਦੰਦ। ਬੱਝਵਾਂ ਪੀੜ। ਖੁੱਤੀ ਕੁ ਜਿੰਨੇ ਵਿਹੜੇ 'ਚ ਫਿਰਦੀ ਇੰਝ ਲੱਗੇ ਜਿਵੇਂ ਕੂਹਣੀਆਂ ਨਾਲ਼ ਕੰਧਾਂ ਨੂੰ ਧੱਕ ਕੇ ਵਿਹੜੇ ਨੂੰ ਖੁੱਲ੍ਹਾ ਕਰ ਦੇਣਾ ਚਾਹੁੰਦੀ ਹੋਵੇ। ਪਤਾ ਨਹੀਂ ਕਿਉਂ? ਮੇਰੀ ਦਿਲਚਸਪੀ ਬਣ ਗਈ। ਸਗੋਂ ਬਣਦੀ ਹੀ ਗਈ। ਮੈਂ ਵੱਖੀ ਭਾਰ ਪਿਆ ਉਸਨੂੰ ਨਿਹਾਰਦਾ ਹੀ ਰਿਹਾ। ਉਹ ਪੱਠਿਆਂ ਨੂੰ ਚਲੀ ਗਈ, ਮੈਂ ਉਦਾਸ ਜਿਹਾ ਹੋ ਗਿਆ। ਰਸਾਲਾ ਚੁੱਕ ਪੜ੍ਹਨਾ ਸ਼ੁਰੂ ਕੀਤਾ ਪਰ ਮਨ ਜੰਮਿਆਂ ਹੀ ਨਾ।

ਗੁਰਮੇਲ ਆ ਗਿਆ ਏ। ਉਹ ਲੇਟ ਆਉਣ ਦਾ ਕਾਰਨ ਦੱਸਣਾ ਸ਼ੁਰੂ ਕਰਦਾ ਹੈ। ਪਰ ਮੈਂ ਚਾਹੁੰਦਾ ਹਾਂ ਕਿ ਉਹ ਹੋਰ ਲੇਟ ਨਾ ਹੋਵੇ। ਮੇਰੇ ਜੀਅ ਕਾਹਲ਼ਾ ਪਈ ਜਾ ਰਿਹਾ ਹੈ।

ਜਿਸ ਦਾ ਡਰ ਸੀ ਉਹੀ ਗੱਲ ਹੋਈ। ਉਹ ਪੱਠਿਆਂ ਨੂੰ ਜਾ ਚੁੱਕੀ ਸੀ। ਮੇਰੀ ਨਜ਼ਰ ਵਾਰ-ਵਾਰ ਉੱਧਰ ਜਾਂਦੀ ਸੀ। ਪਰ ਬੇਅਰਥ ਸੀ।

ਅੱਜ ਉਸਦੇ ਬੱਚੇ ਘਰ ਨੇ। ਛੋਟਾ ਗਿਆਨ। ਵੱਡਾ ਨਿਧਾਨ।

ਛੋਟਾ ਖੇਡਣ ਲਈ ਜ਼ੋਰ ਪਾਉਂਦਾ ਏ। ਵੱਡਾ ਸਕੂਲ ਦਾ ਕੰਮ ਖ਼ਤਮ ਕਰਨ ਨੂੰ ਤਰਜੀਹ ਦਿੰਦਾ ਹੈ।

ਨਿਧਾਨ ਝੋਲ਼ਾ ਚੁੱਕ ਕੋਠੇ ਚੜ੍ਹ ਗਿਆ ਏ। ਧੁੱਪ ਦੇ ਲਾਲਚ।

"ਹਾਏ ਓ ਮਰ ਗਿਆ... ਇਸ ਝੋਟੀ ਘੜੋਟੀ ਨੇ ਮੇਰੀਆਂ ਕਿਤਾਬਾਂ ਗਾਲ਼ਤੀਆਂ ਮੂਤ ਕੇ... ਹਾਇਓ ਮੇਰੀਆਂ ਕਿਤਾਬਾਂ।" ਗਿਆਨ ਅੰਦਰੋਂ ਝੋਲ਼ਾ ਲੈ ਕੇ ਵਿਹੜੇ 'ਚ ਆਣ ਖੜਦਾ ਹੈ।

"ਓ ਭਾਜੀ ਮੈਂ ਕੀ ਕਰੂੰ? ਆ ਦੇਖ 'ਸਾਬ ਦੀ ਕਾਪੀ... ਆ ਪੰਜਾਬੀ ਦੀ ਵੀ... ਓ ਆ ਕਿਤਾਬ ਵੀ... ਊਂ ਊਂ ਊਂ ਮਰ ਜਾਵੇ ਇਹ ਝੋਟ ਖਾਨਾ... ਰਾਤ ਦੇ ਬਾਰਾਂ ਵਜੇ ਰੱਬ ਸੱਚਿਆ... ਊਂ ਊਂ..." ਗਿਆਨ ਵਿਹੜੇ 'ਚ ਕਿਤਾਬਾਂ ਕਾਪੀਆਂ ਸੁੱਟ ਆਪ ਲਿਟ ਗਿਆ ਹੈ। ਅੱਡੀਆਂ ਥੱਲੇ ਘਸਾਉਂਦਾ-ਪਲ਼ਸੇਟੇ ਮਾਰਦਾ ਉੱਚੀ ਉੱਚੀ ਰੋਈ ਜਾ ਰਿਹਾ ਹੈ।

"ਚੱਲ ਗਿਆਨ ਰੋ ਨਾ... ਆਪਾਂ ਕੋਠੇ ਚੜਕੇ ਸੁਕਾ ਲੈਂਦੇ ਹਾਂ... ਅੱਜ ਧੁੱਪ ਚੰਗੀ ਹੈ।" ਨਿਧਾਨ ਕੋਠੇ ਤੋਂ ਉਤਰ ਕੇ ਕਾਪੀਆਂ ਕਿਤਾਬਾਂ 'ਕੱਠੀਆਂ ਕਰਨ ਲੱਗ ਪੈਂਦਾ ਹੈ।

ਗਿਆਨ ਦਾ ਰੋਣਾ ਕੁਝ ਨੀਵਾਂ ਹੋ ਗਿਆ ਏ।

ਨਿਧਾਨ ਉਸਦੀਆਂ ਕਿਤਾਬਾਂ ਚੁੱਕ ਕੋਠੇ ਚੜ ਗਿਆ ਹੈ। ਮਗਰੇ ਗਿਆਨ ਵੀ ਚੜ ਗਿਆ ਹੈ। ਨਿਧਾਨ ਇੱਕ ਇੱਕ ਕਰਕੇ ਕਾਪੀਆਂ ਕਿਤਾਬਾਂ ਸੁੱਕਣੀਆਂ ਪਾਉਣ ਲਗ ਪਿਆ ਹੈ। ਗਿਆਨ ਰੋਣਾ ਮੂੰਹ ਬਣਾਈ ਉਸ ਵੱਲ ਦੇਖੀ ਜਾ ਰਿਹਾ ਹੈ।

"ਭਾਜੀ! ਏ ਝੋਟੀ ਆਪਾਂ ਰੱਖੀਓ ਕਾਤ੍ਹੇ ਆ? ਇੱਕੋ ਅੰਦਰ ਆਪਾਂ ਕੋਲ਼ ਛੋਟਾ ਜਿਹਾ। ਓਥੇ ਹੀ ਭਾਂਡੇ। ਓਥੇ ਹੀ ਮੰਜੇ। ਓਥੇ ਹੀ ਝੋਟੀ ਤੇ ਓਥੇ ਹੀ ਹੋਰ ਸਮਾਨ।" ਗਿਆਨ ਦੀ ਅਵਾਜ਼ ਅਜੇ ਵੀ ਰੋਣੀ ਏ।

"ਗਿਆਨ, ਮੰਮੀ ਤੇ ਡੈਡੀ ਇੱਕ ਦਿਨ ਗੱਲਾਂ ਕਰਦੇ ਸੀ— ਪਈ ਝੋਟੀ ਨੇ ਦੋ ਕੁ ਮਹੀਨਿਆਂ ਤਾਈਂ ਸੂ ਪੈਣਾ... ਫੇ...।"

"ਓ ਬੱਲੇ। ਫੇ ਤਾਂ ਦੁੱਧ ਪੀਊਗੇ... ਓਏ ਬੌਲ਼ੀ... ਨਾਲ਼ੇ ਛੇੜੜਾ... ਡਮਾ-ਡੰਮ-ਡੰਮ-ਡੰਮਾ-ਡੰਮ-ਡੰਮ।"

ਗਿਆਨ ਖੁਸ਼ੀ 'ਚ ਸਿਰ ਹਿਲਾਈ ਜਾ ਰਿਹਾ ਏ। ਉਸ ਦਾ ਰੋਣ ਉੱਡ ਪੁੱਡ ਚੁੱਕਾ ਏ। ਕਾਪੀਆਂ ਕਿਤਾਬਾਂ ਭੁੱਲ ਗਈਆਂ ਨੇ।

"ਯਾਰ ਤੂੰ ਗੱਲ ਤਾਂ ਸਾਰੀ ਸੁਣੀ ਹੀ ਨੀ—ਪੈਲ੍ਹਾ ਹੀ ਪੱਕੇ ਤਾਨ ਕੱਢਣ ਲੱਗ ਪਿਆਂ... ਓ ਤਾਂ ਡੈਡੀ ਕੈਂਦਾ ਸੀ ਬਈ ਝੋਟੀ ਸੋਲ਼ਾ ਕੁ ਹਜ਼ਾਰ ਦੀ ਵਿਕ ਜਾਣੀ ਆ... ਅੱਠ ਕੁ ਆਪਣੇ ਹਿੱਸੇ ਵਿੱਚ ਆ ਜਾਣਾ। ਏਦੇ 'ਚੋਂ ਕੁਝ ਕਰਜ਼ਾ ਮੁੜ ਜੂ... ਭੂਆ ਦੇ ਵਿਆਹ ਵੇਲੇ ਦਾ ਤੇ ਇੱਕ ਝੋਟੀ ਲੈ ਲਵਾਂਗੇ ਕੋਈ ਤੋਕੜ ਜਿਹੀ-ਲਿੱਸੀ ਜਿਹੀ-ਹਲਕੇ ਮੁੱਲ ਦੀ। ਫੇ ਸਾਰਖਰੀ ਹੋਊ ਆਪਣੀ। ਫੇ ਵੇਚਣੀ ਨੀ। ਏਹ ਤਾਂ 'ਧਿਆਰੇ ਦੀ ਹੈ। ਹਵੇਲੀ ਵਾਲ਼ਿਆਂ ਦੀ।"

"ਭਾਜੀ ਇਹ 'ਧਿਆਰਾ ਕੀ ਹੁੰਦਾ ਆ?" ਗਿਆਨ ਦੀ ਉਦਾਸੀ ਬੋਲ ਪਈ ਏ।

"ਮੈਨੂੰ ਨੀ ਪਤਾ। ਤੂੰ ਤਾਂ ਹਰ ਵੇਲੇ ਪੁੱਛਦਾ ਰੈਨਾ ਏ ਪਈ ਆ ਕੀ ਏ? ...ਓਹ ਕੀ ਏ? ਇਹ ਕਿੱਦਾ...ਓਹ ਕਿੱਦਾਂ? ਮੈਂ ਤਾਂ ਲੱਗਾ ਆਪਣਾ ਸਕੂਲ ਦਾ ਕੰਮ ਕਰਨ। ਤਿੰਨ ਛੁੱਟੀਆਂ ਕਰਕੇ ਕੰਮ ਹੀ ਬਾਲ਼ਾ ਦੇ 'ਤਾ ਸਰਾ ਨੇ।"

"ਲੈ ਭਾਜੀ ਤੂੰ ਤਾਂ ਗੁੱਸਾ ਕਰੀ ਜਾਨਾ... ਐਮੇ ਹੀ... ਉਹ ਤਾਂ ਸਾਡੀ ਮੈਡਮ ਦੱਸਦੀ ਹੁੰਦੀ ਆ ਪਈ ਜਿਸ ਵੀ ਚੀਜ਼ ਦਾ ਪਤਾ ਨਾ ਲੱਗੇ ਉਹ ਪੁੱਛ ਲੈਣੀ ਚਾਹੀਦੀ ਹੈ... ਬਿਨਾ ਸੰਗ ਤੋਂ।"

"ਹਾਂ ਭਾਜੀ ਸਾਡੀ ਮੈਡਮ ਬੌਤ੍ਹ ਚੰਗੀ ਹੈ। ...ਪਤਾ ਇੱਕ ਦਿਨ ਕੀ ਕੈਂਦੀ ਸੀ? ਕੈਂਦੀ ਆਪਾਂ ਨੂੰ- ...ਖਾਸ ਕਰਕੇ ਗਰੀਬਾਂ ਨੂੰ ਨਸ਼ਿਆਂ ਤੋਂ ਬਚਣਾ ਚਾਹੀਦਾ ਹੈ। ਪਰ ਭਾਜੀ ਆਪਣਾ ਡੈਡੀ ਕਾਤ੍ਹੇ ਪੀਂਦਾ ਏ? ...ਜਿੱਦਣ ਉਹ ਪੀ ਕੇ ਔਂਦਾ

ਹੈ ਫੇ ਓਦਾ ਸਿਰ ਦੁਖਣ ਲੱਗ ਪੈਂਦਾ ਹੈ। ਫੇ ਰਾਤ ਨੂੰ ਮੰਮੀ ਨੂੰ ਹਾਕਾ ਮਾਰੂ... ਰੱਤੋ ਜਰਾਂ ਸਿਰ ਘੁੱਟਦੇ... ਰਤਨੀਏ ਜਰ੍ਹਾ ਸਿਰ ਦਬਾ ਦੇ। ਫੇ ਮੰਮੀ ਨੂੰ ਜਾਣਾ ਪੈਂਦਾ ਹੈ। ਰਾਤੀ ਵੀ ਡੈਡੀ ਦੀ ਪੀਤੀ ਹੋਈ ਕਰਕੇ ਮੇਰਾ ਝੋਲ਼ਾ ਥੱਲੇ ਡਿਗਾ ਹੋਣਾ। ਮੈਂ ਤਾਂ ਓਦ੍ਹੇ ਮੰਜੇ ਕੋਲ਼ ਪੀਪੇ ਤੇ ਰੱਖਿਆ ਸੀ। ਓਨ੍ਹੇ ਜ਼ਰੂਰ ਲੱਤ ਬਾਂਹ ਮਾਰੀ ਹੋਣੀ ਆਂ।" ਗਿਆਨ ਗੰਭੀਰ ਹੋ ਚੁੱਕਾ ਸੀ।

"ਗਿਆਨ ਆਪਣਾ ਡੈਡੀ ਸ਼ਰਾਬ ਮੁੱਲ ਲੈ ਕੇ ਨੀਂ ਪੀਂਦਾ। ਇਹ ਮੈਨੂੰ ਪਤਾ ਹੈ। ਉਹ ਤਾਂ ਜਿਸ ਦਿਨ ਠੇਕੇਦਾਰ ਵਾਧੂ ਟੈਮ ਲੁਆ ਲੈਂਦਾ ਹੈ ਜਾਂ ਫਿਰ ਜਿਸ ਦਿਨ ਲੈਂਟਰ ਪੌਂਦਾ ਹੈ... ਉਸ ਦਿਨ ਸਾਰੀ ਲੇਬਰ ਨੂੰ ਪਿਲ਼ਾ ਦਿੰਦਾ ਹੈ।" ਨਿਧਾਨ ਡੈਡੀ ਦੀ ਸਫਾਈ ਦੇ ਗਿਆ।

"ਭਾਜੀ ਮੇਰੀਆਂ ਤਾਂ ਕਿਤਾਬਾਂ ਕਾਪੀਆਂ ਗਿੱਲੀਆਂ ਨੇ... ਨਾਲ਼ੇ ਮੈਨੂੰ ਤਾਂ ਬੌਤ੍ਹਾ ਕੰਮ ਵੀ ਨੀ ਹੈਗਾ। ਸਾਡੇ ਮੈਡਮ ਤਾਂ ਹੁਣ ਪੰਜਵੀਂ ਦੁਆਲ਼ੇ ਹੀ ਰੈਂਦੇ ਨੇ। ਸਾਨੂੰ ਚੌਥੀ ਵਾਲ਼ਿਆਂ ਤੇ ਬਾਕੀਆਂ ਨੂੰ ਬੌਤ੍ਹਾ ਨੀ ਪੁੱਛਦੇ। ਪੰਜਵੀਂ ਦੇ ਪੇਪਰ ਬਾਰ੍ਹ ਜੂ ਪੈਣੇ ਨੇ। ਸੈਂਟਰ 'ਚ। ਮੈਂ ਤਾਂ ਹੁਣ ਖੇਡੂੰਗਾ ਘਰ ਘਰ... ਤੂੰ ਕੰਮ ਕਰ ਲੈ। ਭਾਜੀ ਤੁਹਾਨੂੰ ਛੇਮੀਂ ਵਾਲ਼ਿਆਂ ਨੂੰ ਬਾਲ਼ਾ ਹੀ ਕੰਮ ਦਿੰਦੇ ਆ?"

"ਗਿਆਨ। ਸਾਨੂੰ ਸਰ ਕੈਂਦੇ ਹੁੰਦੇ ਆ ਕਿ ਤੁਸੀ ਪਰੈਮਰੀ 'ਚੋਂ ਕੋਰੀਆ ਸਲੇਟਾਂ ਆ ਗੇ ਉੱਠਕੇ। ਬੋਤ੍ਹ ਖਿਚਾਈ ਕਰਦੇ ਨੇ। ਛੇ-ਸੱਤ ਜਣੇ ਤਾਂ ਹੁਣ ਤਾਈਂ ਭੱਜ ਗੇ ਨੇ... ਕੈਂਦੇ ਛੇਮੀ ਤੋਂ ਛਾਣਨਾ ਲਾਮਾਗੇ ਬਰੀਕ ਜੇਹਾ ਤਾਂ ਜਾਕੇ ਅੱਠਮੀਂ ਤਾਈਂ ਗੱਲ ਬਣੂ।"

"ਅੱਛਾ।" ਆਖ ਗਿਆਨ ਲੱਕੜ ਦੀ ਬੇਢਬੀ ਜਿਹੀ ਪੌੜੀ ਉਤਰ ਗਿਆ ਹੈ। ਨਿਧਾਨ ਆਪਣੀ ਕਾਪੀ ਕੱਢ ਕੰਮ ਕਰਨ ਲੱਗ ਪਿਆ ਏ।

ਥੋੜੇ ਚਿਰੀਂ ਗਿਆਨ ਕੁਝ ਰੋੜੇ, ਕੁਝ ਠੀਕਰਾਂ, ਡੱਕੇ ਤੇ ਲੋਹੇ ਦੀਆਂ ਇੱਕ ਦੋ ਖਾਲੀ ਡੱਬੀਆਂ ਦਾ ਪੱਲਾ ਭਰੀ ਉੱਪਰ ਚੜ੍ਹ ਆਇਆ ਹੈ। ਕੋਠੇ ਤੇ ਇੱਕ ਖੂੰਜੇ ਪਹਿਲਾਂ ਹੀ ਪਏ ਅੱਧੇ ਅੱਧੇ ਰੋੜਿਆ ਕੋਲ਼ ਢੇਰੀ ਕਰ ਲੈਂਦਾ ਹੈ। ਤੇ ਖੇਡ 'ਚ ਮਸਤ ਹੋ ਜਾਂਦਾ ਹੈ।

"ਆ ਏਥੇ... ਆ... ਏਦਾਂ... ਆ ਇੱਦਾਂ... ਤਨਾ-ਤਨ-ਤੁਣ-ਤੁਣ-ਤੁਣ... ਤੂੰ-ਤੂੰ... ਨਨਾ... ਨਣ-ਨਣ-ਨੂੰ-ਨੂੰ-ਆ ਐਥੇ... ਆ।" ਗਿਆਨ ਗੁੰਗੇ ਰਾਗ ਗਾ ਰਿਹਾ ਏ।

"ਓ ਭਾਜੀ... ਦੇਖ ਓਏ ਮੈਂ ਕੇਡਾ ਸੋਹਣਾ ਘਰ ਬਣਾਇਆ... ਓ... ਓ... ਭਾਜੀ ਭੱਜਕੇ ਓ...।"

ਨਿਧਾਨ ਆਪਣੀ ਕਾਪੀ ਹੱਥ 'ਚ ਫੜੀ ਉਸ ਕੋਲ਼ ਪਹੁੰਚ ਗਿਆ ਹੈ।

"ਦੇਖ ਭਾਜੀ ਆ ਅੰਦਰ ਆਪਣੇ ਪੜ੍ਹਣ ਵਾਲ਼ਾ... ਆ ਹੋ ਗਿਆ ਸੌਣ ਵਾਲ਼ਾ... ਆ ਇੱਕ ਪ੍ਰੌਣਿਆ ਲਈ ਏ... ਡੈਡੀ ਮੰਮੀ ਲਈ ਆ... ਇੱਕ ਬੜਾ ਸਾਰਾ ਹਵੇਲੀ ਵਾਲ਼ਿਆਂ ਵਰਗਾ... ਐਥੇ ਹੋਊ ਟੀ.ਵੀ. ਇੱਥੇ ਹੋਊ ਸੋਫ਼ਾ... ਆ ਹੋ ਗਈ ਰਸੋਈ... ਆ ਹੋ ਗਿਆ... ਭਲਾ ਦੱਸ ਤਾਂ ਕੀਹਦੇ ਲਈ ਹੋਊ?"

"ਮੈਨੂੰ ਕੀ ਪਤਾ? ਤੂੰ ਬਣਾਇਆ ਏ ਤੂੰ ਦੱਸ।"

"ਭਾਜੀ ਬੁੱਝ ਲੈ।"

"ਦੱਸਣਾ ਤੇ ਦੱਸ ਨਹੀਂ ਤਾਂ ਮੈਂ ਲੱਗਾ ਆਪਣਾ ਕੰਮ ਕਰਨ।" ਨਿਧਾਨ ਜਰਾ ਰੁੱਖਾ ਜਿਹਾ ਬੋਲ ਗਿਆ ਏ।

"ਦੱਸਾਂ ਫੇ? ਏ ਹੈ... ਏ ਹੈ... ਦੱਸਾਂ ਭਾਜੀ? ਏਹ ਹੈ ਝੌਂਟੀ ਲਈ ਓ ਓ ਭਾਜੀ ਤੋਂ ਬੁੱਝ ਨੀ ਹੋਇਆ ਓ- ਓ।" ਗਿਆਨ ਤਾੜੀ ਵਜਾਉਂਦਾ ਛੜੱਪੇ ਮਾਰਨ ਲੱਗ ਪਿਆ ਏ।

ਨਿਧਾਨ ਫੇਰ ਆਪਣੇ ਕੰਮ ਲੱਗ ਪਿਆ ਏ। ਗਿਆਨ ਪੌੜੀ ਉਤਰ ਕੇ ਘਰੋਂ ਬਾਹਰ ਚਲੇ ਗਿਆ ਹੈ। ਮੈਂ ਉਦਾਸ ਜਿਹਾ ਹੋ ਗਿਆ ਹਾਂ। ਰੱਤੋ ਮੇਰੀਆਂ ਸੋਚਾਂ 'ਚੋਂ ਵਿਸਰ ਗਈ ਹੈ। 'ਗਿਆਨ' ਛਾ ਗਿਆ ਏ। ਇੱਕ ਹਉਂਕਾ ਜਿਹਾ ਉੱਠ ਪਿਆ ਏ। ਧੁਰ ਅੰਦਰੋਂ। ਟੁੱਟੀ ਲੱਤ 'ਚ ਚੀਸ ਜਿਹੀ ਉੱਠੀ ਏ, ਹੱਥਾਂ ਨਾਲ਼, ਗੋਡੇ ਉੱਪਰੋਂ ਘੁੱਟ ਲਈ ਹੈ। ਵੱਖ ਲੈ ਸਿੱਧਾ ਹੋ ਗਿਆ ਹਾਂ।

ਗਿਆਨ ਪੱਕੇ ਰਾਗ ਗਾਉਂਦਾ ਉੱਪਰ ਚੜ੍ਹ ਆਇਆ ਹੈ। ਮੇਰਾ ਧਿਆਨ ਫਿਰ ਉਸ ਵੱਲੇ ਚਲੇ ਗਿਆ ਹੈ। ਉਹ ਆਪਣੇ ਬੋਝਿਆਂ 'ਚੋਂ ਕੁਝ ਕੱਢ ਕੱਢ ਆਪਣੇ ਬਣਾਏ ਹੋਏ ਘਰ 'ਚ ਰੱਖੀ ਜਾ ਰਿਹਾ ਹੈ। "ਓ ਭਾਜੀ... ਹੁਣ ਦੇਖ ਓਏ... ਦੇਖ ਮੇਰਾ ਘਰ ਕਿੰਨਾ ਸੋਹਣਾ ਬਣ ਗਿਆ... ਓ ਬੱਲਾ ਬੱਲਾ... ਹੋਗੀ ਬੈਜ੍ਹਾ ਬੈਜ੍ਹਾ।"

ਨਿਧਾਨ ਉਸ ਕੋਲ਼ ਪਹੁੰਚ ਗਿਆ ਏ।

"ਆ ਦੇਖ ਤਾਂ ਕਮਰਿਆ 'ਚ ਕਿੰਨੇ ਟੌਰ੍ਹੀ ਰੰਗ ਬਰੰਗੇ ਪੱਥਰ ਲਾ 'ਤੇ। ਕੱਢਤੀ ਨਾ ਪੂਰੀ...।"

"ਓਏ ਇਹ ਤੂੰ ਕਿੱਥੋਂ ਚੁੱਕ ਲਿਆਇਆ ਏ?"

"ਲੈ ਭਾਜੀ ਗਰਦੁਆਰੇ ਢੇਰ ਲੱਗਾ ਪਿਆ। ਲੈ ਬਈ ਹੁਣ ਮੇਰਾ ਘਰ ਢਾਵੇ ਨਾ ਕੋਈ ਵੀ। ਕੱਲ ਨੂੰ ਥੋੜ੍ਹੀ ਟੌਰ ਹੋਰ ਬਣਾਊਂ... ਨਾਲ਼ੇ ਮੰਮੀ ਨੂੰ ਦਖਾਊਂ... ਡੈਡੀ ਤਾਂ ਨੇਰ੍ਹਾ ਹੋਏ ਤੇ ਘਰ ਬੜੂ... ਚਲੋ ਕਿਸੇ ਦਿਨ ਤਾਂ ਆਊ ਟੈਮ ਨਾ।" ਆਖਦਾ ਹੋਇਆ ਕਿਤਾਬਾਂ ਉਲਟਣ ਲੱਗ ਪਿਆ ਹੈ।

ਗੁਰਮੇਲ ਛੇਤੀ ਹੀ ਮੁੜ ਆਇਆ ਹੈ। ਲਗਦਾ ਅੱਜ ਵੀ ਤਾਸ਼ ਲਈ ਚੌਥਾ ਹਾਂਡੀ ਨੀ ਮਿਲ਼ਿਆ ਹੋਣਾ। ਮੇਰੀ ਤਾਸ਼ 'ਚ ਕੋਈ ਰੁਚੀ ਨਹੀਂ। ਫਸਿਓ ਨੂੰ ਮਾਰ ਖਾਣੀ ਪੈਂਦੀ ਕਈ ਵਾਰੀ।

ਅੱਜ ਮਨ ਤਾਸ਼ 'ਚ ਬਿਲਕੁਲ ਲੱਗ ਹੀ ਨਹੀਂ ਰਿਹਾ। ਕਦੀ ਕਦੀ ਕਿਸੇ ਕਿਸੇ ਬੇਗੀ 'ਚੋਂ ਮੈਨੂੰ ਰੱਤੋ ਦਾ ਮੂੰਹ ਦਿਸਣ ਲਗ ਪੈਂਦਾ ਹੈ। ਬਦਾਸ਼ਾਹ 'ਚੋਂ ਪਹਿਲਾ ਰੋਲੂ ਦਾ ਦਿਸਿਆ। ਪਰ ਇੱਕ ਦਮ ਗਾਇਬ। ਹੁਣ ਆਪਣਾ ਦਿਸਣ ਲਗ ਪਿਆ ਹੈ। ਹੈਂ ਇਹ ਕੀ? ...ਮੇਰਾ ਵੀ ਗੈਬ। ...ਇਹ ਤਾਂ ਕਿਸੇ ਅਜਨਬੀ ਦਾ ਦਿਸਣ ਲਗ ਪਿਆ ਹੈ। ਮੈਨੂੰ ਝੁਣ ਝੁਣੀ ਜੇਹੀ ਆ ਗਈ ਹੈ। ਸਿਰ ਝਟਕਦਾ ਹਾਂ। ਆ ਫਿਰ ਆਪਣਾ ਦਿਸਣ ਲਗ ਪਿਆ ਏ? ਪਰ ਧੁੰਦਲਾ ਜਿਹਾ ਬਹੁਤ ਏ। ਆ ਲੈ ਹੁਣ ਰੋਲੂ ਦਾ ਚਿਹਰਾ ਗੋਲੇ 'ਚੋਂ ਦਿਸਣ ਲੱਗ ਪਿਆ ਹੈ... ...ਹੈ! -ਪਿੱਛੇ ਗਿਆਨ ਦਾ ਵੀ ? ਨਿਧਾਨ

ਦਾ ਵੀ?

"ਆ ਠੁਕਾ ਤੀ ਸੀਪ ਪਜਾਟੀ?" ਗੁਰਮੇਲ ਦੀ ਅਵਾਜ਼ ਨਾਲ਼ ਮੇਰੇ ਮਨ ਦੀ ਅਵਸਥਾ ਟੁੱਟ ਗਈ ਹੈ। ਮੈਨੂੰ ਅਫਸੋਸ ਹੋਣ ਲੱਗ ਪਿਆ ਹੈ ਸੀਪ ਲੁਆਈ ਦਾ।

-0-

ਅੱਜ ਗੁਰਮੇਲ ਟਾਇਮ ਨਾਲ਼ ਆ ਗਿਆ ਹੈ। ਕਿੰਨਾ ਚੰਗਾ ਹੈ ਵਿਚਾਰਾ। ਰੋਜ਼ ਦੋ ਤਿੰਨ ਘੰਟੇ ਕੋਠੇ ਤੇ ਧੁੱਪ ਲੁਆ ਦਿੰਦਾ ਹੈ।

ਮਨ ਦੀ ਮੁਰਾਦ ਪੂਰੀ ਹੋ ਗਈ ਹੈ। ਰਤਨੀ ਵਿਹੜੇ 'ਚ ਬੈਠੀ ਵਾਲ਼ ਵਾਹ ਰਹੀ ਹੈ। ਮੇਰੀ ਵੰਨੀ ਪਿੱਠ ਹੈ। ਉਸ ਜੂੜਾ ਕਰਨ ਲਈ ਬਾਹਾਂ ਉਤਾਂਹ ਚੁੱਕੀਆਂ ਨੇ। ਮੇਰੇ ਅੰਦਰਲਾ ਵਿਸ਼ਵਾ ਮਿੱਤਰ ਡੋਲ ਗਿਆ ਏ।

ਇਸ ਟੱਬਰ ਨਾਲ਼ ਨੇੜਤਾ ਕਰਨ ਦੀ ਸਬੀਲ ਸੋਚਣ ਲਗ ਪਿਆ ਹੈ। ਰਤਨੀ ਨੂੰ ਦੇਖ ਦੇਖ ਖਿਆਲੀ ਸੁਖ ਅਨੁਭਵ ਹੋਣ ਲੱਗਾ ਏ। ਆਪਣੇ ਪਤਲੇ ਸਰੀਰ ਦਾ ਖਿਆਲ ਆਉਣ ਤੇ ਜੀ ਭਿਆਣਾ ਜਿਹਾ ਹੋ ਗਿਆ ਹਾਂ।

ਰੱਤੋ ਪੱਠਿਆ ਨੂੰ ਤੁਰ ਗਈ ਏ।

ਸੁਰਤ ਗਿਆਨ ਵੱਲ ਪਰਤੀ ਏ। 'ਕੱਲਾ ਨਿਧਾਨ ਦਿਸਦਾ ਹੈ। ਗਿਆਨ ਕਿੱਥੇ? ਪ੍ਰਸ਼ਨ ਉੱਠ ਪਿਆ ਹੈ।

ਗਿਆਨ ਆ ਗਿਆ ਹੈ। ਨਾਲ਼ ਭੀਰੇ ਦਾ ਦੁੱਲਾ ਹੈ। ਕੋਠੇ ਚੜ ਗਏ ਨੇ। ਖੇਡ ਸ਼ੁਰੂ ਹੋ ਗਈ ਹੈ।

ਨਿਧਾਨ ਆਪਣੇ ਸਕੂਲ ਦੇ ਕੰਮ 'ਚ ਜੁੱਟ ਗਿਆ ਏ।

"ਲੈ ਬਈ ਦੁੱਲਿਆ ਬਣਾ ਲੈ ਘੋੜਿਆਂ ਲਈ ਵੀ ਘਰ... ਕੀ ਕੈਂਦੇ ਹੁੰਦੇ ਆ ਘੋੜਿਆ ਦੇ ਘਰ ਨੂੰ... ਏ ਏ ਚੇਤਾ ਭੁਲ ਗਿਆ ਦੱਸਿਆ ਤਾਂ ਸੀ ਬਾਬੇ ਫੂੜੇ ਨੇ ਇੱਕ ਦਿਨ... ਏ ਬੇਲਾ... ਨਹੀਂ ਨਹੀਂ ਛੱਡ ਯਾਰ ਨਾਂ 'ਚ ਕੀ ਪਿਆ।" ਗਿਆਨ ਸਿਆਣਿਆਂ ਵਾਂਗ ਆਖ ਗਿਆ ਹੈ।

"ਓ ਸਾਲ਼ਿਓ! ਏ ਘੋੜਿਆਂ ਦੇ ਘਰ ਕਿੱਥੋਂ ਆ ਗੇ। ਘਰ ਤਾਂ ਆਪਣੇ ਨੀ ਪੂਰੇ... ਬੱਲੇ ਓਏ ਦੁੱਲਿਓ!" ਨਿਧਾਨ ਮਜ਼ਾਕ ਨਾਲ਼ ਆਖ ਗਿਆ ਹੈ।

"ਓ ਭਾਜੀ ਤੈਨੂੰ ਨੀ ਪਤਾ... ਅਸੀਂ ਕੀ ਕਰਨ ਲੱਗੇ ਆਂ... ਏ ਤਾਂ...।" ਗਿਆਨ ਗੰਭੀਰਤਾ ਨਾਲ਼ ਬੋਲਿਆ ਏ।

"ਕੀ ਕਰਨ ਲੱਗੇ ਆ?" ਨਿਧਾਨ ਉੱਠਕੇ ਕੋਲ਼ ਆ ਗਿਆ ਏ।

"ਦੇਖ ਭਾਜੀ ਲੋੜੀ ਤੋਂ ਤਿੰਨ ਕੁ ਦਿਨ ਪਹਿਲਾਂ ਸਾਡੀ ਮੈਡਮ ਸੀ ਛੁੱਟੀ ਤੇ... ਫਿਰ ਸੈਂਟਰ 'ਚੋਂ ਇੱਕ ਸਰ ਆਏ ਸੀ... ਸਕੂਲ ਲੌਣ। ਉਨ੍ਹੀਂ ਇੱਕ ਕਹਾਣੀ ਸੁਣਾਈ ਸੀ ਪਈ ਲੋੜ੍ਹੀ ਮੰਗਦਿਆਂ ਤੇ ਗੀਤ ਗੌਂਦੇ ਹੁੰਦੇ ਆ ਨਾ ਜੇੜ੍ਹਾ ਸੁੰਦਰ-ਮੁੰਦਰੀਏ... ਵਾਲ਼ਾ। ਉਹ 'ਚ ਔਂਦਾ ਦੁੱਲਾ ਭੱਟੀ ਵਾਲ਼ਾ... ਔਂਦਾ ਨਾ?" ਗਿਆਨ ਬੜੇ ਭਰਾ ਵੱਲ ਬੜੀ ਉਤਸੁਕਤਾ ਨਾਲ਼ ਦੇਖਣ ਲੱਗਾ।

"ਆਹੋ ਔਂਦਾ।" ਨਿਧਾਨ ਬੋਲਿਆ।

"ਪਤਾ ਸਰ ਨੇ ਦੱਸਿਆ ਸੀ ਕਿ ਦੁੱਲੇ ਨੇ ਇੱਕ ਟੋਲੀ ਬਣਾਈ ਸੀ... ਆਪਣੇ

ਮਿਤਰਾਂ ਦੀ। ਸਾਰਿਆਂ ਨੇ ਘੋੜੇ ਰੱਖੇ ਹੋਏ ਸੀ। ਨਾਲ਼ੇ ਕਰਪਾਨਾਂ, ਨਾਲ਼ੇ ਬਰਛੇ... ਨਾਲ਼ੇ ਬਦੂਕਾਂ... ਉਹ ਬਾਦਸ਼ਾਹ ਤੋਂ ਬਦਲਾ ਲੈਣਾ ਚੌਂਹਦਾ ਸੀ। ਉਹ ਗਰੀਬਾਂ ਦੀ ਮਦਦ ਵੀ ਕਰ ਦਿੰਦਾ ਸੀ... ਤਕੜਿਆਂ ਤੋਂ ਪੈਸੇ ਖੋਹ ਵੀ ਲੈਂਦਾ ਸੀ। ਸੁੰਦਰੀ ਦਾ ਵਿਆਹ ਵੀ ਕਰ 'ਤਾ ਸੀ। ਅਸੀਂ ਵੀ ਟੋਲੀ ਬਣੌਂਣੀ ਹੈ... ਮਿਤਰਾਂ ਦੀ ਮੈਂ ਹੈਗਾ ਦੁੱਲਾ ਹੈਗਾ... ਸੁਸ਼ੀਲ ਹੈਗਾ... ਸੁੰਦਰ ਵੀ... ਤੂੰ ਰਲੂੰਗਾ ਭਾਜੀ?"

"ਤੁਸੀ ਕਾਦ੍ਹੇ ਲਈ ਪਾਰਟੀ ਬਣੌਂਣੀ ਆ?" ਨਿਧਾਨ ਨੇ ਉਲਟਾ ਸਵਾਲ ਕਰ ਦਿੱਤਾ।

"ਭਾਜੀ ਸਕੀਮ ਤਾਂ ਆਈ ਪੈਲਾ ਦੁੱਲੇ ਨੂੰ ਫੇ... ਮੈਂ ਵੀ ਰਲ਼ ਗਿਆ। ਦੁੱਲਾ ਕੈਂਦਾ ਓਨੇ ਬਦਲਾ ਲੈਣਾ ਸਰਦਾਰਾਂ ਤੋਂ। ਮੈਨੂੰ ਸਕੀਮ ਆ ਗੀ ਬਈ ਜਿਨ੍ਹਾ ਕੋਲ਼ ਜਾਦਾ ਘਰ ਨੇ... ਥਾਂ ਨੇ, ਪਿੰਡ 'ਚ ਪਏ... ਉਨ੍ਹਾਂ ਤੋਂ ਘਰ ਤੇ ਥਾਂ ਲੁੱਟ ਲਵਾਂਗੇ ਤੇ ਵੰਡ ਲਵਾਂਗੇ।"

ਗਿਆਨ ਗੰਭੀਰਤਾ ਨਾਲ਼ ਪੱਕੀਆਂ ਪਕਾ ਰਿਹਾ ਸੀ।

"ਸਰਦਾਰਾਂ ਤੋਂ ਬਦਲਾ ਲੈਣ ਦੀ ਦੁੱਲੇ ਦੀ ਭਾਵਨਾਵਾਂ ਮੈਨੂੰ ਝੰਝੋੜ ਗਈ।

ਛੇ ਮਹੀਨੇ ਪਹਿਲਾਂ ਦੀ ਤਾਂ ਗੱਲ ਹੈ। ਪਿੰਡ 'ਚ ਕੁਹਰਾਮ ਮੱਚ ਗਿਆ ਸੀ। ਦੁੱਲੇ ਦੀ ਵੱਡੀ ਭੈਣ ਭਜਨੋ ਦੀ ਲਾਸ਼ ਵਿਹੜੇ 'ਚ ਪਈ ਹੋਈ ਸੀ। ਨੀਲੇ ਫਿਰੇ ਬੁੱਲ੍ਹ। ਪੀਲ਼ਾ ਭੂਕ ਚਿਹਰਾ। ਪਿੰਡ ਦੇ ਪਤਵੰਤੇ ਉੱਚ ਅਧਿਕਾਰੀਆਂ ਤੋਂ ਮਨਜ਼ੂਰੀ ਲੈਣ ਗਏ ਹੋਏ ਸਨ। ਬਿਨਾ ਪੋਸਟਮਾਰਟਮ ਦੇ ਦਾਗ ਦੇਣ ਲਈ। 'ਅਖੇ ਧੀ ਧਿਆਣੀ ਹੈ ਕਾਹਨੂੰ ਮਿੱਟੀ ਰੋਲਣੀ ਏਂ।'

ਭਜਨੋਂ ਦਾ ਵਿਆਹ ਹੋਏ ਨੂੰ ਅਜੇ ਦੋ ਕੁ ਮਹੀਨੇ ਹੀ ਹੋਏ ਸੀ ਸਾਰੇ। ਜਦੋਂ ਭਾਣਾ ਵਰਤ ਗਿਆ। ਵਿਆਹ ਵੇਲੇ ਕੀਤੀ ਕਾਹਲ਼ੀ ਲੋਕਾਂ ਦੇ ਚੇਤੀ ਫਿਰ ਉਤਰ ਆਈ ਸੀ।

ਦੁੱਲੇ ਦਾ ਪਿਓ ਭੀਰਾ ਪਿਛਲੇ ਕਈ ਸਾਲਾਂ ਤੋਂ ਸਰਦਾਰਾਂ ਦਾ ਟਰੈਕਟਰ ਡਰਾਈਵਰ ਸੀ। ਘਰ ਦੀ ਜ਼ਮੀਨ ਕਨਾਲ਼ਾਂ ਵਿੱਚ ਹੀ ਸੀ। ਉਨ੍ਹਾਂ ਦੇ ਟਰੈਕਟਰ ਨਾਲ਼ ਆਪਣੀ ਵੀ ਵਾਹ ਛੱਡਦਾ। ਇੱਕ ਦਿਨ ਭੀਰਾ ਗੰਨੇ ਦੀ ਟਰਾਲੀ ਮਿੱਲੇ ਲਾ ਕੇ ਸਰਦਾਰਾਂ ਦੇ ਡੇਰੇ ਪਹੁੰਚਣ ਦੀ ਬਜਾਏ ਸਿੱਧਾ ਘਰੇ ਚਲਾ ਗਿਆ। ਭੀਰਾ ਹੈਰਾਨ ਰਹਿ ਗਿਆ। ਸਰਦਾਰਾਂ ਦਾ ਮੋਟਰ ਸਾਈਕਲ ਭੀਰੇ ਦੇ ਕੱਚੇ ਵਿਹੜੇ 'ਚ ਖੜ੍ਹਾ ਸੀ। ਜਦੇ ਸਰਦਾਰਾਂ ਦਾ ਗਭਲਾ ਮੁੰਡਾ ਅੰਦਰੋਂ ਨਿਕਲ਼ ਮੋਟਰ ਸਾਈਕਲ ਤੇ ਚੜ੍ਹ ਬੈਠਾ। ਭੀਰੇ ਨੇ ਡਾਂਗ ਚੁੱਕ ਲੀ। ਭਜਨੋਂ ਡਰਦੀ ਮਾਰੀ ਤਾਏ ਸਰਵਨ ਦੇ ਜਾ ਵੜੀ। ਭੀਰਾ ਡਾਂਗ ਲੈ ਕੇ ਮਗਰੇ। ਫਿਰ ਤਾਏ ਸਰਵਨ ਦੀ ਮੌਜੂਦਗੀ ਨੇ ਮਾਮਲਾ ਠੰਡਾ ਕਰ ਲਿਆ ਸੀ।

"ਵੇਖ ਕਮਲ਼ਾ ਨਾ ਬਣ। ਰੌਲ਼ਾ ਪਾਏਗਾ ਤਾਂ ਕੁੜੀ ਦਾ ਅੱਗਾ ਰੁਕ ਜਾਊ। ਘਰ ਬਿਠਾ ਛੱਡੂੰਗਾ ਫੇ? ਜੇ ਮਾਰ ਦੇਊਗਾ ਤਾਂ ਤੂੰ ਜੇਲ੍ਹ 'ਚ। ਫੇ ਬਾਕੀ ਟੱਬਰ ਰੁਲ਼ਜੂ।

ਸਿਆਣਾ ਬਣ। ਕੋਈ ਲੋੜਵੰਦ ਘਰ ਦੇਖ। ਦੇ ਦੇ ਚਾਰ ਘੁਮੇਟਣੀਆਂ। ਨਾਲ਼ੇ ਹੋਏ ਹੋਏ ਤੋਂ ਬਚਾਅ ਹੋਜੂ। ਤੇਰੇ ਘਰਵਾਲ਼ੀ ਨੂੰ ਖੇਤ ਏਨੂੰ ਵੀ ਨਾਲ਼ ਲਿਜਾਣਾ ਚਾਹੀਦਾ ਸੀ।"

ਦੱਸਦੇ ਉਸ ਦਿਨ ਭੀਰਾ ਘੁਸਮੁਸਾ ਹੋਏ ਤੇ ਸਰਦਾਰਾਂ ਦੇ ਡੇਰੇ ਟਰੈਕਟਰ ਟਰਾਲੀ ਛੱਡ ਆਇਆ ਸੀ। ਮੁੜ ਕਦੇ ਉੱਧਰ ਨਾ ਗਿਆ। ਦੋ ਕੁਨਾਲ਼ੀਂ ਜ਼ਮੀਨ ਵੇਚ ਕੇ ਅੱਧੋ ਰਾਣਾ ਜਿਹਾ ਟਰੈਕਟਰ ਟਰਾਲੀ ਲੈ ਆਇਆ ਸੀ। ਜ਼ਮੀਨ ਕਿਸੇ ਨੂੰ ਠੇਕੇ ਤੇ ਪੁੱਛ ਲਈ ਸੀ। ਡਰਾਇਵਰ ਤੋਂ 'ਸਰਦਾਰ' ਬਣ ਭਜਨੋਂ ਦਾ ਵਿਆਹ ਕਰ ਦਿੱਤਾ ਸੀ। ਦਿਨਾਂ 'ਚ।

ਫਿਰ ਇੱਕ ਦਿਨ ਭਜਨੋਂ ਦੀ ਸੱਸ ਛੱਡ ਗਈ ਭਜਨੋਂ ਨੂੰ। ਨਾਲ਼ੇ ਕਰ ਗਈ ਸੀ ਕੰਨ 'ਚ ਫੁਸਫੁਸ। ਭਜਨੋਂ ਦੀ ਮਾਂ ਦੇ "ਅਖੇ ਵਿਆਹੀ ਨੂੰ ਦੋ ਮਹੀਨੇ ਹੋਏ ਨੇ ਬੱਚਾ ਅੰਦਰ ਚਾਰ ਮਹੀਨੇ ਦਾ।" ਭੀਰੇ ਦੇ ਸੁਭਾਅ ਤੋਂ ਡਰਦੀ ਭਜਨੋਂ ਦੀ ਮਾਂ ਮਰ ਮਰ ਜਾਵੇ ਬਈ ਕਿਵੇਂ ਗੱਲ ਕਰਾਂ। ਮਾਂ ਦੀ ਬੇਵਸੀ ਦਾ ਹੱਲ ਭਜਨੋਂ ਨੇ ਜ਼ਹਿਰ ਪੀ ਕੇ ਕਰ ਦਿੱਤਾ ਸੀ।

ਭਜਨੋਂ ਦੀ ਲਾਸ਼ ਨਾਲ਼ ਚਿੰਬੜਿਆ ਦੂੱਲਾ ਮੈਨੂੰ ਦਿਸਣ ਲੱਗ ਪਿਆ ਹੈ। ਮੈਂ ਭੀਰੇ ਦੇ ਘਰ ਪਹੁੰਚ ਗਿਆ ਹਾਂ।

"ਓ ਗਿਆਨ ਘਰ ਕਿਤੇ ਲੋਕਾਂ ਕੋਲ਼ ਵੀਹ ਵੀਹ ਹੁੰਦੇ ਆ——ਇੱਕ-ਇੱਕ ਹੀ ਹੁੰਦਾ... ਤੇਰੀ ਸਾਲ਼ਿਆ ਖੋਪੜੀ ਹੀ ਪੁੱਠੀ ਲੱਗੀ ਆ।" ਨਿਧਾਨ ਦੇ ਬੋਲ ਮੈਨੂੰ ਵਾਪਿਸ ਲੈ ਆਏ ਨੇ।

"ਓ ਭਾਜੀ ਤੈਨੂੰ ਨੀ ਪਤਾ... ਦੇਖ ਹਵੇਲੀ ਵਾਲ਼ੇ ਸਰਦਾਰਾਂ ਕੋਲ਼ ਕਿੱਡਾ ਘਰ ਆ...। ਫੇ ਪਿੰਡ 'ਚ ਦੋ ਘਰ ਏਨ੍ਹਾ ਦੇ ਪੁਰਾਣੇ ਪਏ ਨੇ... ਜੰਦੇ ਲੱਗੇ ਹੋਏ। ਹੋਰ ਦੇਖ ਤਾਂ ਦੂਲਿਆ ਕਾਪੀ ਕੱਢ ਤਾਂ... ਅਸੀ ਭਾਜੀ ਸਾਰੇ ਲਿਖੇ ਹੋਏ ਆ ਪਿੰਡ ਫਿਰ ਕੇ।"

ਦੂੱਲਾ ਕਾਪੀ ਕੱਢ ਲੈਂਦਾ ਹੈ।

"ਆ ਦੇਖ ਏਨ੍ਹਾਂ ਸਰਦਾਰਾਂ ਦੇ ਦੋ ਘਰ ਸ਼ੈਰ੍ਹ ਵੀ ਹੈਗੇ। ਆ ਲੰਬੜਾ ਦੇ ਪੰਜ ਥਾਂ ਪਏ ਪਿੰਡ 'ਚ। ਏਨਾ ਤੋਂ ਥਾਂ ਲੁੱਟ ਲਵਾਂਗੇ ਤੇ ਉੱਥੇ ਘਰ ਬਣਾ ਲਵਾਂਗੇ। ਆ ਆਪਣੇ ਵੇੜ੍ਹੇ ਵਾਲ਼ਾ ਤਸੀਲਦਾਰਾਂ ਦਾ ਸੋਨ੍ਹ ਦੇਖ। ਏਦੇ ਕੋਲ਼ ਕਿੱਡੀ ਕੋਠੀ ਹੈ। ਭਾਵੇਂ ਆਪਣੀ ਅੱਧੀ ਚਮਾਲ਼ੀ ਵੜ ਜਾਵੇ। ਇਨੀ ਵੀ ਕੈਂਦੇ ਸ਼ੈਰ੍ਹ ਬਣਾਏ ਨੇ। ਭਾਜੀ ਕਿੰਨੇ ਹੋਰ ਘਰ ਪਏ ਨੇ। ਜਿੰਦੇ ਲੱਗੇ ਹੋਏ। ਉਹ ਵੀ ਲੁੱਟਾਂਗੇ।"

"ਬੱਲੇ ਓਏ ਯੋਧਿਓ... ਤੁਹਾਨੂੰ ਬੌੜ੍ਹ ਦੇਊ ਅਗਲਾ ਆਪਣੇ ਘਰੀਂ ਵੜਨ ਟੋਟਰ ਨਾ ਭਨਾ ਲਿਓ ਕਿਸੇ ਤੋਂ।" ਨਿਧਾਨ ਟਕੋਰ ਲਾਉਂਦਾ ਹੋਇਆ ਮੁੜ ਆਪਣੀ ਜਗ੍ਹਾ ਆਣ ਬੈਠਾ।

"ਓ ਦੂਲਿਆ। ਸੁੰਦਰ ਤੇ ਸੁਸ਼ੀਲ ਨੂੰ ਲੈ ਆ ਨਾਲ਼ੇ ਦੋ ਘੋੜੇ ਹੋਰ ਲੈ ਆਈ ਓਨਾ ਲਈ।"

"ਏ... ਆ ਬੱਗਾ ਘੋੜਾ ਦੂਲੇ ਸਰਦਾਰ ਦਾ... ਆ ਡੱਬਾ ਮੇਰਾ... ਆ ਕਾਲ਼ਾ... ਓ ਭਾਜੀ ਤੇਰੇ ਲਈ ਕਾਲ਼ਾ ਰੱਖ ਲਵਾ?"

ਗਿਆਨ ਨਵੇਂ ਬਣਾਏ ਤਬੇਲੇ ਵਿੱਚ ਬੋੜ੍ਹ ਦੇ ਪੱਤਿਆਂ ਦੇ ਬਣਾਏ ਘੋੜੇ ਖੜ੍ਹੇ ਕਰੀ ਜਾ ਰਿਹਾ ਸੀ।

"ਓ ਗਿਆਨ। ਤੂੰ ਤਾਂ ਕਮਲ਼ਾ ਏ... ਇਹ ਦੂੱਲੇ ਹੁਣੀ ਆਪਣੇ ਮਿੱਤਰ ਕਿੱਥੋਂ ਬਣ ਜਾਣਗੇ? ਇੱਕ ਦਿਨ ਮੈਂ ਗਿਆ ਸੀ ਬਿੱਕਰ ਮਾਸਟਰ ਕੋਲ਼ ਸਵਾਲ ਸਮਝਣ। ਓਦ੍ਹੇ ਕੋਲ਼ ਪੰਜ ਸੱਤ ਮੁੰਡੇ ਬੈਠੇ ਸੀ ਆਪਣੇ ਵੇੜ੍ਹੇ ਦੇ। ਓ ਦੱਸ ਰਿਹਾ ਸੀ ਓਨ੍ਹਾ ਨੂੰ... ਪਈ ਤਕੜੇ ਹੋਣੇ... ਹੁਣ ਆਪਾਂ ਆਪਣੀ ਪਾਰਟੀ ਦਾ ਰਾਜ ਲਿਆਉਣਾ ਹੈ। ਫਿਰ ਆਪਣੇ ਲੋਕਾਂ ਨੂੰ ਵੀ ਖੇਤ ਮਿਲਣਗੇ। ਅੱਜ ਇੱਕ ਇੱਕ ਖੇਤ ਦੀ ਕੀਮਤ ਦਸ ਦਸ ਲੱਖ ਹੈ- ਪਤਾ... ਪੈਲ੍ਹਾਂ ਖੇਤ ਖੋਣ੍ਹੇ ਨੇ।" ਨਿਧਾਨ ਗੱਲ ਹੀ ਕਰ ਰਿਹਾ ਸੀ ਕਿ ਗਿਆਨ ਵਿੱਚੋਂ ਹੀ ਬੋਲ ਪਿਆ:

"ਨਾ ਭਾਜੀ ਦੁੱਲਾ ਤਾਂ ਮੇਰਾ ਪੱਕਾ ਮਿੱਤਰ ਏ। ਓਨੂੰ ਤਾਂ ਨਾਲ਼ ਰੱਖਣਾ ਹੀ ਰੱਖਣਾ- ਨਾਲ਼ੇ ਸਾਡੀ ਟੋਲੀ ਦਾ ਸਰਦਾਰ ਏ। ਜੇ ਤੁਸੀ ਕਹੋਂ ਕਿ ਖੇਤ ਖੋਣ੍ਹੇ ਨੇ ਤਾਂ ਮੈਂ ਨੀ ਦੁੱਲੇ ਦਾ ਖੇਤ ਖੋਣ੍ਹ ਦਿੰਦਾ। ਇੱਕ ਛੋਟਾ ਜਿਹਾ ਖੇਤ ਹੈ ਓਨਾ ਕੋਲ਼। ਵਿਚਾਰਿਆ ਦਾ ਕੱਚਾ ਜਿਹਾ ਘਰ। ਅਸੀਂ ਤਾਂ ਘਰ ਖੋਣ੍ਹੇ ਨੇ। ਦੁੱਲੇ ਲਈ ਵੀ।"

"ਉਹ ਕਮਲ਼ਿਆ ਇਹ ਲੋਕ ਬੌਤ੍ਹ ਚਿਰ ਆਪਣੇ ਲੋਕਾਂ ਤੇ ਜ਼ੁਲਮ ਕਰਦੇ ਰਹੇ ਆ। ਇਹ ਗੱਲ ਬਿੱਕਰ ਮਾਸਟਰ ਨੇ ਦੱਸੀ ਸੀ ਓਸ ਦਿਨ। ਉਹ ਕਹਿੰਦਾ ਸੀ ਆਪਾ ਏਹਨਾਂ ਤੇ ਜਿੱਤ ਪ੍ਰਾਪਤ ਕਰਨੀ ਏ ਕੱਠੇ ਹੋਕੇ। ਜੋ ਕੰਮ ਆਪਾਂ ਨਾਲ਼ ਕਰਦੇ ਰਹੇ ਨੇ। ਓਹ ਏਨਾਂ ਨਾਲ਼ ਕਰਨਾ।"

"ਓ ਭਾਜੀ... ਮੈਨੂੰ ਚੇਤੇ ਆਇਆ... ਬਈ ਖੇਤ ਤਾਂ ਆਪਣੇ ਵੇੜ੍ਹੇ ਵਾਲ਼ੇ ਤਸੀਲਦਾਰਾਂ ਕੇ ਸੋਣ੍ਹ ਕੇ ਵੀ ਬੋਤ੍ਹ ਆ... ਓਨਾ ਦੀ ਮੋਟਰ ਦੇ ਦੁਆਲ਼ੇ ਖੇਤ ਹੀ ਖੇਤ ਨੇ... ਅੱਛਾ ਭਾਜੀ ਸੋਣ੍ਹ ਹੁਰਾਂ ਨੇ ਖੇਤ ਕਿੱਥੋਂ ਲੈ ਲਏ? ...ਬਾਕੀ ਲੋਕਾਂ ਨੇ ਖੇਤ ਕਿੱਥੋਂ ਲੈ ਲਏ? ...ਆਪਾਂ ਕੋਲ਼ ਕਾਤ੍ਹੋ ਨੀ?"

"ਗਿਆਨ ਗੱਲਾਂ ਤੇਰੀਆਂ ਪਤੇ ਦੀਆਂ ਨੇ ....ਮੈਂ ਜਿੱਦਣ ਹੁਣ ਗਿਆ ਮਾਸਟਰ ਬਿੱਕਰ ਕੋਲ਼... ਸਾਰੀਆਂ ਪੁੱਛਕੇ ਕੇ ਆਊ... ਓਨੂੰ ਸਾਰਾ ਪਤਾ... ਆਪਣੇ ਵੇੜ੍ਹੇ ਵਾਲ਼ੇ ਮੁੰਡੇ ਓਦੇ ਪੈਰੀ ਹੱਥ ਲੌਂਦੇ ਨੇ।"

ਮੈਂ ਮੰਜੇ 'ਤੇ ਸਿੱਧਾ ਪੈ ਗਿਆ ਹਾਂ। ਪੂਰੀਆਂ ਅੱਖਾਂ ਖੋਲ੍ਹ ਕੇ ਸੂਰਜ ਵੱਲ ਦੇਖਣ ਲੱਗ ਗਿਆ ਹਾਂ। ਮੂਹਰੇ ਨਿੱਕੀ ਜਿਹੀ ਬੱਦਲ਼ੀ ਆ ਗਈ। ਨਹੀਂ ਨਹੀਂ ਏਹ ਤਾਂ ਰਤਨੀ ਦਾ ਚਿਹਰਾ ਹੈ।

-0-

ਅੱਜ ਫਿਰ ਗੁਰਮੇਲ ਸਮੇਂ ਸਿਰ ਕੋਠੇ ਛੱਡ ਗਿਆ ਹੈ।

ਗਿਆਨ ਝੋਲ਼ਾ ਲੈ ਕੇ ਕੋਠੇ ਚੜ ਰਿਹਾ ਹੈ। ਅੱਜ ਉਹ ਪੜ੍ਹਨ ਦੇ ਮੂਡ 'ਚ ਲੱਗਦਾ ਹੈ। ਪਰ ਝੋਲ਼ਾ ਰੱਖ ਕੇ ਫਿਰ ਘਰ ਦੁਆਲ਼ੇ ਹੋ ਗਿਆ ਹੈ। ਨਿਧਾਨ ਅਜੇ ਥੱਲੇ ਹੀ ਹੈ।

ਮੇਰੀ ਨਜ਼ਰ ਰਤਨੀ ਮਗਰੇ ਹੀ ਘੁੰਮ ਰਹੀ ਹੈ। ਦਿਲ ਕਰਦਾ ਹੈ ਬਨੇਰੇ 'ਤੇ ਖੜੋ ਕੇ ਪੁੱਛੇ, "ਰਤਨੀਏ! ਆਪਣੇ ਘਰਾਂ 'ਚ ਲੜਾਈ ਕਾਹਦੀ ਏ? ਜਾਂ ਉਹ ਮੈਨੂੰ ਪੁੱਛੇ ਕਿ ਭਾਜੀ ਹੁਣ ਤੁਹਾਡੀ ਲੱਤ ਦਾ ਕੀ ਹਾਲ ਹੈ? ਦਰਦ ਬੌਤ੍ਹੀ ਤਾਂ ਨਹੀ ਹੁੰਦੀ?" ਮੈਂ ਆਖਾਂ...।

ਹੈਂ! ਤਹਿਸਲਦਾਰਾ ਦਾ ਸੋਹਣ ਵਿਹੜੇ ਆਣ ਬੜਿਆ ਹੈ। ਰਤਨੀ ਤੇ ਓਹਦੇ ਵਿੱਚਲੀ ਤੱਕਣੀ ਮੈਨੂੰ ਛੂਣ ਗਈ ਏ। ਮੇਰੀ ਧੜਕਣ ਵਧ ਗਈ ਹੈ। ਸੋਹਣ ਜੇਬ ਵਿੱਚੋਂ ਕੁਝ ਪੈਸੇ ਕੱਢਕੇ ਨਿਧਾਨ ਨੂੰ ਦਿੰਦਾ ਹੋਇਆ ਬੋਲਦਾ ਹੈ, "ਲਵੇ ਮੇਰਾ ਪੁੱਤ ਪੈਸੇ ਤੇ ਲਿਆਵੇ ਜਾ ਕੇ ਹੱਟੀਓਂ ਚੀਜ਼ੀ... ਛੋਟੇ ਵੀਰ ਗਿਆਨ ਨੂੰ ਵੀ ਲੈ ਜਾਵੇ।"

ਨਿਧਾਨ ਨੇ ਖੁਸ਼ੀ-ਖੁਸ਼ੀ ਪੈਸੇ ਫੜ ਲਏ ਹਨ। ਉਸ ਗਿਆਨ ਨੂੰ ਹਾਕ ਮਾਰੀ ਹੈ। ਗਿਆਨ ਕੁਨੱਖਾ ਜਿਹਾ ਝਾਕਿਆ ਹੈ।

"ਮੈਂ ਨੀ ਜਾਣਾ... ਤੂੰ ਚਲੇ ਜਾ।" ਗਿਆਨ ਦੀ ਅਵਾਜ਼ 'ਚ ਰੁਖਾਈ ਏ।

ਨਿਧਾਨ ਛਾਲ਼ਾਂ ਮਾਰਦਾ ਬੂਹੇ ਤੋਂ ਬਾਹਰ ਹੋ ਗਿਆ ਹੈ।

ਰਤਨੀ ਗਿਆਨ ਵੱਲ ਦੇਖਦੀ ਹੈ ਤੇ ਸ਼ਰਾਰਤ ਨਾਲ਼ ਸੋਹਣ ਨੂੰ ਅੰਗੂਠਾ ਦਿਖਾਉਂਦੀ ਹੈ।

"ਇਹ ਸਾਲ਼ਾ ਬੜਾ-ਹੈਦਰੀ ਹੈ।" ਸੋਹਣ ਗਿਆਨ ਵੱਲ ਇਸ਼ਾਰਾ ਕਰਕੇ ਕਹਿੰਦਾ ਹੈ। ਇਸੇ ਦੌਰਾਨ ਉਹ ਵਿਹੜੇ ਦੇ ਦੂਸਰੇ ਸਿਰੇ ਨੂੰ ਖਿਸਕ ਆਏ ਨੇ। ਸ਼ਾਇਦ ਗਿਆਨ ਤੋਂ ਦੂਰੀ ਬਣਾਉਣ ਦੀ ਨੀਤ ਨਾਲ਼। ਪਰ ਮੇਰੇ ਹੋਰ ਨੇੜੇ ਹੋ ਗਏ ਹਨ।

ਗਿਆਨ ਵੀ ਆਪਣੇ ਤਾਏ ਦੇ ਕੋਠੇ 'ਤੇ ਚਲੇ ਗਿਆ ਹੈ। ਜਿਵੇਂ ਉਹ ਇਹਨਾਂ ਦੇ ਨੇੜੇ ਨਾ ਰਹਿਣਾ ਚਾਹੁੰਦਾ ਹੋਵੇ।

"ਪੂਰਾ ਘੋਖੀ ਏ... ਤੇਰੇ ਵਰਗਾ।" ਰਤਨੀ ਸ਼ਰਾਰਤ ਨਾਲ਼ ਆਖ ਗਈ ਹੈ।

"ਅੱਛਾ ਤੂੰ ਕੱਲ੍ਹ ਉੱਧਰ ਪੱਠਿਆਂ ਨੂੰ ਨੀ ਆਈ? ਉਸ ਦਿਨ ਵੈਦ੍ਹਾ ਕੀਤਾ ਸੀ। ਮਰ ਗਿਆ ਮੈਂ ਰਾਹ ਦੇਖਦਾ-ਦੇਖਦਾ।"

ਮੈਂ ਸਾਹ ਰੋਕ ਕੇ ਸੁਣ ਰਿਹਾ ਹਾਂ।

"ਕੀ ਕਰਦੀ-ਹਵੇਲੀ ਵਾਲ਼ਿਆਂ ਦਾ ਬੁੜਾ ਸਵੇਰੇ ਆ ਕੇ ਕਹਿ ਗਿਆ ਸੀ ਘਰੇ, ਬਈ ਚਾਰ ਦਿਨ ਪੱਠੇ ਓਨ੍ਹਾ ਦਿਓ ਚਾਰ ਲੈਣ... ਅਖੇ ਚਟਾਲਾ ਗਲ਼ਦਾ ਜਾ ਰਿਹਾ ਹੈ... ਦੂਜਾ ਝੋਟੀ ਵੀ ਓਨ੍ਹਾ ਦੀ ਹੈ। ਫਿਰ ਉਹ ਆਖ ਵੀ ਇਨ੍ਹਾਂ ਦੇ ਡੈਡੀ ਸਾਹਮਣੇ ਗਿਆ ਸੀ। ਨਾ ਜਾਂਦੀ ਤਾਂ...।"

"ਆਹੋ ਜੱਟਾਂ ਦੇ ਬੰਨਿਆਂ ਦਾ ਸੁਆਦ ਤਾਂ ਸਾਲ਼• ਹੱਡੀਂ ਰਚਿਆ ਪਿਆ। ਇਹ ਕਿਤੇ?"

"ਤੂੰ ਤਾਂ ਲੜਨ ਨੂੰ ਫਿਰਦੈ... ਮੈਂ...?"

"ਠੀਕ ਆ... ਠੀਕ ਆ... ਨੀਨਾ ਕਿੱਦਾਂ?"

ਨੀਨਾ ਦਾ ਨਾਂ ਸੁਣ ਦੇ ਹੀ ਮੈਨੂੰ ਕਰੰਟ ਜਿਹਾ ਲੱਗਾ ਹੈ। ਨੀਨਾ ਰੋਲੂ ਦੇ ਬੜੇ ਭਰਾ ਦੀ ਕੁੜੀ ਏ। ਦਸਵੀਂ 'ਚ ਪੜ੍ਹਦੀ ਹੈ। ਮੇਰੇ ਹੱਥ 'ਚ ਮੰਜੇ ਦੀ ਬਾਹੀ ਬੇਤਹਾਸ਼ੀ ਘੁੱਟੀ ਜਾ ਰਹੀ ਹੈ। ਸਰੀਰ 'ਚ ਇੱਕ ਕੰਬਣੀ ਜਿਹੀ ਲਰਜ਼ਾ ਰਹੀ ਹੈ।

"ਨਿਆਣੀ ਹੈ ਅਜੇ।" ਰਤਨੀ ਲਚਾਰੀ ਜਿਹੀ 'ਚ ਬੋਲੀ ਹੈ।

"ਨਾਲ਼ੇ ਤੂੰ ਨਿਆਣੀ ਸੀ ਏਸ ਉਮਰੇ। ਪੂਰੀ ਗੱਦਰੀ ਪਈ ਏ। ਦੇਖ ਹੋਰ ਮਹੀਨੇ ਡੂੜ ਮਹੀਨੇ ਤਾਈਂ ਓਦ੍ਹੇ ਪੇਪਰ ਪੈ ਜਾਣੇ ਨੇ। ਤੂੰ ਪੱਠਿਆ ਨੂੰ ਨਾਲ਼ ਲਿਆਉਣੀ ਸ਼ੁਰੂ ਕਰ ਦੇ। ਘਰ ਦਿਆਂ ਨੂੰ ਸਿਆਣੇ ਸਾਥ ਦਾ ਭਰੋਸਾ ਰਹੂ। ਏਦ੍ਹੀ

ਵੱਡੀ ਭੈਣ ਮਿੰਦੋ ਦੀ ਉਮਰ ਏਨੀ ਕੁ ਹੀ ਸੀ ਉਦੋਂ। ਪੂਰੀ ਟੱਕਰਦੀ ਹੁੰਦੀ ਸੀ। ਓਤੋਂ ਮਗਰੋਂ ਤੂੰ ਕੋਈ ਵੀ ਨਵਾਂ ਮਾਲ ਪੇਸ਼ ਨੀ ਕੀਤਾ। ਦੋ ਸਾਲ ਹੋਗੇ ਓਨੂੰ ਸੁਹਰੇ ਗਈ ਨੂੰ।

"ਹਾਂ ਸੱਚ-ਨੀਨਾ ਨੂੰ ਓਹ ਫੋਟੂਆਂ ਵਾਲ਼ਾ ਰਸਾਲਾ ਦਿਖਾ ਦੋ ਚਾਰ ਵਾਰ। ਦੋ ਚਾਰ ਵਾਰ ਚੁੰਮਾ ਚੱਟੀ ਕਰ-ਅੰਗਾਂ ਤੇ ਹੱਥ ਫੇਰ। ਲਗਾਤਾਰ ਸੇਕ ਦਿੱਤਿਆਂ ਤਾਂ ਗਿੱਲੀ ਲੱਕੜ ਵੀ ਧੁਖ ਕੇ ਜਲ਼ ਉੱਠਦੀ ਹੈ। ਏ ਕੰਮ ਕਰਨਾ ਐਤਕੀਂ। ਨਹੀਂ ਤਾਂ ਕੋਈ ਹੋਰ ਠੂੰਗ ਜਾਊ- ਤੇਰੀ ਫੀਸ ਡਬਲ।"

"ਡਬਲ ਦੀ ਵੀ ਡਬਲ ਲਊਂ।" ਰਤਨੀ ਪੱਕ ਪਕਾਉਂਦੀ ਹੈ।

"ਪੱਕੀ ਹੋਈ। ਮੈਂ ਹੁਣ ਚਲਦਾ। ਪਰਸੋਂ ਨੂੰ ਆਜੀ ਹੁਣ। ਤਿੰਨ ਦਿਨਾਂ 'ਚ ਵਥੇਰ੍ਹਾ ਚਟਾਲਾ ਵੱਢ ਹੋ ਜਾਣਾ ਹਵੇਲੀ ਵਾਲ਼ਿਆਂ ਦਾ, ਕਹਿ ਦੇਈਂ ਝੋਟੀ ਨੂੰ ਮੋਕ ਲੱਗਗੀ। ਦੋ ਦਿਨ ਰੁਕ ਕੇ ਲੈ ਜਾਊਂ। ਦਿਲ ਬੌਂਤ੍ਹ ਕਰਦਾ।" ਸੋਹਣ ਕਈ ਕੁਝ ਬੋਲਦਾ ਤੁਰ ਗਿਆ ਏ।

ਮੇਰਾ ਦਿਲ ਕੀਤਾ ਏ ਕਿ ਜਾਂਦੇ ਹੋਏ ਸੋਹਣ ਨੂੰ ਲਲਕਾਰਾਂ। ਬਨ੍ਹੇਰੇ ਦੀਆਂ ਇਟਾਂ ਪੱਟ ਪੱਟ ਸੋਹਣ ਤੇ ਰਤਨੀ ਦੇ ਸਿਰਾਂ 'ਚ ਮਾਰਾਂ। ਪਰ ਲੰਬਾ ਸਾਰਾ ਹਾਉਕਾ ਲੈਣ ਤੋਂ ਬਿਨ੍ਹਾ ਕੁਝ ਨੀ ਕਰ ਸਕਿਆ।

ਮੈਂ ਗਿਆਨ ਵੱਲ ਦੇਖਦਾ ਹਾਂ। ਉਹ ਨਾਲ਼ ਵਾਲ਼ੇ ਖੋਲ਼ੇ 'ਚ ਉੱਗੀ ਕਿੱਕਰ 'ਤੇ ਨੂੰ ਰੋੜੇ ਵਗਾਹ ਵਗਾਹ ਮਾਰ ਰਿਹਾ ਹੈ। ਜਾਂ ਕਦੇ ਕਦੇ ਆਪਣੇ ਤਾਏ ਸੀਬੇ ਦੇ ਵਿਹੜੇ 'ਚ ਝਾਕ ਲੈਂਦਾ ਹੈ।

ਰਤਨੀ ਪੱਠਿਆਂ ਨੂੰ ਤੁਰ ਗਈ ਹੈ। ਮੈਨੂੰ ਹੁਣ ਤੜਪਣ ਨੀ ਹੋਈ।

ਨਿਧਾਨ ਆ ਗਿਆ ਹੈ। ਉਹ ਖੁਸ਼ੀ ਖੁਸ਼ੀ ਪੌੜੀਆਂ ਚੜ੍ਹਨ ਲੱਗਾ ਏ। ਇਹ ਕੋਠੇ ਚੜ੍ਹ ਸਿੱਧਾ ਗਿਆਨ ਕੋਲ਼ ਗਿਆ ਏ। ਉਸ ਅੱਗੇ ਹੱਟੀਓਂ। ਲਿਆਂਦੀ ਚੀਜ਼ੀ ਵਾਲ਼ਾ ਹੱਥ ਕਰਦਾ ਹੈ। ਗਿਆਨ ਕਾਹਲ਼ੇ ਪੈਰੀਂ ਆਪਣੇ ਬਣਾਏ ਘਰ ਕੋਲ਼ ਪਹੁੰਚਦਾ ਏ। ਉਸਦੀ ਤੋਰ ਉਸਦੇ ਰੋਹ ਨੂੰ ਪ੍ਰਗਟ ਕਰ ਰਹੀ ਹੈ।

ਨਿਧਾਨ ਵੀ ਮਗਰ ਪਹੁੰਚ ਗਿਆ ਏ।

ਗਿਆਨ ਉਸ ਵੱਲ ਕੋਈ ਧਿਆਨ ਨੀ ਦੇ ਰਿਹਾ। ਇਹ ਆਪਣੇ ਬਣਾਏ ਹੋਏ ਘਰ ਨੂੰ ਬਹੁਤ ਹੀ ਗਹੁ ਨਾਲ਼ ਦੇਖ ਰਿਹਾ ਹੈ।

ਇਹ ਗੁੱਸੇ ਵਿੱਚ ਆਪਣੇ ਬਣਾਏ ਹੋਏ ਘਰ ਨੂੰ ਪੈਰ੍ਹਾਂ ਨਾਲ਼ ਢਾਹੁਣ ਲੱਗ ਪਿਆ ਏ। ਇਹ ਜ਼ੋਰ ਜ਼ੋਰ ਦੀ ਲੱਤਾਂ ਮਾਰੀ ਜਾ ਰਿਹਾ ਹੈ। ਜਿਵੇਂ ਇਹ ਸਭ ਕੁਝ ਤਹਿਸ ਨਹਿਸ ਕਰਨ ਤੇ ਤੁਲਿਆ ਹੋਵੇ।

ਆਖਿਰ ਫਿਸ ਪਿਆ ਏ।

"ਭਾਜੀ ਏ ਸੋਣ੍ਹ ਮੈਨੂੰ ਚੰਗਾ ਨੀ ਲਗਦਾ।"

ਮੇਰੇ ਅੰਦਰ ਧੁਰ ਕਿਤੇ ਹਲ-ਚਲ ਹੋਈ ਹੈ। ਮੈਂ ਖੁਲ੍ਹੇ ਅਸਮਾਨ ਵੱਲ ਪੂਰੀਆਂ ਅੱਖਾਂ ਖੋਲ੍ਹ ਕੇ ਦੇਖਦਾ ਹਾਂ। ਇਸ ਵਿੱਚ ਅਨੇਕਾਂ 'ਸਵਾਲੀਆ ਚਿੰਨ੍ਹ' ਤੈਰ ਰਹੇ ਹਨ।

•••